പ്രണയം
ദാമ്പത്യം
കുടുംബം

INSIGHT PUBLICA ®

Nadakkavu, Kozhikode, Kerala, 673011
www.insightpublica.com
e-mail: insightpublica@gmail.com
Title: **Pranayam Dambathyam Kudumbam**
Author: **A. Venugopal**
(Malayalam)
First Edition: September 2023
Printed and Published by
InsightinPublica Printers & Publishers Pvt. Ltd.
ISBN 978-93-5517-419-2
₹330

പ്രണയം
ദാമ്പത്യം
കുടുംബം

എ. വേണുഗോപാൽ

INSIGHT PUBLICA®

സ്കൂൾ അധ്യാപകനായും പ്രധാന അധ്യാപകനായും സേവനമനുഷ്ഠിച്ചു. ശിശു വിദ്യാഭ്യാസ മേഖലയിൽ പ്രവർത്തിച്ചുവരുന്നു. യൂണിവേഴ്സിറ്റി കോളേജ് ഓഫ് ലണ്ടനിലെ ഡോക്ടർ ലൂസി നോറിസിന്റെ കൂടെ ഗവേഷണ പ്രവർത്തനങ്ങളിൽ സഹകരിച്ച് പ്രവർത്തിച്ചു. കേരളത്തിലെയും ആന്ധ്രാപ്രദേശിലെയും വിവിധ സ്കൂളുകളിൽ ശിശു വിദ്യാഭ്യാസ ഉപദേഷ്ടാവായി സേവനം ചെയ്തു. സാഹിത്യം, സംസ്കാരം എന്നീ വിഷയങ്ങളിലുള്ള പഠന ലേഖനങ്ങൾ പുസ്തകങ്ങളിലും ആനുകാലികങ്ങളിലും പ്രസിദ്ധീകൃതമായിട്ടുണ്ട്. കേരള സർക്കാരിന്റെ വിദ്യാഭ്യാസ ഉപദേഷ്ടാവായ ഡോക്ടർ കെ.എൻ ആനന്ദന്റെ Tuition to Intuition എന്ന ഗ്രന്ഥത്തിന്റെ എഡിറ്റിംഗിലും പ്രസിദ്ധീകരണത്തിലും കൂട്ടുചേർന്ന് പ്രവർത്തിച്ചു.

എ. വേണുഗോപാൽ

കൃതജ്ഞത

ഈ പുസ്തകത്തെ ഭാഷാപരമായി മെച്ചപ്പെടുത്താനായി വിലപ്പെട്ട നിർദ്ദേശങ്ങൾ തന്ന മിസ്സിസ് സായി ലക്ഷ്മിയോടും, ഇതിലേക്കാവശ്യമായ വിവരങ്ങൾ ശേഖരിക്കാനും മറ്റും സഹായിച്ച പി ശ്രീജ എന്നിവരോടും ഇതിലെ പല നിരീക്ഷണങ്ങളെയും പുനഃപരിശോധിക്കാനും കൂടുതൽ സമ്പന്നമാക്കാനും സഹായിച്ച സുഹൃത്തുക്കൾക്കും സ്നേഹവും കടപ്പാടും പ്രകാശിപ്പിക്കുന്നു.

ആമുഖം

നമ്മുടെ ജീവിതം സന്തോഷകരമായി മാറുന്നതിനും ദുഃഖകരമാവുന്നതിനും മുഖ്യകാരണമാകുന്നത് മനുഷ്യർക്കിടയിലുള്ള പരസ്പരബന്ധങ്ങളുടെ ഏറ്റക്കുറച്ചിലുകൾ നിമിത്തമാണ്. അമ്മയും കുഞ്ഞും തമ്മിലുള്ള ബന്ധത്തിൽ നിന്ന് തുടങ്ങി സ്വന്തം കുടുംബത്തിലുള്ളവരും, അയൽക്കാരും സ്വന്തം ദേശത്തിലുള്ളവരും അന്യദേശങ്ങളിലുള്ളവരിലേക്കും നീണ്ടുകിടക്കുന്ന ബന്ധങ്ങളിലൂടെയാണ് നമ്മുടെ അതിജീവനം ഉറപ്പാക്കപ്പെടുന്നത്.

കൂട്ടായി ജീവിക്കാൻ പ്രാപ്തിയുള്ള ഒട്ടുമിക്ക ജീവിവർഗ്ഗങ്ങളും ഏറെക്കുറെ മനുഷ്യരെപ്പോലെ തന്നെ പരസ്പരം ആശ്രയിച്ചുകൊണ്ടാണ് ജീവിതത്തിന്റെ അടിസ്ഥാനപ്രശ്നങ്ങൾക്ക് ഉത്തരം കണ്ടെത്തുന്നത്. അതുകൊണ്ടു തന്നെ നമ്മുടെ ജീവിതത്തെക്കുറിച്ചുള്ള അന്വേഷണം സ്വാഭാവികമായും ഇതരജീവിവർഗ്ഗങ്ങളെക്കുറിച്ചുള്ള അറിവ് കൂടി അനിവാര്യമാക്കുന്നുണ്ട്.

പ്രണയം, ദാമ്പത്യം, കുടുംബം എന്നീ അനുഭവങ്ങളൊക്കെയും ഇപ്രകാരം രൂപപ്പെട്ട പരസ്പര ബന്ധങ്ങളുടെ അടിസ്ഥാനമാതൃകകളായി പരിഗണിക്കാവുന്നതാണ്. പ്രണയത്തെ സംബന്ധിച്ച നിലവിലുള്ള ധാരണകളൊക്കെയും ഏറിയപങ്കും നിർമ്മിക്കപ്പെട്ടത് അതിന്റെ കാൽപ്പനിക ഭാവത്തെ പെരുപ്പിച്ചുകൊണ്ടായതിനാൽ അതിനെക്കുറിച്ചുള്ള ശാസ്ത്രീയ ധാരണകൾ പലപ്പോഴും തമസ്കരിക്കപ്പെടാറാണുള്ളത്. പ്രണയവുമായി ബന്ധപ്പെട്ടുണ്ടാവുന്ന അനുകൂലവും പ്രതികൂലവുമായ കാര്യങ്ങളെ വിലയിരുത്തേണ്ട സന്ദർഭങ്ങളിൽ അതിലുൾപ്പെട്ട വ്യക്തികളുടെ കുഴപ്പങ്ങളായോ നേട്ടങ്ങളായോ

ചുരുക്കി കാണുന്നതിനാണ് നമ്മൾ ശീലിച്ചിട്ടുള്ളത്. ഇത് കൂടാതെ, പ്രണയമെന്നത് വിവാഹത്തിലേക്ക് എത്തുന്നതിന് മുൻപുള്ള ഒരു ഇടവേള മാത്രമായാണ് പലരും കരുതാറുള്ളത്. പ്രണയത്തെ ഒരു വ്യക്തിയുടെ സ്വത്വനിർമ്മിതിയുമായും അവളുടെ/അവന്റെ കുടുംബ ജീവിതവും സാമൂഹ്യജീവിതവുമായും ബന്ധപ്പെടുത്തി കാണാനാണ് ഈ ഗ്രന്ഥത്തിലൂടെ ശ്രമിക്കുന്നത്.

പ്രണയവും, ദാമ്പത്യവും കുടുംബവുമെല്ലാം വ്യക്തിയുടെയെന്ന പോലെ സമൂഹത്തിന്റെയും സൃഷ്ടിയാകുന്നത് എങ്ങനെയാണെന്ന് പരിശോധിക്കേണ്ടത് അത്യധികം പ്രാധാന്യമർഹിക്കുന്നതാണ്. ഓരോ വ്യക്തിയുടെയും കുട്ടിക്കാലവും, കൗമാരവും യൗവ്വനവും, വാർദ്ധക്യവുമെല്ലാം പരസ്പരം ബന്ധപ്പെടുത്തി കാണുമ്പോൾ മാത്രമേ നമ്മളിൽ വേരുറച്ചുപോയ അശാസ്ത്രീയമായ മുൻവിധികളെയും, അന്ധ വിശ്വാസങ്ങളെയും മറികടക്കാൻ കഴിയുകയുള്ളൂ എന്ന ധാരണയാണ് ഈ പുസ്തകത്തിന്റെ അടിസ്ഥാനതത്വമായി മാറുന്നത്.

ഈ മേഖലയിൽ നടന്നിട്ടുള്ള ഒട്ടനവധി ഗവേഷണങ്ങൾ വഴി ലഭിച്ചിട്ടുള്ള വിലപ്പെട്ട ഉൾക്കാഴ്ചകളെ പരമാവധി പ്രയോജനപ്പെ ടുത്തിക്കൊണ്ടാണ് ഈ ഗ്രന്ഥം പൂർത്തീകരിച്ചിട്ടുള്ളത്. ഇതിൽ പരാമർശിച്ചിട്ടുള്ള നിരീക്ഷണങ്ങൾക്ക് മുഖ്യ പിൻബലമായിത്തീർ ന്നത് ഞാനും എന്റെ സുഹൃത്തും മനഃശാസ്ത്ര മേഖലയിൽ പ്രവർത്തി ക്കുന്ന ഡോക്ടർ സുനിധരനും കൂട്ടായി ശേഖരിച്ച വിവരങ്ങളാണ്. അദ്ദേഹത്തിന്റെ ചികിത്സാനുഭവങ്ങളും കോളേജ് വിദ്യാർത്ഥികളും ജീവിതത്തിന്റെ പല മേഖലകളിൽ പ്രവർത്തിക്കുന്നവരുമായി ഞാൻ നേരിട്ട് നടത്തിയ ഇന്റർവ്യൂകളിൽ നിന്ന് കിട്ടിയ വിവരങ്ങളും ഈ രചനയുടെ അടിത്തറയായിട്ടുണ്ട്.

കുഞ്ഞായിരിക്കുമ്പോൾ തന്നെ അച്ഛൻ ഉപേക്ഷിച്ച് പോയ പെൺകുട്ടികളും, പ്രണയതകർച്ചയെ തുടർന്ന് ജീവിതമൊടുക്കാൻ ഒരുങ്ങിയവരും, സംഘർഷനിർഭരമായ ദാമ്പത്യത്തിന്റെ ഇരകളായി സ്വന്തം കുഞ്ഞുങ്ങളെപ്പോലും ഇല്ലാതാക്കേണ്ടി വരുകയും സ്വന്തം ജീവിതം ഇന്നും അനിശ്ചിതത്വങ്ങളിൽ നീറുന്നതാണെന്ന തിരിച്ച റിവോടെ ജീവിക്കേണ്ടി വരുന്ന സ്ത്രീകളും, പ്രതീക്ഷിച്ച തോതിൽ പങ്കാളിയിൽ നിന്നും സ്നേഹം തിരിച്ച് കിട്ടാതെ വന്നപ്പോൾ കടുത്ത വിഷാദത്തിലേക്കു പിൻവാങ്ങുകയും ചെയ്ത ഒട്ടനവധി വ്യക്തികളെ ഞങ്ങൾക്ക് കാണാൻ കഴിഞ്ഞിട്ടുണ്ട്. അവർ പങ്കുവെച്ച ജീവിതാ നുഭവങ്ങളൊക്കെയും ഈ പുസ്തകരചനയെ പ്രത്യക്ഷമായും പരോ ക്ഷമായും സഹായിച്ചിട്ടുണ്ട്. അവരിൽ നിന്ന് ലഭിച്ച വിവരങ്ങളെ

ഉപയോഗപ്പെടുത്തി ഒരു സമഗ്ര വിശകലനം അനുബന്ധ അദ്ധ്യായമായി ചേർക്കാൻ ആഗ്രഹിച്ചിരുന്നെങ്കിലും അതിനാവശ്യമായ എണ്ണം വ്യക്തികളെ തക്കതായ സമയത്ത് ലഭിക്കാത്തതിനാൽ ഈ പുസ്തകത്തിന്റെ പുനഃപ്രസിദ്ധീകരണത്തിൽ ചേർക്കാമെന്നു പ്രത്യാശിക്കുന്നു.

ഉള്ളടക്കം

മനുഷ്യബന്ധങ്ങൾക്കൊരു ആമുഖം

ഏതൊരു വ്യക്തിയുടെയും ജീവിതത്തെ അർത്ഥവത്താക്കുന്നത് മറ്റു വ്യക്തികളുമായി ഉണ്ടാക്കിയെടുക്കുന്ന വൈകാരിക ബന്ധങ്ങളാണെന്ന കാര്യത്തിൽ അധികമാരും വിയോജിക്കാനിടയില്ല. പിറന്നു വീഴുന്ന നിമിഷത്തിൽ തുടങ്ങി അവസാനശ്വാസം വരെ നീണ്ടു നിൽക്കുന്നതും ഇത്തരം വികാരനിർഭരമായ ബന്ധങ്ങളാണ്. ഇത്തരം ബന്ധങ്ങളുടെ അഭാവത്തിൽ ഏതൊരു മനുഷ്യനും ആരോഗ്യകരമായ ജീവിതം അസാധ്യമായിരിക്കും. എല്ലാവരിൽ നിന്നും അകന്നു ജീവിക്കുക എന്നത് സ്വപ്നത്തിൽ സൂക്ഷിക്കാമെന്നല്ലാതെ യാഥാർത്ഥ്യം ഇതിനെതിരാണ്. ഓരോ ബന്ധവും വ്യത്യസ്തമായ തലങ്ങളിലാണ് അതിന്റെ കാര്യക്ഷമത നേടുന്നത്. അമ്മയും കുഞ്ഞും തമ്മിലും, ജീവിത പങ്കാളികൾക്കിടയിലും, കാമുകനും കാമുകിയും തമ്മിലും എല്ലാം നിലനിൽക്കുന്ന ബന്ധങ്ങൾ ഒരേ സമയം വ്യക്തിപരവും അതേസമയം സാമൂഹ്യവും കൂടിയാണ്.

കുട്ടികളും രക്ഷിതാക്കളും തമ്മിലുള്ള ബന്ധത്തിൽ നിന്ന് തന്നെയാണ് മറ്റെല്ലാ ബന്ധങ്ങൾക്കും തുടക്കമിടുന്നത്. എന്നാൽ, എല്ലാ ബന്ധങ്ങളും ഒന്നിനൊന്നു വിഭിന്നമായിരിക്കും. ചില രക്ഷിതാക്കൾ പോലും അവരുടെ കുട്ടികളുമായി സൂക്ഷിക്കുന്ന ബന്ധം കേവലം പ്രയോജനാധിഷ്ഠിതമാകാറുണ്ട്. കുട്ടികൾക്കുള്ള ഭൗതികമായ ആവശ്യങ്ങളെ നിറവേറ്റുന്ന രീതിയിൽ മാത്രം ബന്ധത്തെ പരിമിതപ്പെടുത്തിക്കൊണ്ട് വൈകാരികമായ ബന്ധങ്ങളിൽ നിന്ന് വിട്ടുനിൽക്കാനാണ് ഇത്തരം രക്ഷിതാക്കൾ ശ്രമിക്കാറുള്ളത്. ഇത്

കാരണം കുട്ടികളുടെ ആരോഗ്യകരമായ മാനസിക വികാസത്തെയും ചില അവസരങ്ങളിൽ അവരുടെ ശാരീരിക അവസ്ഥയെ പോലും ഇത്തരം ഇടപെടലുകൾ പ്രതികൂലമായി ബാധിച്ചേക്കാം.

ജീവിതത്തിന്റെ അടിസ്ഥാന ആവശ്യങ്ങൾ നിറവേറ്റുന്നതിന് കേവലം ഭൗതികമായ കാര്യങ്ങൾ മാത്രം മതിയാവില്ല എന്നത് ഏവർക്കും അറിയാവുന്നതാണെങ്കിലും ചില വൈകാരിക ആവശ്യങ്ങളോട് പുറംതിരിഞ്ഞു നിൽക്കാനാണ് സാംസ്കാരികമൂല്യങ്ങൾ പലപ്പോഴും നമ്മളെ പ്രേരിപ്പിക്കാറുള്ളത്. എങ്കിലും, പ്രണയം പോലെയുള്ള വൈകാരികാവസ്ഥകളെ തള്ളിക്കളയാൻ ഒരു സമൂഹത്തിനും കഴിയാറില്ല. ഇത് മനുഷ്യ ചരിത്രത്തിന്റെ തന്നെ അവിഭാജ്യ ഘടകമായി മാറിയിട്ടുണ്ട്. മനുഷ്യന്റെ സുരക്ഷിതത്വപൂർണമായ ജീവിതത്തിന്റെ അടിത്തറ ഒരുക്കുന്നതിൽ പ്രണയത്തിനുള്ള പങ്ക് നിഷേധിക്കാൻ കഴിയില്ല. മറ്റുള്ളവരുമായി സഹകരിച്ചുകൊണ്ട് ജീവിക്കുക എന്നത് തന്നെയാണ് മനുഷ്യവംശത്തിന്റെ പൊതുവായ സവിശേഷതയായി അംഗീകരിക്കപ്പെട്ടിട്ടുള്ളത്. പ്രണയമുൾപ്പെടെയുള്ള കൂട്ടുജീവിതത്തിന്റെ അനുഭവങ്ങൾ ഇത്തരത്തിലുള്ള സാധ്യതയുടെ തുടർച്ചയായി തന്നെ കാണാവുന്നതാണ് ഓരോരോ വ്യത്യസ്തമായ സ്ഥലങ്ങളിലേക്കും സഞ്ചരിച്ചുകൊണ്ട് ഇണകളെ സമ്പാദിക്കാനായി പല സാഹസത്തിനും മുതിർന്നതിന്റെ ചരിത്രാനുഭവം ഇന്നും മനുഷ്യരിൽ ബാക്കി നിൽക്കുന്നുണ്ട്.

മറ്റൊരാളുമായി ഇഷ്ടം കൂടാനുള്ള ആഗ്രഹം വാസ്തവത്തിൽ നമ്മുടെ അതിജീവനത്തിന്റെ മൂലതത്വം തന്നെയാണ്. ഏതൊരു ശിശുവും തന്റെ അടുത്ത രക്ഷിതാവുമായി സ്ഥാപിക്കുന്ന ബന്ധമാണ് പിന്നീടങ്ങോട്ടുള്ള സർവ്വ സാമൂഹ്യബന്ധങ്ങളുടെയും അടിത്തറയായി മാറുന്നത്. ചില കുഞ്ഞുങ്ങൾക്ക് അവരുടെ രക്ഷിതാവുമായുള്ള ബന്ധം ഒട്ടേറെ അസ്വസ്ഥതകൾ നിറഞ്ഞതും അനിശ്ചിതത്വങ്ങൾ നിറഞ്ഞതുമായിരിക്കും. ചില രക്ഷിതാക്കൾ അവരുടെ കുട്ടികളുടെ മാനസികമായ ആവശ്യങ്ങളോട് അർഹമായ രീതിയിൽ പ്രതികരിക്കാൻ പ്രാപ്തിയുള്ളവരായിരിക്കില്ല. ഇത്തരം സാഹചര്യങ്ങളിൽ കുഞ്ഞുങ്ങളിൽ രക്ഷിതാവിനെക്കുറിച്ച് ഉണ്ടാകുന്ന സങ്കൽപ്പങ്ങൾ അതൃപ്തികരമായിരിക്കും. ചില അമ്മമാർ ഏതെങ്കിലും തരത്തിലുള്ള ഉത്കണ്ഠകൾക്കോ, മാനസിക സമ്മർദ്ദങ്ങൾക്കോ വിധേയമാകുകയാണെങ്കിൽ അവർക്കു അവരുടെ കുഞ്ഞുങ്ങളോട് വൈകാരികമായ ഊഷ്മളതയോടെ പെരുമാറാൻ കഴിഞ്ഞില്ലെന്നും വരാം. ഇത്തരം ഇടപെടലുകൾ സ്വാഭാവികമായും അവരുടെ കുഞ്ഞുങ്ങളിൽ കടുത്ത

ഉത്കണ്ഠക്കും, അരക്ഷിതത്വ ബോധത്തിനും വഴി വെക്കാറുണ്ട്. എന്നാൽ, ഇതിനു വിപരീതമായി ഉചിതമായ സ്നേഹ പരിലാളനകൾ കിട്ടി വളരുന്ന കുട്ടികൾക്കാവട്ടെ സുരക്ഷിതത്വം നിറഞ്ഞ ഇത്തരം അനുഭവങ്ങളിലൂടെ ലഭിച്ച ഓർമ്മകളുടെ ബലത്തിൽ ആരോഗ്യകരമായ വ്യക്തിത്വം ഉണ്ടാക്കിയെടുക്കാൻ കഴിയും.

ഇപ്രകാരം വളർന്നു വന്നിട്ടുള്ള വ്യക്തികൾ പ്രണയ ബന്ധങ്ങളിൽ ഏർപ്പെടുമ്പോൾ അവരുടെ വൈകാരികതകളെ നിശ്ചയിക്കുന്നതിൽ മുഖ്യ സ്വാധീനമായി മാറുന്നത് കുട്ടിക്കാലത്തു രക്ഷിതാക്കളിലൂടെയും മറ്റു കുടുംബാംഗങ്ങളിലൂടെയും അനുഭവിച്ച സ്നേഹ വാത്സല്യങ്ങളുടെ ഓർമ്മകൾ കൂടിയാണ്. ഓരോ കൊച്ചുകുട്ടിയും തന്റെ രക്ഷിതാവിനോട് പുലർത്തുന്ന ബന്ധവുമായി ഒരു വലിയ പരിധി വരെ പ്രണയ ബന്ധങ്ങളെയും സമീകരിക്കാവുന്നതാണ്. കുട്ടിക്കാലത്ത് സുരക്ഷിതത്വ പൂർണമായ സ്നേഹവും പരിലാളനകളും കിട്ടിയവർക്കായിരിക്കും മറ്റുള്ളവരെ അപേക്ഷിച്ച് പങ്കാളിയുടെ സാധ്യതകളെ പോലെ തന്നെ പരിമിതികളെയും ഉൾക്കൊണ്ട് പ്രിയപ്പെട്ടവളെ/പ്രിയപെട്ടവനെ ഉൾക്കൊള്ളാനും ആത്മാർഥമായി സ്നേഹിക്കാനും കഴിയുന്നത്. എന്നാൽ, വേറെ ചിലർക്കാവട്ടെ അവരുടെ പങ്കാളിയോടൊത്തു ജീവിക്കുമ്പോൾ പോലും അവളുടെ സ്നേഹത്തെയും ലാളനകളെയും പൂർണ്ണമായും വിശ്വാസത്തിലെടുക്കാൻ സാധിക്കാറില്ല. ഇത്തരക്കാരുടെ കുട്ടിക്കാലത്ത് അവരെ പരിചരിച്ചിരുന്ന അടുത്ത രക്ഷിതാവിന്റെ സ്വയം വ്യക്തതയില്ലാത്ത ഇടപെടലുകളിലൂടെ രൂപപ്പെട്ട ഓർമ്മകളായിരിക്കാം ഇങ്ങനെയുള്ള സമീപനങ്ങൾക്ക് വഴിയൊരുക്കുന്നത്. പരസ്പരമുള്ള അടുപ്പത്തെ സംബന്ധിച്ച ഇത്തരം ആകുലതകൾ നിമിത്തം തന്റെ പങ്കാളിക്ക് തന്നെ സ്നേഹിക്കാൻ കഴിയുന്നുണ്ടാവുമോ എന്ന തരത്തിലുള്ള അകാരണമായ സംശയങ്ങളും ആകുലതകളും നിമിത്തം ഇത്തരക്കാരുടെ സ്വകാര്യ ജീവിതം ഏറെ ദുസ്സഹമാകുന്ന അവസരങ്ങളും കുറവല്ല.

വേറെ ചിലരാവട്ടെ മറ്റുള്ളവരുമായുള്ള വൈകാരിക ബന്ധങ്ങളിൽ നിന്ന് സ്വയം ഒഴിഞ്ഞു നിൽക്കാനാണ് ശ്രമിക്കാറുള്ളത്. തങ്ങളുടെ സ്വാതന്ത്ര്യം നഷ്ടപ്പെടുമോ എന്ന ആധിയും അത് പോലെ തന്നെ മറ്റുള്ളവർക്ക് തന്നെ ഉൾക്കൊണ്ടു പെരുമാറാൻ കഴിയുമോ എന്ന സംശയവും ഒക്കെയാവാം ഇത്തരക്കാരെ ഇപ്രകാരമുള്ള വൈകാരിക അടുപ്പങ്ങളിൽ നിന്ന് പിന്തിരിപ്പിക്കുന്നത്.

ഇത്തരത്തിലുള്ള വ്യക്തികളൊക്കെയും അവരുടെ ജീവിതകാലയളവിൽ അനുവർത്തിക്കുന്ന പരസ്പര ബന്ധങ്ങളിൽ ഇത്തരത്തിലുള്ള

ഒട്ടേറെ ആകുലതകൾ പ്രതിഫലിച്ചു കാണാറുണ്ട്. കൗമാരകാലത്തും, യൗവ്വനത്തിലും രൂപപ്പെടാനിടയുള്ള പ്രണയ ബന്ധങ്ങളിലായാലും, രതിബന്ധത്തിലായാലും ഓരോ വ്യക്തിയും കുട്ടിക്കാലത്തു ആർജ്ജിച്ചെടുത്ത പരസ്പര അടുപ്പത്തെ കുറിച്ചുള്ള മാതൃകകളുടെ സ്വാധീനം പ്രകടമായിരിക്കും.

സ്വന്തമായുള്ള കഴിവുകൾ മറ്റുള്ളവരുടെ മുൻപിൽ പ്രകടിപ്പിക്കേണ്ട സന്ദർഭങ്ങളിലായാലും, എന്തെങ്കിലും കാര്യങ്ങൾ മറ്റുള്ള ആളുകളോട് തുറന്നു പറയേണ്ടുന്ന സമയങ്ങളിലും ഇത്തരക്കാർ പല രൂപത്തിലുള്ള പിൻവാങ്ങൽ സ്വഭാവങ്ങൾ കാണിക്കുന്നതും സാധാരണമാണ്. ഇത് കൂടാതെ, തങ്ങൾക്കു എന്തൊക്കെ ആഗ്രഹങ്ങളും, മോഹങ്ങളും ഉണ്ടായാൽ പോലും അവയൊന്നും തക്കതായ സമയത്തും ഉചിതമായ രീതിയിലും മറ്റൊരാൾക്ക് മുൻപിൽ അവതരിപ്പിക്കുന്നതിനോ അവ സാക്ഷാത്ക്കരിക്കുന്നതിനോ ഇവർക്ക് കഴിയാറില്ല.

ജീവിതത്തിൽ നേരിടാനിടയുള്ള ഒട്ടുമിക്ക കാര്യങ്ങളിലും ഉണ്ടാകുന്ന ഇത്തരത്തിലുള്ള പരിമിതികളും സാധ്യതകളും നിശ്ചയിക്കുന്നതിൽ ഓരോ വ്യക്തിയും പിൻപറ്റുന്ന പരസ്പര അടുപ്പത്തെ കുറിച്ചുള്ള മാതൃകകൾ പലപ്പോഴും നിർണ്ണായകമായി തീരാറുണ്ട്.

ഓരോ വ്യക്തിയും തന്റെ കുട്ടിക്കാലം മുതൽ ആർജ്ജിച്ചെടുത്ത പെരുമാറ്റ മാതൃകകൾക്കൊത്ത് അവരുടെ പ്രണയാനുഭവങ്ങളും, സൗഹൃദവും ഉൾപ്പെടെയുള്ള ഏറെക്കുറെ എല്ലാ ബന്ധങ്ങളും നിശ്ചയിക്കപ്പെട്ടേക്കാം. രക്ഷിതാക്കളിലൂടെ ലഭിച്ച ശ്രദ്ധയും, സ്നേഹലാളനകളും കൂടാതെ നമ്മുടെ ജീവിതകാലയളവിൽ ആർജ്ജിച്ചെടുക്കുന്ന വ്യത്യസ്തമായ അനുഭവങ്ങളും ഒരേപോലെ ഏതാണ്ട് തുല്യ പ്രാധാന്യം അർഹിക്കുന്നവയാണ്. എന്നാൽ, ഇതിൽ ആദ്യത്തെ പതിനഞ്ചു വർഷക്കാലം ഉണ്ടാകുന്ന അനുഭവങ്ങൾക്ക് നിർണായകമായ പ്രാധാന്യം തന്നെ ഉണ്ട് എന്നതാണ് യാഥാർഥ്യം. ഇക്കാലയളവിൽ ഉണ്ടാകുന്ന അനുഭവങ്ങൾക്ക് നമ്മുടെ മസ്തിഷ്ക വികാസത്തിലുള്ള പങ്ക് ഏറെ നിർണായകമാണ് എന്നതുകൊണ്ടാണ് ഈ കാലയളവിലെ ജീവിതത്തിന് ഇത്രയേറെ പ്രസക്തി കൈവരുന്നത്.

മനുഷ്യരാശിക്ക് പൊതുവായി ലഭിച്ചിട്ടുള്ള ജനിതക പദ്ധതികൾ ഒന്നുതന്നെ ആണെങ്കിലും ഇത് പല വിധത്തിലുള്ള മാറ്റങ്ങൾക്കു വിധേയമാകുന്നതിനാൽ ഓരോ വ്യക്തിയിലും ഇത് സവിശേഷ രീതിയിലായിരിക്കും പ്രവർത്തിക്കുന്നത്. ഓരോ വ്യക്തിയും സവിശേഷമായി പിൻപറ്റുന്ന ജനിതക

പാരമ്പര്യവും ഇത്തരം കാര്യങ്ങളിലും പ്രസക്തമാണ്. അടിസ്ഥാനപരമായ ജനിതക പദ്ധതികളത്രയും വികസിച്ച് വന്നിട്ടുള്ളത് മറ്റുള്ളവരുമായി പരസ്പര അടുപ്പം സ്ഥാപിച്ചുകൊണ്ട് സ്വയം വളർന്നു വികസിക്കാവുന്ന തരത്തിലാണ്. നമ്മുടെ ജീവിത പരിസരത്ത് ലഭ്യമായ ഏതാനും ചിലരുമായി അടുത്തുകൊണ്ട് അതിജീവന ആവശ്യങ്ങൾക്കായി അവരെ ആശ്രയിക്കുകയും ജീവിതം സുരക്ഷിതമാക്കുകയും ചെയ്യുന്നതിന് അനുകൂലമായ രീതിയിലാണ് മനുഷ്യരുടെ മനസികപ്രവർത്തനങ്ങൾ പരിണമിച്ച് വന്നിട്ടുള്ളത്.

വേട്ടയാടി ജീവിച്ചുപോന്ന കാലഘട്ടം മുതൽ സ്വന്തം രക്ഷിതാവിനോട്/പങ്കാളിയോട് പുലർത്തുന്ന മാനസിക അടുപ്പം ഒരു ജീവൻ മരണ പ്രശ്നം കൂടിയായിരുന്നുവെന്ന് അനുമാനിക്കാവുന്നതാണ്. സ്വന്തം നിലനിൽപ്പുമായി ബന്ധപ്പെട്ട ആവശ്യങ്ങളെ പരിഹരിക്കുന്നതിന് വേണ്ടിയാണ് പരസ്പരം അടുക്കുന്നതിനായുള്ള താത്പര്യവും വളർന്നു വന്നിട്ടുള്ളത്.

മനുഷ്യവംശചരിത്രത്തിന്റെ മുഖ്യ അടിസ്ഥാനമായിട്ടുള്ളത് വ്യക്തി വൈവിധ്യങ്ങളാണ് എന്ന കാര്യത്തിൽ ആർക്കും സംശയം ഉണ്ടാവാനിടയില്ല. ഒരേ രക്ഷിതാക്കളുടെ കുട്ടികൾ പോലും രൂപത്തിലും സ്വഭാവത്തിലും എല്ലാം വേറിട്ടു നീക്കുന്നതിന് കാരണവും മറ്റൊന്നല്ല.

നമ്മുടെ ഓരോരുത്തരുടെയും വംശാവലി പരിശോധിച്ചാൽ ഏകദേശം അഞ്ചു തലമുറകൾക്കപ്പുറം നമ്മുടെ രൂപത്തോടും, സ്വഭാവത്തോടുമൊന്നും യാതൊരു സാമ്യതകളും കണ്ടുപിടിക്കാൻ കഴിഞ്ഞെന്നു വരില്ല. അത് പോലെ തന്നെ, ഇരട്ട സഹോദരന്മാരായാലും/സഹോദരിമാരായാലും വലിയ സാമ്യമൊന്നും അവരുടെ പെരുമാറ്റങ്ങളിൽ കണ്ടെത്തുക ബുദ്ധിമുട്ടായിരിക്കും. ഇത്തരത്തിലുള്ള വൈവിധ്യങ്ങൾ ഉള്ളതുകൊണ്ട് മാത്രമാണ് പലതരത്തിലുള്ള വെല്ലുവിളികളെയും നേരിട്ടുകൊണ്ട് ഇത്രയും കാലം മനുഷ്യരാശി നാമാവശേഷമാവാതെ അതിജീവിച്ചത്.

എല്ലാവർക്കും ഒരേ തരത്തിലുള്ള ജനിതക തകരാറുകളോ പെരുമാറ്റപരമായ വഴക്കമില്ലായ്മയോ ഉണ്ടായിരുന്നെങ്കിൽ മാറി വരുന്ന ജീവിത സാഹചര്യങ്ങളിൽ പിടിച്ചു നില്ക്കാൻ കഴിയാതെ നാം കൂട്ടത്തോടെ ഇല്ലാതാകുമായിരുന്നു എന്ന് കരുതുന്നതിൽ തെറ്റില്ല.

മറ്റുള്ളവരുമായുള്ള ബന്ധങ്ങൾ ഉണ്ടാക്കുക എന്നത് എല്ലാ മനുഷ്യരെ സംബന്ധിച്ചും അത്യന്താപേക്ഷിതമാണെങ്കിലും, ഓരോരുത്തരും വേറിട്ട രീതികളിലൂടെയാണ് ഇങ്ങനെയുള്ള

ബന്ധങ്ങൾ നിർമ്മിക്കുന്നത് എന്ന് മാത്രം. ചില വ്യക്തികൾക്ക് ആരുമായും എളുപ്പം ബന്ധങ്ങളുണ്ടാക്കിയെടുക്കാൻ കഴിയുമെങ്കിലും മറ്റു ചിലർക്ക് ഇത് അത്യന്തം ദുഷ്കരമായിരിക്കും. ചില വ്യക്തികൾ അവർ സ്നേഹിക്കുന്ന ഒരു പ്രത്യേക വ്യക്തിയിൽ അവരുടെ എല്ലാ പ്രതീക്ഷകളും അർപ്പിക്കുന്നതോടൊപ്പം അവർക്കു വേണ്ടി തങ്ങളുടെ വിഭവങ്ങളും മാറ്റിവെക്കാറുണ്ട്. മറ്റുചിലരാവട്ടെ ഒന്നിലധികം വ്യക്തികളിൽ പ്രതീക്ഷയർപ്പിക്കുകയും അവർക്കെല്ലാം വേണ്ടി തങ്ങൾക്കാവുന്ന തരത്തിൽ സഹായങ്ങൾ ഉറപ്പാക്കുകയും ചെയ്യാറുണ്ട്. ഒരാളെ തന്നെ ആശ്രയിച്ചുകൊണ്ട് ജീവിക്കാൻ തുടങ്ങുമ്പോൾ ആ വ്യക്തിക്കുണ്ടാകുന്ന ഏതു തരം വീഴ്ചയും നമ്മുടെ വീഴ്ചയായി മാറാനുള്ള സാദ്ധ്യതകൾ ഏറെയായിരിക്കും. മാത്രമല്ല, നിർദിഷ്ട വ്യക്തി എപ്പോഴും നമ്മുടെ കൂടെയുണ്ടാവും എന്നത് അത്രയേറെ ഉറപ്പിക്കാനും കഴിയണമെന്നില്ല.

ചില പ്രതികൂലമായ സാഹചര്യങ്ങളിൽ നമുക്ക് വേണ്ടപ്പെട്ടവരാണ് എന്ന് സ്വയം ഉറപ്പിച്ചിട്ടുള്ളവരിൽ വിശ്വാസം അർപ്പിച്ചുകൊണ്ട് നിൽക്കുന്നത് അനിവാര്യമായി തീരാവുന്നതാണ്. ഉദാഹരണത്തിന്, മൂന്നോ നാലോ വയസ്സുള്ള കുട്ടികൾ അവരുടെ അമ്മയോ/ മുഖ്യ രക്ഷിതാവോ മറ്റോ അവരെ വിട്ടുപോകുന്ന സന്ദർഭങ്ങളിൽ ശാഠ്യം പിടിച്ച് കരയുന്നത് അവരുടെ നിലനിൽപ്പിന് ഭീഷണി നേരിടാം എന്ന ഭീതി കാരണമാണ്. പൊതുവിൽ പ്രശ്നങ്ങളേതും ഇല്ലാതെ ശാന്തമായി ജീവിതം മുന്നോട്ടു പോകുകയാണെങ്കിൽ ഒരു പ്രത്യേക വ്യക്തിയിൽ മാത്രം വിശ്വാസം ഉറപ്പിച്ചു ജീവിക്കുക എന്നത് കൂടുതൽ അനുയോജ്യമായി മാറിയേക്കാം. എന്നാൽ, ജീവിതത്തിൽ ഒട്ടനവധി പ്രശ്നങ്ങൾ ഒരുമിച്ചു വരുന്ന സാഹചര്യം ഉണ്ടാകുകയാണെങ്കിൽ ഒന്നിൽ കൂടുതൽ ആളുകളുടെ സഹായവും അനിവാര്യമായി തീർന്നേക്കാം.

മുൻ കാലങ്ങളെ അപേക്ഷിച്ച് ഇന്നത്തെ മനുഷ്യർക്ക് അനവധി മാറ്റങ്ങൾ എല്ലാ മേഖലകളിലും വന്നിട്ടുണ്ട് എന്നത് സമ്മതിക്കാതെ വയ്യ. എങ്കിലും മനുഷ്യ സമൂഹത്തിന്റെ വൈകാരിക അടിത്തറക്ക് എടുത്തു പറയത്തക്ക മാറ്റങ്ങൾ കൈവന്നിട്ടുണ്ടോ എന്നത് സംശയമാണ്. മുഖ്യ രക്ഷിതാവിനെ കാണാതെ വരുമ്പോൾ വാവിട്ടു കരയുന്ന കുഞ്ഞുങ്ങളുടെ പെരുമാറ്റം മുതൽ കാമുകനെ കാണാതാവുമ്പോൾ ഉത്കണ്ഠപ്പെടുന്ന കാമുകി വരെ പ്രകടിപ്പിക്കുന്നത് ഇത്തരത്തിലുള്ള അടിസ്ഥാന വികാരങ്ങൾ മാത്രമായേ കാണാൻ കഴിയുകയുള്ളൂ. രക്ഷിതാവ് മറ്റെന്തെങ്കിലും കാര്യങ്ങളിൽ

വ്യാപരിക്കുകയായിരിക്കുമോ എന്ന ആശങ്കയും, തന്നേക്കാൾ പ്രിയപ്പെട്ട മറ്റേതെങ്കിലും പെൺകുട്ടിയെ പിന്തുടർന്ന് പോയതായിരിക്കുമോ തന്റെ കാമുകൻ എന്ന അസൂയ കലർന്ന പെരുമാറ്റവും നമ്മുടെ സാംസ്കാരിക ചരിത്രത്തിൽ വളരെ പഴക്കമുള്ളതാണ്. പങ്കാളിയോ, രക്ഷിതാവോ ഒക്കെ നഷ്ടപ്പെട്ടുമോ എന്നുള്ള ആധിയിൽ നിന്നാണ് ഇതുമായി ബന്ധപ്പെട്ട ദുഃഖവും ഉടലെടുക്കുന്നത്. ഒരു വശത്ത് കുട്ടിക്കാലാനുഭവങ്ങൾ വഴിക്കും മറുവഴിക്ക് നമ്മുടെ വംശത്തിന്റെ പ്രാചീന ചരിത്രത്തിലും വേര് പൊട്ടിയ വൈകാരികതകളായി വേണം ഇവയെ കാണേണ്ടത്. അരക്ഷിതമായ കുട്ടിക്കാല ജീവിതത്തിന്റെ തുടർച്ചായി വരുന്ന വികാരങ്ങളായിക്കൂടിയാണ് മേൽ സൂചിപ്പിച്ച തരത്തിലുള്ള അസൂയയും, ദുഃഖവും എല്ലാം രൂപപ്പെട്ടു വരുന്നത്.

സുരക്ഷിതവും, ശാന്തവുമായ പരിലാളനകളിലൂടെ വളർച്ചയും വികാസവും പൂർത്തീകരിച്ചവരിൽ കാണുന്ന പെരുമാറ്റങ്ങളിൽ അതിനനുസരിച്ചുള്ള വ്യത്യാസങ്ങൾ കാണാനാവും. തന്റെ ആവശ്യങ്ങൾ കണ്ടറിഞ്ഞു പരിഹരിക്കുകയും, വൈകാരികമായി വിഷമതകൾ അനുഭവിക്കുന്ന സമയങ്ങളിൽ ഉചിതമായ രീതിയിൽ ഇടപെട്ടുകൊണ്ട് കൂടെ നിൽക്കുകയും ചെയ്തിട്ടുള്ള രക്ഷിതാക്കൾ വഴി ലഭിച്ച വിശ്വാസവും ധൈര്യവും ഇത്തരക്കാരുടെ പിൽക്കാല ജീവിതത്തെ സന്തോഷകരമാക്കി തീർക്കാം. ഇക്കാരണങ്ങൾ കൊണ്ട് കൂടിയാണ് ഇങ്ങനെ വളർന്നു വരുന്ന കുട്ടികൾ അമിതമായി ശാഠ്യം പിടിക്കുകയോ, തങ്ങളുടെ കാര്യം സാധിക്കുന്നതിനായി അക്രമ സ്വഭാവം കാണിക്കുകയോ ചെയ്യുന്നതിന് മുതിരാതിരിക്കുന്നത്.

ഇപ്രകാരത്തിലുള്ള ജീവിതാനുഭവങ്ങളിലൂടെ കടന്നു വന്നിട്ടുള്ളവർക്ക് തങ്ങളുടെ ആവശ്യങ്ങൾ എന്ത് തന്നെയാലും അവരുടെ വേണ്ടപ്പെട്ടവരോട് അതിനെക്കുറിച്ച് തുറന്നു പറയുന്നതിനോ, അഥവാ അത്തരം ആവശ്യങ്ങൾ ഉദ്ദേശിച്ച സമയത്തു നടന്നില്ലെങ്കിൽ പോലും നിരാശപ്പെടാതെ കാത്തിരിക്കാനും കഴിയും. മറ്റുള്ളവരെ ആശ്രയിക്കാതെ തന്നെ സ്വന്തം ആവശ്യങ്ങളെ പരിഹരിക്കാനുള്ള ബദൽ മാർഗ്ഗങ്ങൾ കണ്ടെത്തുന്നതിനും ഇത്തരത്തിലുള്ള വ്യക്തികൾക്ക് അത്രയേറെ പ്രയാസങ്ങൾ ഉണ്ടാവാറില്ല.

ഒരാളോട് അടുപ്പം പുലർത്തുക എന്നത് കൊണ്ട് അർത്ഥമാക്കുന്നത് അയാളുടെ/അവളുടെ ശാരീരികവും മാനസികവുമായ ലഭ്യത ഉറപ്പാക്കുക എന്നാണ്. നമ്മുടെ പങ്കാളിയോ/രക്ഷിതാവോ ഉദ്ദേശിക്കുന്ന തരത്തിൽ പെരുമാറുന്നതിൽ പരാജയപ്പെടുകയാണെങ്കിൽ അവരോട് കൂടുതൽ അടുക്കാൻ ശ്രമിച്ചു കൊണ്ട് ആവശ്യങ്ങൾ

നേടിയെടുക്കാൻ കഴിഞ്ഞേക്കും എന്നുള്ളതിനാൽ ഇത്തരം സന്ദർഭങ്ങളിൽ കുട്ടികളായാലും, മുതിർന്ന കാമുകി കാമുകന്മാരായാലും അമിതമായി അടുക്കാനുള്ള ശ്രമങ്ങളാണ് നടത്താറുള്ളത്. നമ്മുടെ ജീവിതത്തിന്റെ ഓരോരോ ഘട്ടങ്ങളിലും വിലമതിക്കുന്ന ആവശ്യങ്ങൾ പൂർത്തീകരിക്കപ്പെടാനുള്ള സാഹചര്യങ്ങൾ തുടർച്ചയായി നിഷേധിക്കപ്പെടുകയാണെങ്കിൽ മനസ്സിൽ അനാവശ്യമായ വാശിയും ദേഷ്യവും വളർന്നു വന്നേക്കാം. ഇത്തരം മനസികാവസ്ഥകൾ മൂലം പിൽക്കാല ജീവിതം ദുരിതപൂർണമാകുന്നതും അസാധാരണമല്ല. ആശ്രിതത്വം, വൈകാരികമായ അടുപ്പം എന്നിവയെ അധികമൊന്നും പ്രോത്സാഹിപ്പിക്കാത്ത സമൂഹങ്ങൾക്കിടയിൽ വളരുന്നവരിൽ ഇത്തരത്തിലുള്ള പ്രശ്നങ്ങൾ അമിതമായ തോതിൽ കാണപ്പെടാറുണ്ട്.

നാൽപ്പതുകളുടെ അന്ത്യം വരെ പ്രസിദ്ധ മനഃശാസ്ത്രജ്ഞനായ ജെ.ബി. വാട്സൺ വരെ രക്ഷിതാക്കൾ കുട്ടികളോട് കാണിക്കുന്ന അമിതമായ വൈകാരിക അടുപ്പത്തെ നിരുത്സാഹപ്പെടുത്തുകയാണ് ചെയ്തത് എന്നതും ഈ സന്ദർഭത്തിൽ ഓർക്കേണ്ടതാണ്. അമ്മമാർ കുട്ടികളോട് കാണിക്കുന്ന സ്നേഹപൂർവമായ അടുപ്പത്തെപ്പോലും പരിമിതപ്പെടുത്തേണ്ടതാണ് എന്നായിരുന്നു വാട്സൺ നിർദ്ദേശിച്ചത്. ആശുപത്രികളിൽ ചികിത്സക്കായി എത്തുന്ന കുഞ്ഞുങ്ങളെ പോലും ജനൽപഴുതുകളിലൂടെ മാത്രമേ രക്ഷിതാക്കൾ നോക്കേണ്ടതുള്ളൂ എന്ന വിശ്വാസം അക്കാലത്തു സർവ സാധാരണമായിരുന്നു.

ഏതൊരു സന്തോഷവാനായ കുട്ടിയും പ്രതിസന്ധികളെ നിർഭയമായി നേരിടാൻ കഴിയുന്നവനും, സ്വാശ്രിതത്വ ബോധത്തിന് ഉടമയുമായിരിക്കണം എന്നതായിരുന്നു അക്കാലത്തുള്ള പൊതു വിശ്വാസം. ശാരീരിക വേദനകളിലൊഴികെ കരയാത്തവനും ഏതു പ്രതികൂല സാഹചര്യവുമായും പൊരുത്തപ്പെടുന്നതുമായ സ്വഭാവമാണ് സ്വീകാര്യമായത് എന്ന് തന്നെയായിരുന്നു സാമാന്യമായി അംഗീകരിക്കപ്പെട്ട ധാരണ. "ഒന്നാണെങ്കിലും ഉലക്ക കൊണ്ടടിക്കണം" എന്ന മട്ടിലുള്ള നാട്ടുമൊഴികൾ നമ്മുടെ സമൂഹത്തിലും ഒരു കാലത്തു വ്യാപകമായി പ്രചരിച്ചിരുന്നതായി കാണാം. ("spare the rod and spoil the child")

ഇത്തരത്തിലുള്ള വിശ്വാസങ്ങൾക്കും ധാരണകൾക്കും ഇളക്കം തട്ടിക്കുന്നതിൽ പ്രശസ്ത മനഃശാസ്ത്രജ്ഞനും, സാമൂഹ്യചിന്തകനുമായ ബൗൾബിയുടെ നിരീക്ഷണങ്ങൾക്കും, പഠനങ്ങൾക്കും ഉള്ള പ്രാധാന്യം വളരെ വലുതാണ്. ഇദ്ദേഹത്തിന്റെ ചിന്തകൾക്ക്

തുടക്കകാലത്ത് വലിയ സ്വീകാര്യതയൊന്നും കിട്ടിയിരുന്നില്ല. അന്ന് സമൂഹത്തിൽ പേരും പ്രശസ്തിയും ഉണ്ടായിരുന്ന ഭൂരിഭാഗം മനഃശാസ്ത്രകാരന്മാരും, സാമൂഹ്യ ശാസ്ത്രജ്ഞരും ഒന്നടങ്കം ഇദ്ദേഹത്തിന്റെ നിരീക്ഷണങ്ങളെ കഠിനമായി വിമർശിക്കുകയാണുണ്ടായത്. ബൗൾബിയുടെ കണ്ടെത്തലുകൾക്ക് മതിയായ തെളിവുകൾ ഉണ്ടായിരുന്നില്ല എന്നതായിരുന്നു ഇതിനെതിരെയുള്ള മുഖ്യ വിമർശനമായി വന്നിരുന്നത്.

ഐൻസ്‌വത്ത് എന്ന മനഃശാസ്ത്രജ്ഞ കൊച്ചുകുഞ്ഞുങ്ങളിൽ നടത്തിയ പരീക്ഷണങ്ങളാണ് ആദ്യമായി ബൗൾബിയുടെ നിരീക്ഷണങ്ങൾക്ക് വസ്തുനിഷ്ഠമായ അടിത്തറ പാകിയത്. മൂന്നു വയസ്സ് വരെയുള്ള കുഞ്ഞുങ്ങളെ സൂക്ഷ്മമായി നിരീക്ഷിച്ചുകൊണ്ട് സുരക്ഷിതമായ പരിലാളന രീതികളും, അരക്ഷിതമായ രീതികളും കുഞ്ഞുങ്ങളിൽ സൃഷ്ടിക്കുന്ന മാറ്റങ്ങളെയാണ് Ainsowth ഏറെയും നിരീക്ഷണ വിധേയമാക്കിയത്. ആറു മാസത്തിനും എട്ടു മാസത്തിനും ഇടയിലുള്ള കുട്ടികൾ ഉൾപ്പെടെ അവരുടെ അമ്മയുടെ സാന്നിധ്യത്തിലും താൽക്കാലികമായുണ്ടായ അസാന്നിധ്യത്തിലും എപ്രകാരമാണ് പെരുമാറുന്നത് എന്നതായിരുന്നു അവർ പ്രധാനമായും പഠന വിധേയമാക്കിയത്. ഇത് കൂടാതെ, താറാവുകുഞ്ഞുങ്ങളിലും മറ്റും നടത്തിയ പഠനങ്ങളിലൂടെ ജനനാനന്തരം ഉണ്ടാകുന്ന തുടർച്ചയായ ബന്ധം വഴി എങ്ങനെയാണ് താറാവ് കുഞ്ഞുങ്ങളെ പോലെയുള്ള പക്ഷിക്കുഞ്ഞുങ്ങൾ മറ്റു ജീവിവർഗ്ഗങ്ങളിലെ ജീവികളെയും തങ്ങളുടെ സ്വന്തം രക്ഷിതാവിനെ എന്ന പോലെ തന്നെ പിന്തുടരാനും സ്നേഹിക്കാനും പഠിക്കുന്നത് എന്ന് തെളിയിച്ച ലോറൻസിന്റെ നിരീക്ഷണങ്ങളും ബൗൾബിയുടെ ഇടപെടലുകൾക്ക് കൂടുതൽ കരുത്ത് പകർന്നിട്ടുണ്ട്.

പ്രണയത്തിന്റെ ബലതന്ത്രം

പരസ്പര ആകർഷണമാണ് ഏതൊരു ബന്ധത്തെയും എളുപ്പമാക്കുന്നത്. സാധാരണമായി നടക്കുന്ന ബന്ധങ്ങളിൽ നിന്ന് പ്രണയബന്ധത്തെ വേർതിരിക്കുന്നതാവട്ടെ ഇതിനകത്തുള്ള ലൈംഗികതയുടെ ഉള്ളടക്കം തന്നെയാണ്. ബോധപൂർവ്വമല്ലാതെയുള്ള പരസ്പര ആകർഷണമാണ് ഏതൊരു വ്യക്തികൾക്കിടയിലുള്ള ബന്ധത്തെയും എളുപ്പമാക്കുന്നത്. കറുപ്പിനടിപ്പെട്ടവർക്കും ഗാഢമായ പ്രണയത്തിലകപ്പെട്ടവർക്കും ഉണ്ടാകുന്ന മനസികാവസ്ഥകൾ ഏറെക്കുറെ ഒന്ന് തന്നെയാണെന്നാണ് അമേരിക്കൻ സൈക്യാട്രിസ്റ്റായ ലെയ്ബോവിത്സ് അഭിപ്രായപ്പെടുന്നത്.

എന്തൊക്കെ വിഷമതകൾ നേരിട്ടാലും പുതുതായി ഉണ്ടായിട്ടുള്ള ബന്ധത്തിൽ പൂർണമായ ശ്രദ്ധയോടെ മുഴുകാനും അതുവഴി കിട്ടാനിടയുള്ള നേട്ടങ്ങളെ ലക്ഷ്യം വെക്കാനും പ്രേരിപ്പിക്കുന്ന മാനസിക അവസ്ഥയായാണ് ഇത് പ്രവർത്തിക്കുന്നത്. ഇത്തരത്തിലുണ്ടാവുന്ന പുതിയ ബന്ധങ്ങളെ ആവോളം പ്രോത്സാഹിപ്പിക്കുന്നതിന് അനുകൂലമായാണ് ഓക്സിടോസിൻ എന്ന ഹോർമോൺ പ്രവർത്തിക്കുന്നത്. പുതുതായി കണ്ടുമുട്ടുന്ന ഏതെങ്കിലും വ്യക്തികളെയോ സ്ഥലങ്ങളെയോ കാണുമ്പോൾ അതിൽ നിന്ന് നമ്മളെ അകറ്റാൻ പ്രേരിപ്പിക്കുന്ന അമിഗ്ദലയുടെ പ്രവർത്തനഫലമായി പലപ്പോഴും പേടിയോടെ അത്തരം അനുഭവങ്ങളെ ഒഴിവാക്കാനാണ് സ്വാഭാവികമായും നമ്മൾ ശ്രമിക്കാറുള്ളത്. ഉദാഹരണത്തിന്, നമുക്ക് ഒരു പെൺകുട്ടിയോട്/ആൺകുട്ടിയോടു പ്രണയം തോന്നിയാൽ അവളെ

കാണുന്ന മാത്രയിൽ തന്നെ നെഞ്ചിടിപ്പ് കൂടുകയും ശരീരമാസകലം ചൂട് വർധിക്കുകയും ഒക്കെ ചെയ്യുന്നത് അമിഗ്ദലയുടെ പ്രവർത്തനഫലമായുള്ള ഭീതി മൂലമാണ്. അവളുമായുള്ള ബന്ധം പരസ്പരം ഉറപ്പാകുന്നതോടെ ഈ ഭീതി അപ്രത്യക്ഷമാവുകയും ഇങ്ങനെ രൂപപ്പെട്ട ബന്ധം സാക്ഷാത്ക്കരിക്കുന്നതിനായി ഏതുതരം വെല്ലുവിളിയെയും ഏറ്റെടുക്കാനുള്ള പ്രാപ്തി നേടിയെടുക്കാനും കഴിയും. ഓക്സിടോസിന്റെ പ്രവർത്തനം മൂലമാണ് അമിഗ്ദലയുടെ ഉത്തേജനത്തെ വലിയൊരളവോളം തടയാനും അത് വഴി മേൽസൂചിപ്പിച്ച തരത്തിലുള്ള പുതിയ അനുഭവങ്ങളിലേക്ക് അടുക്കാനും നമുക്ക് കഴിയുന്നത്. ഇത് കൂടാതെ, ഡോപ്പാമിൻ എന്ന ആനന്ദത്തെ സജീവമാക്കുന്ന ഹോർമോണിന്റെ കൂടി യോജിച്ച പ്രവർത്തനം മൂലം ഇത്തരത്തിലുണ്ടാകുന്ന പുതിയ ബന്ധങ്ങളിൽ ഫലപ്രദമായി മുഴുകാനുള്ള സാഹചര്യവും ഒത്തുവന്നേക്കാം.

ഇതിനകം രൂപപ്പെട്ട ബന്ധത്തിൽ നിന്ന് വേറിട്ട ബന്ധങ്ങൾ ഉണ്ടാകുന്ന സാഹചര്യങ്ങളിൽ അതിനെ നിരുത്സാഹപ്പെടുത്തുന്ന രീതിയിലാണ് ഓക്സിടോസിൻ പ്രവർത്തിക്കുന്നത്. ഇതിനു സമാന്തരമായി തന്നെയാണ് സെറോടോണിൻ പോലെയുള്ള ഹോർമോണുകളുടെ മതിയായ അളവിലുള്ള സാന്നിധ്യവും ഇത്തരത്തിൽ വികസിച്ചുവന്നിട്ടുള്ള ബന്ധങ്ങൾക്ക് താങ്ങായി മാറുന്നത്. ഈ ഹോർമോണിന്റെ അളവിലുള്ള കുറവ് നിമിത്തം അശാന്തവും, വിഷാദഗ്രസ്തവുമായ മനസികാവസ്ഥകൾ വരെ ഉണ്ടാവാറുണ്ട്.

ആദ്യമായി പ്രിയപ്പെട്ടതെന്ന് തോന്നിയ ഒരു വ്യക്തിയിലേക്ക് മനസ്സ് ആകൃഷ്ടമാകുന്നതോടെ സെറോടോണിൻ എന്ന ഹോർമോണിന്റെ തോത് കുറയുകയാണ് ചെയ്യാറുള്ളത്. അതിനെ തുടർന്നാണ് നിരന്തരമായി ഒരു കാര്യത്തിലേക്കു തന്നെ മനസ്സ് കേന്ദ്രീകരിച്ച് പെരുമാറുന്ന മനസികാവസ്ഥക്ക് ഏതൊരു വ്യക്തിയും അടിപ്പെടുന്നത്. ഈ മാനസികാവസ്ഥ കാരണം ആരോടാണോ അടുപ്പം തോന്നുന്നത് ആ വ്യക്തിയോട് നിരന്തരം അടുക്കാനും മറ്റാരിലേക്കും അടുക്കാതിരിക്കാനും കഴിഞ്ഞേക്കും എന്നതാണ് ഇതിന്റെ നേട്ടം. എന്നാൽ, ഇതിനോടൊപ്പം ഡോപമിന്റെയും, ഓക്സിടോസിന്റെയും തോത് കൂടുന്നതിനാൽ ഇപ്പോഴുള്ള ബന്ധത്തിന്റെ ആനന്ദം ഉറപ്പിച്ചെടുക്കാൻ അനായാസം സാധിക്കുകയും ചെയ്യും. ഒരു വ്യക്തിക്ക് പുതുതായി ലഭിച്ച കാമുകിയിലേക്ക്/കാമുകനിലേക്ക് അടുപ്പിച്ചു നിർത്താൻ ഉപകരിക്കുന്ന പോലെ തനിക്ക് പുതുതായി ജനിച്ച കുഞ്ഞിലേക്കുള്ള അടുപ്പത്തെയും പ്രബലപ്പെടുത്താൻ അടിസ്ഥാനമാവുന്നതും ഇതേ ജൈവരാസപ്രവർത്തനങ്ങൾ വഴിയാണ്.

ഏതൊരു വ്യക്തിക്കും പുതുതായി ജനിച്ച കുഞ്ഞിന്റെ ഫോട്ടോ സൂക്ഷിക്കാനും, അത് മറ്റുള്ളവരെ കാണിക്കാനും, അവളെ/അവനെ കുറിച്ചുള്ള കഥകൾ അടുത്ത സുഹൃത്തുക്കളും ബന്ധുക്കളും മറ്റുമായി പങ്കുവെക്കാനും താത്പര്യം ഉണ്ടാവാറുണ്ട്. അമ്മമാർക്ക് അവരുടെ കുഞ്ഞുങ്ങളെക്കുറിച്ചുള്ള അനുഭവ കഥകൾ തന്റെ അടുത്തും അകലെ യുമുള്ള ബന്ധുക്കളോട് വിവരിക്കാനുള്ള ഉത്സാഹം സാധാരണമാണ്. ഇതേ ഉത്സാഹം തന്നെയാണ് ഒരു കാമുകന് തന്റെ കാമുകിയേക്കു റിച്ച് കൂട്ടുകാരോടും മറ്റു അടുത്ത വ്യക്തികളോടും വിവരിക്കാനായുള്ള ശ്രമങ്ങളെയും കാണേണ്ടത്. മനസിന്റെ ഇത്തരം താത്പര്യങ്ങളെ നിശ്ചയിക്കുന്നതിനുള്ള ജൈവരാസ പ്രവർത്തനങ്ങൾ ഒന്ന് തന്നെയാണ് എന്നാണ് ഇതുകൊണ്ട് അർത്ഥമാക്കപ്പെടുന്നത്.

പ്രണയം, സ്നേഹം എന്നീ മനസികാവസ്ഥകളെ എത്രമാത്രം ദുരൂഹവും വിശദീകരിക്കാൻ ആവാത്തതുമാണെന്ന വ്യാഖ്യാനങ്ങ ളിൽ ഒതുക്കാൻ ശ്രമിച്ചാലും അവയുടെ ശാരീരിക അടിസ്ഥാനം ഏറെക്കുറെ ഒന്ന് തന്നെയാണ്. നമ്മുടെ ജീവിത പങ്കാളിയെ തിരഞ്ഞെടുക്കേണ്ടി വരുമ്പോൾ മുഖ്യ മാനദണ്ഡമായി പരിഗണി ക്കപ്പെടാറുള്ളതും ഇതേ ശാരീരിക ഘടകങ്ങൾ തന്നെയാണ്. ഇന്നും അതിന് വലിയ മാറ്റങ്ങളൊന്നും വന്നിട്ടില്ല

ജീവിത പങ്കാളിയെ തിരഞ്ഞെടുക്കുമ്പോൾ വ്യത്യസ്ത ഘടകങ്ങ ളാണ് പരിഗണിക്കപ്പെടാറുള്ളത്. അതിലൊന്നാണ് പ്രത്യുത്പാദന ശേഷിയെ നിശ്ചയിക്കുന്നതിൽ മുഖ്യ പങ്കുള്ള സ്ത്രീകളുടെ അരക്കെട്ടും ഇടുപ്പും തമ്മിലുള്ള പൊരുത്തം. പുരുഷന്മാരെ ഇണയായി തെരെ ഞ്ഞെടുക്കേണ്ടി വരുമ്പോൾ അവരുടെ ചുമലും അരക്കെട്ടും തമ്മിലുള്ള അകലവും, ശരീരത്തിന്റെ ഉയരവും എല്ലാം നിർണ്ണായകമായി തീരാ വുന്നതാണ്. മനുഷ്യ ചരിത്രത്തിന്റെ തുടക്ക കാലങ്ങളിൽ പെണ്ണിനെ തട്ടിയെടുത്തു കരസ്ഥമാക്കാനും മറ്റുമുള്ള തടിമിടുക്കിനായിരുന്നു ഉന്നത മൂല്യം കൽപ്പിക്കപ്പെട്ടിരുന്നത്. ശത്രുക്കളായി വരാനിടയുള്ള പുരുഷന്മാരെ കീഴ്പെടുത്താനും സ്ത്രീകളെ സംരക്ഷിക്കാനും കഴിവു ള്ളവരെയായിരുന്നു അക്കാലങ്ങളിൽ പങ്കാളികളായി സ്വീകരിക്ക പ്പെട്ടിരുന്നത്. കൂട്ടത്തിൽ ഉയരവും അതിനൊത്ത ശരീരവലുപ്പവും ഉള്ള പുരുഷൻമാർക്കാണ് കൂടുതൽ സ്വീകാര്യത ഉണ്ടായിരുന്നത്. ഇത് കൂടാതെ മുഖാകൃതിയിലുള്ള സമ്മിതിയും (symmetry) ഏറെ നിർധാരണ മൂല്യം ഉള്ള ഒന്നായി പരിഗണിക്കപ്പെട്ടിട്ടുണ്ടായിരി ക്കണം. എന്നാൽ സംശുദ്ധമായ രൂപ പൊരുത്തം എന്നത് മനുഷ്യ പ്രകൃതിയിൽ അപൂർവ്വമായി മാത്രമേ കാണാൻ കഴിയുകയുള്ളൂ.

അതിനു മുഖ്യ കാരണമായി വർത്തിക്കുന്നത് ഓരോ കുട്ടിയുടെയും വളർച്ച വികാസഘട്ടങ്ങളിൽ ചുറ്റുപാടുകൾ ഏൽപ്പിക്കുന്ന പരിമിതികൾ ജനിതക പദ്ധതികളിൽ വരുത്തുന്ന മാറ്റങ്ങൾ മൂലമാണ്. ജനിതക പദ്ധതികൾ ഓരോ ജീവിയുടെയും വളർച്ചയിൽ നിശ്ചിത ക്രമങ്ങൾ നിലനിർത്തുന്നുണ്ടെങ്കിലും ഈ ക്രമങ്ങളെ പല രീതിയിൽ മാറ്റിമറിക്കാൻ ഓരോ വ്യക്തിയും ജീവിക്കുന്ന ചുറ്റുപാടുകൾക്ക് സാധിക്കും.

അവളുടെ/അവന്റെ ശബ്ദം, കണ്ണുകൾ, നിറം, മണം എന്നിവയൊക്കെയാണ് ഇതിൽ പ്രധാനമായി വരാറുള്ളത്. സ്ത്രീകൾ പൊതുവിൽ ഇഷ്ടപ്പെടുന്നത് താഴ്ന്ന പിച്ചും ഉയർന്ന ബാസ്സും ഉള്ള പുരുഷ ശബ്ദമാണെങ്കിൽ സ്ത്രീകളിൽ പുരുഷന്മാർ പ്രതീക്ഷിക്കുന്നത് ഉയർന്ന പിച്ചും മൃദു സ്വരവും ആണ്. സ്ത്രീ എത്ര സുന്ദരിയാണെങ്കിലും അവളുടെ ശബ്ദം പുരുഷന്റേത് പോലെയാണെങ്കിൽ സാധാരണ ഗതിയിൽ പുരുഷൻമാരുടെ ഇഷ്ടം പിടിച്ചു പറ്റാറില്ല. മറിച്ച്, പുരുഷൻ എത്ര കാണാൻ കൊള്ളാവുന്നവനും സമ്പത്തും ഉയർന്ന പദവിയും ഒക്കെ ഉള്ളവനാണെങ്കിലും സ്ത്രീകളുടെ ആകർഷണം പിടിച്ചു പറ്റാനും കഴിയാറില്ല. ഇതിനെല്ലാം ചില അപവാദങ്ങൾ ഉണ്ടാവാം എന്ന് മാത്രം.

പുരുഷന്റെ ശരീര ആകൃതിയും, ലൈംഗിക ഹോർമോണായ ടേസ്റ്റിസ്റ്റിറോണിന്റെ (testesteron) പ്രഭാവവും മനസ്സിലാക്കുന്നതിന് സഹായകരമായ അടയാളങ്ങൾ കൂടിയായിട്ടാണ് പുരുഷന്റെ ശബ്ദവും ആകൃതിയും മറ്റും പരിണമിച്ച് വന്നിട്ടുള്ളത്. പുരുഷന്മാർ ഏറെ ഇഷ്ടപ്പെടുന്ന സ്ത്രീകളുടെ അടുത്ത് അവർ പിച്ച് താഴ്ത്തി, ശബ്ദം ക്രമീകരിച്ച് ഇടപെടുന്നതിന് കാരണവും മറ്റൊന്നാവാൻ വഴിയില്ല. ഏതൊരാളിന്റെയും ശബ്ദം എത്ര ഇരുട്ടുള്ള സ്ഥലത്ത് വെച്ച് പോലും അതിനുടമയായ വ്യക്തിയെക്കുറിച്ചുള്ള വിവരങ്ങൾ തരാൻ പ്രാപ്തിയുള്ളതു കൊണ്ട് കൂടിയാവണം ഇത് തെരഞ്ഞെടുപ്പിനെ സ്വാധീനിക്കുന്ന പ്രധാനഘടകമായി മാറാൻ ഇടയാക്കിയത്. പുരുഷത്വത്തിന്റെയും, സ്ത്രീത്വത്തിന്റെയും അടയാളങ്ങളായി പ്രകൃതി തന്നെ നിജപ്പെടുത്തിയ സൂചകങ്ങളായിട്ടാണ് ആകൃതിയും ശബ്ദവും എല്ലാം പ്രവർത്തിക്കുന്നത് എന്നും ഇതിൽ നിന്ന് അനുമാനിക്കാവുന്നതാണ്.

ആദ്യഘട്ടത്തിലുണ്ടാകുന്ന പരസ്പര ആകർഷണം ഏറെയും അബോധപരമാണ്. വികാരങ്ങളെ പ്രവർത്തനസജ്ജമാക്കുന്ന ലിംബിക് വ്യവസ്ഥ എന്ന് വിളിക്കുന്ന മസ്തിഷ്കകോശങ്ങളിലുള്ള ഉത്തേജനം നിമിത്തമാണ് ഈ രീതിയിൽ പരസ്പര ആകർഷണത്തിൽ പെടുന്നത്. ഈ മസ്തിഷ്ക കോശങ്ങളാവട്ടെ ആഹ്ലാദവും

കൊതിയും ജനിപ്പിക്കുന്നതിൽ മുഖ്യപങ്കുള്ള ഓക്സിടോസിൻ ഡോപ്പാമിൻ എന്നീ ഹോർമോണുകൾ കൂടുതലായുള്ളവ കൂടിയാണ്. ഇതിനുപുറമെ ആനന്ദത്താലുണ്ടാകുന്ന അത്യുത്സാഹവും അനുഭൂതിയും ഉത്പ്പാദിപ്പിക്കുന്ന ന്യൂക്ലിയസ് ആകുംബിൻസ് (Neucleus Accumbens) പ്രവർത്തന നിരതമാകുന്നതിന്റെ ഭാഗമായും ഇത്തരത്തിൽ വികാരഭരിതമായ അനുഭവം ഉണ്ടാകാവുന്നതാണ്. ഇപ്രകാരത്തിലുള്ള ജൈവരാസ പ്രവർത്തനങ്ങളുടെ ഫലമായാണ് പ്രിയപെട്ടതെന്ന് നമുക്ക് തോന്നുന്ന വ്യക്തിയോട് അടുക്കുന്നതിനുള്ള ആത്മവിശ്വാസവും പ്രേരണയും ജനിക്കുന്നത്.

എന്നാൽ ഇങ്ങനെ ഉണ്ടാകുന്ന ബന്ധങ്ങൾ അതിന്റെ രണ്ടാം ഘട്ടത്തിലേക്ക് കടക്കുന്നതോടെ ഈ ബന്ധത്തിന് ആധാരമായ ജൈവ രാസ സിഗ്നലുകൾ വികാരോത്തേജക വ്യവസ്ഥയിൽ നിന്നും ഉയർന്നതരം ചിന്തകൾ നിർമ്മിക്കാൻ ശേഷിയുള്ള കോഡേറ്റ് കോർട്ടെക്സിലേക്ക് വഴി മാറുകയും കൂടുതൽ ബോധപൂർവ്വമായ പുനർവിചിന്തനത്തിനു വിധേയമാകുകയും ചെയ്യാം. ശരീരത്തിൽ നിന്നുള്ള ഗന്ധമൊഴികെയുള്ള ഒട്ടുമിക്ക വിവരങ്ങളെയും സ്വീകരിച്ചുകൊണ്ട് ഉചിതമായ പ്രതികരണങ്ങൾ സൃഷ്ടിക്കുന്ന തലമാസിനോട് ചേർന്ന് നിൽക്കുന്ന ഉപമസ്തിഷ്ക വ്യവസ്ഥക്ക് പരിണാമ ചരിത്രത്തിൽ താരതമ്യേന പുതിയ ഘടനയായ നിയോകോർട്ടെക്സുമായുള്ള സമ്പർക്കം വഴിയാണ് ഇത് സാധിക്കുന്നത്.

ഇത്തരം തിരിച്ചറിവുകളെ പ്രബലമാക്കുന്ന ഒട്ടേറെ പഠനങ്ങൾ ഈ മേഖലയിൽ നടന്നിട്ടുണ്ട്. ബാറ്റിസും സിഖിയും (Bartez and Zeki) ചേർന്ന് നടത്തിയ പഠനങ്ങൾ ഈ മേഖലയിൽ ഏറെ സംഭാവനകൾ ചെയ്തിട്ടുണ്ട്. ബാറ്റിസും സിഖിയും അമ്മമാരെയും പ്രേമബന്ധത്തിലേർപ്പെട്ടവരെയും മസ്തിഷ്ക പരിശോധനക്ക് വിധേയമാക്കിയപ്പോൾ കിട്ടിയ ഫലങ്ങൾ അൽപ്പം അതിശയം ജനിപ്പിക്കുന്നത് കൂടിയായിരുന്നു. 9 മാസത്തിനും 6 മാസത്തിനും ഇടയിലുള്ള കുഞ്ഞുങ്ങളുടെ ഫോട്ടോകൾ അമ്മമാരെ കാണിച്ചപ്പോൾ കോഡേറ്റ് ന്യൂക്ലിയസും (caudate neucleus) പ്രീഫ്രോണ്ടൽ കോർട്ടെക്സും (prefrontal cortex) വലിയ തോതിൽ ഉത്തേജിതമായപ്പോൾ അമിഗ്ദല പോലുള്ള മസ്തിഷ്ക കോശങ്ങളിൽ താരതമ്യേന ദുർബലമായ ഉത്തേജനം മാത്രമാണ് ഉണ്ടായത്. പ്രേമബന്ധത്തിലേർപ്പെട്ടവരുടെ ഫോട്ടോകൾ പരസ്പരം കാണിച്ചപ്പോഴുള്ള പ്രതികരണവും സമാനമായ രീതിയിലായിരുന്നു എന്നതാണ് ഏറെ വിചിത്രമായി അനുഭവപ്പെട്ടത്.

കുഞ്ഞുങ്ങൾക്ക് വേണ്ടി നീക്കിവെക്കപ്പെടുന്ന സമയവും വിഭവങ്ങളും എല്ലാം തന്നെ മനുഷ്യരാശിയുടെ നിലനിൽപ്പിനെ തന്നെ ബാധിക്കുന്നതായതിനാൽ അതിനനുസരിച്ച തരത്തിൽ പ്രവർത്തിക്കുക എന്ന ധർമമാണ് മസ്തിഷ്കവും അനുഷ്ഠിച്ചു പോരുന്നത്. അക്കാരണത്താൽ തന്നെ, ഓരോ വ്യക്തിക്കും ഇണങ്ങുന്ന ഇണയെ കണ്ടെത്തുക എന്നതും ഇതിനോളം തന്നെ പ്രാധാന്യമർഹിക്കുന്നതാണ്. ഇതിനു വേണ്ടി ചെലവിടുന്ന സമയവും ഊർജവും കുഞ്ഞിന്റെ സംരക്ഷണത്തിനെന്നപോലെ തുല്യ പ്രാധാന്യമർഹിക്കുന്നു എന്നതുകൊണ്ട് കൂടിയാവണം സമാനമായ രീതിയിൽ മസ്തിഷ്ക പ്രവർത്തനം രൂപപ്പെട്ടു വരുന്നതിന് ഇടയാക്കിയത് എന്നും അനുമാനിക്കാവുന്നതാണ്. എങ്കിലും ഈ രണ്ടു സഹചര്യങ്ങളും പരസ്പരം വച്ച് മാറാവുന്നവയാണെന്ന് കരുതാനാവില്ല. ഇവക്കിടയിൽ വ്യത്യാസങ്ങൾ നിലനിൽക്കുന്നുണ്ടെങ്കിലും ഈ രണ്ടു സന്ദർഭങ്ങളിലും ഉണ്ടാവുന്ന മാനസിക പ്രവർത്തനങ്ങളുടെ അടിസ്ഥാന തത്വം ഒന്ന് തന്നെയാണെന്ന് ഉറപ്പിക്കാവുന്നതാണ്.

മാതൃ സ്വഭാവത്തെ നിശ്ചയിക്കുന്ന അബോധ തലത്തിലുള്ള മസ്തിഷ്ക പ്രവർത്തനങ്ങളെ നിയന്ത്രിക്കുന്ന പെരി അക്വിഡേക്ടൽ ഗ്രെ എന്ന നാഡീകോശ സമുച്ചയത്തിലാണ് താരതമ്യേന കനത്ത ഉത്തേജനം ഉണ്ടാകാറുള്ളത്. എന്നാൽ, പ്രേമബന്ധത്തിൽ ഏർപ്പെടുന്നവർക്കിടയിൽ ദീർഘകാല ഓർമ്മകളെ സാധ്യമാക്കുന്ന ഹിപ്പോകാമ്പസ്സിലും രതിബന്ധത്തിലേർപ്പെടുന്നതിന് അനിവാര്യമായ ലൈംഗിക ഹോർമോണുകളുടെ പ്രവർത്തനത്തെ നിയന്ത്രിക്കുന്ന ഹൈപ്പോതലാമസിലും ആണ് കൂടുതൽ ഉത്തേജനം ഉണ്ടാകുന്നതായി കാണപ്പെടുന്നത്.

നമുക്കിടയിൽ സ്നേഹബന്ധങ്ങൾ സാധ്യമാകണമെങ്കിൽ വികാരങ്ങളെ ഉത്തേജിപ്പിക്കുന്നതിനായി പ്രവർത്തിക്കുന്ന ലിംബിക് വ്യവസ്ഥയിലും പ്രത്യക്ഷാനുഭവങ്ങളെയും വികാരങ്ങളെയും കൂടാതെ അറിവിനെയും ഉറപ്പിക്കുന്നതിൽ പങ്കുള്ള നിയോകോർട്ടെക്സിലും ബീറ്റാ എൻഡോർഫിനുകളുടെ സാന്നിധ്യം മതിയായ തോതിൽ ഉണ്ടാകേണ്ടതുണ്ട്. ഓക്സിടോസിന്റെ സാന്നിധ്യവും തുല്യ പ്രാധാന്യമുള്ളതാണെങ്കിലും ഇത് ഏറെയും സജീവമാകുന്നത് പ്രസവം, രതി മൂർച്ച, മുലയൂട്ടൽ എന്നീ സന്ദർഭങ്ങളിലാണ്. ബീറ്റ എൻഡോർഫിനുകൾ ശരീരത്തിൽ സ്വയമേവ ഉണ്ടാകുന്ന മയക്കുമരുന്നുകൾ പോലെ പ്രവർത്തിച്ചുകൊണ്ട് ചില കാര്യങ്ങളിൽ അത്യാസക്തിയോടെ പെരുമാറാനായി പ്രേരിപ്പിക്കുന്നതിനുള്ള കാരണവും ഇത്

തന്നെയാവും. രതി സുഖം പോലെയുള്ള അനുഭവങ്ങൾ ഒരിക്കൽ ലഭിച്ചാൽ വീണ്ടും അതിനു വേണ്ടി അത്യാസക്തിയോടെ പെരുമാറാനുള്ള കാരണവും മറ്റൊന്നല്ല.

മറയാനേവ് (Pawel Marayanov) തന്റെ സഹപ്രവർത്തകരുമായി ചേർന്ന് നടത്തിയ പഠനത്തിലാണ് ബീറ്റ എൻഡോർഫിൻ, ഓക്സിടോസിൻ, ഇന്റർലൂക്കിൻ എന്നിവയുടെ സ്വാധീനത്തെ കുറിച്ച് കൂടുതൽ അറിവ് നേടാൻ കഴിഞ്ഞത്. പ്രേമിക്കുന്നവർക്കിടക്കും, കുട്ടികളും രക്ഷിതാക്കളും തമ്മിലുള്ള ബന്ധത്തിലും ഈ രാസഘടകങ്ങളുടെ പങ്കിനെ കുറിച്ചാണ് അദ്ദേഹത്തിന്റെ പഠനം പ്രധാനമായും കേന്ദ്രീകരിച്ചത്. ഇത്തരം ബന്ധങ്ങൾ ഉണ്ടാക്കുന്നതിനായി നമ്മളെ പ്രോത്സാഹിപ്പിക്കുന്നതിൽ ഓക്സിടോസിനും, ഈ ബന്ധങ്ങളിലൂടെ ഉണ്ടാകേണ്ടുന്ന ആനന്ദം ഉറപ്പിക്കുന്നതിൽ എൻഡോർഫിനുകളും ചെലുത്തുന്ന സ്വാധീനത്തെക്കുറിച്ച് മനസ്സിലാക്കുന്നതിനും ഈ പഠനം വഴി സാധിച്ചിട്ടുണ്ട്.

ഏതൊരു വ്യക്തിയും മറ്റുള്ളവരുമായി ബന്ധങ്ങൾ സ്ഥാപിക്കുന്നതിന് പ്രേരണയാകുന്നത് പല കാരണങ്ങളാവാം. കിട്ടാനിടയുള്ള ചില പ്രത്യക്ഷമായ നേട്ടങ്ങളെ ലക്ഷ്യം വെച്ച് ബന്ധങ്ങൾ ഉണ്ടാക്കുന്നവരുള്ളത് പോലെ തന്നെ കേവലം വൈകാരികമായ ഒരു പിൻബലത്തിനു വേണ്ടി മാത്രം ബന്ധങ്ങൾ നിലനിർത്തുന്നവരും അനവധിയാണ്. ഇതിൽ രണ്ടിലും പെടാത്തവരാണ് മറ്റുള്ളവർ തന്നോട് എന്ത് സമീപനമാവും സ്വീകരിക്കുക എന്ന ആശങ്ക നിമിത്തം ബന്ധങ്ങളിൽ നിന്ന് ബോധപൂർവം മാറിനിൽക്കാൻ ശ്രമിക്കുന്നത്. ഇതിൽ ചിലർക്ക് കുട്ടിക്കാലം മുതൽ തന്നെ ഉണ്ടായ സാമൂഹ്യ ഇടപെടലുകളുടെ അഭാവം മൂലമോ അതല്ലെങ്കിൽ ബന്ധുക്കൾ വഴിയോ, കൂട്ടുകാരിലൂടെയോ ഉണ്ടായ പൂർവ്വകാല പെരുമാറ്റങ്ങൾ നിമിത്തമോ ഉണ്ടായിട്ടുള്ള ദുരനുഭവങ്ങളുമാവാം ഇപ്രകാരം ഒറ്റതിരിഞ്ഞു നില്ക്കാൻ ഇടയാക്കുന്നത്. ഇത്തരത്തിലുള്ള വ്യക്തികൾ മറ്റുള്ളവരുടെ സാമീപ്യം ഇഷ്ടമായാൽ പോലും ഇത് വെളിവാക്കാൻ തയ്യാറാവണമെന്നില്ല. ഉദാഹരണത്തിന്, ചില കുട്ടികൾ അവരോട് അടുക്കാൻ ശ്രമിക്കുന്ന വ്യക്തികളോട് പോലും പ്രതിഷേധ സ്വഭാവത്തോടെ പെരുമാറുകയും മറ്റു ചില അവസരങ്ങളിൽ അർധമനസ്സോടെ പെരുമാറുകയും ചെയ്തേക്കാം. അവരുടെ അമ്മ/മുഖ്യ രക്ഷിതാവ് തന്നെ ഉപേക്ഷിക്കുമോ എന്ന ഭീതി മൂലമുള്ള ഉത്കണ്ഠക്ക് ഇങ്ങനെയുള്ള കുട്ടികൾ ഇരയാവുകയാണെങ്കിൽ അവരുടെ മുഖ്യ രക്ഷിതാവിൽ നിന്ന് വേറിടാൻ വിസമ്മതിക്കുകയും സ്വയം

അപകടങ്ങളിൽ ചെന്ന് ചാടാതിരിക്കാനായി ഏറെ കരുതലോടെ പെരുമാറുകയും ചെയ്തേക്കാം.

മറ്റു ചില കുട്ടികളാവട്ടെ അവരുടെ പെരുമാറ്റത്തിൽ നിയതമായ ഒരു ക്രമവും പുലർത്തിക്കൊള്ളണമെന്നില്ല. അത്തരക്കാരായ കുട്ടികൾ ഓരോ സന്ദർഭത്തിലും എങ്ങനെ പെരുമാറും എന്ന് നമുക്ക് പ്രവചിക്കാനും കഴിയില്ല. ചിലപ്പോൾ കടുത്ത ഉത്ക്കണ്ഠയോടെയും മറ്റ് ചില സന്ദർഭങ്ങളിൽ മറ്റുള്ളവരിൽ നിന്ന് സ്വയം ഒഴിഞ്ഞു മാറിക്കൊണ്ടും ഇവർ പെരുമാറിയേക്കാം. ഇത്തരക്കാരെ അവരുടെ മുഖ്യ രക്ഷിതാക്കൾ/അമ്മ അവരെ ഭയപെടുത്തുകയോ, ഭീഷണിപ്പെടുത്തുകയോ ചെയ്യാനിടയായാൽ ഇവരിൽ വലിയ തോതിലുള്ള അങ്കലാപ്പും ഉത്ക്കണ്ഠയും പെരുത്ത് വരാനിടയുണ്ട്.

എന്തുകൊണ്ടാണ് കുട്ടികാലത്തുള്ള അനുഭവങ്ങൾ ഇത്രയേറെ പ്രത്യാഘാതങ്ങൾ പിൽക്കാല ജീവിതത്തിൽ ഉണ്ടാക്കുന്നതെന്ന് അതിശയിച്ചു പോകാത്തവരായി ആരും ഉണ്ടാകില്ല. മനുഷ്യ മനസ്സിന്റെ സങ്കീർണമായ വികാസ ചരിത്രമാണ് ഇതിന് കാരണമായി വർത്തിക്കുന്നത്. മറ്റു ജീവിവിഭാഗങ്ങളെ അപേക്ഷിച്ച് ജനനത്തിനു ശേഷം ലഭിക്കുന്ന പല തരത്തിലുള്ള അനുഭവങ്ങൾ വഴി വളർന്നു വികസിക്കുന്ന മസ്തിഷ്കമാണ് നമുക്ക് കിട്ടിയിട്ടുള്ളത്. ഓരോ കുഞ്ഞിന്റെയും ആദ്യത്തെ രണ്ട് വർഷത്തിനുള്ളിൽ കുടുംബത്തിലെ മുഖ്യ രക്ഷിതാവുൾപ്പെടെയുള്ള എല്ലാ അംഗങ്ങളുമായുള്ള പരസ്പര ഇടപെടലുകളിലൂടെ വളർച്ച പൂർത്തീകരിക്കുന്ന പ്രീഫ്രോണ്ടൽ കോർട്സ് (prefrontal cortex) പോലുള്ള മസ്തിഷ്ക കോശങ്ങൾ നമ്മുടെ മാത്രം സവിശേഷതയായി കരുതാവുന്നതാണ്. അതുകൊണ്ട് തന്നെ, ഈ കാലയളവിലുണ്ടാകുന്ന ഏതൊരനുഭവവും അതീവ പ്രാധാന്യം അർഹിക്കുന്നതാണ്.

രക്ഷിതാക്കൾ കുട്ടികളെ വളർത്തുന്ന രീതികളും, സ്നേഹ പരിലാളന സമ്പ്രദായങ്ങളും മൂലം കുട്ടികളിൽ എന്തൊക്കെ മാറ്റങ്ങളാണ് ഉണ്ടാകുന്നതെന്നും, കൂടാതെ ഇത്തരം പരിചരണ രീതികൾ അനുവർത്തിക്കുന്ന രക്ഷിതാക്കളുടെ മസ്തിഷ്ക്ക പ്രവർത്തനവും ഘടനയും തമ്മിലുള്ള ബന്ധങ്ങൾ എന്തൊക്കെയാണെന്നും പഠിക്കുന്നതിനായി ഇസ്രായേലി ന്യൂറോസൈന്റിസ്റ്റുകളായ ഇയേൽ എബ്രഹാം, തൽമ ഹെന്റലെർ, ഒർണ സഗോറി, റൂഥ് ഫെൽഡ്മാൻ എന്നിവർ ഏറെക്കാലം നീണ്ടുനിൽക്കുന്ന ഒരു പഠനം നടത്തുകയുണ്ടായി. പഠന വിധേയരായ കുട്ടികളുടെ വൈകാരികവും,സാമൂഹ്യവുമായ വികാസത്തെക്കുറിച്ചും ഇവരുടെ പഠനങ്ങൾ പ്രത്യേക ശ്രദ്ധ

ചെലുത്തുകയുണ്ടായി. വികാരോത്തേജന വ്യവസ്ഥയായ ലിംബിക് വ്യവസ്ഥയിലും, അനുകമ്പയേയും അനുബന്ധ വികാരങ്ങളെയും സാധ്യമാക്കുന്ന പ്രീഫ്രോണ്ടൽ കോർട്ടെക്സിലും മറ്റ് നാഡീകോശങ്ങളിലുമുള്ള വർദ്ധനയെയും പരസ്പര സമ്പർക്കങ്ങളുടെ ബാഹുല്യത്തെയും കേന്ദ്രീകരിച്ചാണ് ഈ പഠനങ്ങൾ നടന്നിട്ടുള്ളത്.

കുട്ടികൾക്ക് ആദ്യകാലങ്ങളിൽ ലഭിക്കുന്ന സ്നേഹത്തോടെയുള്ള സ്പർശം, നോട്ടം, വൈകാരിക വിഷമങ്ങൾ വരുമ്പോൾ ആശ്വാസ വാക്കുകൾ ഉപയോഗിച്ചുള്ള സാന്ത്വനം എന്നിവയിലൂടെയാണ് ആത്മനിയന്ത്രണ ശേഷി നേടിയെടുക്കാൻ കഴിയുന്നത് എന്ന് തെളിയിക്കുന്നതിനും ഈ പഠനം വഴി സാധിച്ചിട്ടുണ്ട്. ആനന്ദം ഉണ്ടാകുന്ന സന്ദർഭങ്ങളിൽ സ്വയം മതിമറന്നു പെരുമാറാതെ സ്വയം നിയന്ത്രിക്കുന്നതിനും യുക്തി ബോധത്തോടെ പെരുമാറുന്നതിനും കഴിയണമെങ്കിൽ കുട്ടിക്കാലത്തുള്ള സ്നേഹസമ്പന്നമായ അനുഭവങ്ങൾ അത്യന്താപേക്ഷിതമാണ്. ഓരോരോ സന്ദർഭത്തിലും കുട്ടിയും രക്ഷിതാവും തമ്മിലുണ്ടാകുന്ന ബന്ധങ്ങളിൽ എത്ര മാത്രം കരുതലും പരസ്പര സ്നേഹവും നിലനിൽക്കുന്നു എന്നതിനെ ആശ്രയിച്ചായിരിക്കും ഏതൊരു കുട്ടിയുടെയും പിൽക്കാല ജീവിതത്തിൽ ഉണ്ടാവാനിടയുള്ള പ്രതിസന്ധികളെ നേരിടാനുള്ള പ്രാപ്തി നിശ്ചയിക്കപ്പെടുന്നത്. പ്രതിസന്ധികളുണ്ടാകുമ്പോൾ കടുത്ത ദേഷ്യം, ദുഃഖം, മറ്റു മാനസിക അസ്വസ്ഥതകൾ എന്നിവക്ക് എളുപ്പം വിധേയരാവുന്നത് മേൽസൂചിപ്പിച്ച തരത്തിലുള്ള സ്നേഹപൂർണവും, സുരക്ഷിതവും ആയ കുട്ടിക്കാലം ഇല്ലാത്തവരിലായിരിക്കും എന്നതിന് തെളിവുകൾ സുലഭമാണ്.

മസ്തിഷ്കത്തിലെ വികാരോത്തേജന കേന്ദ്രമായ ലിംബിക് വ്യവസ്ഥയിലും ഗ്രെയ്മറ്റർ നാഡീകോശങ്ങളിലുമുള്ള പരസ്പര സമ്പർക്കങ്ങളും, സമൃദ്ധമായ തോതിലുള്ള ആക്സോണുകളുടെ സാന്നിധ്യവും കൂടുതലുള്ള രക്ഷിതാക്കളുടെ കുട്ടികൾക്ക് ഒട്ടുമിക്ക കാര്യങ്ങളെയും തികഞ്ഞ ശുഭാപ്തി വിശ്വാസത്തോടെ നേരിടാനുള്ള കഴിവുള്ളതായാണ് കാണപ്പെടുന്നത്. രക്ഷിതാക്കൾക്ക് പാരമ്പര്യമായി കിട്ടിയ മസ്തിഷ്ക്കശേഷിക്ക് അനുസരിച്ചുള്ള രീതിയിലായിരിക്കും അവരുടെ കുട്ടികളെ വളർത്തിയെടുക്കാൻ കഴിയുന്നത് എന്നതിനുള്ള തെളിവ് കൂടിയായി ഇതിനെ കണക്കാക്കാവുന്നതാണ്. ഇത് കൂടാതെ, കുടുംബത്തിലെ മറ്റു ബന്ധുക്കളോടും സുഹൃത്തുക്കളോടുമെല്ലാം ആരോഗ്യകരമായ ബന്ധങ്ങൾ ഉണ്ടാക്കിയെടുക്കുന്നതിനും ഇത്തരക്കാർക്ക് ബുദ്ധിമുട്ട് ഉണ്ടാവാറില്ല.

മറ്റുള്ളവരുടെ മനസറിഞ്ഞു കൊണ്ട് പെരുമാറുന്നതിന് സഹായകരമായ പ്രീഫ്രോണ്ടൽ കോർടെക്സ്, ഇൻഫീര്യർ ഫ്രണ്ടൽ ജൈറസ്,

(inferior frontal gyrus)ടെമ്പറൽ പേരയ്റ്റൽ ജംക്ഷൻ (temporal parietal junction), ടെമ്പറൽ കോർടെക്സ് (temporal cortex) എന്നീ കോശ സമുച്ചയങ്ങളിൽ പ്രവർത്തന തീവ്രത എത്രമാത്രമുണ്ട് എന്ന തിന്റെ കൂടി അടിസ്ഥാനത്തിലായിരിക്കും ഓരോ രക്ഷിതാവിന്റെ യും മാനസിക പ്രവർത്തനങ്ങൾ സ്വരൂപിക്കപ്പെടുന്നത്. ഇത് നല്ല രീതിയിൽ പ്രവർത്തിക്കുന്ന പക്ഷം അവരുടെ കുട്ടികളോട് ആരോ ഗ്യകരമായ രീതിയിൽ പെരുമാറാനും അത് വഴി അവരുടെ മാന സികാരോഗ്യത്തെ ഉറപ്പാക്കാനും കഴിയും. സാമൂഹ്യ ജീവിതത്തിൽ നേരിടാനിടയുള്ള ഏതു പ്രശ്നത്തെയും സമചിത്തതയോടെ സമീപിച്ചു കൊണ്ട് അവക്ക് ഉചിതമായ പരിഹാരം കണ്ടെത്താനും അതുവഴി ആയുഷ്കാല ജീവിതം തന്നെ സന്തോഷകരവും സുരക്ഷിതവുമാക്കി തീർക്കാനും ഇത്തരത്തിലുള്ള രക്ഷിതാക്കൾക്ക് എളുപ്പമായിരിക്കും.

ഇത്തരം രക്ഷിതാക്കളുടെ കുട്ടികൾക്ക് സ്കൂൾ ജീവിതത്തിലേക്ക് കടന്നുവരുമ്പോൾ മുതൽ മറ്റു കുട്ടികളോട് സഹകരിച്ചുകൊണ്ടുള്ള കളികളിൽ ഏർപ്പെടാനും, പഠന പ്രക്രിയകളിൽ കൂട്ടു ചേർന്ന് പ്ര വർത്തിക്കാനും ഒട്ടും പ്രയാസം നേരിടാറില്ല.

ചുരുക്കി പറഞ്ഞാൽ രക്ഷിതാക്കൾക്ക് ഉണ്ടാകുന്ന മസ്തിഷ്ക ഘടനയുടെയും പ്രവർത്തനങ്ങളുടെയും അനന്തര ഫലമായുണ്ടാകു ന്ന അവരുടെ പെരുമാറ്റ രീതികളും, ശിശു പരിചരണ ശൈലികളും വഴിയാണ് കുട്ടികളുടെ മാനസിക വികാസത്തിന്റെ ഭൗതിക അടിത്തറ ഒരുങ്ങുന്നത്. ജനിച്ചതിന് ശേഷമുള്ള ആദ്യ രണ്ടു വർഷ ങ്ങൾ ഒരു വ്യക്തിയുടെ ജീവിതത്തിൽ നിർണായകമായി തീരുന്നതും ഇപ്രകാരമാണ്.

2004-ൽ ഡച്ച് ഗവേഷകരായ മൗറിയാൻ ബേക്കർമനിന്റെ നേതൃ ത്വത്തിൽ കുട്ടികൾക്കുണ്ടാകുന്ന മാനസിക വളർച്ചയിൽ ജനിതക ഘടകങ്ങളും ചുറ്റുപാടുകളും വഹിക്കുന്ന സ്വാധീനത്തെക്കുറിച്ച് വിശദമായി പഠിക്കുകയുണ്ടായി. ഈ പഠനത്തിൽ പങ്കുകൊണ്ട 56 കുട്ടികളിൽ 23 പേർ ഏക സിക്താണ്ഡം (monozygotic) വഴി ജന്മം കൊണ്ടവരും 35 പേർ ധ്വി സിക്താണ്ഡം (dizygotic) വഴിയുള്ളവ രുമായിരുന്നു. ഇതിൽ ഓരോ കുട്ടിയോടും തന്റെ അച്ഛനുമായുള്ള ബന്ധത്തെ വെളിവാക്കുന്ന തരത്തിലുള്ള ചോദ്യാവലി പൂരിപ്പി ക്കാനായിരുന്നു ആവശ്യപ്പെട്ടിരുന്നത്. ഇതിൽ ഇരുവിഭാഗങ്ങളും കൊടുത്ത വിവരമനുസരിച്ച് ജനിതക ഘടകത്തിനുള്ള സ്വാധീനം അവഗണനീയമായ തോതിൽ മാത്രമാണ് കാണാൻ കഴിഞ്ഞിട്ടു ള്ളത്. പൊതുവിൽ പങ്കുവെച്ച ചുറ്റുപാടുകളുടെ സ്വാധീനമാണ് 59

ശതമാനം പേരിലും മികച്ച നിന്നത് എന്നാണ് ഈ പഠനം വഴി തെളിഞ്ഞിട്ടുള്ളത്. സമാനമായ മറ്റൊരു പഠനത്തിൽ അമ്മയും കുഞ്ഞും തമ്മിലുള്ള ബന്ധത്തിന്റെ സ്വഭാവത്തെ കണ്ടെത്താനായി ഇതേ രീതി അവലംബിച്ചപ്പോൾ കിട്ടിയ ഫലവും ഏറെക്കുറെ സമാനമായിരുന്നു. ഐൻസ്‌വേർത്ത് 6/8 മാസം പ്രായമുള്ള കുഞ്ഞുങ്ങളിൽ നടത്തിയ പരീക്ഷണ രീതി അവലംബിച്ച് കൊണ്ടാണ് Netherland-ൽ നിന്നും, U.K യിൽ നിന്നും തെരഞ്ഞെടുക്കപ്പെട്ട 136 കുട്ടികളിലായി ഈ പഠനം നടന്നിട്ടുള്ളത്. ഇവരിൽ 57 പേർ മോണോസിഗോറ്റിക് (monozygotic) വിഭാഗത്തിലുള്ളവരും 81 പേർ ഡൈസൈഗോട്ടിക്കുമായിരുന്നു (dizygotic). ജനിതക സ്വാധീനത്തെക്കാൾ ചുറ്റുപാടുകളുടെ സ്വാധീനമാണ് ഇവിടെയും മുന്നിട്ടു നിന്നത്.

മനുഷ്യരിൽ പരസ്പരമുള്ള അടുപ്പത്തെ സാധ്യമാക്കുന്നതിന് ഭൗതിക അടിത്തറ ഒരുക്കുന്ന ഓക്സിടോസിൻ റിസെപ്റ്റർ ജീൻ ആയ ഒ.എക്സ്.ടി.ആർ (OXTR) ഭിന്ന സാദ്ധ്യതകൾ ലക്ഷ്യം വെച്ച് പ്രവർത്തിക്കാൻ കഴിവുള്ള ഒന്നാണ്. അതുകൊണ്ട് തന്നെ ഇതിന്റെ പ്രവർത്തന സ്വാധീനം ഓരോ വ്യക്തിയിലും ഓരോരോ രീതിയിലായിരിക്കാം. ഇതിന്റെ ഫലമായി ഓരോ വ്യക്തിക്കും അനുഭവപ്പെടുന്ന സ്നേഹത്തിന്റെയും, അടുപ്പത്തിന്റെയും തോതിൽ ഏറ്റക്കുറച്ചിലുകൾ ഉണ്ടാകുന്നതും സ്വാഭാവികമാണ്.

നമുക്ക് ആരോടെങ്കിലും പ്രണയം തോന്നിയാൽ അതിന്റെ തീവ്രതയേയും കാലദൈർഘ്യത്തെയും നിശ്ചയിക്കുന്നതിലും ഈ ജീനിന്റെ സ്വാധീനം കാണാൻ കഴിയും. എന്നാൽ, ഈ ജീൻ സ്വയം അതിന്റെ പ്രവർത്തന പദ്ധതി ചുരുളഴിക്കുക എന്നതിലപ്പുറം ഈ ജീൻ ആരിലാണോ ഉള്ളത് അവർ ജീവിക്കുന്ന ചുറ്റുപാടിന്റെ പ്രത്യേകതകൾക്കനുസരിച്ച് കൂടിയായിരിക്കും ഇതിന്റെ പ്രവർത്തന ഫലം പുറത്തു വരുന്നത്. ഇത്തരം ജീനിന്റെ സാന്നിധ്യമുള്ള വ്യക്തികൾ അവരുടെ കുട്ടിക്കാലത്ത് അനുഭവിച്ച സ്നേഹവാത്സല്യങ്ങളുടെ സാഹചര്യങ്ങൾ അരക്ഷിതവും തീർപ്പ കൽപ്പിക്കാനാവാത്ത തരത്തിൽ ഉള്ളതുമാണെങ്കിൽ ഈ ജീൻ അതിന്റെ പ്രതികൂലമായ പ്രവർത്തന രീതി പ്രകടമാക്കിയേക്കാം. മറിച്ചാണെങ്കിൽ ഇത് പ്രകടമാകുന്നത് വളരെ ദുർബലമായ രീതിയിൽ ആയിരിക്കുകയും ചെയ്യും. ഇതുകൊണ്ട് കൂടിയാണ് ചില വ്യക്തികൾക്ക് അവരുടെ കുട്ടികാലത്തുള്ള പ്രതികൂല സാഹചര്യങ്ങളെ അതിജീവിച്ച് മുന്നേറാൻ പിൽക്കാല ജീവിതത്തിലൂടെ സാധ്യമാകുന്നത്.

ഓരോ വ്യക്തിയും കടന്നുപോകുന്ന ജീവിതാനുഭവങ്ങളുടെയും, മറ്റു ചുറ്റുപാടുകളുടെയും പ്രത്യേകതകൾക്കനുസരിച്ച് മാത്രമാണ്

ഓരോ ജനിതകഘടകവും പ്രവർത്തനക്ഷമമാകുന്നത് എന്നത് ഇതിൽ നിന്നെല്ലാം വ്യക്തമാണ്. ഇപ്രകാരത്തിലുള്ള ചില പരസ്പര സ്വാധീനങ്ങളുടെ അടിസ്ഥാനത്തിലാണ് ജനിതക പദ്ധതികൾ ഓരോ മേഖലയിലും അവയുടെ പ്രവർത്തന സാദ്ധ്യതകൾ പ്രകട മാക്കാറുള്ളത്. ഓരോ ജനിതക ഘടകത്തിലും അവയുടെ പ്രാരംഭ നിലയിൽ ചില തരത്തിലുള്ള മുൻ നിശ്ചയങ്ങൾ (initial dispositions) ഉണ്ടായിരിക്കും. പ്രതികൂലമായ സാഹചര്യങ്ങൾക്ക് എളുപ്പത്തിൽ വിധേയമാകുന്നതിന് ചില വ്യക്തികൾ ഇരയാകുന്നതും ഇതുകൊണ്ട് തന്നെയാവണം.

നമുക്ക് ഏറെ അടുപ്പമുള്ളവരുടെ ഭാഷാ ശൈലി, ശരീരഭാഷ, സ്വര ങ്ങൾ പുറപ്പെടുവിക്കുന്ന ക്രമം എന്നീ പെരുമാറ്റരീതികൾ നമ്മുടെ ബോധപൂർവമായ അറിവ് കൂടാതെ തന്നെ അനുവർത്തിക്കപ്പെടാ റുണ്ടെന്നുള്ളത് നമുക്ക് ഏവർക്കും അറിയാവുന്നതാണ്. ചിലരുടെ പെരുമാറ്റങ്ങൾ വഴി മറ്റാളുകളുടെ ശരീരത്തിലെ ആന്തരിക പ്രവർത്ത നങ്ങളെ പോലും മാറ്റി തീർക്കാൻ കഴിയും എന്നതിനുള്ള തെളിവായി ഇതിനെ എടുക്കാവുന്നതാണ്. ഇതിനെ തന്നെയാണ് Ruth Feldman 'ജീവശാസ്ത്രപരവും പെരുമാറ്റപരവുമായ താളപ്പൊരുത്തം (biological and behavioural synchrony) എന്ന് വിളിക്കുന്നത്'.

നമ്മൾ ഓരോരുത്തരും നമ്മുടേതിന് സമാനമായ ഭാഷ, സംഗീതം, കല എന്നിവയിലുള്ള അഭിരുചികൾ, ലോകവീക്ഷണം, എന്തിനേറെ നമ്മുടെ ദേശത്ത് താമസിക്കുന്നവരോട് പോലും ഒരു തരത്തിലുള്ള പ്രത്യക താൽപ്പര്യം കാണിക്കുന്നതും സാധാരണമാണ്. 6 മാസം പ്രായമുള്ള കുഞ്ഞുങ്ങളിൽ നടത്തിയ ഒട്ടേറെ പഠനങ്ങളിൽ പോലും തെളിഞ്ഞിട്ടുള്ളത് ഇതിന് ബലം നൽകുന്ന തരത്തിലുള്ള കണ്ടെത്തലുകൾ തന്നെയാണ്. ഇളം പ്രായത്തിലുള്ള കുഞ്ഞുങ്ങൾ പോലും പാവക്കുഞ്ഞുങ്ങളുമായി കളിക്കുന്ന സമയങ്ങളിൽ അവർക്ക് ഇഷ്ടമുള്ള ആഹാര സാധനം കഴിക്കുന്ന പാവക്കുട്ടിയോട് അങ്ങ നെയല്ലാത്തതിനോട് ഉള്ളതിനേക്കാൾ ഇഷ്ടം കാണിക്കുന്നതായി ഇതിനകം തന്നെ തെളിയിക്കപ്പെട്ടിട്ടുണ്ട്.

ഇപ്രകാരം സമാനമനസ്കരെ തേടി പോകുന്നതിനു പിന്നിൽ മനശ്ശാസ്ത്രപരവും പരിണാമശാസ്ത്രപരവുമായ കാരണങ്ങൾ കൂടിയുണ്ട്. ഒന്നാമതായി നമ്മുടെ സമാന മനസ്സുള്ളവരെ സുഹൃത്തുക്കളായി സ്വീ കരിക്കുന്നത് മൂലം നമ്മുടെ സ്വന്തം കാഴ്ചപ്പാടുകൾ പ്രബലപ്പെടുത്തി എടുക്കാനും ഇവയുടെ സ്വയം സാധൂകരണക്ഷമത ഉറപ്പാക്കാനും കഴിയും. ഇതുമൂലം നമുക്ക് നമ്മളെക്കുറിച്ചുള്ള അവബോധത്തെ

കൂടുതൽ ശക്തിപ്പെടുത്താനും കഴിഞ്ഞേക്കും. നമുക്കായി നമ്മൾ തെര ഞ്ഞെടുക്കുന്ന സുഹൃത്തുക്കൾ ഓരോ സമയത്തും എങ്ങനെയൊക്കെ ആയിരിക്കും ചിന്തിക്കാനിടവരുന്നത് എന്നും, ഒരു പ്രതിസന്ധി ഘട്ട ത്തിൽ അയാൾ/അവൾ എന്ത് നിലപാടായിരിക്കും കൈക്കൊള്ളുക എന്നുമൊക്കെ മനസ്സിലാക്കുന്നതിനും, ഇങ്ങനെയൊക്കെയുള്ള സൗഹൃദങ്ങൾ വഴി സാധിച്ചേക്കും. നമ്മുടേതിന് വിരുദ്ധമായ താൽ പ്പര്യങ്ങളും, അഭിരുചികളും, വീക്ഷണങ്ങളും ഒക്കെയുള്ള ആളുകളാണ് നമുക്ക് സുഹൃത്തുക്കളായി കിട്ടുന്നതെങ്കിൽ ഓരോരോ സാഹചര്യ ത്തിലും മാനസികമായ ഊർജം കൂടുതൽ ചെലവിട്ടുകൊണ്ട് നന്നായി ചിന്തിച്ചും പഠിച്ചും, സൂക്ഷ്മതയോടെ മാത്രമേ അത്തരക്കാരോട് ഇടപെടാൻ കഴിയുകയുള്ളൂ. ഒരർത്ഥത്തിൽ പറഞ്ഞാൽ ഇത്തരം സന്ദർഭങ്ങളിൽ മനസ്സിന് അമിതമായ ചിന്തയിൽ ഏർപ്പെടേണ്ട തായി വരാം. ഇതിനു വിരുദ്ധമായി, സമാന ചിന്താഗതിയുള്ളവരെ കൂട്ടായി കിട്ടുമ്പോൾ ഇത്തരത്തിൽ എപ്പോഴും ജാഗ്രതയോടെ പെരു മാറേണ്ട സാഹചര്യങ്ങൾ ദുർല്ലഭമായിരിക്കും. ഇത് ശാസ്ത്രീയമായി തെളിയിക്കാനുള്ള ഒരു പരീക്ഷണം 2018-ൽ നടക്കുകയുണ്ടായി. karoli, Parkinson, Adam kleimbam,Thaliliya Beetli എന്നിവരാണ് ഈ പഠനത്തിന് നേതൃത്വം കൊടുത്തത്. 279 വിദ്യാർത്ഥികളാണ് ഈ പഠനത്തിൽ പങ്കുകൊണ്ടത്. ഇതിൽ പങ്കുകൊണ്ടവരെ ഏതാനും വീഡിയോകൾ കാണിച്ച് നടത്തിയ സ്കാനിങ്ങിൽ സുഹൃത്തുക്കളായ എല്ലാവരിലും ഒരേ മസ്തിഷ്ക ഭാഗങ്ങളിൽ തന്നെയാണ് ഉത്തേജനം ഉണ്ടായെതെന്നു തെളിയിക്കപ്പെടുകയുണ്ടായി. ഇപ്രകാരമുള്ള പെരു മാറ്റപരമായ താളക്രമം അതിന്റെ ചരിത്രം ആരംഭിക്കുന്നത് അമ്മയും കുഞ്ഞും തമ്മിലുള്ള ബന്ധത്തിൽ നിന്ന് തന്നെയാണ്.

കുട്ടിയും രക്ഷിതാവും തമ്മിലും, കാമുകി കാമുകന്മാർക്കിടയിലും എല്ലാമുള്ള പരസ്പര ബന്ധങ്ങളിൽ ഒരുപോലെയുള്ള പലതരം ശാരീരിക പ്രവർത്തനങ്ങളും ഉണ്ടാവാറുണ്ട്. ശരീരത്തിന്റെ ഊഷ്മാ വിലുള്ള മാറ്റങ്ങൾ, ഹൃദയ മിടിപ്പിലും രക്ത ചംക്രമണത്തിലും ഉള്ള പൊരുത്തം എന്നിവ സാധാരണമാണ്. കാമുകി കാമുകന്മാർക്കി ടയിൽ നടക്കുന്ന പരസ്പര വിനിമയം മൂലം മസ്തിഷ്കത്തിലെ ഗാമ തരംഗത്തിലും പരസ്പര പൊരുത്തം കണ്ടുവരാറുണ്ട്. ഉയർന്ന തരം ചിന്തകളെയും, പ്രവർത്തന യോഗ്യമായ ഓർമ്മകളെയും വർധി പ്പിക്കുന്നതിൽ ഗാമ തരംഗങ്ങൾക്കുള്ള പങ്കും ഇതിനകം തന്നെ വെളിവായിട്ടുണ്ട്. ഇതുകൂടാതെ പല വിധത്തിലുള്ള ഓർമ്മകളെ കൂട്ടിയിണക്കുന്നതിലും ഈ തരംഗങ്ങൾക്ക് അതീവ പ്രാധാന്യമുണ്ട്.

ഇതുപോലെ തന്നെ മനുഷ്യർക്കിടയിലുള്ള സാമൂഹ്യ വിനിമയങ്ങൾ ഫലപ്രദമായി നിറവേറ്റുന്നതിൽ ഗാമ തരംഗങ്ങളെപ്പോലെ തന്നെ പ്രാധാന്യമർഹിക്കുന്നതാണ് ആൽഫാ തരംഗങ്ങൾ. ടെംപോറൽ പരേയ്റ്റൽ (temporal parietal regions) ഭാഗങ്ങളുൾപ്പെടെ മസ്തിഷ്കത്തിന്റെ പല ഭാഗങ്ങളിലേക്ക് ഈ തരംഗങ്ങൾക്ക് സഞ്ചരിക്കാൻ കഴിയും. മറ്റുള്ളവരുടെ മനസ്സറിഞ്ഞു പ്രവർത്തിക്കുന്നതിനും, പരസ്പരം ഇഷ്ടമുള്ളവർക്കിടയിൽ കണ്ണും കണ്ണും ചേർന്നുള്ള വിനിമയം നടത്തുന്നതിനും ഈ തരംഗങ്ങൾ കൂടുതൽ പ്രവർത്തനക്ഷമമായേക്കും. ഇങ്ങനെയുള്ള ഭാഷക്ക് പുറത്തുള്ള വിനിമയ രീതികൾ കുഞ്ഞുങ്ങളായിരിക്കുമ്പോൾ തന്നെ പ്രവർത്തനക്ഷമമാവുന്നതിനാലാണ് ഓരോ വ്യക്തിക്കും വാമൊഴി ഭാഷ ഉൾപ്പെടെ സ്വായത്തമാക്കാൻ കഴിയുന്നത്.

എന്നാൽ, പെരുമാറ്റപരമായ ഈ താളപ്പൊരുത്തം കേവലം മനുഷ്യർക്കിടയിലുള്ള ബന്ധങ്ങളിൽ മാത്രമല്ല മനുഷ്യരും വളർത്തുമൃഗങ്ങളും തമ്മിലുള്ള ബന്ധത്തിലുൾപ്പെടെ പ്രതിഫലിച്ചു കാണാൻ കഴിയും. 2006-ൽ Michael Leem കൂട്ടുകാരും മനസികാരോഗ്യത്തിൽ വളർത്തുമൃഗങ്ങൾ ചെലുത്തുന്ന സ്വാധീനത്തെ കുറിച്ച് പഠിക്കുകയുണ്ടായി. മയക്കമരുന്നുകൾ ഉപയോഗിച്ച് വന്നിരുന്ന ആളുകളിൽപ്പോലും വളർത്തു മൃഗങ്ങളുമായുള്ള സമ്പർക്കം നിമിത്തം അത്തരം ശീലങ്ങളിൽ നിന്നും വിട്ടുനിൽക്കുന്നതിനായി സാധിച്ചിട്ടുള്ളതായി ഇത്തരം പഠനങ്ങളിലൂടെ തെളിയിക്കാൻ കഴിഞ്ഞിട്ടുണ്ട്. ലിൻഡ ഹാൻഡ്ലിങ് എന്ന സ്വീഡിഷ് മനഃശാസ്ത്രജ്ഞ പത്തോളം നായകളിലും അവരുടെ ഉടമകളായ സ്ത്രീകളിലും നടത്തിയ പഠനത്തിൽ മേൽ സൂചിപ്പിച്ച കാര്യങ്ങൾക്ക് കൂടുതൽ ബലം കിട്ടുകയുണ്ടായി. പഠനത്തിൽ പങ്കെടുത്ത സ്ത്രീകളോട് അവരുടെ നായകളെ മൂന്ന് മിനിട്ടോളം തലോടിക്കൊണ്ട് സംസാരിക്കാനാവശ്യപെട്ട ശേഷം നായ്ക്കളുടെയും അവയുടെ ഉടമകളുടെയും രക്തത്തിലെ ഓക്സിടോസിന്റെ അളവിലുണ്ടായ മാറ്റം ഏറെ ഉയർന്നതായാണ് കണ്ടത്.

മനുഷ്യർക്കിടയിലുള്ള ബന്ധങ്ങളെപ്പോലെ തന്നെ വളർത്തു മൃഗങ്ങളുമായുള്ള ബന്ധങ്ങളിലൂടെയും ഇതിനു സമാനമായ ശാരീരിക മാറ്റങ്ങളും മാനസിക പ്രവർത്തനങ്ങളും സാധ്യമാണെന്ന് മനസ്സിലാക്കുന്നതിൽ ഇത്തരം പഠനങ്ങൾക്കുള്ള പ്രാധാന്യം വളരെ വലുതാണ്.

ഓരോ വ്യക്തിയും അയാളുടെ/അവളുടെ ജീവിത അനുഭവത്തിന്റെയും ചുറ്റുപാടുകളിൽ നിന്ന് സ്വാംശീകരിച്ച അറിവുകളുടെയും അടിസ്ഥാനത്തിലാണ് കുട്ടികളെയും മറ്റു വേണ്ടപ്പെട്ട വ്യക്തികളെയുമെല്ലാം

പരിചരിക്കാനുള്ള കഴിവ് വികസിപ്പിച്ചെടുക്കുന്നത്. ജീവിതത്തിൽ പല ഘട്ടങ്ങളിലായി നേടിയെടുത്ത അനുഭവങ്ങൾ ഇതിൽ ഒരു മുതൽക്കൂട്ടായി വരാറുണ്ട്. അടുത്ത ബന്ധുക്കളോടും, സുഹൃത്തുക്കളോടും ഉണ്ടാകുന്ന ഇടക്കിടക്കുള്ള ഇടപെടലുകളിലൂടെയാണ് ഇത്തരം അനുഭവങ്ങൾ സ്വരൂപിക്കപ്പെടാറുള്ളത്. പ്രത്യേക ഉദ്ദേശ്യം ഒന്നും ഇല്ലാതെ തന്നെ നടത്തുന്ന സംഭാഷണങ്ങൾ, അതിനിടയിലുള്ള ഫലിതങ്ങളും പൊട്ടിച്ചിരികളും, പരസ്പരമുള്ള ആലിംഗനങ്ങൾ പോലും നമ്മുടെ ഓരോരുത്തരുടെയും സാമൂഹ്യ പെരുമാറ്റ രീതികളെ സൃഷ്ടിച്ചെടുക്കുന്നതിൽ സുപ്രധാനമാണ്. നേരത്തെ സൂചിപ്പിച്ച പ്രകാരം ജനിതക ഘടകങ്ങളും ചുറ്റുപാടിൽ നിന്ന് ലഭിക്കുന്ന അനുഭവങ്ങളും കൂട്ടുചേർന്നുകൊണ്ടാണ് ഇത്തരത്തിലുള്ള പെരുമാറ്റങ്ങളെല്ലാം രൂപപ്പെട്ടു വരുന്നത്.

ഓരോ ജീനിനും അനുസൃതമായ ജനിതക സ്വീകർത്താക്കളുടെ (gene receptors) ബാഹുല്യത്തിനനുസരിച്ചാണ് ചില ജീനുകൾക്കു നമ്മൾ ഉൾപ്പടെയുള്ള ജീവികളിൽ മാറ്റങ്ങൾ സൃഷ്ടിക്കാൻ കഴിയുന്നത്. ഉദാഹരണത്തിന്, വികാര ഉത്തേജന കേന്ദ്രങ്ങളായ ലിംബിക് വ്യവസ്ഥയിലും മറ്റും കൂടിയ അളവിലുള്ള ഓക്സിടോസിന് കാരണമാകുന്ന ജീനുകളെ പ്രവർത്തന ക്ഷമമാക്കുന്ന കേന്ദ്രങ്ങൾ കൂടുതലാണെങ്കിൽ സ്നേഹം അനുകമ്പ തുടങ്ങിയ ഗുണകരമായ വികാരങ്ങൾ ഏറിയ തോതിൽ ഉണ്ടായിരിക്കും. എന്നാൽ, ഓക്സിടോസിന്റെ പ്രവർത്തന നില വളരെ താഴ്ന്ന നിലയിലുള്ള വ്യക്തികൾ പുതുതായി പരിചയപ്പെടാനിടവരുന്ന ആളുകളോടും മറ്റും വല്ലാതെ അടുക്കുന്നതിൽ താൽപ്പര്യം കാണിക്കാറില്ല. കോളേജ് കാമ്പസ്സിലെത്തുമ്പോഴും ഇത്തരക്കാർ സഹപാഠികളുമായുള്ള ബന്ധങ്ങൾ ഉണ്ടാക്കാനുള്ള സാഹചര്യങ്ങളിൽ നിന്നും വിട്ടുനിൽക്കാനാണ് താൽപ്പര്യം കാണിക്കാറുള്ളത്.

കുട്ടിക്കാലവും പിൽക്കാല ജീവിതവും

നമ്മുടെ ഓരോരുത്തരുടെയും ജീവിത ചുറ്റുപാടുകൾക്ക് പ്രണയ സങ്കൽപ്പത്തെയും, പ്രണയത്തെയും എല്ലാം തീരുമാനിക്കു ന്നതിൽ നിർണായകമായ പങ്കാണുള്ളത്. വ്യക്തികളായി ജീവി ക്കുന്നതിനെ പ്രോത്സാഹിപ്പിക്കുകയും വ്യക്തിയുടെ തീരുമാനങ്ങൾ കൈക്കൊള്ളാനുള്ള അവകാശങ്ങളെ അംഗീകരിക്കുകയും ചെയ്യുന്ന സമൂഹങ്ങളിലാണ് പ്രണയം ഏറെയും ആഘോഷിക്കപ്പെടാറുള്ളത്.

ഇന്ത്യയെ പോലെയുള്ള കൂട്ടായി ജീവിക്കുന്ന സമൂഹങ്ങളുള്ള ഇടങ്ങളിൽ ഇത് അത്രമാത്രം പ്രോത്സാഹിപ്പിക്കപ്പെടാറില്ല എന്നതാണ് വാസ്തവം. ഇവിടങ്ങളിൽ, വ്യക്തികളുടെ താൽപ്പര്യങ്ങൾ അയാൾ/അവൾ ജീവിക്കുന്ന സമുദായത്തിന്റെയോ, പൊതു സമൂഹ ത്തിന്റെയോ മറ്റോ താൽപ്പര്യങ്ങൾക്കും തീരുമാനങ്ങൾക്കും മുന്നിൽ നിഷ്പ്രഭമാക്കപ്പെടുക എന്നത് പതിവാണ്. പ്രണയം എങ്ങനെയൊ ക്കെയാവാം, ആരൊക്കെ തമ്മിലാവാം എന്നൊക്കെ നിശ്ചയിക്കു ന്നതിൽ നിർദ്ദിഷ്ട പ്രദേശത്തിന്റെ പൊതു താൽപ്പര്യങ്ങൾക്കാണ് മേൽകൈ കിട്ടാറുള്ളത്.

ഇതിനകം സൂചിപ്പിക്കപ്പെട്ടപോലെ പരസ്പരം അടുക്കുന്നതിനും, അത്തരം അടുപ്പങ്ങൾ വഴി ഭൗതികവും മാനസികവുമായ കെട്ടുറപ്പ് ഉണ്ടാക്കിയെടുക്കുന്നതിനും ആരംഭം കുറിക്കുന്നത് അമ്മയും കുഞ്ഞും തമ്മിലുള്ള പരസ്പര അടുപ്പത്തിലൂടെ തന്നെയാണ്. പ്രായപൂർത്തി യായതിനു ശേഷം ഉണ്ടായി വരുന്ന പ്രണയമുൾപ്പെടെയുള്ള അടുപ്പ ത്തെ നിശ്ചയിക്കുന്നതിലും ഇതിന്റെ സ്വാധീനം വലിയ തോതിൽ കാണാൻ കഴിയും. കുഞ്ഞുങ്ങളുടെ വികാര നിയന്ത്രണ വ്യവസ്ഥയെ

ചിട്ടപ്പെടുത്തുന്നതിൽ ആദ്യ കാലത്തുള്ള ലാളനയുടെയും, അടുപ്പ ത്തിന്റെയും പങ്കും ഏറെ പ്രസക്തമാണ്. ഇപ്രകാരമുള്ള അനുഭവ ങ്ങളാൽ സ്വയം ചിട്ടപെടാവുന്ന വിധത്തിലാണ് മസ്തിഷ്കത്തിലെ നാഡീകോശങ്ങൾ ക്രമീകരിക്കപ്പെട്ടിരിക്കുന്നത്. ഇത്തരത്തിൽ ഓരോ കുഞ്ഞും അവളുടെ വികാസ കാലയളവിൽ സവിശേഷ മായ വികാര ക്രമീകരണ (emotion regulation system) വ്യവസ്ഥ സ്വന്തമാക്കി ജീവിക്കാൻ ഇടവരുകയും അതിന്റെ സുഗമമായ പ്രവർത്തനത്തിന് ഇണങ്ങുന്ന അനുഭവങ്ങളാണ് തുടർച്ചയായി കിട്ടുകയും ചെയ്യുന്നതെങ്കിൽ ഈ വ്യവസ്ഥ സ്വയം പ്രബലപ്പെടുക എന്നത് സ്വാഭാവികമാണ്. ഇങ്ങനെയാണ് ഏതൊരു വ്യക്തിയു ടെയും പെരുമാറ്റരീതികളും സമീപനങ്ങളും രൂപപ്പെട്ടു വരുന്നത്. ഓരോ വ്യക്തിക്കും തന്നെക്കുറിച്ചുള്ള ഒരു ആത്മസങ്കൽപ്പം ഉണ്ടാ യിരിക്കും. ഇത് രൂപപ്പെടുന്നതിന് പല കാരണങ്ങൾ ഉണ്ടാവാം. ഓരോ വ്യക്തിക്കും കുട്ടിക്കാലത്ത് ലഭിച്ചിട്ടുള്ള അടുപ്പത്തിന്റെയും, പരസ്പരമുള്ള കരുതലിന്റെയും, മറ്റാളുകളിൽ നിന്ന് കിട്ടിയ പരിഗ ണനയുടെയും, അവഗണനയുടെയും എല്ലാം ഓർമ്മകൾ അയാളുടെ/ അവളുടെ ആത്മബോധത്തെ നിർമ്മിക്കുന്നതിൽ നിർണ്ണായകമായി തീർന്നേക്കാം. ഇത് കൂടാതെ, ജന്മസിദ്ധമായി കിട്ടുന്ന ചില ശേഷി കൾക്കും ആത്മസങ്കൽപ്പത്തിന്റെ (self concept) രൂപീകരണത്തിൽ വലിയ പ്രാധാന്യമുണ്ട്. സാമൂഹ്യ ജീവിതത്തിന്റെ പല തരം ആവശ്യ ങ്ങളെ നിറവേറ്റുന്നതിൽ മസ്തിഷ്കത്തിലെ ഒട്ടുമിക്ക ഭാഗങ്ങൾക്കും ഇടപെടാൻ കഴിയുമെങ്കിലും ചിലതിന് മറ്റുള്ളവയെ അപേക്ഷിച്ച് കൂടുതൽ പ്രാധാന്യം കൈവരാറുണ്ട് എന്ന് മാത്രം.

നമ്മളോരോരുത്തരം മറ്റുള്ളവരുമായി ഉണ്ടാക്കിയെടുക്കുന്ന പല തരത്തിലുള്ള ബന്ധങ്ങളിലൂടെ നമ്മുടെ മനസ്സിൽ മനുഷ്യബന്ധങ്ങ ളെക്കുറിച്ച് ചില മാതൃകകൾ രൂപപ്പെടാറുണ്ട്. പിന്നീടുള്ള ജീവിത ത്തിൽ ഉണ്ടാക്കിയെടുക്കാൻ ആഗ്രഹിക്കുന്ന ബന്ധങ്ങൾ ഏറിയ പങ്കും ഈ മാതൃകകളെ പിൻപറ്റിയുള്ളതായിരിക്കും. ഏതൊരു വ്യക്തിപരവും സാമൂഹ്യവുമായ ബന്ധത്തിലും ഇത്തരത്തിലുള്ള ചില പൂർവ്വ മാതൃകകൾ(prototypes) മൂലതത്വമായി പ്രവർത്തി ച്ചേക്കാം. ഏതൊരു കുട്ടിക്കും രക്ഷിതാവിനോടോ മറ്റുള്ളവരോടോ കൂട്ടുചേർന്നുകൊണ്ട് ശ്രദ്ധയോടെ പ്രവർത്തിക്കേണ്ട സന്ദർഭങ്ങ ളിൽ അനിവാര്യമായ ഒന്നാണ് വ്യക്തിപരമായ ബന്ധങ്ങൾ. ഇത് വികസിച്ചു വരുന്നതിൽ മുഖ്യ പങ്കുവഹിക്കുന്നത് വളർച്ചയുടെ ആദ്യ ഘട്ടങ്ങളിൽ കുഞ്ഞും രക്ഷിതാവും തമ്മിൽ ഉണ്ടാകുന്ന ബന്ധം വഴി തന്നെയാണ്. ഇരുവരും പരസ്പരം യോജിച്ചുകൊണ്ട് നടത്തുന്ന പല

കാര്യങ്ങളിലൂടെയും, രണ്ടു പേർക്കും ഒരുപോലെ താൽപ്പര്യമുള്ള കാര്യങ്ങളിൽ ശ്രദ്ധ പുലർത്തികൊണ്ടും മറ്റുമാണ് ഈ ശേഷി സ്വയം സമ്പന്നമാകുന്നത്.

ഏതാണ്ട് 3 വയസ്സ് ആകുമ്പോഴേക്കുമാണ് കുട്ടിക്ക് പലതിനെ ക്കുറിച്ചും മാനസിക പ്രതിനിധാനങ്ങൾ നിർമ്മിക്കാൻ കഴിയുന്നത്. രക്ഷിതാവ് സമീപത്തില്ലെങ്കിൽ പോലും അവരിലൂടെ ലഭ്യമായ സ്നേഹ സാന്നിധ്യത്തിന്റെ ഓർമ്മകൾ ഓർത്തെടുത്ത് അവരുടെ അഭാവത്തിലുണ്ടാകുന്ന വിഷമങ്ങൾ പോലും മറികടക്കാൻ കഴിയു ന്നതും ഇതുകൊണ്ടാണ്.

അടിസ്ഥാനപരമായ വൈകാരികതകൾ നിർമ്മിക്കുന്നതിൽ രക്ഷിതാക്കളുമായുള്ള ആഴത്തിലുള്ള ബന്ധങ്ങൾ ഒഴിച്ചുകൂടാനാ വാത്തതാണ്. പിൽക്കാലത്തുണ്ടാവുന്ന കൂടുതൽ സങ്കീർണമായ വൈകാരിക അവസ്ഥകൾ ശരിയായ രീതിയിൽ നേരിടുന്നതിനും പ്രതികൂലമായ വൈകാരികനിലകളെ ഫലപ്രദമായി മറികടക്കുന്ന തിനും ഈ ബന്ധങ്ങൾ നിർണ്ണായകമാവാം. സാമൂഹ്യ ബന്ധങ്ങൾ വളർന്നു വികസിക്കുന്നതിന്റെ രണ്ടാം ഘട്ടത്തോടെയാണ് മുഖ്യ രക്ഷിതാവിനെ കൂടാതെ കുടുംബത്തിലെ മറ്റു അംഗങ്ങളുമായും അയൽപ്പക്കത്തുള്ളവരുമായും ആരോഗ്യകരമായ ബന്ധങ്ങൾ ഉണ്ടാക്കി എടുക്കാനുള്ള കഴിവും ശക്തിപ്പെടുന്നത്.

ബന്ധങ്ങൾ നിലനിൽക്കുന്നതിന് മുൻകൈ എടുക്കുന്ന തരത്തി ലുള്ള പലതരം പെരുമാറ്റങ്ങളും കുഞ്ഞുങ്ങളിൽ പ്രകടമാകാറുണ്ട്. ഓരോ കുട്ടിയും തന്റെ മനസിനെ ചിട്ടപ്പെടുത്തുന്നതിനും മറ്റുള്ളവ രുടെ പെരുമാറ്റങ്ങൾക്കനുസരിച്ച് സ്വയം പരിഷ്കരിക്കുന്നതിനും വേണ്ടിയാണ് രക്ഷിതാവിൽ നിന്ന് കിട്ടുന്ന പെരുമാറ്റ മാതൃകകളെ ഓർമ്മയിൽ വെച്ചുകൊണ്ട് പെരുമാറാൻ നിർബന്ധിതമാവുന്നത്. ഏതൊരാളിനും തന്റെ പ്രായപൂർത്തിയായ ശേഷമുള്ള ജീവിതത്തിന് ആവശ്യമായ മാനസിക ശേഷികളായ ആത്മനിയന്ത്രണം, ആത്മ വിശ്വാസം, ചില വൈകാരിക സന്ദർഭങ്ങളെ നേരിടാനുള്ള കരുത്ത് എന്നിവയെല്ലാം ഉണ്ടാക്കിയെടുക്കുന്നതിൽ രക്ഷിതവുമായുള്ള അടുപ്പത്തിന് അവഗണിക്കാനാവാത്ത സ്ഥാനമാണുള്ളത്. നമ്മുടെ ഓരോരുത്തരുടെയും മനോനിലകൾ നമ്മൾ ബന്ധം സ്ഥാപിക്കു ന്ന പലരിലൂടെയും പരിഷ്ക്കരിക്കപ്പെടാറുണ്ട്. ഈ അർത്ഥത്തിൽ നോക്കിയാൽ ഒരു രക്ഷിതാവ് കുഞ്ഞിന്റെ മനോനിർമ്മിതിയിൽ എന്ത് സ്വാധീനമാണോ ചെലുത്തുന്നത് അതിനു ഭാഗികമായെങ്കിലും സമാനമായ പങ്ക് തന്നെയാണ് പിൽക്കാല ജീവിതത്തിൽ ഉണ്ടായി

വരുന്ന സാമൂഹ്യബന്ധങ്ങളിലൂടെയും സാധിക്കുന്നത്.

കുഞ്ഞും അമ്മയും തമ്മിലുള്ള ഇടപെടലിൽ പോലും ഈ പരസ്പര സ്വാധീനം കാണാൻ കഴിയും. ഉദാഹരണത്തിന്, ചില പ്രയാസങ്ങൾ വരുമ്പോൾ എളുപ്പത്തിൽ ശാന്തത കൈവരിക്കാൻ കഴിയുന്ന തരത്തിലുള്ള കഴിവ് ജന്മനാ തന്നെ വലിയ തോതിൽ സ്വന്തമായുള്ള കുഞ്ഞുങ്ങൾക്ക് അരക്ഷിതത്വ ബോധം ഉള്ളിൽ സൂക്ഷിക്കുന്ന അമ്മയുടെ പരിചരണ രീതികളെ മാറ്റിയെടുക്കാൻ കഴിഞ്ഞേക്കും. ഇത്തരത്തിലുള്ള കുഞ്ഞുങ്ങൾ വഴി അവരുടെ അമ്മമാർക്ക് സ്വന്തം ഭൂതകാലത്തിനെ പുനഃപരിശോധിക്കാനും അതുമൂലം ഇപ്പോഴുള്ള പെരുമാറ്റത്തിലെ പരിമിതികളെ മറികടക്കാനും കഴിഞ്ഞേക്കും. എന്നാൽ ഇതൊന്നും തന്നെ ബോധപൂർവമായ തീരുമാനങ്ങൾ കൈകൊണ്ടു നടപ്പിലാക്കേണ്ടുന്ന പൊതു പെരുമാറ്റങ്ങളല്ല. കുഞ്ഞിന്റെ ഓരോരോ സന്ദർഭങ്ങളിലും ഉണ്ടാവുന്ന വൈകാരിക ആവശ്യങ്ങളോടും സന്ദർഭാധിഷ്ഠിതമായി പ്രതികരിച്ചുകൊണ്ട് മാത്രമേ ഇത് നടപ്പിലാക്കാൻ കഴിയുകയുള്ളൂ. ഓരോ സമയത്തും ഉണ്ടാകുന്ന പ്രയാസങ്ങളിൽ അവർക്കു താങ്ങായി നിന്നുകൊണ്ടു മാത്രമേ കുട്ടികളിൽ പിൽക്കാലത്ത് ഉണ്ടാവേണ്ടുന്ന ആത്മ നിയന്ത്രണ ശേഷിയും (self control), മറ്റുള്ളവരോടുള്ള ഇടപെടലുകളിൽ പാലിക്കേണ്ടുന്ന നീതിബോധവും എല്ലാം വളർത്തിക്കൊണ്ട് വരാൻ കഴിയുകയുള്ളൂ.

നിരന്തരം ഉണ്ടാകുന്ന ഇത്തരം ഇടപെടലുകൾ മൂലം ശാന്തമായ മനസികാവസ്ഥക്കും, ആത്മവിശ്വാസത്തിനും ഇടനൽകുകയാണെങ്കിൽ രക്ഷിതാവും കുഞ്ഞും പെരുമാറ്റപരമായി ഒരു തരം പരസ്പര പൊരുത്തത്തിൽ എത്തിപ്പെട്ടേക്കാം. ഇങ്ങനെയുള്ള പരസ്പര ബന്ധങ്ങളിലൂടെ മസ്തിഷ്കത്തിലെ നാഡീ വ്യവസ്ഥകളിൽ തന്നെ പുനഃക്രമീകരണങ്ങൾ ഉണ്ടാവുകയും അതിനനുസൃതമായ പെരുമാറ്റങ്ങൾ ശക്തിപ്പെടുകയും ചെയ്യാം.

മനുഷ്യർക്കിടയിലുള്ള ഏതൊരു ബന്ധത്തിലായാലും പരസ്പരം അടുക്കുന്നത് പോലെ തന്നെ അകലുന്നതിനുമുള്ള സാഹചര്യങ്ങൾ അനവധിയാണെന്നതും അംഗീകരിക്കേണ്ടതുണ്ട്. അമ്മയും കുഞ്ഞുമായാലും, കാമുകിയും കാമുകനുമായാലും കൂട്ടു ചേർന്ന് നിൽക്കുന്നത് പോലെ തന്നെ കൂട്ടു പിരിഞ്ഞു ഒറ്റക്ക് നിൽക്കാനും തൽപ്പരരായിരിക്കും. ഒരു കുഞ്ഞിന് അമ്മയിൽ/മുഖ്യ രക്ഷിതാവിൽ നിന്നും എപ്പോഴാണോ തന്നിലേക്ക് പിൻവാങ്ങാനായി തോന്നുന്നത് അപ്പോഴൊക്കെ അതിനുള്ള അവസരങ്ങൾ ഉണ്ടായിരിക്കണം.

അതുപോലെ തന്നെ എപ്പോഴാണോ വീണ്ടും അടുത്ത് ഇടപഴകണം എന്ന് തോന്നുന്നത് അത്തരം സന്ദർഭങ്ങളിൽ അതിനുള്ള ആഗ്രഹം പ്രകടിപ്പിക്കുന്നവരുടെ ശരീര ഭാഷകൾ മനസ്സിലാക്കിക്കൊണ്ട് ഇഷ്ടപ്പെടുന്ന വ്യക്തിയുമായി ഒരുമിക്കുന്നതിനുള്ള പെരുമാറ്റങ്ങൾ തിരിച്ചും പ്രകടിപ്പിക്കേണ്ടതുണ്ട്. ചില രക്ഷിതാക്കൾ എപ്പോഴും അവരുടെ കുട്ടികളുടെ പിറകെ നടക്കുകയും അവർക്കാവശ്യമായ സ്വകാര്യ നിമിഷങ്ങൾ കൊടുക്കാതിരിക്കുകയും ചെയ്യാറുണ്ടെന്നത് പകൽ പോലെ വ്യക്തമാണ്. രക്ഷിതാക്കളുടെ ഇത്തരം ഇടപെടലുകൾ സ്കൂൾ കാലഘട്ടം ആവുന്നതോടെ കൂടുതൽ മോശമായി തീരുന്നതും കാണാം. എപ്പോഴും കുട്ടിയുടെ പിറകെ നടന്ന് "പഠിക്കു പഠിക്കു" എന്നും "ഇത് ചെയ്യൂ..." "അത് ചെയ്യൂ..." എന്നുമൊക്കെ ഒച്ചവെച്ച് പിറകെ കൂടുന്ന രക്ഷിതാക്കളുടെ എണ്ണം വർധിച്ചു വരുന്നതാണ് കണ്ടുകൊണ്ടിരിക്കുന്നത്. ഇങ്ങനെയുള്ള സാഹചര്യങ്ങളിൽ കുട്ടികളിൽ പല വിധത്തിലുള്ള അസ്വസ്ഥതകളും മാനസിക വിഷമങ്ങളും ഉണ്ടാകാം. പലപ്പോഴും ഇത്തരം പെരുമാറ്റ രീതികൾ ഗുണത്തേക്കാളേറെ ദോഷം ചെയ്യുന്നതായാണ് കണ്ടുവരുന്നത്. ഇന്നത്തെ കാലഘട്ടത്തിൽ ആത്മബോധം ശക്തിപ്പെടുന്നത് ഏറെ നേരത്തെയായതിനാൽ ഏതൊരു കൊച്ചു കുട്ടിക്കും സ്വകാര്യത എന്ന സങ്കൽപ്പം ശക്തമായിരിക്കും എന്ന് മനസ്സിലാക്കേണ്ടതാണ്. ഈയിടെ അയൽപക്കത്തുള്ള ഒരു കൊച്ചു പെൺകുട്ടി അവളുടെ അമ്മ അവളെ വീടിന്റെ പിൻമുറ്റത്തു വെച്ച് കുളിപ്പിക്കുമ്പോൾ വാശി പിടിച്ച് ആർത്തു കരയുന്നതു കാണാനിടയായി. അവളെ കുളിമുറിയിൽ വെച്ച് കുളിപ്പിക്കാത്തതായിരുന്നു അവളുടെ വാശിക്ക് കാരണമായത്. അവളുടെ സ്വകാര്യതയെ വകവെക്കാതെയുള്ള അമ്മയുടെ പെരുമാറ്റമാണ് അവളെ കരയിപ്പിച്ചതെന്ന് മനസ്സിലാക്കാതെ കുഞ്ഞുങ്ങളുടെ ഇത്തരം പെരുമാറ്റങ്ങളെ അവരുടെ ശിശുസഹജമായ വാശിയായി ചുരുക്കി കാണാനാണ് നമ്മൾ ശ്രമിക്കാറുള്ളത്. നമ്മൾ പലപ്പോഴും കുഞ്ഞുങ്ങളെക്കുറിച്ച് സൂക്ഷിക്കുന്ന സങ്കൽപ്പങ്ങൾ ഇന്നും വളരെ പഴകിയതാണ് എന്നത് ദുഃഖകരമാണ്.

രക്ഷിതാവിന്റെ സാന്നിധ്യത്തിൽ തന്നെ സ്വതന്ത്രനായി നിന്നുകൊണ്ട് സ്വന്തം എന്ന് തോന്നുന്ന കാര്യങ്ങൾ ഏറ്റെടുക്കാനുള്ള പ്രാപ്തി കൈവരിക്കുന്നതോടെ മാത്രമാണ് ഏതൊരു കുട്ടിയും സുരക്ഷിതത്വ ബോധം ആർജിക്കുന്നത്. ഈ സുരക്ഷിതത്വമാണ് നീതികരണയോഗ്യമായ ആത്മബോധത്തെയും ശക്തിപ്പെടുത്തുന്നത്. ആയതിനാൽ സ്വയം നിർവചിച്ചുകൊണ്ട് വളർന്നു വരാൻ

സഹായകമായ തരത്തിലുള്ള സ്നേഹവും പരിഗണനയുമാണ് കുട്ടികളുടെ സർവ്വതോമുഖമായ വളർച്ചക്കും വികാസത്തിനും അത്യന്താപേക്ഷിതമായിട്ടുള്ളത്. എന്നാൽ, ചില രക്ഷിതാക്കൾ അവരുടെ കുട്ടികളുടെ എല്ലാ കാര്യങ്ങളിലും അനാവശ്യമായ ഇടപെടലുകൾ നടത്തുന്നത് മൂലം കുട്ടികളുടെ മാനസിക വളർച്ചയെ തന്നെ ഇത് പ്രതികൂലമായി ബാധിക്കാറുണ്ട്. കുട്ടിക്ക് അമ്മയുമായി/മുഖ്യ രക്ഷിതാവുമായി യുക്തിസഹമായ മാനസിക അകലം സൃഷ്ടിച്ചുകൊണ്ട് സ്വയം വികസിച്ച് വരുന്നതിനോ ശരിയായ രീതിയിലുള്ള ആത്മബോധം (self consciousness)സ്വായത്തമാക്കുന്നതിനോ ഇതുമൂലം കഴിയാതെ വന്നേക്കാം.

കുഞ്ഞിനെ കാണുന്ന മാത്രയിൽ തന്നെ രക്ഷിതാവിന്റെ കണ്ണുകളിൽ കാണുന്ന തിളക്കമാണ് കുഞ്ഞിന്റെ ആത്മബോധത്തെ ദീപ്തമാക്കുന്നത്. രക്ഷിതാക്കൾക്ക് കുഞ്ഞുങ്ങളോടുള്ള മനോഭാവം കുട്ടിയിൽ കനത്ത സ്വാധീനം സൃഷ്ടിച്ചേക്കാം. സ്നേഹാർദ്രമായി കുഞ്ഞിന്റെ കണ്ണുകളിലേക്ക് നോക്കുന്ന മാത്രയിൽ കുഞ്ഞിന്റെ കണ്ണുകളിലും സമാനമായ മാനസിക വികാരം സൃഷ്ടിക്കാൻ കഴിയും. നമുക്ക് ഏറെ സ്നേഹം തോന്നുന്നവരുടെ കണ്ണുകളിലേക്ക് ഉറ്റുനോക്കാൻ താൽപ്പര്യം കാണിക്കുന്നത് തികച്ചും സ്വാഭാവികമാണ്. എന്നാൽ, ചില നോട്ടങ്ങൾ അതിനു വിധേയമാകുന്നവരുടെ മനസ്സിൽ എന്ത് വികാരമാണ് ഉണ്ടാക്കുന്നത് എന്നതുകൂടി പരിഗണിക്കപ്പെടേണ്ടതുണ്ട്. കുട്ടികളോടും മുതിർന്നവരോടും ഈ തത്വം പാലിക്കപ്പെടേണ്ടതാണ്.

നോട്ടത്തിന്റെ വിവിധ സാദ്ധ്യതകൾ സാമൂഹ്യജീവിതത്തിൽ പ്രയോജനപ്പെടാമെങ്കിലും ചില നോട്ടങ്ങൾ കുഞ്ഞിനെയെന്നപോലെ മുതിർന്നവരുടെയും മനസ്സിനെ മുറിവേൽപ്പിക്കുന്ന തരത്തിലുള്ളതാവുന്ന സന്ദർഭങ്ങളും വിരളമല്ല. മറ്റാളുകളുടെ തുറിച്ചു നോട്ടത്തിന് വിധേയരാകുമ്പോൾ ചില കുഞ്ഞുങ്ങൾ തങ്ങളിലേക്ക് സ്വയം ഉൾവലിഞ്ഞുകൊണ്ട് പെരുമാറാനും തന്നെ തുറിച്ചു നോക്കുന്ന ആളിൽ നിന്ന് മുഖം തിരിച്ചു കളയാനും ശ്രമിച്ചേക്കാം. ഇത്തരം സന്ദർഭങ്ങളിൽ ഹൃദയമിടിപ്പ് ഉൾപ്പെടെയുള്ള ശാരീരിക പ്രവർത്തനങ്ങൾ താറുമാറാകുകയും കടുത്ത മാനസിക പിരിമുറുക്കത്തിന് കുട്ടി ഇരയാവുകയും ചെയ്യാം. മുതിർന്ന ആളുകളിൽ പോലും ഇങ്ങനെയുള്ള തുറിച്ചു നോട്ടങ്ങൾ തികഞ്ഞ അസ്വസ്ഥതക്കും ദേഷ്യം കലർന്ന പെരുമാറ്റത്തിനും കാരണമാകാറുണ്ട്.

രക്ഷിതാക്കളും മറ്റു പ്രിയപ്പെട്ട കുടുംബാംഗങ്ങളും വഴി ലഭിക്കുന്ന ഓരോ അനുഭവങ്ങളും കാലക്രമത്തിൽ കുട്ടിയുടെ പ്രവർത്തന

യോഗ്യമായ ഓർമ്മകളായി ബാക്കി നിൽക്കുകയും പിന്നീടുള്ള ജീവിതത്തിൽ അവ പ്രകടമാവുകയും ചെയ്തേക്കാം.

മനസ്സിനുള്ളിൽ എന്തെങ്കിലും തരത്തിലുള്ള ഭയം തോന്നുന്ന കുട്ടികൾ വളരെ ശക്തമായി മറ്റുള്ളവരിലേക്ക് അടുക്കാൻ ശ്രമിച്ചെന്ന് വരാം. മറ്റു വ്യക്തികളിലൂടെ തന്റെ സുരക്ഷിതത്വം ഉറപ്പിക്കുന്നതിന്റെ മുന്നോടിയായിട്ടാണ് ഇത്തരം കുട്ടികൾ ആരോടും എളുപ്പത്തിൽ അടുക്കാൻ ശ്രമിക്കാറുള്ളത്. ജനനത്തെ തുടർന്ന് ഏതെങ്കിലും ഒരാളെ രക്ഷിതാവായി ഉറപ്പിച്ചെടുക്കുക എന്നത് ഓരോ കുട്ടിയെ സംബന്ധിച്ചിടത്തോളവും അതീവ പ്രാധാന്യമുള്ളതാണ്. സ്വന്തം അമ്മയോ മറ്റു കുടുംബാംഗങ്ങളോ അല്ലാത്ത അപരിചിതരായാൽ പോലും ആ വ്യക്തിയിലേക്ക് അടുക്കുന്നതിനാണ് ഏതൊരു കുഞ്ഞും ആദ്യഘട്ടത്തിൽ ശ്രമിക്കുന്നത്.

ഒരു വ്യക്തിയെ രക്ഷിതാവായി അംഗീകരിക്കപ്പെടുന്നതിന് ചില അടിസ്ഥാന മാനദണ്ഡങ്ങൾ പാലിക്കപ്പെടേണ്ടതായിട്ടുണ്ട്. രക്ഷിതാവ് തന്റെ കുഞ്ഞിന് വേണ്ടി എത്ര സമയം നീക്കിവെക്കുന്നു എന്നത് ഇതിൽ വളരെ പ്രധാനമാണ്. കൂടാതെ, എത്രമാത്രം മെച്ചപ്പെട്ട രീതിയിലുള്ള ശ്രദ്ധയും പരിഗണനയുമാണ് കുഞ്ഞിന് നൽകപ്പെടുന്നത് എന്നതും പ്രസക്തമാണ്. കുഞ്ഞിനെ പരിചരിക്കുന്ന നേരത്ത് അവരുടെ അതാതു സമയത്തെ ഭൗതികമായ ആവശ്യങ്ങളെ തൃപ്തിപ്പെടുത്തുക എന്നതിലപ്പുറം കുഞ്ഞിന്റെ വൈകാരിക നിലക്ക് യോജിച്ച തരത്തിൽ വികാരനിർഭരമായി ഇടപെടാൻ കഴിയുന്നുണ്ടോ എന്നതും അതീവ പ്രാധാന്യമർഹിക്കുന്നതാണ്.

എഴുപതുകൾ വരെ വിവാഹത്തിന്റെ മുന്നുപാധിയായി പരിഗണിക്കപ്പെട്ടു പോന്നത് സാമ്പത്തിക കെട്ടുറപ്പ് മാത്രമായിരുന്നു. ഏറെക്കുറെ തൊണ്ണൂറുകളോടെയാണ് വിവാഹത്തിൽ പ്രണയം എന്നത് ഒരു വൈകാരിക മുന്നുപാധിയായി മാറുന്നത്. 200-ൽ അമേരിക്കയിൽ നടന്ന ഒരു കണക്കെടുപ്പ് അനുസരിച്ച് ഏതാണ്ട് 80 ശതമാനം സ്ത്രീകളും തങ്ങളുടെ പങ്കാളികളാകാൻ വരുന്നവർക്ക് ജീവിതോപാധി ഉണ്ടാകുന്നതിനേക്കാൾ പ്രധാനമായി പരിഗണിച്ചത് അവർക്കു തങ്ങളുടെ വികാരങ്ങളെ എത്രമാത്രം ഉൾകൊള്ളാൻ കഴിയും എന്നതായിരുന്നു. 1950-ൽ 4 മില്യൺ ആയിരുന്നു അമേരിക്കയിലെ ഒറ്റക്ക് ജീവിക്കുന്നവരുടെ കണക്ക് എങ്കിൽ ഇന്ന് അത് 30 മില്യൺ കടന്നിരിക്കുന്നു എന്നാണ് കണക്കുകൾ രേഖപ്പെടുത്തുന്നത്. ഏകാന്തതയെക്കുറിച്ച് ഗവേഷണം നടത്തുന്ന ജോൺ കാസിപ്പോയുടെ അഭിപ്രായത്തിൽ ഓരോ വ്യക്തിയും സാമൂഹ്യ ബന്ധങ്ങളിൽ

ഏർപ്പെടുന്നത് കേവലം യാദൃശ്ചികമായി മാത്രമാണ് അല്ലാതെ ഒരു അനിവാര്യത എന്ന നിലയിലല്ല.

ഏതാണ്ട് 2 ദശാബ്ദങ്ങൾക്ക് ഇപ്പുറമാണ് പ്രേമബന്ധത്തിൽ ഏർപ്പെടുന്നവർക്ക് സമൂഹത്തിൽ അർഹമായ സ്ഥാനം ലഭിച്ചു തുടങ്ങിയത് എന്ന് കാണാം. പ്രേമം പോലുള്ള വികാരങ്ങൾ നമ്മുടെ മൃഗ പ്രകൃതത്തിന്റെ ഭാഗമാണെന്നും, ഇത്തരം മൃഗതുല്യമായ വികാരങ്ങളെ മറികടന്നുകൊണ്ട് യുക്തിബോധം ആർജ്ജിക്കുമ്പോൾ മാത്രമേ മനുഷ്യർ എന്ന നിലയിൽ നമുക്ക് വളർന്നു വരാൻ കഴിയുകയുള്ളൂ എന്നാണ് പ്രശസ്ത ഗ്രീക്ക് ചിന്തകനായ ദക്കാർത ഉൾപ്പെടെ അഭിപ്രായപ്പെട്ടിട്ടുള്ളത്. യുക്തിബോധം ഒന്ന് മാത്രമാണ് മനുഷ്യരെ മറ്റു മൃഗങ്ങളിൽ നിന്ന് വേർതിരിക്കുന്നത് എന്നാണ് അദ്ദേഹം വിശ്വസിച്ചത്. തത്വശാസ്ത്രത്തിന്റെയും പാരമ്പര്യ വിശ്വാസങ്ങളുടെയും തടവുകൾ ഭേദിച്ചുകൊണ്ട് ശാസ്ത്രീയമായി കാര്യങ്ങളെ മനസിലാക്കാൻ തുടങ്ങിയതോടെ മാത്രമാണ് വികാരങ്ങൾക്ക് ജീവിതത്തിനുള്ള പങ്കിനെക്കുറിച്ച് അറിയാനുള്ള പ്രാപ്തി നമ്മൾ നേടിയെടുത്തത്.

ഏതുതരം ജീവിതപ്രതിസന്ധികളെയും മറികടക്കുന്നതിന് മറ്റുള്ളവരുമായുള്ള സ്നേഹപൂർണമായ ബന്ധങ്ങൾ വഴി സാധിക്കും എന്നതിന് തെളിവുകൾ ഏറെയാണ്. ഉദാഹരണത്തിന്, അമേരിക്കയിൽ വേൾഡ് ട്രെയ്ഡ് സെന്ററിന് നേരെ നടന്ന ആക്രമണത്തിൽ അതിജീവിച്ച പലർക്കും പി.ടി.എസ്.ഡി പോലുള്ള മാനസിക നിലകൾ (post traumatic disorder) ഉണ്ടായപ്പോൾ കുടുംബാംഗങ്ങളുമായും, സുഹൃത്തുക്കളുമായും മറ്റു പ്രിയപ്പെട്ടവരുമായും ശക്തമായ സ്നേഹബന്ധങ്ങൾ ഉള്ളവർക്കിടയിൽ ഇതിന്റെ തോത് നന്നേ കുറഞ്ഞതായാണ് കാണപ്പെട്ടത്.

മറ്റുള്ളവരോട് അനുകമ്പയോടെ പെരുമാറുന്നതിനും, സ്വന്തം കഴിവുകൾ മെച്ചപ്പെട്ട രീതിയിൽ പ്രകടിപ്പിക്കുന്നതിനുമെല്ലാം മുന്നിൽ നിൽക്കുന്നത് വൈകാരിക ബന്ധങ്ങൾ ഏറെ ഉള്ളവർ തന്നെയാണ്. നമ്മുടെ പൂർവ്വികർ പരസ്പരം ഒറ്റ തിരിഞ്ഞു നടന്നിരുന്നെങ്കിൽ മനുഷ്യരാശിക്ക് ഇക്കണ്ട നേട്ടങ്ങളൊന്നും നേടാൻ കഴിയില്ലായിരുന്നു എന്നാണ് ഫ്രാൻസ് ദീവാൾ എന്ന ചിന്തകൻ അഭിപ്രായപ്പെടുന്നത്.

മറ്റുള്ളവരുടെ മുഖത്ത് മിന്നി മായുന്ന വികാരങ്ങളെ വായിച്ചറിഞ്ഞുകൊണ്ട് അവരോട് പെരുമാറത്തക്ക വിധത്തിലാണ് നമ്മുടെ മനസ്സ് പ്രവർത്തിക്കുന്നത്. പ്രേമം, സ്നേഹം എന്നതെല്ലാം ഇത്തരത്തിൽ മറ്റുള്ളവരുടെ വൈകാരിക നിലയ്ക്ക് അനുസരിച്ച് സ്വയം ക്രമീകരിക്കുന്നതിന്റെയും പുനഃക്രമീകരിക്കുന്നതിന്റെയും തുടർപ്രക്രിയ കൂടിയാണ്.

പ്രേമിക്കുന്നവരായാലും, ദാമ്പത്യജീവിതം നയിക്കുന്നവരായാലും ഏതെങ്കിലും സാഹചര്യങ്ങളിൽ ബന്ധം പിരിഞ്ഞു പോകാൻ ഇട വന്നാൽ അവർ പരസ്പരം കുറ്റപ്പെടുത്തുന്നത് പതിവാണ്. ബന്ധം ശക്തമായിരുന്ന കാലയളവിൽ ഉണ്ടായിരുന്ന ആനന്ദത്തെയും അതിന്റെ ഭാഗമായി ഉണ്ടായ അനവധി നേട്ടങ്ങളെയും യുക്തിഭദ്രമായി പരിശോധിക്കുന്നതിന് പകരം ബന്ധം ദുർബലപ്പെടാൻ ഇടയായ ചില വൈകാരികതകളുടെ തള്ളിച്ചയിൽ പെരുമാറാനാണ് ഭൂരിഭാഗം വ്യക്തികളും ശ്രമിക്കാറുള്ളത്. ഇങ്ങനെയുള്ളവർക്ക് അവരുടെ പ്രശ്നങ്ങളെ യുക്തിഭദ്രമായി കാണുന്നതിനും തക്കതായ പരിഹാരം കാണുന്നതിനും കഴിയാറില്ല. ആരോഗ്യകരമായ ആത്മബോധം ആർജ്ജിക്കുന്നതിലുള്ള പരിമിതികളും ഇതിന് തടസ്സമായി മാറാവുന്നതാണ്. മറ്റുള്ള വ്യക്തികളുമായി സ്നേഹബന്ധങ്ങൾ സ്ഥാപിക്കേണ്ടി വരുന്ന ഘട്ടങ്ങളിൽ മുതിർന്നവർ നേരിടുന്ന പ്രശ്നങ്ങളിലേറെയും ഉടലെടുക്കുന്നത് ഓരോ വ്യക്തിയും കുട്ടിക്കാലത്ത് ഏതൊക്കെ രീതിയിലുള്ള പരിചരണ രീതികൾക്ക് വിധേയമായിട്ടുണ്ട് എന്നതിനെ കൂടി ആശ്രയിച്ചായിരിക്കും. പ്രണയത്തിലായാലും, ദാമ്പത്യത്തിലായാലും ഇത് പ്രതിഫലിച്ചു കാണാൻ കഴിയും.

സുരക്ഷിതവും സ്നേഹസമ്പൂർണവുമായ പരിലാളനകൾ കിട്ടി വളർന്ന കുട്ടികൾ തങ്ങളുടെ ജീവിതം പ്രണയത്തിലേക്കും ദാമ്പത്യത്തിലേക്കും മറ്റും വഴി മാറുന്നതോടെ കൂടുതൽ പക്വമായ രീതിയിൽ ഏതൊരു പ്രശ്നത്തെയും നേരിടാനുള്ള ശേഷി നേടിയിട്ടുണ്ടായിരിക്കും. പരസ്പരമുണ്ടാകുന്ന അഭിപ്രായ വ്യത്യാസങ്ങളുടെയോ, കാഴ്ചപ്പാടുകളുടെയോ ഭാഗമായുണ്ടാകാനിടയുള്ള പ്രശ്നങ്ങളെ ഇത്തരക്കാർക്ക് സമചിത്തതയോടെ സമീപിക്കാനും യുക്തമായ പരിഹാരം കണ്ടെത്താനും കഴിഞ്ഞേക്കും. എന്നാൽ, കുട്ടിക്കാലത്ത് പലതരത്തിലുള്ള മാനസിക ആഘാതങ്ങളും, വ്യസനങ്ങളും അനുഭവിക്കാൻ ഇടയായവരാവട്ടെ ഇത്തരത്തിൽ പ്രശ്നങ്ങളെ നേരിടാൻ കഴിയാതെ കനത്ത മാനസിക പ്രശ്നങ്ങൾക്ക് വിധേയരാകാനുള്ള സാദ്ധ്യതകൾ ഏറെയാണെന്നാണ് പഠനങ്ങൾ സാക്ഷ്യപ്പെടുത്തുന്നത്.

ആത്മനിയന്ത്രണത്തിന്റെ സൗന്ദര്യം

ചില മാതാപിതാക്കൾ അവരുടെ പെരുമാറ്റത്തിൽ നിയതമായ ഒരു ചിട്ട പുലർത്താറില്ല. ചിലപ്പോഴൊക്കെ ക്ഷുഭിതമായും മറ്റു ചില നേരങ്ങളിൽ ശാന്തമായും അതല്ലെങ്കിൽ നിർവ്വികാരമായും പെരുമാറുന്ന ഇത്തരം വ്യക്തികളിൽ നിന്ന് കുട്ടികൾക്ക് ലഭിക്കുന്ന വിവരങ്ങൾ അവരെ അസ്വസ്ഥരാക്കുന്നതിൽ അതിശയിക്കാനില്ല. ഒരു നിയതമായ ക്രമം എല്ലാറ്റിലും കണ്ടെത്താനും അതിനനുസരിച്ച് ചുറ്റുപാടിനോടും മറ്റു പ്രിയപെട്ടവരോടും യുക്തമായി പെരുമാറുക എന്നതും ഇത്തരം സന്ദർഭങ്ങളിൽ അസാധ്യമായിരിക്കും. ഇത് സ്വാഭാവികമായും കുട്ടികളുടെ മാനസിക വളർച്ചയെ പ്രതികൂലമായി ബാധിച്ചേക്കാം. നമുക്ക് പരിചയമുള്ള പലർക്കും ചില സന്ദർഭങ്ങളിൽ ഉചിതമായി പെരുമാറാൻ കഴിയാത്തതായി തോന്നാറുണ്ടെങ്കിലും അതിന്റെ യഥാർത്ഥ കാരണം തിരക്കാൻ നമ്മൾ മുതിരാറില്ല. ചില സാഹചര്യങ്ങളിൽ നമ്മൾ പ്രതീക്ഷിച്ച രീതിയിൽ വൈകാരികമായി പെരുമാറുന്നതിൽ പരാജയപ്പെടുന്ന പ്രിയപ്പെട്ടവരോട് പോലും അകന്നു നിൽക്കാനാണ് താൽപ്പര്യം പ്രകടിപ്പിക്കാറുള്ളത്. നമ്മൾ ഓരോരുത്തരും എന്തൊക്കെ തരത്തിലുള്ള കുട്ടിക്കാല അനുഭവങ്ങളിലൂടെ കടന്നു പോയവരാണ് എന്നതിന് അനുസൃതമായിട്ടായിരിക്കും പിൽക്കാല ജീവിതത്തിൽ നമ്മൾ ഉണ്ടാക്കി എടുക്കാനിടയുള്ള വ്യക്തി ബന്ധങ്ങളും, മറ്റുള്ളവരെ കുറിച്ച് ഉണ്ടാകാനിടയുള്ള പ്രതീക്ഷകളെയും എല്ലാം തീരുമാനിക്കുന്നത്.

ചില ആളുകൾ അവരുമായി അടുത്ത ബന്ധമുള്ളവരെ അനാവശ്യമായി ആദർശവത്കരിക്കുകയും അതോടൊപ്പം സ്വന്തം

കഴിവുകളെയും നേട്ടങ്ങളെയും തികഞ്ഞ അവമതിയോടെ കാണുകയും ചെയ്യാറുണ്ട്. ഇത്തരക്കാർ അവരുടെ സ്വന്തം യോഗ്യതകളെക്കുറിച്ച് എപ്പോഴും ആകുലപ്പെട്ടുകൊണ്ടിരിക്കുന്നതും സാധാരണമാണ്. ഇത്തരത്തിൽ സ്വയം തിരസ്കരിച്ച പെരുമാറുന്നതിന് ഇവരെ പ്രേരിപ്പിയ്ക്കുന്നത് ഇവരുടെ മനസ്സിൽ മറ്റുള്ളവർ തങ്ങളെ സ്വീകരിക്കുമോ തള്ളിക്കളയുമോ എന്ന ഉത്കണ്ഠ വലിയതോതിൽ ശക്തമാകുന്നതുകൊണ്ടാവാം. മറ്റുള്ളവരുടെ അംഗീകാരം കിട്ടുന്നതിനായി ഇത്തരം വ്യക്തികൾ കഠിനമായി ആഗ്രഹിക്കാറുണ്ടെങ്കിലും, സ്വന്തം കഴിവുകളെയും സാധ്യതകളെയും കുറിച്ച് കടുത്ത വിശ്വാസമില്ലായ്മ കാരണം അത് മറച്ചുവെക്കുകയാണ് പതിവ്. മറ്റുള്ളവർ തന്നെ ഉപേക്ഷിക്കുമോ എന്ന ആധി ഇക്കൂട്ടരിൽ പ്രബലമായിരിക്കും.

ഇപ്രകാരം, ഉൽക്കണ്ഠാകുലമായ ചെറുപ്പകാലം ഉള്ളവർ സുരക്ഷിതമായ സ്നേഹ പരിലാളനകൾക്ക് വിധേയമായി ജീവിച്ചവരെ അപേക്ഷിച്ച് വികാരഭരിതമായ അനുഭവങ്ങൾക്ക് വിധേയരാവുമ്പോൾ വലിയ തോതിലുള്ള ദേഷ്യവും ശത്രുതാപരമായ പെരുമാറ്റവും കാണിച്ചെന്നു വരാം. മാത്രമല്ല തിരസ്കാര (dismissive personality) പ്രകൃതമുള്ളവർ പലപ്പോഴും തങ്ങളെ വിട്ടുപോകാൻ ഇടയുള്ളവരുമായി ബന്ധം സ്ഥാപിക്കുന്നതും വളരെ അപൂർവ്വമായിട്ടായിരിക്കും. മറ്റുള്ളവരുടെ കൂടെ ഒരുമിച്ച നടക്കേണ്ടുന്ന സന്ദർഭങ്ങൾ പരമാവധി കുറയ്ക്കാനാണ് ഇത്തരക്കാർ ശ്രമിക്കാറുള്ളത്.

മുഖ്യ രക്ഷിതാവിൽ നിന്ന് വേറിടേണ്ട സാഹചര്യങ്ങളിൽ കുട്ടികൾ പലതരം പെരുമാറ്റങ്ങൾ കാണിക്കുക പതിവാണ്. 3/4 വയസ്സുള്ള കുട്ടികൾ വരെ ഇത്തരം സന്ദർഭങ്ങളിൽ വാശിപിടിച്ച് കരയുകയും, നിലത്തു കിടന്ന് ഉരുളുകയും മറ്റും ചെയ്യാം. ഇത്തരം വ്യക്തികൾ പ്രായപൂർത്തിയാകുന്നതോടെ അവരുടെ പെരുമാറ്റങ്ങളിലും അതിനനുസരിച്ചുള്ള തീവ്രത കാണാനാവും. അനാവശ്യമായി കയർത്തു സംസാരിക്കുകയും, കടുത്ത കോപത്തിന് ഇരയാവുകയും ചെയ്യുന്ന രക്ഷിതാവിന്റെ കീഴിൽ വളർന്നു വരുന്ന പെൺകുട്ടിയായാലും ആൺകുട്ടിയായാലും അവരുടെ പ്രണയബന്ധത്തിലും, വിവാഹ ബന്ധത്തിലും ഒക്കെയുണ്ടാകുന്ന പല പ്രശ്നങ്ങളിലും യുക്തിപൂർണമായ സമീപനം സ്വീകരിക്കുന്നതിൽ വളരെ പിറകിലാവാനുള്ള സാദ്ധ്യതകൾ കൂടുതലാണ്. ഇങ്ങനെയുള്ള വ്യക്തികൾ ചില സന്ദർഭങ്ങളിൽ തന്റെ പങ്കാളി ഒച്ചവെച്ച് സംസാരിക്കുകയോ മറ്റോ ചെയ്യുമ്പോൾ പോലും ഭയത്തിനടിപ്പെട്ടു പോകുന്നതിനാൽ അത്തരത്തിലുള്ള സാഹചര്യങ്ങൾ പരമാവധി ഒഴിവാക്കാനും ശ്രമിക്കാറുണ്ട്.

പങ്കാളിയുടെ അഭിപ്രായങ്ങളോട് വിയോജിപ്പുണ്ടെങ്കിലും അത് മറച്ചുവെച്ച് പെരുമാറാനാണ് ഇവർ താൽപ്പര്യപ്പെടാറുള്ളത്. നമ്മുടെ സമൂഹത്തിൽ നിത്യേനയെന്നോണം ഉണ്ടാകുന്ന വിവാഹവുമായി ബന്ധപ്പെട്ടുള്ള പല പ്രശ്നനങ്ങളിലും ഇത് തെളിഞ്ഞു കാണാവുന്ന താണ്.

ഓരോ വ്യക്തിയുടെയും വികാരങ്ങൾ ഓരോരോ സന്ദർഭങ്ങൾക്ക് അനുസരിച്ച് സ്വയം നിയന്ത്രണ വിധേയമാക്കാനുള്ള സാഹചര്യം ഇല്ലാതെ വന്നാൽ മറ്റുള്ളവരോട് ആരോഗ്യകരമായ ബന്ധങ്ങൾ ഉണ്ടാക്കിയെടുക്കുന്നതിന് കഴിയണമെന്നില്ല. സാമൂഹ്യ ജീവിതത്തി നുള്ള തിരക്കഥ പോലെയാണ് ഇത്തരം അനുഭവങ്ങളും രീതികളും പ്രവർത്തിക്കുന്നത്. ഈ തിരക്കഥ എത്ര മാത്രം സങ്കുചിതമായി തീരുന്നുവോ അതിനനുസരിച്ച് നാം മറ്റുള്ളവരുമായി സ്ഥാപിക്കുന്ന ബന്ധങ്ങളുടെ സ്വഭാവവും പ്രതികൂലമായി തീർന്നേക്കാം. മറ്റു വ്യക്തി കളുമായുള്ള മാനസിക അടുപ്പത്തിന്റെ മാതൃകകൾ രൂപപ്പെടുന്നത് ജീവിതത്തിന്റെ പല ഘട്ടങ്ങളിലൂടെ ആയിരിക്കും. മറ്റൊരാളുടെ സാമീപ്യത്തിനും അതുവഴി ഉണ്ടാവാനിടയുള്ള സുരക്ഷിതത്വത്തിനും വേണ്ടിയാണ് ഏതൊരു അടുപ്പവും രൂപപ്പെട്ടു വരുന്നത്. ആദ്യത്തെ 2നും 6നും മാസത്തിന് ഇടയിലുള്ള വളർച്ചാ കാലയളവിലാണ് ഇത്തരം അടുപ്പത്തിന്റെ മൂല മാതൃകകൾ ഉണ്ടാകുന്നത്. ഈ കാലത്ത് കുഞ്ഞുങ്ങളുടെ വൈകാരികവും അല്ലാത്തതുമായ ആവശ്യങ്ങൾ സമയോചിതമായി പരിഹരിക്കാൻ കഴിയുന്നവരെയാണ് അവർ മുഖ്യ രക്ഷിതാവായി കണ്ടു തുടങ്ങുന്നത്.

രണ്ടാമത്തെ വയസ്സിലേക്കു കടക്കുന്നതോടെ മുഖ്യ രക്ഷിതാ വിന്റെ ശാരീരിക സാന്നിധ്യമില്ലെങ്കിൽ പോലും മാനസികമായി അവരുടെ സാന്നിധ്യത്തെ അനുഭവിച്ചുകൊണ്ട് സ്വന്തം പ്രശ്നങ്ങളെ പരിഹരിക്കാനുള്ള ശേഷി കൈവരിക്കാൻ കുട്ടികൾക്ക് കഴിയും. അവനവനെക്കുറിച്ചുള്ള അവബോധം (self esteem) ശക്തിപ്പെട്ടു വരുന്നതും ഈ കാലയളവിൽ തന്നെയാണ്.

എന്നാൽ, കുട്ടിക്കാലത്തുണ്ടാകുന്ന ബന്ധങ്ങൾ പലപ്പോഴും സുസ്ഥിരമാകണമെന്നില്ല. ഇത് എപ്പോഴും പ്രയോജനകരമായി തീരും എന്ന് ഉറപ്പിക്കാനും കഴിയില്ല. പക്ഷെ, പിൽക്കാലത്ത് നേരി ടാനിടയുള്ള പ്രതികൂലമായ സാഹചര്യങ്ങളെ നേരിടാനുള്ള പ്രാപ്തി കൈവരിക്കുന്നതിന് ഇത് ഗുണകരമായി തീർന്നേക്കാം. ഇങ്ങനെ ഭാവി ജീവിതത്തെ സന്തോഷകരമാക്കി തീർക്കുന്നതിൽ കുട്ടിക്കാല ജീവിതാനുഭവങ്ങൾക്കുള്ള പങ്ക് തള്ളിക്കളയാൻ കഴിയില്ല എന്ന

യാഥാർത്ഥ്യവും നമ്മൾ തിരിച്ചറിയേണ്ടതാണ്.

വൈകാരിക അനുഭവങ്ങളെ തക്കതായ രീതിയിൽ അനുഭവിച്ചറിയുന്നതിൽ പ്രയാസങ്ങൾ നേരിടുന്ന പക്ഷം നമ്മുടെ മാനസിക വളർച്ചയിലും പോരായ്മകൾ ഉണ്ടാവുന്നത് സാധാരണമാണ്. അമ്മയുടെ സമയോചിതമായ ശ്രദ്ധയും ലാളനയും കിട്ടാതെ വളർന്നു വന്ന കുരങ്ങു കുട്ടികളിൽ പോലും പല തരത്തിലുള്ള പോരായ്മകൾ കാണാൻ കഴിഞ്ഞിട്ടുണ്ട്. ഓർമ്മകൾ ശരിയാം വണ്ണം പ്രവർത്തിക്കുന്നതിന് ഒട്ടേറെ പ്രയാസങ്ങൾ നേരിട്ടു കൊണ്ടാണ് ഇത്തരം കുരങ്ങു കുട്ടികൾ വളർച്ച പൂർത്തീകരിച്ചത് എന്നത് പല പഠനങ്ങളിലൂടെയും കണ്ടെത്തപ്പെട്ടിട്ടുണ്ട്. സന്ദർഭങ്ങൾക്ക് യോജിക്കാത്ത തരത്തിലുള്ള പെരുമാറ്റങ്ങളും, ആവർത്തന വിരസമായ ചില സ്വഭാവങ്ങളും, ആവശ്യമായ കാര്യങ്ങളിൽ ഉൾപ്പെടെ ശ്രദ്ധാപൂർവം ഇടപെടാനുള്ള ശേഷിയില്ലായ്മയും എല്ലാം ഇത്തരക്കാരിൽ കാണാറുണ്ട്.

മറ്റുള്ളവരുടെ മനസ്സറിഞ്ഞ് പെരുമാറാൻ സഹായിക്കുന്ന മസ്തിഷ്കത്തിലെ കണ്ണാടി കോശങ്ങളിലും മറ്റുമുള്ള വളർച്ചക്ക് പിൻബലമായിത്തീരുന്നത് കുഞ്ഞുങ്ങൾക്ക് ലഭിക്കുന്ന ഉചിതമായ സ്നേഹ പരിലാളനകൾ വഴിയാണ്.

മനുഷ്യക്കുഞ്ഞുങ്ങളുടെ മസ്തിഷ്കത്തിന്റെ വലതു അർദ്ധഗോളം അതിന്റെ വളർച്ച പൂർത്തീകരിക്കുന്നതിൽ ആദ്യഘട്ടത്തിൽ പ്രിയപ്പെട്ടവരുമായി ഉണ്ടാക്കുന്ന സ്നേഹബന്ധങ്ങൾക്ക് ഏറെ പ്രസക്തിയുണ്ട്. ആദ്യത്തെ 4 മാസങ്ങൾക്കുള്ളിൽ തന്നെ അമ്മയും കുഞ്ഞും തമ്മിൽ നടക്കുന്ന ഭാഷാതീതമായ വിനിമയങ്ങളാണ് (non verbal communications) പിൽക്കാലത്ത് വികസിച്ച് വരുന്ന വാമൊഴി ഭാഷയെ നിർമ്മിച്ചെടുക്കുന്നതിൽ ഉൾപ്പെടെ പ്രസക്തമായി മാറുന്നത്.ആദ്യത്തെ 6 മാസത്തിനുള്ളിൽ നടക്കുന്ന ഇത്തരം വിനിമയങ്ങളിലൂടെയാണ് കുഞ്ഞും അമ്മയും തമ്മിൽ വൈകാരികമായ ബന്ധം ഉറച്ചു വരുന്നത്. ഇതിന്റെ അഭാവത്തിൽ വാമൊഴിയെ ആശ്രയിച്ചുള്ള ഭാഷയും, സാമൂഹ്യ ബന്ധങ്ങളും ഒന്നും തന്നെ ഫലവത്താക്കിയെടുക്കാൻ കഴിയുകയില്ല എന്നതാണ് യാഥാർഥ്യം. ഭാഷാധിഷ്ഠിതമായ സംഭാഷണങ്ങളുടെ അടിത്തറയായി വർത്തിക്കുന്നതും ഈ വൈകാരിക വിനിമയം മൂലമാണ്. അമ്മമാരുമായുള്ള വൈകാരിക ബന്ധം ശരിയായ രീതിയിൽ ഉണ്ടാകാതെ വരുന്ന സാഹചര്യങ്ങളിൽ കുട്ടികൾ പല വിധത്തിലുള്ള വൈകാരിക അസന്തുലിതാവസ്ഥകൾക്കും ഇരയാകാറുണ്ട്. ഇവർ പ്രായപൂർത്തിയായാലും അവരുടെ പെരുമാറ്റരീതികൾ പല തരത്തിലുള്ള

അസ്വാഭാവികതകളും കാണിക്കാമെന്നാണ് മനഃശാസ്ത്ര മേഖലയിൽ നടന്നിട്ടുള്ള ഗവേഷണങ്ങൾ ചൂണ്ടിക്കാട്ടുന്നത്. ഉദാഹരണത്തിന്, ചില ആളുകൾ സന്തോഷത്തോടെ സംസാരിച്ചുകൊണ്ടിരിക്കുമ്പോൾ ഞൊടിയിടയിൽ ഭാവം മാറുന്നത് കാണാം. അടുത്ത ബന്ധത്തിൽ പെട്ടവരോട് പോലും ഇത്തരം വ്യക്തികൾ ക്ഷുഭിതമായി സംസാരിക്കുകയും ചില സന്ദർഭങ്ങളിൽ അക്രമാസക്തമായി പെരുമാറുകയും ചെയ്തേക്കാം.

മക്ഗിൽ സർവകലാശാലയിലെ മിഷേൽ മീനി എന്ന മനഃശാസ്ത്രജ്ഞൻ എലികളിൽ നടത്തിയ പഠനവും ഈ വഴിക്കുള്ള നിരീക്ഷണങ്ങളെ ശക്തിപ്പെടുത്തുന്നുണ്ട്. അമ്മഎലികളുടെ മതിയായ തോതിലുള്ള നക്കിത്തുടക്കലിനും ലാളനക്കും വിധേയരായ എലിക്കുഞ്ഞുങ്ങൾ തീർത്തും അപകടകരമായ സാഹചര്യങ്ങളിൽ പോലും മനഃസംയമനത്തോടെ പെരുമാറിയപ്പോൾ അത്തരത്തിലുള്ള ലാളനകളും, സ്നേഹസ്പർശവും കിട്ടാതെ വളർന്നവർ പ്രതികൂല സഹചര്യങ്ങളെ നേരിടാനാവാതെ പരാജയപ്പെടുന്നതായാണ് കണ്ടിട്ടുള്ളത്. ജനിതകമായുള്ള പരിമിതികൾ മറികടക്കുന്നതിന് കൂടി സഹായകരമായ രീതിയിലാണ് സ്നേഹപൂർണമായ അനുഭവങ്ങൾ പ്രവർത്തിക്കുന്നത് എന്ന് കൂടിയാണ് ഈ ഗവേഷണത്തിൽ നിന്നും തെളിഞ്ഞിട്ടുള്ളത്.

വെർജീനിയയിലെ കോമൺവെൽത്ത് സർവകലാശാലയിലെ (Common wealth university in Vergenia) ജനിതക ശാസ്ത്രജ്ഞനായ ഡാനിയേലി ഡിക് 400 കൗമാരക്കാരെ ഉപയോഗപ്പെടുത്തി ഒരു പഠനം നടത്തുകയുണ്ടായി. നീണ്ടകാലം നീണ്ടുനിന്ന പഠനമായതിനാൽ ഇവരുടെ ജനനം മുതൽ തന്നെ ഇവരെക്കുറിച്ച് പഠിക്കുന്നതിനുള്ള അവസരമാണ് ഗവേഷകർക്ക് ലഭിച്ചത്. ഈ പഠനം പ്രധാനമായും ശ്രദ്ധ കേന്ദ്രീകരിച്ചത് CHRm2 എന്ന ജീനിന്റെ പ്രഭാവത്തെക്കുറിച്ചും അതിന്റെ പ്രത്യാഘാതങ്ങളെ സംബന്ധിച്ചുമാണ്. മയക്കുമരുന്ന് ഉപയോഗത്തെയും മദ്യാസക്തിയെയും ഉണ്ടാക്കുന്നതിൽ ഈ ജീനിന്റെ പങ്കിനെകുറിച്ചാണ് പഠനം ലക്ഷ്യം വച്ചതെങ്കിലും, വിഷാദ രോഗം, സാമൂഹ്യവിരുദ്ധ പെരുമാറ്റങ്ങൾ എന്നിവ സൃഷ്ടിക്കുന്നതിൽ ഈ ജീനിന്റെ പ്രവർത്തനം കാരണമാകാവുന്നതാണ് എന്ന് മനസ്സിലാക്കുന്നതിനും ഈ പഠനത്തിലൂടെ സാധ്യമായിട്ടുണ്ട്. കുട്ടിക്കാലം മുതൽ തന്നെ വളരെ സ്നേഹത്തോടെയും ശ്രദ്ധയോടെയും വളർത്തിക്കൊണ്ട് വന്നവരിൽ ഈ ജീനിന്റെ പ്രഭാവം വലിയ തോതിൽ കുറഞ്ഞതായാണ് കണ്ടത്. ഇവരിൽ

വിഷാദ രോഗമോ, സാമൂഹ്യവിരുദ്ധ പെരുമാറ്റമോ അത്യപൂർവ്വമായി മാത്രമേ കാണാറുള്ളൂ. കുഞ്ഞുങ്ങളെ താരാട്ടു പാടി ഉറക്കുകയും, സ്നേഹപൂർവമായ വാക്കുകൾ പറഞ്ഞു കൊണ്ട് ഭക്ഷണം വാരി കൊടുക്കുകയും മറ്റും ചെയ്യുന്നത് മൂലം കുട്ടിയുടെ ഹൃദയ മിടിപ്പ് താഴുകയും, ശാന്തത കൈവരിക്കുകയും ചെയ്യുമെന്ന് ഇന്ന് ഏവർക്കും അറിയാവുന്നതാണ്. സാന്ത്വനം ഉറപ്പാക്കുന്ന ശബ്ദവും, സ്പർശവും കുട്ടിയെ ശാന്തമാക്കുന്നത് വഴി ഇതുമായി ബന്ധപ്പെട്ട ഓർമ്മകൾ ഉപമസ്തിഷ്ക ഭാഗങ്ങളിൽ ശേഖരിച്ചു വെക്കാൻ കഴിയും. ഇപ്രകാരം, പിന്നീടുള്ള ജീവിതത്തിൽ സമാനമായ പ്രതിസന്ധി ഘട്ടങ്ങൾ ഉണ്ടാവുകയാണെങ്കിൽ അതിനെ സമചിത്തതയോടെ നേരിടുന്നതിനും, അത്തരം അവസരങ്ങളിൽ ശാന്തതയോടെ പെരുമാറുന്നതിനും ഇവർക്ക് കഴിഞ്ഞേക്കും. ഇപ്രകാരമാണ് വികാരങ്ങളെ വരുതിയിൽ നിർത്തിക്കൊണ്ട് ജീവിതത്തിലെ ഏതു പ്രശ്നത്തെയും സമചിത്തതയോടെ അഭിമുഖീകരിക്കാനുള്ള ശേഷികൾ നേടിയെടുക്കാൻ ഏതൊരു വ്യക്തിക്കും കഴിയുന്നത്.

ജീവിതത്തിൽ നമുക്കുണ്ടാകുന്ന ഓരോ അനുഭവങ്ങളെ തുടർന്നും അതിനിണങ്ങുന്ന നാഡീകോശ ഘടനകൾ കൂടി നിർമ്മിക്കപ്പെടുന്നുണ്ട്. സമാനമായ അനുഭവങ്ങൾ പിന്നീടും ഉണ്ടാവുകയാണെങ്കിൽ ഇതേ നാഡീകോശ ഘടനകൾ പ്രത്യേകരീതിയിലുള്ള പ്രവർത്തന മാതൃകകൾ ഉണ്ടാക്കുകയും അവയെ പ്രവർത്തനയോഗ്യമായ ഓർമ്മകളാക്കി (working Memory) മാറ്റുകയുമാണ് ചെയ്യുന്നത്. ഉദാഹരണത്തിന്, നാലു ദിവസം കണ്ണുകെട്ടി ജീവിക്കാൻ അവസരം ഉണ്ടാകുകയാണെങ്കിൽ കേൾവിയിലൂടെയും, സ്പർശത്തിലൂടെയും ചുറ്റുപാടിനെക്കുറിച്ച് മനസിലാക്കി പ്രവർത്തിക്കാൻ കഴിയും. ദൃശ്യാനുഭവങ്ങൾക്ക് പകരം സപർശത്തിലൂടെയും ശബ്ദത്തിലൂടെയും കിട്ടുന്ന വിവരങ്ങളെ ശേഖരിച്ചുകൊണ്ട് അറിവ് നിർമ്മിക്കാൻ കഴിയും എന്നും ഇതിലൂടെ തെളിയുന്നുണ്ട്. ഇതിലും വലിയ തോതിലുള്ള മാറ്റങ്ങളായിരിക്കും ഒന്നോ രണ്ടോ വർഷങ്ങൾ ഇരുട്ടിൽ തന്നെ കഴിയേണ്ടി വരുകയാണെങ്കിൽ ഉണ്ടാകുന്നത്. ജന്മനാ കാഴ്ചശക്തിയില്ലാത്തവർ അവരുടെ ചുറ്റുവട്ടത്തുള്ള കാര്യങ്ങളെക്കുറിച്ച് അറിവ് നേടുന്നതും ഇപ്രകാരമാണ്.

അതുകൊണ്ട് തന്നെ കുട്ടിക്കാലത്ത് ലഭിക്കുന്ന ഓരോ തരത്തിലുള്ള വൈകാരിക അനുഭവങ്ങൾക്കും ഇത്തരത്തിലുള്ള മാതൃകകൾ വഴി പിൽക്കാല ജീവിതത്തിൽ വലിയ തോതിലുള്ള സ്വാധീനം സൃഷ്ടിക്കാൻ കഴിയും എന്ന് മനസ്സിലാക്കാൻ പ്രയാസമില്ല.

പ്രായപൂർത്തിയായതിനു ശേഷം ഉണ്ടാക്കിയെടുക്കുന്ന ഒട്ടുമിക്ക വൈകാരികതകളും വളർന്നു വരുന്നത് കുട്ടിക്കാലത്തുണ്ടാകുന്ന അനുഭവങ്ങളുടെ അടിത്തറയിൽ തന്നെയാണ് എന്നതിനും തെളിവുകൾ സുലഭമാണ്. ജീവിത പങ്കാളിയുമായുള്ള നല്ല ബന്ധം മുതൽ സ്വന്തം കുഞ്ഞുങ്ങളെ എങ്ങനെയൊക്കെ വളർത്തിയെടുക്കുന്നു എന്നതിന് ഉൾപ്പെടെ അടിത്തറ പാകുന്നതിൽ ഒരു വ്യക്തിയുടെ കുട്ടിക്കാല ജീവിതത്തിനുള്ള പ്രാധാന്യം വളരെ വലുതാണ്.

പങ്കാളിയുമായുള്ള ലൈംഗിക ജീവിതത്തിന്റെ ആഴവും മേന്മയും തീരുമാനിക്കുന്നതിൽ വരെ ഇതിന്റെ സ്വാധീനം കാണാൻ കഴിയും. മറ്റുള്ളവരിൽ നിന്നും ഒഴിഞ്ഞുമാറി ജീവിക്കാൻ ശ്രമിക്കുന്നവർക്കിടയിൽ ലൈംഗികതയുമായി ബന്ധപ്പെട്ട പൂർവ ലീലകൾ വരെ നന്നേ കുറവാകാം എന്നാണ് ഈ രംഗത്ത് നടന്നിട്ടുള്ള പഠനങ്ങൾ വഴി തെളിഞ്ഞിട്ടുള്ളത്. ലൈംഗിക പ്രക്രിയയിൽ മാത്രം ഒതുങ്ങി ഇടപെടാനായിരിക്കും ഇത്തരക്കാർ ഏറെയും താൽപ്പര്യപ്പെടുന്നത്. ചില വ്യക്തികൾ ഡിജിറ്റൽ മാർഗങ്ങളിലൂടെ ലൈംഗിക തൃപ്തി നേടുന്നത് ഇന്ന് സാധാരണമായിട്ടുണ്ട്. ഇത്തരം ആനന്ദാനുഭൂതികളിൽ അഭിരമിക്കുന്നവരിൽ ഏറെയും അരക്ഷിതമായ കുട്ടിക്കാല അനുഭവങ്ങളിലൂടെ കടന്നുവന്നവരായിരിക്കാനുള്ള സാദ്ധ്യതകൾ തള്ളിക്കളയാനാവില്ല. അത്തരത്തിലുള്ള പഠനങ്ങൾ ഈ മേഖലയിൽ ഇനിയും നടക്കേണ്ടതായിട്ടുണ്ട്. ഇണയുമായി ബന്ധപ്പെടുമ്പോൾ ഉണ്ടാവാനിടയുള്ള വൈകാരിക ഇടപെടലുകളെ തുടർന്നുണ്ടാകുന്ന പ്രയാസങ്ങൾ ഒഴിവാക്കുന്നതിന് കൂടിയാവണം ഇവർ ഡിജിറ്റൽ സ്വകാര്യതയിൽ രതിപൂർത്തി തേടുന്നത് എന്നും അനുമാനിക്കാവുന്നതാണ്. അരക്ഷിതമായ കുട്ടിക്കാലം ഉള്ളവരിൽ പിൽക്കാലത്ത് സുഗന്ധ ദ്രവ്യങ്ങളുടെയും, സൗന്ദര്യവർദ്ധക വസ്തുക്കളുടെയും ഉപയോഗവും താരതമ്യേന കൂടുതലായി കണ്ടേക്കാം എന്ന നിരീക്ഷണവും ശക്തമാണ്.

മാതൃസ്വഭാവവും അനുബന്ധ പ്രശ്നങ്ങളും

ഏതൊരു വ്യക്തിയുടെയും വളർച്ചയിൽ മറ്റാരേക്കാളും പ്രസക്തമായത് അമ്മയുടെ സ്ഥാനം തന്നെയാണെന്നത് എല്ലാവരും സമ്മതിക്കുന്ന കാര്യമാണ്. എന്നാൽ, അമ്മമാരുടെ ഇടപെടലുകൾ എല്ലായ്പ്പോഴും കുട്ടികളുടെ വളർച്ചക്ക് അനുകൂലമായിരിക്കുമെന്ന് ഉറപ്പിക്കാൻ കഴിയില്ല. ചില അമ്മമാർ സ്വന്തം കുട്ടികളോട് പോലും അടുപ്പം കാണിക്കാതെ പെരുമാറിയേക്കാം. ഇപ്രകാരം ഒഴിഞ്ഞുമാറിക്കൊണ്ടുള്ള പെരുമാറ്റം കാണിക്കുന്ന സ്ത്രീകൾ ഏറെയും അവരുടെ കുഞ്ഞുങ്ങളോട് കാണിക്കുന്ന സമീപനം തീർത്തും വ്യത്യസ്തമായിരിക്കും. അമ്മ എന്ന നിലയിൽ അൽപ്പം മാറിനിന്നു കൊണ്ടും വൈകാരികമായി അത്ര അടുപ്പം കാണിക്കാതെയും ആയിരിക്കും ഇവർ കുട്ടികളെ പരിചരിക്കുന്നത്. അക്കാരണത്താൽ തന്നെ കുട്ടികളോട് അൽപ്പം പരുഷമായായിരിക്കും ഇവർ പെരുമാറുന്നത്. തന്റെ കുട്ടികൾ മറ്റുള്ള കുട്ടികളെ അപേക്ഷിച്ച് ഏറെ നേരത്തെ തന്നെ പക്വതയോടെ പെരുമാറിക്കൊണ്ട് സ്വന്തം കാര്യങ്ങൾ നോക്കാനുള്ള ശേഷി കൈവരിക്കണം എന്നാണ് ഇവർ ആഗ്രഹിക്കുന്നത്. കൂടാതെ കുട്ടികളെ നിയന്ത്രിക്കുന്നതിനായി കർശനമായ ശിക്ഷകൾ നടപ്പിലാക്കാനും ഇവർ മുതിർന്നേക്കാം.

ഏതൊരു കുഞ്ഞും ആദ്യവർഷത്തോടെ തന്നെ മുഖ്യ രക്ഷിതാവുമായുള്ള ബന്ധം ഉറപ്പിച്ചെടുക്കാൻ ശ്രമിച്ചുകൊണ്ടേ ഇരിക്കും. തന്നെ പരിചരിക്കുന്ന രക്ഷിതാവ് എങ്ങോട്ടാണ് പോകുന്നത്, എന്താണ്

ചെയ്യുന്നത് എന്നൊക്കെ സൂക്ഷ്മമായി മനസ്സിലാക്കിയെടുക്കുക എന്നത് ഏതൊരു കുഞ്ഞിനെ സംബന്ധിച്ചിടത്തോളവും അതി നിർണായകമായ കാര്യമാണ്. ഏതെങ്കിലും ഭീഷണമായ സാഹ ചര്യങ്ങൾ ഉണ്ടാകുകയാണെങ്കിൽ രക്ഷിതാവിന്റെ സമീപത്തേക്ക് എത്തുക എന്നത് മാത്രമാണ് ഏക മാർഗ്ഗം. രക്ഷിതാവിൽ നിന്ന് വേറിട്ട് പോകാതിരിക്കാൻ പ്രത്യേകം കരുതലോടെ പെരുമാറി ക്കൊണ്ട് മാത്രമേ കുഞ്ഞുങ്ങൾ ഈ ഘട്ടത്തിൽ മറ്റിടങ്ങളിലേക്ക് പോകാറുള്ളൂ. ജനിച്ച ശേഷമുള്ള രണ്ടാം മാസത്തിനും ആറാം മാസ ത്തിനുമിടയിൽ തങ്ങളെ സ്നേഹിക്കുകയും ലാളിക്കുകയും ചെയ്യുന്ന ഏതു വ്യക്തിയിലേക്കും കുട്ടികൾ അടുക്കാൻ ശ്രമിച്ചുകൊണ്ടിരിക്കും. ഇതിനു വേണ്ടിയാണ് രക്ഷിതാക്കളോട് പുഞ്ചിരിച്ചും, ചില ശബ്ദ ങ്ങൾ പുറപ്പെടുവിച്ചും കുഞ്ഞുങ്ങൾ അവരുടെ അടുപ്പം കാണിക്കുന്നത്. അവരോടു കൂടുതൽ അടുപ്പം കാണിക്കാൻ ശ്രമിക്കുന്നവരിലേക്ക് അടുക്കാനാണ് കുഞ്ഞുങ്ങൾ താൽപ്പര്യം കാണിക്കാറുള്ളത്.

പ്രായപൂർത്തിയായ ശേഷം ഉണ്ടാകുന്ന പ്രേമബന്ധങ്ങളും വിവാ ഹബന്ധങ്ങളും രൂപപ്പെടുന്നതിന്റെ വൈകാരിക അടിത്തറയായി നിൽക്കുന്നത് കുട്ടികാലത്ത് രക്ഷിതാവും മറ്റു പ്രിയപെട്ടവരുമായുണ്ടാ കുന്ന സുദൃഢമായ ബന്ധമാണ്. ഈ കാലഘട്ടത്തിലുള്ള അടുപ്പത്തി ലൂടെ രൂപപ്പെടുന്ന മാതൃകകൾ പിന്നീടുള്ള പ്രണയബന്ധങ്ങളുടെ മുൻ മാതൃകകൾ എന്ന നിലയിലാണ് പ്രവർത്തിക്കുന്നത്. കുഞ്ഞായിരി ക്കുമ്പോൾ രക്ഷിതാവുമായി ഉണ്ടാവുന്ന ബന്ധങ്ങൾ ഏറെയും ഏകപ ക്ഷീയമാണെങ്കിൽ പ്രേമബന്ധങ്ങൾ പരസ്പരമുള്ള ബന്ധത്തിന്റെ അടിസ്ഥാനത്തിൽ മാത്രമാണ് വളർന്നു വികസിക്കുന്നത്. സ്വന്തം കുട്ടികൾ എന്തൊക്കെ പരിമിതികൾ ഉള്ളവരായാലും അതെല്ലാം അവഗണിച്ചുകൊണ്ട് അവരോടുള്ള സ്നേഹം നിലനിർത്താൻ രക്ഷി താക്കൾക്ക് കഴിയുന്നതും ഈ ബന്ധത്തിൽ താരതമ്യേന ഉയർന്ന അളവിലുള്ള ഏകപക്ഷീയത കാരണമാവാം.

ഉത്കണ്ഠയും, ആശങ്കകളും ഏറുന്ന സന്ദർഭങ്ങളിൽ ലഭ്യമായ ആരുമായും ആശ്വാസത്തിനും സഹായത്തിനും വേണ്ടി സമീപിക്കാ നുള്ള താൽപ്പര്യം പ്രകടിപ്പിക്കുക എന്നത് ഏതു പ്രായത്തിലുള്ളവരു ടെയും സ്വാഭാവിക പെരുമാറ്റമായി കാണാവുന്നതാണ്.

കാമുകികാമുകന്മാരും ഗാഢമായ ബന്ധം പുലർത്തുന്ന ദമ്പതിക ളുമെല്ലാം ഒരുമിച്ച് യാത്ര ചെയ്യേണ്ടി വരുകയോ മറ്റോ ചെയ്യുമ്പോൾ പ്രകടമാക്കുന്ന അടുപ്പത്തിന്റെ ശരീരഭാഷകൾ ശക്തമായി വെളി വാകുന്നത് ചെറിയ കാലത്തേക്കെങ്കിലും വേർപിരിയേണ്ടി വരുന്ന

സന്ദർഭങ്ങളിലായിരിക്കും. ഇത്തരം അവസരങ്ങളിൽ പുനഃസമാഗമ ത്തെ കുറിച്ചുള്ള (reuniting) അനിശ്ചിതത്വവും ആശങ്കയും മനസ്സിൽ കുനത്തുനിൽക്കുന്നത് സ്വാഭാവികമായതുകൊണ്ട് കൂടിയാവാം ഉപബോധത്തിന്റെ പിൻബലത്തിലുള്ള ശരീര ഭാഷകൾ പുറത്തുവ രുന്നത് എന്നും അനുമാനിക്കാവുന്നതാണ്.

ചെറിയ കാലയളവിൽ ഇണകളായി നിൽക്കുന്നവരിൽ മറ്റുള്ളവരെ അപേക്ഷിച്ച് അടുപ്പത്തിന്റെ ശരീര ഭാഷകൾ കൂടുതലായി കാണാൻ കഴിയും. എന്നാൽ, ഇതിൽ നിന്ന് വ്യത്യസ്തമായി മറ്റുള്ളവരിൽ നിന്ന് ഒഴിഞ്ഞുമാറി നില്ക്കാൻ ശ്രമിക്കുന്ന സ്ത്രീകൾ ഏതെങ്കിലും തരത്തിലുള്ള ഉത്കണ്ഠകൾക്കോ, അസ്വസ്ഥതകൾക്കോ വിധേയമാകുമ്പോൾ പോലും പങ്കാളിയുടെ സാന്നിധ്യവും സ്പർശവും ആഗ്രഹിക്കാറില്ല. അയ്ൻ സ്വേർതിന്റെ പഠനത്തിൽ പങ്കെടുത്ത കുഞ്ഞുങ്ങൾ പെരുമാറുന്ന തിന് സമാനമായ രീതിയിലാണ് ഇവർ പൊതുവിൽ പെരുമാറുന്നത്. രക്ഷിതാവിന്റെ സാന്നിധ്യത്തെ അവഗണിച്ചുകൊണ്ട് പെരുമാറുന്ന കുഞ്ഞുങ്ങളും അവർക്കു വല്ല അസ്വസ്ഥതകളും തോന്നുമ്പോൾ രക്ഷി താവിന്റെ സാന്നിധ്യത്തെ ഗൗനിക്കാറില്ല.

ഒഴിഞ്ഞു മാറൽ പ്രകൃതം കാണിക്കുന്ന സ്ത്രീകൾ തങ്ങളുടെ പങ്കാളിയോടൊത്ത് യാത്ര ചെയ്യുമ്പോൾ ഉള്ളത്ര ശാരീരിക അടുപ്പം പരസ്പരം വേർപിരിയുന്ന സന്ദർഭങ്ങളിൽ പ്രകടിപ്പിച്ചു കാണാറില്ലെന്നാണ് ഫ്രെലി, ഷെയ്വ്ര് എന്നിവർ നടത്തിയ പഠനങ്ങൾ വഴി തെളിഞ്ഞിട്ടുള്ളത്. ഇത്തരക്കാർ ഒരുമിച്ചു യാത്ര ചെയ്യുമ്പോഴും മറ്റും പങ്കാളിയുടെ സ്പർശവും സാന്നിധ്യവും കൊതിച്ചേക്കാമെങ്കിലും, ഏതെങ്കിലും സാഹചര്യത്തിൽ വേർ പിരിയേണ്ട സന്ദർഭങ്ങളിൽ ഇത്തരത്തിലുള്ള സപർശം ആ ഗ്രഹിക്കാറില്ല.

കുഞ്ഞുങ്ങളിൽ ഉണ്ടാകുന്ന അസ്വാസ്ഥ്യങ്ങളുടെയും, ഉത്കണ്ഠയു ടെയും കാരണങ്ങൾ കണ്ടെത്തുന്നതിന്റെ ഭാഗമായി എലിക്കുഞ്ഞു ങ്ങളിൽ ഒരു പഠനം നടക്കുകയുണ്ടായി. ഇത്തരം പ്രശ്നങ്ങൾക്ക് കാരണമാകുന്നതിന് പിറകിൽ വ്യത്യസ്തമായ കാരണങ്ങൾ ഉണ്ടാ യേക്കാമെന്നാണ് ഈ പഠനം വഴി മനസ്സിലാക്കാൻ കഴിഞ്ഞത്. ഈ പഠനങ്ങളുടെ ഭാഗമായി ചില എലിക്കുഞ്ഞുങ്ങളെ പാർപ്പി ച്ചിരുന്ന കൂടിന് 'അമ്മ എലിയുടെ ശരീരത്തിന്റെ അതേ ശരീര ഊഷ്മാവ് നൽകി നോക്കിയപ്പോൾ ആ എലിക്കുഞ്ഞുങ്ങളിൽ അനുഭവപ്പെട്ടിരുന്ന അസ്വാസ്ഥ്യത്തിനും ഉത്കണ്ഠക്കും സാരമായ കുറവുണ്ടായി എന്നതാണ് നിരീക്ഷിക്കപെട്ടത്. മാതൃസ്പർശത്തിന്റെ

ശരീരശാസ്ത്രപരമായ സ്വാധീനത്തെ കുറിച്ച് മനസ്സിലാക്കുന്നതിന് സഹായകരമായ പഠനമായി ഇതിനെ കാണാവുന്നതാണ്.

ഏതാനും എലിക്കുഞ്ഞുങ്ങളിൽ മുലപ്പാൽ ശരീരത്തിൽ കുത്തി വെച്ച് പരിശോധിച്ചപ്പോഴും ഇത് പോലെ തന്നെ കുഞ്ഞുങ്ങളുടെ ഹൃദയ മിടിപ്പിൽ സന്തുലിതാവസ്ഥ കൈവന്നതായി രേഖപ്പെടുത്തപ്പെട്ടിട്ടുണ്ട്. അതേ പോലെ തന്നെ മാതൃ എലിയുടെ നക്കിത്തുടക്കലിന് സമാനമായ രീതിയിൽ താളാത്മകമായി തലോടിയപ്പോഴും അമ്മയുടെ അഭാവത്തിൽ പോലും കുഞ്ഞുങ്ങൾ ശാന്തമായി ഉറങ്ങുന്നതായി കാണപ്പെട്ടിട്ടുണ്ട്.

അമ്മയിൽ നിന്ന് കിട്ടുന്ന എല്ലാ തരത്തിലുമുള്ള നേട്ടങ്ങൾക്കും സമഗ്രമായ രീതിയിൽ പ്രവർത്തിക്കാൻ കഴിയില്ല. അമ്മയിൽ നിന്ന് കിട്ടുന്ന ഒരു നേട്ടത്തിന് പകരമാകാൻ മറ്റൊന്നിന് കഴിയില്ല എന്നാണ് ഇതിൽ നിന്നും തെളിയുന്നത്. അമ്മയിലെ വെവ്വേറെയുള്ള പ്രത്യേകതകൾ സവിശേഷമായ മനസികാവസ്ഥകൾക്ക് ഗുണകരമായ രീതിയിൽ ഉപയോഗപ്പെട്ടേക്കാം എന്നല്ലാതെ എല്ലാ ആവശ്യങ്ങളെയും പരിഹരിക്കാൻ അതിൽ ഒന്നിനും കഴിയണമെന്നില്ല. മുലപ്പാലിന് കുഞ്ഞിന്റെ ഹൃദയമിടിപ്പിൽ ഗുണകരമായ മാറ്റം കൊണ്ടുവരാൻ കഴിയുമെങ്കിലും അതിന് മാനസികമായ അസ്വസ്ഥതകൾ മൂലമുണ്ടാകുന്ന ഉറക്കത്തിനും മറ്റുമുള്ള ക്രമക്കേടുകളെ പരിഹരിക്കാൻ കഴിയില്ല.

ഏതൊരു ജീവിക്കും ഇരുപത്തിനാലു മണിക്കൂറിലും പ്രവർത്തനക്ഷമമായ ഒരു നിശ്ചിത താളം കൂടിയേ കഴിയൂ. മസ്തിഷ്കത്തിലെ ഹൈപ്പോതലാമസിനുള്ളിലെ രണ്ടു പേസ് മേക്കറുകൾ (pace makers)വഴിയാണ് ഇത് സാധ്യമാകുന്നത്. ഹൃദയ പേശികളുടെ ചലന വേഗത്തെ നിയന്ത്രിക്കുന്ന ഈ വ്യവസ്ഥക്ക് സമയക്രമത്തിന് ഇണങ്ങുന്ന രീതിയിൽ സ്വയം നിജപ്പെടുത്തപ്പെടേണ്ടതുണ്ട്. ഓരോ ജീവിയുടെയും ജീവിതചുറ്റുപാടിന്റെ സ്വാധീനത്തിന്റെ ഫലമായിക്കൂടിയാണ് ഇത് പ്രവർത്തനസജ്ജമാകുന്നത്. മിന്നാമിനുങ്ങ് പോലുള്ള ഒരു കീടത്തിന്റെ കാര്യത്തിൽ ഉൾപ്പെടെ ചുറ്റുപാടിലുള്ള ഊഷ്മാവിന്റെ ഏറ്റക്കുറച്ചിലുകൾ, ഇരുട്ടും വെളിച്ചവും മാറി വരുന്നതിന്റെ ക്രമം എന്നിവയുടെ സ്വാധീനം കാണാൻ കഴിയും. എന്നാൽ ഇത് മനുഷ്യരുടെ കാര്യത്തിലാകുമ്പോൾ, പരസ്പരം സ്ഥാപിക്കുന്ന ബന്ധങ്ങൾ വളരെ പ്രസക്തമായി തീരുന്നു എന്ന് മാത്രം.

ചുറ്റുപാടുകൾ ഇത്തരത്തിലുള്ള സ്വാധീനങ്ങൾ ചെലുത്തുന്നതിന്റെ ഒട്ടേറെ ഉദാഹരണങ്ങൾ ചൂണ്ടിക്കാട്ടാൻ കഴിയും. കുടുംബപരമായി

ബന്ധമൊന്നുമില്ലാത്ത മറ്റു പുരുഷന്മാർ സ്വന്തം കുടുംബത്തിൽ കൂടെ താമസിക്കുകയാണെങ്കിൽ അത്തരം കുടുംബങ്ങളിലുള്ള പെൺകുട്ടികൾ സാധാരണത്തേതിലും നേരെത്തെ ഋതുമതികളാവാറുണ്ടെന്നാണ് ഈ മേഖലയിലുള്ള പഠനങ്ങൾ വഴി വെളിവായിട്ടുള്ളത്. ദാമ്പത്യ ജീവിതത്തിൽ സുസ്ഥിരമായ രീതിയിൽ ലൈംഗിക ബന്ധം പുലർത്തിക്കൊണ്ടും സ്ത്രീക്ക് വിശ്വാസ്യതയും, സുരക്ഷിതത്വവും നൽകിക്കൊണ്ട് ജീവിക്കുന്ന പുരുഷന്മാരുടെ കൂടെ ജീവിക്കുമ്പോൾ സ്ത്രീകളിൽ ക്രമം തെറ്റാതെയുള്ള അണ്ഡോൽപ്പാദനം നടക്കുന്നതായും ഇതിനകം തെളിയിക്കാൻ കഴിഞ്ഞിട്ടുണ്ട്. ചുറ്റുപാടുകൾ വഴി ലഭിക്കുന്ന അനുഭവങ്ങൾക്ക് മനുഷ്യരുടെ ശരീരത്തിലെ ജൈവരാസ പ്രവർത്തനങ്ങളിലുള്ള സ്വാധീനത്തെ കുറിച്ച് മനസിലാക്കുന്നതിന് സഹായകരമായ പഠനമായി മേൽ സൂചിപ്പിച്ച പഠനത്തെ കാണാവുന്നതാണ്. ചില ജീവികളിൽ നമ്മുടേതിൽ നിന്ന് ഭിന്നമായ രീതിയിലാണ് ഇത്തരം പരസ്പര ബന്ധങ്ങൾ നിലനിൽക്കുന്നത്. നമ്മുടെ പൊതുപാരമ്പര്യത്തിൽ ഉൾപ്പെടുന്ന ബോബോബോസും, ചിമ്പാൻസി വിഭാഗങ്ങളും ലൈംഗിക പങ്കാളികൾക്കിടക്കുള്ള ശക്തമായ വൈകാരിക ബന്ധം പുലർത്താറില്ല.

പ്രണയത്തിന്റെ വ്യാകരണം

എല്ലാ തരം പ്രേമബന്ധങ്ങളിലും പ്രേമിക്കുന്ന വ്യക്തിയെക്കുറിച്ചുള്ള അതിയായ വർണ്ണനകൾ നടത്തുന്നതിനും അവളെ/അവനെ മറ്റാരേക്കാളും ഉയർന്ന വ്യക്തിയായി കാണാനുമുള്ള ശ്രമങ്ങൾ ഉണ്ടാവാറുണ്ട്. ഇത്തരത്തിലുള്ള ബന്ധങ്ങൾക്ക് പ്രേരിപ്പിക്കുന്ന മാനസിക പ്രവർത്തനങ്ങൾ വൈകാരികമായ പരസ്പര അടുപ്പത്തിന്റെ മാതൃകകളിൽ നിന്ന് ഏറെ വ്യത്യസ്തവുമായിരിക്കും.

ഭിന്ന വ്യക്തികൾക്കിടയിൽ ഏതൊക്കെ തരത്തിലുള്ള മാനസിക ബന്ധങ്ങളാണ് നിലനിൽക്കുന്നതെന്ന് തിരിച്ചറിയുന്നതിനായി നമ്മൾ പല മാനദണ്ഡങ്ങളെയാണ് ആശ്രയിക്കാറുള്ളത്. ശരീര ഭാഷകളെ മുൻനിർത്തിയുള്ള വിശദീകരണമാണ് ഇതിൽ കൂടുതൽ മുൻഗണന അർഹിക്കുന്നത് എന്ന് മാത്രം. ലൈംഗിക ബന്ധത്തിൽ ഏർപ്പെടുന്ന സമയങ്ങളിൽ അനുവർത്തിക്കുന്ന ശരീര ഭാഷകൾ ഇതിൽ ഏറെ പ്രധാനപെട്ടതാണ്. ഇത്തരത്തിൽ നടത്തുന്ന നിരീക്ഷണങ്ങളെ അടിസ്ഥാനപ്പെടുത്തി മാനസിക ബന്ധത്തിന്റെ സ്വഭാവത്തെ ഒരളവോളം വിശദീകരിക്കാൻ കഴിയുമെങ്കിലും ഇത് ചിലപ്പോഴൊക്കെ നമ്മുടെ വിശദീകരണങ്ങൾ വഴി തെറ്റാൻ ഇടവരുത്തുകയും ചെയ്യാം.

രതിബന്ധങ്ങളിൽ ഏർപ്പെടുമ്പോൾ താഴെ പെണ്ണും മീതെ പുരുഷനും എന്ന നിലയാണ് പരസ്പരം മാനസികബന്ധം നിലനിൽക്കുന്ന ചില മൃഗങ്ങളിൽ ഉള്ളതെങ്കിലും ഈ രീതിയിൽ ബന്ധം പുലർത്തുന്ന ബോനോബോസ് ഇനത്തിൽപ്പെട്ട ആൾകുരങ്ങു വിഭാഗങ്ങളിൽ

ദീർഘകാലം നീണ്ടുനിൽക്കുന്ന ബന്ധങ്ങൾ കാണാറില്ല. ഇവ ബന്ധപ്പെടുമ്പോൾ പരസ്പരം കണ്ണുകളിലേക്ക് നോക്കിക്കൊണ്ട് തന്നെയാണ് ലൈംഗികബന്ധം പുലർത്തുന്നത് എന്നതും പ്രത്യേകം പരിഗണിക്കേണ്ടതാണ്. ഈ ഇനത്തിൽപെട്ട കുരങ്ങുകൾ ഒരേ സമയം വിരുദ്ധ ലിംഗത്തിൽ പെടുന്നവരുമായും, ഒരേ ലിംഗത്തിൽ പെട്ടവരുമായും രതിയിൽ (bisexual)ഏർപ്പെടാറുണ്ട്. കൂടാതെ ഒന്നിലധികം വിരുദ്ധ ലിംഗത്തിലുള്ളവരുമായി ബന്ധം പുലർത്തുന്നതും ഇവർക്കിടയിൽ പതിവാണ്. എന്നാൽ, ഒരു പ്രത്യക ഇണയുമായി ബന്ധപ്പെട്ട് ഉണ്ടാവാനിടയുള്ള ഉടമസ്ഥതാബോധമോ അസൂയയോ ഒന്നും തന്നെ അവക്കിടയിൽ കാണാറില്ല എന്നതും ശ്രദ്ധാർഹമാണ്.

ഒന്നിൽ കൂടുതൽ ഇണയുമായി ബന്ധപ്പെടാനും അവരുമായി വൈകാരിക ബന്ധം പുലർത്തുന്നതിനും ഉള്ള പ്രവണത നമ്മുടെ പൂർവ്വികർക്കിടയിൽ വ്യാപകമായിരുന്നു എന്ന് അനുമാനിക്കാവുന്നതാണ്. ഈ വൈകാരിക ബന്ധമാവട്ടെ അവർക്കുണ്ടാകുന്ന കുഞ്ഞുങ്ങളെ സംരക്ഷിച്ച് വളർത്തുന്നതിന് ഉപകരിക്കുന്ന തരത്തിലുള്ളതായിരിക്കണം. കുഞ്ഞുങ്ങളെ സുരക്ഷിതമായി വളർത്തുക എന്ന അടിയന്തര ആവശ്യം വാസ്തവത്തിൽ അവരുൾപ്പെടുന്ന ഗോത്രത്തിന്റെ കാര്യക്ഷമത ഉറപ്പിക്കുന്നതിന് ഒഴിച്ചുകൂടാൻ ആവാത്തതായിരുന്നതുകൊണ്ട് കൂടിയാവണം ഇത്തരത്തിലുള്ള വൈകാരിക ബന്ധങ്ങൾ ഇണകൾക്കിടയിൽ വികസിച്ചുവന്നിട്ടുള്ളത്. കുഞ്ഞുങ്ങൾക്ക് കൂടി ആവശ്യമായ വിഭവങ്ങളും സംരക്ഷണവും ഉറപ്പാക്കുക വഴിയാണ് ഇപ്രകാരമുള്ള കാര്യക്ഷമത കൈവരിക്കാൻ കഴിഞ്ഞിട്ടുള്ളത്.

ഇന്നും മനുഷ്യ സമൂഹങ്ങളിൽ കുഞ്ഞുങ്ങളുടെ സംരക്ഷണത്തിന് തന്നെയാണ് കൂടുതൽ പ്രാധാന്യം ഉള്ളത്. ഇത്തരത്തിൽ കുഞ്ഞുങ്ങളുടെ അതിജീവന ക്ഷമത ഉറപ്പുവരുത്തുന്നതിനുള്ള മുന്നുപാധി കൂടിയാണ് ലൈംഗിക പങ്കാളികൾക്കിടയിലുള്ള വൈകാരിക ബന്ധം എന്നതുകൊണ്ടാണ് സമൂഹം ഒന്നാകെ ഭാര്യാഭർതൃ ബന്ധത്തെ മഹത്വീകരിക്കുന്നതിനായി ശ്രമിക്കുന്നത്. ജീവിത പങ്കാളികൾ ഒരു കുടുംബമായി ഒരിടത്ത് താമസിക്കുന്ന പങ്കാളികൾക്കുള്ള കുട്ടികളുടെ ശാരീരികവും മാനസികവുമായ ആരോഗ്യം മറ്റുള്ളവരെ അപേക്ഷിച്ച് മെച്ചപ്പെട്ടതായാണ് ഏറെക്കുറെ എല്ലാ സമൂഹങ്ങളിലും കണ്ടുവരുന്നത്.

നമ്മുടെ പൂർവികരായ പുരുഷന്മാർ അവരുടെ ചുറ്റുപാടിലുണ്ടായിരുന്ന അപകടകാരികളായിരുന്ന മൃഗങ്ങളിൽ നിന്നും മറ്റു ശത്രുക്കളായ

മനുഷ്യരിൽ നിന്നും ഇണയെയും കുഞ്ഞുങ്ങളെയും സംരക്ഷിച്ച് നിർത്തിക്കൊണ്ടാണ് അവരുടെ ധർമ്മം നിറവേറ്റിയിരുന്നത്. ഇത്തരം സാഹചര്യങ്ങളിൽ ജീവിച്ച കുട്ടികൾക്കും സ്ത്രീകൾക്കും മാത്രമാണ് അവരുടെ നിലനിൽപ്പ് സുരക്ഷിതമാക്കാൻ കഴിഞ്ഞത്. അവരുടെ കുട്ടികൾക്ക് മാത്രമേ പ്രായപൂർത്തി ആകുന്നതുവരെ ജീവിക്കാനും പ്രത്യുൽപ്പാദനത്തിൽ ഏർപ്പെട്ടുകൊണ്ട് അടുത്ത തലമുറയിലൂടെ തങ്ങളുടെ പാരമ്പര്യത്തെ നിലനിർത്താനും കഴിഞ്ഞിട്ടുള്ളൂ. ഇന്നും അതിന് വലിയ മാറ്റമൊന്നും വന്നിട്ടില്ല. ശത്രുക്കളുടെ സ്വഭാവത്തിലും എണ്ണത്തിലും ഉണ്ടായ മാറ്റങ്ങളെ കൂടാതെ പ്രതികൂല ഘടകങ്ങളെ മറികടക്കാൻ നമ്മൾ അവലംബിക്കുന്ന മാർഗ്ഗങ്ങളിലും ഒട്ടേറെ മാറ്റങ്ങൾ വന്നിട്ടുണ്ട് എന്ന് മാത്രം.

ഇപ്രകാരം കുഞ്ഞുങ്ങളെ സംരക്ഷിക്കുന്നതിനായി പങ്കാളികൾ ഒരുമിച്ച് നിൽക്കുക എന്നത് ഒരർത്ഥത്തിൽ നോക്കിയാൽ ഇണ ചേരുന്നതിന് വേണ്ടി ഉണ്ടാക്കുന്ന ബന്ധത്തിന്റെ അനന്തര ഫലമാണെന്ന് കാണാം. താൽക്കാലികമായി ലഭിക്കുന്ന ലൈംഗിക ബന്ധങ്ങളെ കൂടാതെ പിന്നീടുള്ള അവസരങ്ങളിലും ഈ ലൈംഗിക ബന്ധത്തെ ഉറപ്പാക്കാനുള്ള ഒരു പുരുഷ തന്ത്രം എന്ന നിലയിലും ഇതിനെ മനസിലാക്കാവുന്നതാണ്. മറ്റു പുരുഷന്മാർ തങ്ങളുടെ ഇണയെ പ്രാപിക്കാനുള്ള സാധ്യതകൾക്ക് തടയിടാനും ഇത്തരം സംരക്ഷണ സംവിധാനങ്ങൾ ഉപകരിക്കുന്നുണ്ട്.

ചിലതരം ജീവികളിൽ ഏക ഇണയെ അടിസ്ഥാനമാക്കിയുള്ള ബന്ധം വളർന്നു വന്നത് മൂലം ശിശുഹത്യ തടയുന്നതിനും കഴിഞ്ഞിട്ടുണ്ടാവണം എന്ന നിരീക്ഷണവും ശക്തമാണ്. ശിശുവിനെ വളർത്തുന്നതിൽ കൂടുതൽ ശ്രദ്ധ പുലർത്തുന്ന പെണ്ണിനങ്ങൾ ആ പ്രത്യേക കാലയളവിൽ ലൈംഗിക ബന്ധത്തിൽ ഏർപ്പെടാനുള്ള താൽപ്പര്യം കാണിച്ചു കൊള്ളണമെന്നില്ല. ഇതുകൊണ്ട് തന്നെയാവണം ശിശുഹത്യയിലൂടെ വീണ്ടും രതിയിൽ ഏർപ്പെടാനുള്ള അവസരം അത്തരം ജീവികൾക്ക് ലഭിക്കുന്നത്. മറ്റൊരർത്ഥത്തിൽ നോക്കിയാൽ പ്രത്യുൽപ്പാദനപരമായ വിജയം ഉറപ്പിക്കുന്നതിനും ശിശുഹത്യ ഒരു പരിധിയോളം സഹായിച്ചിരിക്കാം. ജനിതക ബന്ധമില്ലാത്ത കുട്ടികൾക്ക് നേരെയുള്ള ആക്രമണ പ്രവണത ആധുനിക മനുഷ്യരായ നമുക്കിടയിലും വിരളമല്ല എന്നതിന് തെളിവുകളാണ് വളർത്തച്ഛൻ/വളർത്തമ്മമാരുടെ ഭാഗത്തു നിന്നുണ്ടാകുന്ന കുട്ടികൾക്ക് എതിരെയുള്ള ആക്രമണങ്ങളുടെ ഞെട്ടിപ്പിക്കുന്ന കണക്കുകൾ.

കുഞ്ഞുങ്ങളുടെ വളർച്ചയും വികാസവും എത്ര കാലത്തിനുള്ളിലാണ് പക്വത പ്രാപിക്കുന്നത് എന്നത് പരിണാമ പ്രക്രിയക്കകത്തു തന്നെ ഏറെ പ്രധാനമാണ്. ശാരീരിക വളർച്ച പൂർത്തീകരിക്കുന്നതിന് എടുക്കുന്ന വലിയ കാലയളവ് യഥാർത്ഥത്തിൽ മസ്തിഷ്ക വികാസം അതിന്റെ ഓരോ ഘട്ടവും അനുക്രമമായി പൂർത്തീകരിക്കുന്നതിന് എടുക്കുന്ന കാലയളവ് കൂടിയായി കാണേണ്ടതുണ്ട്. കഴിഞ്ഞ 3 മില്യൺ വർഷങ്ങൾക്കുള്ളിലാണ് മസ്തിഷ്കം ഇത്രയേറെ സങ്കീർണമായ ഘടന കൈവരിച്ചിട്ടുള്ളത്. മനുഷ്യക്കുഞ്ഞുങ്ങൾ മറ്റേതൊരു മൃഗത്തിന്റെ കുഞ്ഞുങ്ങളെക്കാളും സമയമെടുത്തുകൊണ്ടാണ് വളർച്ച പൂർത്തീകരിക്കുന്നത്. ഇത് കൂടാതെ, പല്ലുകളുടെ വളർച്ച, ലൈംഗിക പക്വത, കിഡ്നികളുടെ കാര്യക്ഷമമായ പ്രവർത്തനം, കരളിന്റെ പ്രവർത്തനം എന്നിവയെല്ലാം സമയം എടുത്തു പതുക്കെ പക്വത നേടുന്നവ തന്നെയാണ്. പക്വത എത്തുന്നതിനായി വേണ്ടിവരുന്ന ഈ നീണ്ട കാലയളവ് തന്നെയാണ് മനുഷ്യരാശിയുടെ വിപുലമായ സാധ്യതകളെ ഉറപ്പാക്കിയിട്ടുള്ളത്.

മുതിർന്നവർക്കിടയിൽ വളർന്നു വരുന്ന പരസ്പര അടുപ്പം പോലും കുഞ്ഞായിരിക്കുമ്പോൾ മുഖ്യ രക്ഷിതാവിലൂടെ കിട്ടുന്ന സ്നേഹ പരിലാളനകളുടെ അനന്തര ഫലം കൂടിയാണെന്ന് ഇതിനകം തന്നെ നമുക്ക് അറിയാവുന്നതാണ്. കുഞ്ഞുങ്ങൾ പക്വത ആർജ്ജിക്കുന്നതിൽ എടുക്കുന്ന കാലതാമസം കൊണ്ടാണ് രക്ഷിതാവും, മറ്റു കുടുംബാംഗങ്ങളും കുഞ്ഞും തമ്മിൽ നീണ്ട കാലത്തെ വൈകാരിക അടുപ്പത്തിന്റെ മാതൃകകൾ വികസിച്ചു വരാനുള്ള അവസരം ഒരുങ്ങിയത്. ഇപ്രകാരം അനുഭവിക്കുന്ന സ്നേഹപരിലാളനകൾ കുട്ടിയുടെ ഓർമ്മകളിൽ വേരോട്ടം നേടുകയും പിൽക്കാലത്തു വികസിച്ചു വരുന്ന പ്രണയബന്ധങ്ങൾ, ദാമ്പത്യ ബന്ധങ്ങൾ, സൗഹൃദങ്ങൾ എന്നിവക്കെല്ലാം അടിത്തറ ഒരുക്കുകയുമാണ് ചെയ്യുന്നത്.

മറ്റു സസ്തനിവിഭാഗത്തിൽപ്പെട്ട ജീവികളിൽ എളുപ്പത്തിൽ ശാരീരിക വളർച്ച പൂർത്തീകരിക്കപ്പെടുന്നതിനാൽ അമ്മയും കുഞ്ഞും തമ്മിലുള്ള ബന്ധവും ചെറിയ കാലത്തിനുള്ളിൽ തന്നെ ദുർബലപ്പെടുന്നത് സ്വാഭാവികമാണ്. അവയുടെ കുഞ്ഞുങ്ങൾ സ്വന്തം കാര്യങ്ങൾ നോക്കി ജീവിക്കാൻ തുടങ്ങുന്നതോടെ അവയുടെ അമ്മമാർ പുതിയ പ്രത്യുൽപ്പാദന പ്രക്രിയക്ക് തുടക്കം കുറിക്കുകയും ചെയ്യാറാണ് പതിവ്.

നമ്മളൊഴികെയുള്ള ഒട്ടുമിക്ക ആൾക്കുരങ്ങു വിഭാഗങ്ങളിലും അണ്ഡോൽപ്പാദനം നടക്കുന്ന സമയമാകുമ്പോൾ ആണുങ്ങൾക്ക്

മനസ്സിലാക്കാവുന്ന രീതിയിലുള്ള ശാരീരിക മാറ്റങ്ങൾ പെൺ വർഗ്ഗങ്ങളിൽ കാണാൻ കഴിയും. നിതംബം ചുവന്നു തുടുക്കുകയും, വീർത്തു വരുകയും ചെയ്യുന്നത് ഇതിന്റെ ഭാഗമായാണ്. ബാബൂണുക ളിലും ചിമ്പാൻസികളിലുമെല്ലാം ഇത്തരം ശാരീരിക ലക്ഷണങ്ങൾ കാണാൻ കഴിയും. എന്നാൽ, ഇത്തരത്തിലുള്ള യാതൊരു പ്രത്യക്ഷ അടയാളങ്ങളും മനുഷ്യരിൽ കാണാറില്ല.

ഏകഭാര്യ വ്യവസ്ഥയെ ഉണ്ടാക്കിയെടുക്കാൻ മനുഷ്യരെ പ്രേരി പ്പിച്ചതിന് അടിത്തറ ഒരുക്കിയതിൽ തന്റെ ലൈംഗിക ക്ഷമതയെ പുരുഷന്മാരിൽ നിന്നും മറച്ചു വെക്കാൻ സ്ത്രീകൾക്ക് കഴിഞ്ഞതിന് വലിയ പ്രാധാന്യമുണ്ട്. പുരുഷന്റെ ലൈംഗികതയുമായി പ്രകൃതി നടത്തിയ ഒരു ഒത്തുതീർപ്പ് കൂടിയായി ഇതിനെ കാണാവുന്നതാണ്.

അണ്ഡോൽപ്പാദന സമയത്ത് ഉണ്ടാകേണ്ടുന്ന ശരീരത്തിന്റെ ഗന്ധവും, അനുബന്ധ ലക്ഷണങ്ങളും നഷ്ടപെട്ടതിനുള്ള പരിഹാരം എന്ന നിലയിലാവാം സ്ത്രീകളുടെ നിതംബവും, സ്തനങ്ങളും, അരക്കെ ട്ടും പ്രകടമായ തോതിൽ വികാസം പ്രാപിച്ചു വന്നിട്ടുള്ളത്. ഇത്തരം ലക്ഷണങ്ങളിലൂടെ സ്ത്രീകൾ ലൈംഗിക ബന്ധങ്ങൾക്ക് തയ്യാറായി ട്ടുണ്ടോ എന്ന് ഒരു പരിധി വരെ മനസ്സിലാക്കാൻ കഴിഞ്ഞേക്കും.

ഇപ്രകാരം ഒളിച്ചുവെക്കപ്പെട്ട രീതിയിലുള്ള അണ്ഡോൽപ്പാദനം നടക്കുന്നത് മൂലമാണ് പുരുഷന്മാർക്ക് ഇണയെ തങ്ങളുടെ നിയന്ത്ര ണപരിധിയിൽ വെച്ചുകൊണ്ട് അവരുടെ പിതൃത്വം ഉറപ്പിച്ചെടുക്കാൻ കഴിഞ്ഞത്. ഇത് സ്വാഭാവികമായും ലൈംഗിക പങ്കാളികൾക്കിട ക്കുള്ള പരസ്പരം ഒന്ന് ചേർന്നുള്ള ജീവിതം സ്വരൂപിച്ചെടുക്കാനും, അതുവഴി ഏകഇണ സമ്പ്രദായത്തിന് വിത്ത് പാകുന്നതിനും കഴി ഞ്ഞിരിക്കാം. ഇത് മൂലം സ്ത്രീക്കും പുരുഷനും വ്യത്യസ്തമായ നേട്ടങ്ങൾ ഉണ്ടാക്കിയെടുക്കാൻ സാധിച്ചിട്ടുണ്ട് എന്നതും ഒരു വസ്തുതയാണ്. പ്രതികൂലമായ സാഹചര്യങ്ങളിൽ നിന്ന് സ്ത്രീകളെ സംരക്ഷിക്കാ നായി പുരുഷൻ ഒരുങ്ങിയത് കാരണം തന്റെ കുഞ്ഞിനെ സുരക്ഷിത മായി വളർത്തിയെടുക്കാനുള്ള സമയവും സാവകാശവും സ്ത്രീകൾക്ക് ലഭിക്കുകയാണുണ്ടായത്. എന്നാൽ, പുരുഷന്മാർക്കാവട്ടെ അവരുടെ ലൈംഗികപങ്കാളിയെ നഷ്ടപ്പെടാതെ നിലനിർത്തുന്നതിനും അവരി ലുണ്ടാകുന്ന കുഞ്ഞുങ്ങളുടെ പിതൃത്വം ഉറപ്പിച്ചെടുക്കാനും ഇതുമൂലം സാധിക്കുകയുണ്ടായി. ഇങ്ങനെ നോക്കിയാൽ, ഇരു കൂട്ടർക്കും നേട്ട ങ്ങൾ ഉറപ്പിച്ചുകൊണ്ട് പ്രകൃതി നടത്തിയ ഒരു ജീവശാസ്ത്രപരമായ ഒത്തുതീർപ്പായി ഇതിനെ കാണുന്നതിൽ തെറ്റില്ല.

അണ്ഡോൽപ്പാദനം എപ്പോൾ നടക്കുന്നു എന്ന് മനസ്സിലാക്കാനുള്ള അടയാളങ്ങൾ ലഭ്യമല്ലെങ്കിലും സ്ത്രീകളുടെ അത്തരം സമയങ്ങളിലുള്ള ശരീരഗന്ധം ചില പുരുഷന്മാർക്ക് അറിയാൻ കഴിഞ്ഞേക്കും. അണ്ഡോൽപ്പാദനം നടക്കുന്ന സമയങ്ങളിൽ സ്ത്രീകളും ഇതു പോലെ തന്നെ ആകാരസൗഷ്ഠവവും, മുഖലാവണ്യവും ഉള്ള പുരുഷന്മാരുടെ ഗന്ധത്താൽ ആകൃഷ്ടരാവാം. മാത്രമല്ല, സാമൂഹ്യ പദവിയിൽ ഉയരങ്ങളിൽ നിൽക്കുന്നവരും മറ്റുള്ളവരുടെ മുകളിൽ ആധിപത്യം പുലർത്താൻ ശേഷിയുള്ളവരും, മത്സരബുദ്ധികളും ആയിട്ടുള്ള പുരുഷന്മാരും ഈ സമയത്ത് സ്ത്രീകളുടെ ആകർഷണത്തിനു വിധേയരായേക്കും.

ഇപ്രകാരം തന്റെ സ്ഥിര പങ്കാളികളല്ലാത്ത പുരുഷന്മാരോട് രതിയിലേർപ്പെടാൻ തയ്യാറാകുന്നതിലൂടെ കൂടുതൽ മെച്ചപ്പെട്ട ജനിതകഗുണങ്ങളുള്ള കുഞ്ഞുങ്ങളെ കിട്ടുന്നതിന് കൂടി ഇത് പ്രയോജനപ്പെട്ടേക്കാം.ഒരർത്ഥത്തിൽ നോക്കിയാൽ ഇത് വഴി സ്ത്രീകൾക്ക് വ്യക്തിപരമായും അവരുടെ കൂട്ടത്തിനാകെയും ദീർഘകാല നേട്ടങ്ങൾ ഉറപ്പിക്കാൻ കഴിയും. ആരോഗ്യവാന്മാരും, മറ്റുള്ള പുരുഷന്മാരുടെ മീതെ അധികാരം കയ്യാളാൻ ശേഷിയുള്ളവരുമായ വ്യക്തികളുടെ ജീനുകളിലൂടെ സ്വയം പെരുകാനുള്ള ആന്തരിക പ്രേരണയാവാം ഇതിനു കാരണമാകുന്നത്. കൂട്ടങ്ങളായി ജീവിച്ചിരുന്ന കാലങ്ങളിൽ ആരോഗ്യവും, മികവുമുള്ള കുട്ടികൾ വിശേഷിച്ച് ആൺകുട്ടികൾ നിർദ്ദിഷ്ട ഗോത്രത്തിന്റെ വിഭവ ലഭ്യത ഉറപ്പാക്കുന്നതിൽ അതീവ നിർണായകമായിരുന്നു. ഇന്നാണെങ്കിൽ ആൺ-പെൺ അതിർവരമ്പുകൾ അപ്രസക്തമായി എന്നത് പോലെ ഗോത്രജീവിതവും താരതമ്യേന കാലഹരണപ്പെട്ടിട്ടുണ്ട്. എങ്കിലും നമ്മുടെ ഒട്ടുമിക്ക പെരുമാറ്റങ്ങളുടെയും അബോധ പ്രേരണകളെ പൂർണ്ണമായി മറികടക്കാൻ കഴിഞ്ഞിട്ടുണ്ടോ എന്നത് സംശയിക്കാവുന്നത് തന്നെയാണ്.

അണ്ഡോൽപ്പാദനകാലത്ത് രതിയിൽ ഏർപ്പെടാൻ ആഗ്രഹിക്കുന്ന പക്ഷം അവരുടെ പെരുമാറ്റങ്ങളിലും അതിനനുസൃതമായ മാറ്റങ്ങൾ പ്രത്യക്ഷപ്പെടാം. ശൃംഗാര ഭാവത്തോടെ പെരുമാറുകയും, ലൈംഗികത ധ്വനിപ്പിക്കുന്ന ശരീര ചലനങ്ങൾ പ്രകടമാക്കുകയും, കൊതിപ്പിക്കുന്ന തരത്തിലുള്ള വസ്ത്രധാരണം നടത്തുകയും ചെയ്യുന്നതുൾപ്പെടെ ഇതിന്റെ ഭാഗമായി ഉണ്ടാകുന്ന പ്രത്യേകതകളായാണ് പരിഗണിക്കപ്പെടുന്നത്.

സുഗന്ധ ദ്രവ്യങ്ങൾ ഉപയോഗിക്കുന്നതും മടമ്പ് ഉയർന്ന ചെരുപ്പ് അണിയുന്നതും ഇറുക്കമുള്ള വസ്ത്രം ധരിക്കുന്നതുമെല്ലാം ഇത്തരം സ്വഭാവങ്ങളിൽ പെടുന്നവ തന്നെയാണ്. ഇത്തരം പെരുമാറ്റ

രീതികൾ വഴി യൗവ്വനവും, ലൈംഗിക ശേഷിയും, ഗർഭധാരണ ത്തിനുള്ള കഴിവും ഉണ്ടെന്ന് പുരുഷനെ അറിയിക്കാനും ഇത് വഴി സാധിച്ചേക്കും. സൗന്ദര്യവർദ്ധക വസ്തുക്കൾ ഉപയോഗിക്കുന്നതി ലൂടെ ശരീരത്തിൽ കൂടുതൽ മിഴിവും തിളക്കവും വർധിപ്പിക്കാൻ കഴിയും. ഉയർന്നു നിൽക്കുന്ന പാഡോട് കൂടിയ ബ്രേസിയർ ധരിച്ചു കൊണ്ട് സ്തനവലുപ്പം എടുത്തു കാണിക്കാനും, അരഞ്ഞാണം പോലുള്ള ആഭരണങ്ങൾ ധരിച്ചു കൊണ്ട് അരക്കെട്ടിന്റെ വശ്യത ഉറപ്പിക്കാനും കഴിയും. പരസ്യചിത്രങ്ങളിലും ചലച്ചിത്രങ്ങളിലുമെ ല്ലാം മോഡലുകളെ അണിയിച്ചൊരുക്കുമ്പോൾ ഇത്തരം മാർഗ്ഗങ്ങൾ അവലംബിക്കുന്നത് ഇതേ കാരണത്താൽ തന്നെയാവണം. ഇക്കാര ണങ്ങൾ മൂലമാവാം അണ്ഡോൽപ്പാദന കാലത്തു മറ്റു സന്ദർഭങ്ങളെ അപേക്ഷിച്ച് ഇത്തരം സ്വഭാവങ്ങൾ കൂടുതലായി കണ്ടുവരുന്നത് എന്ന് കരുതാവുന്നതാണ്.

അണ്ഡോൽപ്പാദന കാലത്ത് രതിയിൽ ഏർപ്പെടാൻ ആഗ്രഹി ക്കുന്ന പക്ഷം അവരുടെ പെരുമാറ്റങ്ങളിലും അതിനനുസൃതമായ മാറ്റങ്ങൾ പ്രത്യക്ഷപ്പെടാം. ശൃംഗാര ഭാവത്തോടെ പെരുമാറുകയും, ലൈംഗികത ധ്വനിപ്പിക്കുന്ന ശരീര ചലനങ്ങൾ പ്രകടമാക്കുകയും, കൊതിപ്പിക്കുന്ന തരത്തിലുള്ള വസ്ത്രധാരണം നടത്തുകയും എല്ലാം ഇതിന്റെ ഭാഗമായി ഉണ്ടാകുന്ന പ്രത്യേകതകളായി കാണാവുന്ന താണ്. ശരീരത്തിലും പ്രത്യക്ഷ ഭാവങ്ങളിലും ഒരുപോലെ മാറ്റങ്ങൾ വരുത്താൻ ആഗ്രഹിക്കുന്ന സമയം കൂടിയായാണ് അണ്ഡോൽപ്പാദന കാലത്തെ പരിഗണിക്കേണ്ടത്. നമ്മളുമായി പലകാര്യത്തിലും സാമ്യതകളുള്ള ബോണബോസ്സുകൾ പലപ്പോഴും രതിബന്ധത്തിൽ ഏർപ്പെടുന്നതിന് തയ്യാറാവുന്നത് വിഭവങ്ങൾ പങ്കുവെക്കാനായി ആൺവിഭാഗങ്ങളെ പ്രേരിപ്പിക്കുന്നതിന് വേണ്ടികൂടിയാണ്. ജീവിത പങ്കാളികൾക്കിടയിൽ സ്നേഹവും കരുതലുമുള്ള വിഭാഗങ്ങൾക്കിടയി ലാണ് പിതൃ പരിരക്ഷ കൂടുതലായി കാണുന്നത്. ഇണകൾ തമ്മിൽ കൂടുതൽ അടുത്ത് ഇടപഴകി ജീവിക്കുന്ന വെർവേറ്റ് കുരങ്ങുകളിലും മറ്റു ചില ആൾക്കുരങ്ങുകളിലും, അണ്ഡോൽപ്പാദനത്തിന്റെ ഭാഗമാ യുണ്ടാകുന്ന ശാരീരിക അടയാളങ്ങൾ നന്നേ കുറവായാണ് കാണ പ്പെടുന്നത്.

കുഞ്ഞുങ്ങൾക്ക് പിതാവിൽ നിന്ന് കിട്ടുന്ന പരിരക്ഷയും, ലൈംഗിക പങ്കാളികൾ തമ്മിലുള്ള പരസ്പര സ്നേഹബന്ധവും പരി ണമിച്ചു വന്നിട്ടുള്ളത് ഏകദേശം ഒരേ കാലത്ത് തന്നെയാവണം. ആധുനിക ജീവശാസ്ത്രത്തിൽ നടന്നിട്ടുള്ള ഒട്ടുമിക്ക പഠനങ്ങളും ഇത്

ശരിവെക്കുന്നുണ്ട്. പിതാക്കന്മാരുടെ സാന്നിധ്യമില്ലാതെ വളരാൻ ഇടവരുന്ന കുട്ടികളുടെ ശരീര ഭാരത്തിൽ ഉൾപ്പെടെ സാരമായ കുറവ് വരുന്നതായാണ് രേഖപ്പെടുത്തപ്പെട്ടത്.

പ്രാചീന ചരിത്രഘട്ടത്തിൽ അച്ഛന്മാരുടെ അസാന്നിധ്യത്തിൽ കുഞ്ഞുങ്ങൾ കൊല ചെയ്യപ്പെടാനും അതല്ലെങ്കിൽ മറ്റെന്തെങ്കിലും രീതിയിലുള്ള പീഡനങ്ങൾക്ക് വിധേയമാകാനുമുള്ള സാധ്യതകളും അനവധിയായിരുന്നു എന്നതും ഇതോടു ചേർത്ത് മനസ്സിലാക്കേണ്ടതാണ്.

ഇന്നും ഇത്തരത്തിൽ അച്ഛന്മാരുമായി പിരിഞ്ഞു ജീവിക്കേണ്ടി വരുന്ന കുഞ്ഞുങ്ങളുടെ പ്രതിരോധ വ്യവസ്ഥകളെപ്പോലും താറുമാറാക്കുന്നതിനും സ്കൂൾ പഠനത്തിലും മറ്റും മതിയായ തോതിലുള്ള മികവിന് തടസ്സം സൃഷ്ടിക്കുന്നതിനും അച്ഛന്മാരുടെ അസാന്നിധ്യം വഴിവെക്കാമെന്നാണ് പഠനങ്ങൾ വെളിവാക്കുന്നത്. പെൺകുട്ടികളുടെ ജീവിതത്തിൽ അച്ഛന്മാരുടെ അഭാവം മൂലമുണ്ടാകുന്ന പ്രത്യാഘാതങ്ങൾ ഏറെ കനത്തതായിരിക്കും. ഇത്തരത്തിൽ ജീവിക്കേണ്ടി വരുന്ന പെൺകുട്ടികൾ പല തരത്തിലുള്ള ബുദ്ധിമുട്ടുകളും അനുഭവിക്കേണ്ടി വന്നേക്കാം എന്നാണ് പഠനങ്ങൾ സ്ഥിരീകരിച്ചിട്ടുള്ളത്. ഇവർ വിവാഹിതരാകുന്നതോടെ പങ്കാളിയുമായി നിസ്സാര കാര്യങ്ങൾക്കായിപ്പോലും കലഹിക്കാനും ചില അവസരങ്ങളിൽ ജീവിത പങ്കാളിയുമായി ഒത്തുപോകാൻ കഴിയാതെ വിവാഹബന്ധം വേർപിരിയുന്നതിനും തയ്യാറാവാം.

മതിയായ തോതിലുള്ള പക്വത പ്രാപിക്കാൻ ഇടവരുന്നവരും താരതമ്യേന സുരക്ഷിതമായ സ്നേഹബന്ധങ്ങളിലൂടെ വളർന്നു വന്നിട്ടുള്ളവർക്കും പിൽക്കാലത്ത് ഉണ്ടാവുന്ന പ്രണയ/ദാമ്പത്യ ബന്ധങ്ങൾ സുസ്ഥിരതയോടെ നില നിർത്താനുള്ള പ്രാപ്തി ഉണ്ടാകാറുണ്ട്. ആവശ്യമായ സമയമെടുത്തുകൊണ്ട് വികാസഘട്ടങ്ങൾ പൂർത്തീകരിക്കുന്നതിൽ അപാകതകൾ നേരിട്ടിട്ടുള്ളവർക്ക് അവരുടെ പെരുമാറ്റങ്ങളിൽ അനവധി പോരായ്മകൾ ഉള്ളതായി ഇതിനകം തന്നെ നിരീക്ഷിക്കപ്പെട്ടിട്ടുണ്ട്. ഇവർക്ക് കുട്ടികൾ എന്ന നിലയിൽ ലഭിക്കേണ്ടുന്ന സ്നേഹ പരിലാളനകൾ വളരെ നേരെത്തെ തന്നെ തടയപ്പെടുന്നത് കാരണം പിൽക്കാലത്ത് വികസിച്ച് വരേണ്ടുന്ന പ്രണയ ബന്ധങ്ങളും മറ്റും ഇല്ലാതാകാനുള്ള സാഹചര്യങ്ങളും അനവധിയാണ്. അതിനാൽ ഇത്തരക്കാർക്ക് കാൽപ്പനികമായ ബന്ധങ്ങൾ അനുഭവിക്കാനുള്ള സമയവും സന്ദർഭവും ലഭിക്കാതെ വരുന്നതിനാൽ വിരുദ്ധലിംഗത്തിലുള്ളവരുമായി ഉണ്ടാകുന്ന

ബന്ധങ്ങൾ വ്യക്തിപരമായോ സാമൂഹ്യമായോ ലഭിക്കാനിടയുള്ള ചില നേട്ടങ്ങളെ മാത്രം മുൻനിർത്തിയുള്ളതായിരിക്കും. എന്നാൽ മറ്റു ചിലരാവട്ടെ ഇത്തരം ബന്ധങ്ങളെ കേവലം ലൈംഗികബന്ധങ്ങളായി മാത്രം നിലനിർത്താനും ശ്രമിച്ചേക്കാം. ഇതുകൂടാതെ, ഇത്തരത്തിൽ വളർന്നു വന്നവർക്ക് ജീവിതപങ്കാളിയുമായി ശരിയായ രീതിയിലുള്ള മാനസിക ബന്ധം പുലർത്തുന്നതിനോ ബന്ധം നീണ്ട കാലത്തേക്ക് നിലനിർത്തുന്നതിനോ കഴിയാതെ വരുന്ന സാഹചര്യങ്ങളും ഉണ്ടാവാറുണ്ട്.

ഫ്രാക്ലിൻ, ഫിൻക് എന്നീ മനഃശാസ്ത്രജ്ഞരുടെ അഭിപ്രായത്തിൽ പൗരുഷ സ്വഭാവം ഏറെയുള്ള പുരുഷന്മാർ തങ്ങളുടെ കുഞ്ഞുങ്ങൾക്കു വേണ്ടി കൂടുതൽ സമയം ചെലവിടുന്നതിനോ, അവരുമായി അടുത്ത് ഇടപഴകുന്നതിനോ മറ്റുള്ളവരെ അപേക്ഷിച്ച് അത്ര താൽപ്പര്യം കാണിക്കാറില്ല. ഇങ്ങനെയുള്ള പുരുഷന്മാർ അവരുടെ കുഞ്ഞിന്റെ അമ്മയുമായും അത്ര വൈകാരിക അടുപ്പം പ്രകടിപ്പിച്ചു കാണാറില്ല. എന്നാൽ, ശിശുസഹജമായ മുഖഭാവവും, പെരുമാറ്റ രീതികളും ഉള്ള പുരുഷന്മാർ ഇതിനു വിപരീതമായി പെരുമാറുന്നതായാണ് കണ്ടുവരുന്നത്. ഈയിടെ അമേരിക്കയിൽ നടന്ന ഒരു പഠനത്തിൽ നല്ല അച്ഛന്മാരാകാൻ സാധ്യത ഉള്ളവരെ തിരഞ്ഞെടുക്കാനായി നിർദ്ദേശിക്കപ്പെട്ടപ്പോൾ സ്ത്രീകൾ കൂടുതലായും തിരഞ്ഞെടുത്തത് ദീക്ഷയില്ലാത്തവരെയും, കഷണ്ടി തല ഉള്ളവരെയുമാണ്. ഇത്തരക്കാർ പൊതുവിൽ കൂടുതൽ വിശ്വാസയോഗ്യരും കുഞ്ഞുങ്ങളോട് സ്നേഹമുള്ളവരുമായിരിക്കുമെന്നാണ് കരുതപ്പെടുന്നത്. ഇത്തരം തിരഞ്ഞെടുപ്പുകൾ എല്ലാ സമയങ്ങളിലും ഒന്നുതന്നെയാവുമെന്ന് കരുതാനാവില്ല.

ലൈംഗികമായ ബന്ധത്തെ അടിസ്ഥാനപ്പെടുത്തിയുള്ള അസൂയയും കൂടിയ തോതിൽ കണ്ടു വരുന്നത് പുരുഷന്മാരിലാണ്. തന്റെ പങ്കാളി മറ്റേതെങ്കിലും പുരുഷനുമായി വൈകാരികമായ ബന്ധം പുലർത്തുന്നുണ്ടാകുമോ എന്ന ആശങ്കയാണ് ഇത്തരം അസൂയയുടെ പിറകിൽ പ്രവർത്തിക്കുന്നത്. പുരുഷന്മാരെ സംബന്ധിച്ചിടത്തോളം ബീജോൽപ്പാദനം തീർത്തും ചെലവ് കുറഞ്ഞ ഒന്നായതിനാൽ ഏതൊരു പുരുഷനും ഏത് സ്ത്രീയുമായും സ്വതന്ത്രമായി ലൈംഗിക ബന്ധം പുലർത്താൻ കഴിയും.

സസ്തനി വിഭാഗത്തിലുള്ള ഏതൊരു പെണ്ണിനത്തിനും ഗാമീറ്റുകളുടെ/അണ്ഡത്തിന്റെ ഉത്പാദനം പരിമിതമായ തോതിൽ മാത്രമേ നടക്കുകയുള്ളൂ. മനുഷ്യരും ഈ വിഭാഗത്തിൽത്തന്നെ

പെട്ടവരായതിനാൽ ആ നിലക്കുള്ള പരിമിതികൾ നമ്മളിലും ഏറെക്കുറെ സമാനമാണ്. അതായത്, സ്ത്രീകൾക്ക് അവരുടെ വിഭവശേഷി വലിയ തോതിൽ വിനിയോഗിച്ചാൽ മാത്രമേ കുഞ്ഞുങ്ങളെ പ്രസവിക്കുന്നതിനും അവരെ പരിരക്ഷിക്കുന്നതിനും കഴിയുകയുള്ളൂ.

എന്നാൽ, പുരുഷന്റെ പക്ഷത്തു നിന്ന് നോക്കുമ്പോൾ മറ്റൊരു പുരുഷന്റെ കുഞ്ഞിന് വേണ്ടി തന്റെ സമയവും വിഭവങ്ങളും പ്രയോജനപ്പെടുത്തുക എന്നത് അയാളുടെ കാര്യക്ഷമതയെ തന്നെ പ്രതികൂലമായി ബാധിച്ചേക്കാം. പുരുഷൻമാരിലെ ലൈംഗികമായ അസൂയ ഉണ്ടായി വന്നത് ഇപ്രകാരമായിരിക്കാം എന്ന് സ്വാഭാവികമായും അനുമാനിക്കാൻ കഴിയും. ഒരാളുമായി പ്രേമബന്ധം ഉണ്ടായിരിക്കുമ്പോൾ മറ്റൊരാളുമായി രഹസ്യ ബന്ധം നിലനിർത്തുക എന്നതിന് ചില സാംസ്കാരികമായ മാനങ്ങൾ കൂടിയുണ്ട്.

പെരുമാറ്റവുമായി ബന്ധപ്പെട്ടു വളർന്നുവരുന്ന ആന്തരിക പ്രവർത്തന മാതൃകകൾ (internal working models)പിൽക്കാലത്തു വികസിച്ച് വരേണ്ടുന്ന വ്യക്തിത്വ വികാസത്തിനും, മറ്റുള്ളവരുമായി ആരോഗ്യകരമായ ബന്ധം പുലർത്തുന്നതിനും യോജിച്ച തരത്തിലുള്ള മൂല മാതൃകകൾ നമ്മൾ കുട്ടികളായിരിക്കുമ്പോൾ മുതൽ മനസ്സിൽ ഇടം പിടിക്കുന്നത് സാധാരണമാണ്. ഇത്തരം മാതൃകകളുടെ പിൻബലത്തോടെ തന്നെയാണ് പ്രായപൂർത്തിയാകുന്നതോടെ വളർന്നുവരാനിടയുള്ള പ്രേമബന്ധങ്ങൾ ഉൾപ്പെടെയുള്ള ബന്ധങ്ങളെല്ലാം വികസിച്ചു വരുന്നത്.

മറ്റുള്ളവരുമായി ആഴത്തിലുള്ള അടുപ്പം സ്ഥാപിക്കുന്നതിൽ നിന്നും സ്വയം വിട്ടുനില്ക്കാൻ ശ്രമിക്കുന്നവർ തങ്ങളുടെ പങ്കാളിയുടെ വൈകാരിക ഇടപെടലുകളെക്കാൾ ലൈംഗിക ഇടപെടലുകളിലൂടെ കിട്ടുന്ന സന്തോഷത്തിനായിരിക്കും മുൻതൂക്കം നൽകുന്നത്.

സുരക്ഷിതമായതും സ്നേഹസമ്പൂർണവുമായ കുട്ടിക്കാലജീവിതം അനുഭവിച്ചവർക്കാകട്ടെ പിൽക്കാലത്ത് രൂപപ്പെട്ടു വരുന്ന പ്രേമബന്ധത്തിലോ ദാമ്പത്യ ജീവിതത്തിലോ വിശ്വാസവഞ്ചനക്ക് ഇരയാകേണ്ടി വന്നാൽ പൊറുക്കാൻ കഴിയണമെന്നില്ല. ചുറ്റുപാടുകളിൽ ഉണ്ടാവുന്ന മാറ്റങ്ങളോടെല്ലാം ഇണങ്ങി പോകുക അതല്ലെങ്കിൽ വ്യത്യസ്ത ചുറ്റുപാടുകൾ കണ്ടെത്തുക എന്നത് ഏതൊരു ജീവിക്കും പ്രധാനമായതിനാൽ ഇത്തരം ഘട്ടങ്ങളിൽ ഒന്നുകിൽ നിലവിലുള്ള ബന്ധത്തിൽ ഉള്ളടങ്ങിയ പ്രശ്നങ്ങളെ പരിഹരിച്ചു മുന്നോട്ടു പോകുക

അതല്ലെങ്കിൽ ബന്ധം ഉപേക്ഷിക്കുക എന്നത് മാത്രമാണ് സാധ്യമായത്.

എന്നാൽ, അമ്മയുടേയോ മുഖ്യ രക്ഷിതാവിന്റെയോ ഏതെങ്കിലും തരത്തിലുള്ള അവഗണനകൾക്ക് ഇരയായ കുട്ടികൾ പിൽക്കാലത്ത് ഉണ്ടാവുന്ന പ്രശ്നങ്ങളോട് പ്രതികരിക്കുന്നത് വേറിട്ട രീതിയിലായിരിക്കും. ഉദാഹരണത്തിന്, സ്വന്തം ജീവിതം മെച്ചപ്പെടുത്തുന്നതിന് യോജിച്ച രീതിയിലുള്ള വിഭവങ്ങളുടെ ലഭ്യതക്കുറവ് ഉണ്ടാവുകയും അതോടൊപ്പം മറ്റുള്ളവർക്ക് കൂടി അത് പങ്കു വെക്കേണ്ടി വരാമെന്ന സാഹചര്യത്തിലും ഇത്തരം വ്യക്തികൾ ഏറെ സ്വാർത്ഥതയോടെ പെരുമാറാനായിരിക്കും ശ്രമിക്കുന്നത്. വിഭവ സമാഹരണത്തിനായി നടത്തുന്ന ഈ മത്സരത്തിൽ മറ്റുള്ളവരുമായി വൈകാരികമായി അടുപ്പം പുലർത്താതിരുന്നാൽ മാത്രമേ സ്വന്തം താൽപ്പര്യങ്ങളെ സംരക്ഷിക്കാൻ കഴിയുകയുള്ളൂ എന്ന ചിന്തകൾക്ക് അടിപ്പെട്ടുകൊണ്ടായിരിക്കും ഇവർ പെരുമാറുന്നത്. കുട്ടികളും മുതിർന്നവരുമെല്ലാം ഇപ്രകാരം പെരുമാറുന്നത് അസാധാരണമല്ല. വിദ്യാർത്ഥി വിദ്യാർത്ഥിനികൾക്കിടയിൽ കാണുന്ന അനഭലഷണീയമായ മത്സരാധിഷ്ഠിത പെരുമാറ്റങ്ങൾ മുതൽ വൻകിട വ്യവസായികൾക്കിടയിലെ പരസ്പരം നശിപ്പിക്കാൻ ശ്രമിക്കുന്ന നീക്കങ്ങളിൽ വരെ ഇത് തെളിഞ്ഞു കാണാവുന്നതാണ്. എന്നാൽ, ഇതിന് വിപരീതമായി പരസ്പരം സഹകരിച്ചും പിന്തുണച്ചും ജീവിക്കാനിടയായ സാഹചര്യങ്ങളിലൂടെ വളർന്നു വന്നവർ കൂടിയ അളവിലുള്ള പരോപകാര സ്വഭാവവും അനുകമ്പയോടെയുള്ള പെരുമാറ്റവും കാണിച്ചെന്നും വരാം.

മനുഷ്യർ ഉൾപ്പെടെയുള്ള ഏതൊരു ജീവിവർഗ്ഗവും അനുവർത്തിക്കുന്ന പെരുമാറ്റങ്ങൾക്കത്രയും ജീവശാസ്ത്രപരമായ അടിത്തറ ഉണ്ടായിരിക്കും. ഇപ്രകാരം അനുവർത്തിക്കപ്പെടുന്ന പെരുമാറ്റങ്ങൾ അടുത്ത തലമുറയിലേക്കു കൈമാറ്റം ചെയ്തു കൊണ്ട് കാലക്രമത്തിൽ ആ സ്വഭാവം വംശ സ്വഭാവമായി മാറണമെങ്കിൽ അതേ ജീവിവർഗ്ഗത്തിലെ പെരുമാറ്റങ്ങളിൽ സാഹചര്യങ്ങൾക്ക് ഇണങ്ങുന്ന രീതിയിലുള്ള വൈവിധ്യങ്ങൾ കൂടി ഉണ്ടാവേണ്ടതുണ്ട്.

മുൻതലമുറയിൽ ഉണ്ടായിരുന്ന അതേ സ്വഭാവം മാറ്റങ്ങളേതും കൂടാതെ ആവർത്തിക്കപ്പെടുകയാണെങ്കിൽ ചില ഘട്ടങ്ങളിൽ നിലനിൽപ്പിന് തന്നെ ഭീഷണി ആയിത്തീർന്നേക്കാം. ഉദാഹരണത്തിന്, സാമൂഹ്യ ജീവിതവും വ്യക്തി ജീവിതവും അത്രയൊന്നും സങ്കീർണമല്ലാതിരുന്ന കാലത്ത് നൈമിഷികമായ ചില വൈകാരിക

പ്രേരണകളുടെ സമ്മർദ്ദത്തിൽ അകപ്പെട്ട് തീരുമാനങ്ങൾ എടുക്കുന്ന സ്വഭാവങ്ങൾ (impulsive behavior) ഒരുപക്ഷെ ചില സാഹചര്യങ്ങളിൽ നേട്ടങ്ങൾ ഉണ്ടാക്കി എടുക്കുന്നതിന് സഹായിച്ചിരിക്കാം. എന്നാൽ, സാമൂഹ്യജീവിതം അതീവ സങ്കീർണമായ ഇന്നത്തെ സാഹചര്യത്തിൽ നമ്മുടെ ചില സന്ദർഭങ്ങളിലുള്ള വൈകാരിക നിലയ്ക്ക് ശരിയെന്ന തോന്നുന്ന കാര്യങ്ങൾക്കനുസരിച്ച് തീരുമാനങ്ങൾ കൈകൊള്ളുകയോ അതിനൊത്ത് പ്രവർത്തിക്കുകയോ ചെയ്താൽ വലിയ പ്രത്യാഘാതങ്ങൾ അത് വരുത്തിവെച്ചേക്കാം.

ചില അവസരങ്ങളിൽ പ്രത്യേക വ്യക്തികളുമായി ആഴത്തിലുള്ള വൈകാരിക അടുപ്പം ഉണ്ടാക്കുക എന്നത് നമ്മുടെ വംശത്തിൽ അന്തർലീനമായ പെരുമാറ്റ രീതി തന്നെയാണ്. ഏതൊരു വൈകാരിക അടുപ്പത്തിന്റെയും വിത്ത് പാകുന്നതിൽ ആദ്യ ഘട്ടത്തിൽ കുഞ്ഞും രക്ഷിതാക്കളും തമ്മിലുണ്ടാകുന്ന ബന്ധത്തിന് മുഖ്യ പങ്കുണ്ടെന്ന് ഇതിനകം നമ്മൾ മനസിലാക്കി കഴിഞ്ഞിട്ടുണ്ട്. ഇത് കുഞ്ഞിന്റെ സുരക്ഷിതമായ നിലനിലനിൽപ്പിന് ഒഴിച്ചുകൂടാനാവാത്തതാണ്. ഇതേ വൈകാരിക വ്യവസ്ഥയുടെ വികാസ സാധ്യതകൾക്കുള്ളിൽ തന്നെയാണ് പിൽക്കാലത്തുണ്ടായി വരുന്ന ഓരോ വൈകാരിക ബന്ധവും സാധ്യമാകുന്നത്. കുഞ്ഞുങ്ങളിലായാലും, മുതിർന്നവരിലായാലും ഈ വികാരോത്തേജന വ്യവസ്ഥ സജീവമാകുന്നത് നിശ്ചിത സന്ദർഭങ്ങളെ അടിസ്ഥാനപ്പെടുത്തിയാണ്. ഏതെങ്കിലും തരത്തിലുള്ള ഉത്കണ്ഠക്കോ, പേടിക്കോ, അതല്ലെങ്കിൽ എന്തെങ്കിലും കഠിനമായ പ്രയത്നത്തിൽ ഏർപ്പെട്ടുകൊണ്ട് ഒരു കാര്യം സാധിക്കേണ്ടി വരുമ്പോഴോ ഒക്കെയായിരിക്കും ഈ വൈകാരിക പ്രക്രിയ സജീവത ആർജ്ജിക്കുന്നത്.

കുഞ്ഞുങ്ങൾക്ക് ഓരോ സമയത്തും ആവശ്യമായ കാര്യങ്ങളോട് സന്ദർഭോചിതമായി പ്രതികരിക്കാൻ കഴിയുക എന്നത് ഏതൊരു രക്ഷിതാവിനെ സംബന്ധിച്ചിടത്തോളവും ഏറെ പ്രധാനമാണ്. കുട്ടി നേരിടുന്ന വൈകാരികമായ വിഷമതകളോട് യുക്തമായ രീതിയിൽ ഇടപെട്ടുകൊണ്ട് അത്തരം പ്രശ്നങ്ങളിൽ നിന്ന് കുട്ടിയെ രക്ഷപെടുത്താൻ കഴിയുന്നുണ്ടോ എന്നതുമായി ബന്ധപ്പെട്ടുകൊണ്ടാണ് രക്ഷിതാവും കുട്ടിയും തമ്മിലുള്ള ബന്ധത്തിന്റെ തീവ്രതയും ഗുണനിലവാരവും എല്ലാം നിശ്ചയിക്കപ്പെടുന്നത്. ഇത്തരം പ്രതിസന്ധി ഘട്ടങ്ങളിൽ രക്ഷിതാവിനെ ആശ്രയിക്കാം എന്ന് കുട്ടിക്ക് തോന്നണമെങ്കിൽ ഇതിനകം തന്നെ അത്തരമൊരു വിശ്വാസ്യത ഉണ്ടാക്കി എടുക്കുന്നതിൽ രക്ഷിതാവ് വിജയിക്കേണ്ടതുണ്ട്.

കുട്ടികളുടെ കാര്യത്തിലെന്ന പോലെ മുതിർന്നവരുടെ കാര്യത്തിലും ഇത് ഏറെ പ്രസക്തമാണ്. നമുക്ക് ഉണ്ടാകാനിടയുള്ള വിഷമഘട്ടങ്ങളിൽ ആരെയാണ് പെട്ടെന്ന് ആശ്രയിക്കാൻ കഴിയുക എന്ന് തിരിച്ചറിയുക എന്നത് മറ്റേതൊരു കാര്യത്തേക്കാളും സുപ്രധാനമാണ്.

നീയില്ലെങ്കിൽ ഞാനില്ല

വ്യക്തികൾ തമ്മിൽ ഉണ്ടാകുന്ന ബന്ധങ്ങളെ കേവലം വികാരങ്ങളുടെ മാത്രം ഫലമായുണ്ടാകുന്ന ഒന്നായി ചുരുക്കി കാണുന്നത് ശരിയല്ല. ഒരു വ്യക്തിക്ക് എത്രമാത്രം ഓർമ്മകൾ സൂക്ഷിക്കാൻ കഴിയുന്നു എന്നതും, ഏതു കാര്യത്തിലും ഏകാഗ്രതയോടെ പെരുമാറുക, ചില കാര്യങ്ങളെ കുറിച്ച് സാമാന്യമായ തോതിലെങ്കിലും ഉള്ള അറിവുണ്ടാവുക എന്നതെല്ലാം പരസ്പര അടുപ്പത്തെ നിശ്ചയിക്കുന്നതിൽ സ്വാധീനം ചെലുത്താവുന്ന ഘടകങ്ങൾ തന്നെയായി കരുതാവുന്നതാണ്. ഉദാഹരണത്തിന്, ചില വ്യക്തികൾ അവർക്കു വേണ്ടപ്പെട്ടവർ അത്യാവശ്യ സന്ദർഭങ്ങളിൽ ചെയ്തു കൊടുക്കുന്ന സഹായങ്ങൾ വരെ വിസ്മരിച്ചുകൊണ്ട് പെരുമാറിയേക്കാം, അതല്ലെങ്കിൽ നിസ്സഹായമായ ചില സന്ദർഭങ്ങളിൽ ഉദ്ദേശിച്ച രീതിയിൽ അടുത്ത ബന്ധു/സുഹൃത്തിനെ സഹായിക്കുന്നതിൽ പരാജയപ്പെടുകയും ചെയ്യാം. ഇത്തരം പെരുമാറ്റങ്ങൾ പ്രിയപ്പെട്ടവർക്കിടയിൽ ഉള്ള ബന്ധങ്ങളിൽ വിള്ളലുണ്ടാക്കും എന്നതിൽ സംശയിക്കേണ്ടതില്ല.

ചിലരെ സംബന്ധിച്ചിടത്തോളം മറ്റുള്ളവരാൽ തിരസ്കരിക്കപ്പെടുമോ എന്ന ആശങ്ക അവരുടെ വൈകാരിക ബന്ധങ്ങളെ പ്രതികൂലമായി ബാധിച്ചേക്കാവുന്നതാണ്. ഇതിൽ ചിലർ ഇത്തരം ആശങ്കകളുടെ ഫലമായി വ്യക്തിബന്ധങ്ങളോട് നിർവികാരമായി പെരുമാറാനും ഇടയുണ്ട്. മറ്റുള്ളവർ തന്നെ തള്ളിക്കളയുമോ എന്ന ഉത്കണ്ഠ നിമിത്തം ആരോടും ഒരു പരിധി വിട്ട് അടുക്കാതിരിക്കുക എന്ന തന്ത്രവും ഇത്തരക്കാർ അനുവർത്തിക്കാറുണ്ട്.

സുരക്ഷിതമായ കുട്ടിക്കാലവും, വികാരഭരിതമായ സ്നേഹബന്ധങ്ങളും അനുഭവിക്കാൻ ഇട വന്നിട്ടുള്ളവർ ഇത്തരം ഉത്കണ്ഠക്കോ ആശങ്കകൾക്കോ വിധേയരാകുന്നത് ഏറെ വിരളമാണ്. ഇത്തരത്തിൽ വളർന്നു വന്നിട്ടുള്ളവർക്ക് അവരെക്കുറിച്ച് യുക്തിഭദ്രമായ കാഴ്ചപ്പാടുകൾ ഉണ്ടായിരിക്കും. മറ്റുള്ളവർക്ക് തങ്ങളോടുള്ള സമീപനം വിശ്വാസയോഗ്യമായിരിക്കും എന്ന് തന്നെയാണ് ഇവർ കണക്കാക്കുന്നത്. ചില സന്ദർഭങ്ങളിൽ മറ്റുള്ളവരിൽ നിന്ന് പ്രതികൂലമായ അനുഭവങ്ങൾ ഉണ്ടായാൽ പോലും അതിനെ യുക്തിപൂർവം വിലയിരുത്തിക്കൊണ്ട് തങ്ങൾക്ക് അപകടമില്ലാത്ത സമീപനം കൈക്കൊള്ളാനും ഇത്തരക്കാർക്ക് കഴിഞ്ഞേക്കും. ആവശ്യമെങ്കിൽ മാത്രം മറ്റുള്ളവരുടെ സഹായം തേടിക്കൊണ്ട് പ്രശ്നപരിഹാരത്തിന് ശ്രമിച്ചേക്കാമെങ്കിലും, മറ്റുള്ളവരിൽ നിന്ന് ഉദ്ദേശിച്ച തരത്തിലുള്ള സഹായം കിട്ടാത്ത സാഹചര്യം വന്നാൽ സ്വയം തന്നെ തങ്ങളുടെ പ്രശ്നങ്ങൾ പരിഹരിക്കാനുള്ള കഴിവും മറ്റുള്ളവരെ അപേക്ഷിച്ച് ഇവർക്ക് കൂടുതലായിരിക്കും.

ഏതൊരു വ്യക്തിക്കും നല്ല സാഹചര്യങ്ങൾ തേടി പോകാനും, ഉയർന്ന ജോലിയും മറ്റും സമ്പാദിക്കുന്നതിനും അടിത്തറയായി മാറുന്നത് കുടുംബത്തിനുള്ളിൽ നിന്ന് ലഭിക്കുന്ന ആത്മവിശ്വാസവും സ്നേഹവും നിമിത്തമായിരിക്കും. നമുക്ക് വേണ്ടപ്പെട്ടവർക്ക് പ്രതിസന്ധികൾ വരുമ്പോൾ ചേർന്നുനിന്നുകൊണ്ട് അവർക്ക് ആവശ്യമായ പിന്തുണ കൊടുക്കുന്നതിനും ഇത്തരത്തിലുള്ള മെച്ചപ്പെട്ട സ്നേഹബന്ധങ്ങൾ അനിവാര്യമാണ്. ഓരോ വ്യക്തിക്കും അയാളുടെ/അവളുടെ ജീവിതം ശാന്തമായിരുന്നാൽ മാത്രമാണ് മറ്റുള്ളവർക്ക് ശാന്തിയും സമാധാനവും കൊടുക്കാൻ കഴിയുകയുള്ളൂ. നമ്മുടെ സാധ്യതകളെക്കുറിച്ചും പരിമിതികളെക്കുറിച്ചും ശരിയായ അവബോധം ഉണ്ടെങ്കിൽ മാത്രമാണ് മറ്റു വ്യക്തികളുമായി സ്നേഹനിർഭരമായ ബന്ധങ്ങൾ വളർത്തി എടുക്കാൻ സാധിക്കുകയുള്ളൂ.

നമ്മളെ ആശ്രയിക്കുന്ന വ്യക്തികളെ എപ്പോഴും സഹായിച്ചു കൊണ്ടിരിക്കുക എന്നതിനപ്പുറം അയാൾക്ക് നേരിടാനിടയുള്ള പ്രതിസന്ധികളെ സ്വയം തന്നെ അഭിമുഖീകരിക്കുന്നതിനും അവയ്ക്ക് തക്കതായ പരിഹാരം തേടുന്നതിനും ഉള്ള പ്രാപ്തി ഉറപ്പിക്കുക എന്നതും പരിരക്ഷണയുടെ ഭാഗം തന്നെയായി കാണേണ്ടതാണ്. ഇതിന് പകരം ചില രക്ഷിതാക്കൾ ഏത് സമയത്തും അവരുടെ കുട്ടികളുടെ കാര്യങ്ങളിൽ ഇടപെടുകയും പ്രശ്നപരിഹാരത്തിന് മുൻകയ്യെടുക്കുകയും ചെയ്യുന്നതിനാൽ അത്തരം കുട്ടികൾ അവരുടെ

പിൽക്കാല ജീവിതത്തിൽ ഒട്ടേറെ പ്രതിസന്ധികൾ അനുഭവിക്കേണ്ടി വന്നേക്കാം. നമുക്ക് നേരിട്ട പ്രതിസന്ധികളെ മറികടക്കുന്നതിൽ നമ്മോടു കൂടെ നിന്നവരുടെ ചില സ്വഭാവ മാതൃകകൾ നമ്മൾ അനുവർത്തിക്കുന്നതും സാധാരണമാണ്. ഒരു വ്യക്തിയുടെ മാനസിക വികാസത്തെയും, പെരുമാറ്റ രൂപീകരണത്തെയും വരെ സ്വാധീനിക്കുന്നതിൽ സ്നേഹ പരിരക്ഷണ രീതികൾക്ക് വലിയ പങ്കുള്ളതു കൊണ്ടാണ് സ്കൂളുകളിലും മറ്റു ശിശു പരിചരണ കേന്ദ്രങ്ങളിലും രക്ഷിതാക്കൾക്കായി ശാസ്ത്രീയമായ രക്ഷാകർതൃത്വ രീതികളെക്കുറിച്ചുള്ള ക്ലാസ്സുകളും മറ്റും സംഘടിപ്പിക്കപ്പെടുന്നത്.

മറ്റുള്ളവർക്ക് വേണ്ടി ചെയ്യുന്ന സഹായങ്ങളുടെയും അവർക്കായി സൂക്ഷിക്കുന്ന കരുതലിന്റെയും കാതലായ ഘടകമാകാൻ കുട്ടിക്കാലത്തു ലഭിച്ച സ്നേഹപരിലാളനകളുടെ ഓർമ്മകൾക്ക് കഴിയും. സ്വയം സുരക്ഷിതമാണെന്ന അവബോധത്തിന്റെ അഭാവത്തിൽ മറ്റുള്ളവരെ സുരക്ഷിതരാക്കുക അസാധ്യമാണ്. കുട്ടിക്കാലത്തു ലഭിച്ചിട്ടുള്ള സ്നേഹത്തിന്റെയും ഉത്തരവാദിത്വ ബോധത്തോടെയുള്ള കരുതലിന്റെയും ഓർമ്മകൾ പിൽക്കാല ജീവിതത്തിൽ പ്രിയപ്പെട്ടവർക്കായി ചെയ്യുന്ന സഹായങ്ങളിലും നിസ്വാർത്ഥമായ പിന്തുണകളിലും പ്രതിഫലിച്ചു കാണാൻ കഴിയും. മറ്റുള്ള വ്യക്തികൾ തന്നെ തള്ളിക്കളയുമോ എന്ന ഭീതിയും ആശങ്കയും ഉള്ളവർ തങ്ങളുടെ വാത്സല്യത്തിന്റെയും സ്നേഹത്തിന്റെയും പരിധിയിൽ ഉള്ളവരോട് അമിതമായ തോതിലുള്ള സ്നേഹവും വാത്സല്യവും പരിഗണനയും എല്ലാം കാണിക്കാറുണ്ട്. ഇത്തരത്തിലുള്ള അമിത ശ്രദ്ധയിലൂടെ തന്റെ സ്നേഹവാത്സല്യങ്ങൾക്ക് വിധേയരാകുന്നവർക്ക് തന്നിലുള്ള ആശ്രിതത്വം നഷ്ടപ്പെടാതെ നിലനിർത്താം എന്ന അബോധപരമായ താൽപ്പര്യം കൂടി നിറവേറ്റപ്പെടുന്നുണ്ട്. ഇത്തരത്തിലുള്ള ബന്ധങ്ങൾ രക്ഷിതാവും കുഞ്ഞും തമ്മിലും, പ്രേമിക്കുന്നവർക്കിടയിലും ജീവിത പങ്കാളികൾക്കിടയിലും എല്ലാം കാണാവുന്നതാണ്. ഇപ്രകാരം എപ്പോഴും തന്റെ കുഞ്ഞിനെ/പങ്കാളിയെ തന്റെ പരിധിയിൽ നിലനിർത്തുക വഴി ആ വ്യക്തിയുടെ സാമീപ്യം നഷ്ടമാവാതിരിക്കാനുള്ള അവസരം ലഭിക്കുന്നു എന്നതോടൊപ്പം തന്നിലുള്ള ആശ്രിതത്വം നിലനിർത്തിക്കൊണ്ട് ഒരുതരത്തിലുള്ള മൃദുവായ അധികാരം ആ വ്യക്തിയുടെ മുകളിൽ പ്രയോഗിക്കാനും കഴിഞ്ഞേക്കാം.

എന്നാൽ ഇതിന് വിപരീതമായി മറ്റുള്ളവരെ പരമാവധി ഒഴിവാക്കി നിർത്താൻ ശ്രമിക്കുന്നവർക്കാവട്ടെ മറ്റു വ്യക്തികൾക്ക് ഉണ്ടാവുന്ന പ്രതിസന്ധി ഘട്ടങ്ങളിൽ തുണയാവാൻ കഴിയണമെന്നില്ല. അടുപ്പമുള്ളവരെ അകറ്റി നിർത്താൻ ശ്രമിക്കുന്നതിനാൽ

മറ്റുള്ളവരുടെ വിഷമതകൾ മനസിലാക്കി പെരുമാറാനും ഇക്കൂട്ടർക്ക് സാധിക്കാറില്ല.

മനസ്സിനുള്ളിൽ വൈകാരികമായ അരക്ഷിതത്വം ഉള്ളവർ തങ്ങളുടെ ജീവിത പങ്കാളിയുടെയോ അതല്ലെങ്കിൽ സ്വന്തം കുഞ്ഞിന്റെ പോലും മാനസിക പ്രയാസങ്ങളെയോ മനസ്സിലാക്കുന്നതിൽ പരാജയപ്പെടുന്നതും സ്വാഭാവികമാണ്. എപ്പോഴെങ്കിലും മറ്റുള്ളവർക്ക് വേണ്ടി എന്തെങ്കിലും ചെയ്യേണ്ടുന്ന സാഹചര്യം വരുകയാണെങ്കിൽ അത് നിർബന്ധബുദ്ധിയോടെ നിറവേറ്റാൻ മാത്രമേ ഇവർക്ക് സാധിക്കാറുള്ളൂ. തന്റെ സ്നേഹവും പരിഗണനയും അർഹിക്കുന്ന വ്യക്തികൾക്ക് വേണ്ടി വല്ല സഹായമോ ശ്രദ്ധയോ പുലർത്തേണ്ടി വരുമ്പോൾ തികച്ചും സ്വാർത്ഥ താൽപ്പര്യത്തോടെയായിരിക്കും ഇവർ അത് നിറവേറ്റുന്നത്. എന്തെങ്കിലും പ്രായോഗികമായ ലക്ഷ്യം മുന്നിൽ കണ്ടുകൊണ്ടായിരിക്കും ഇവർ അപ്രകാരം സഹായങ്ങൾ നൽകുന്നത്. അതല്ലെങ്കിൽ, അവർ ചെയ്തിട്ടുള്ള സഹായത്തെക്കുറിച്ച് ഇടയ്ക്കിടയ്ക്ക് മറ്റുള്ളവർക്ക് മുൻപിൽ അവതരിപ്പിച്ചുകൊണ്ട് സ്വയം വലുതാണെന്ന് വരുത്തിത്തീർക്കാൻ ശ്രമിച്ചെന്നും വരാം. വ്യക്തികളുടെയും ഗ്രൂപ്പുകളുടെയും കാര്യങ്ങളിൽ ഇത്തരം പെരുമാറ്റങ്ങൾ കാണാൻ കഴിയും. ഉദാഹരണത്തിന്, ചില രാഷ്ട്രീയ പാർട്ടികൾ, ജാതി-മത സംഘടനകൾ എന്നിവ നിരാലംബരായവർക്ക് ചെയ്തു കൊടുക്കുന്ന സഹായങ്ങൾ വഴി അവരെ എന്നെന്നും അവരുടെ ആശ്രിതരാക്കി നിർത്താൻ ശ്രമിക്കാറുണ്ട്. ഇത് ബോധപൂർവമായി നടക്കുന്ന ഒന്നായി കാണാൻ പലപ്പോഴും പ്രയാസമാണെങ്കിലും ഇത്തരം പെരുമാറ്റങ്ങൾക്ക് പിറകിലെ അബോധ പ്രേരണകൾ മറ്റൊന്നാവാൻ വഴിയില്ല. ഇതുപോലെ തന്നെ, നിർവികാരമായ പെരുമാറ്റങ്ങളും സമീപനങ്ങളും സൂക്ഷിക്കുന്നവർ വളർത്തിക്കൊണ്ട് വരുന്ന കുഞ്ഞുങ്ങൾ മുതിർന്നു വരുമ്പോൾ ഒരോ സാഹചര്യത്തിനും ഇണങ്ങുന്ന രീതിയിൽ പ്രവർത്തിക്കുന്നതിലും പെരുമാറുന്നതിലും പരാജയപ്പെട്ടേക്കാം. ജീവിതത്തിൽ നമ്മൾ ഓരോരുത്തരും നേരിടുന്ന ഓരോ സന്ദർഭത്തിന്റെയും ആവശ്യങ്ങൾക്ക് യോജിച്ച രീതിയിൽ പ്രവർത്തിക്കുന്നതിന് മുന്നുപാധിയാകുന്നത് നാം നമ്മളെക്കുറിച്ച് എന്ന പോലെ മറ്റുള്ളവരെക്കുറിച്ചും നിർമ്മിക്കുന്ന ചില മാതൃകകൾ വഴിയാണ്. നമുക്ക് ലഭിക്കുന്ന ഓരോ വിവരത്തെയും വ്യാഖ്യാനിക്കുന്നതിനും അവയെ ചില ആവശ്യങ്ങൾക്കായി ഉപയോഗപ്പെടുത്തുന്നതിനും ആധാരമായി വർത്തിക്കുന്നതും ഇതേ മാതൃകകൾ തന്നെയാണ്. അത്തരം മാതൃകകൾ നമ്മുടെ സ്വന്തം

ജീവിതത്തിന് ഉപയോഗപ്രദമാണെങ്കിൽ മാത്രമായിരിക്കും അത് മറ്റുള്ളവർക്കായി നിർദ്ദേശിക്കപ്പെടുന്നത്. നമ്മൾ വ്യക്തിപരമായി നേരിടുന്ന സാമ്പത്തിക പ്രതിസന്ധികൾ, പ്രണയ പരാജയം, ദാമ്പത്യ പ്രശ്നങ്ങൾ എന്നിവ മറ്റുള്ളവരുടെ സഹായം തേടിക്കൊണ്ട് പരിഹരിക്കുക എന്നത് സാധാരണമാണെങ്കിലും ചില വ്യക്തികൾക്ക് ഇത്തരം പ്രശ്നങ്ങൾ മറ്റുള്ളവരുമായി പങ്കുവെക്കുന്നതും ഏറെ ബുദ്ധിമുട്ടുള്ള കാര്യമായി തോന്നിയേക്കാം. ഇത്തരക്കാർക്ക് സമാന പ്രശ്നങ്ങളിൽ പെട്ടുപോകുന്നവരെ സഹായിക്കുന്നതിനോ അത്തരം കാര്യങ്ങൾ പരിഹരിക്കാൻ ആവശ്യമായ വല്ലതും ചെയ്യുന്നതിനോ കഴിഞ്ഞില്ലെന്നും വരാം.

നമ്മുടെ നാട്ടിൽ ഒട്ടുമിക്ക രക്ഷിതാക്കളും കുട്ടികളെ സംബന്ധിച്ച് പാരമ്പര്യമായ പല ധാരണകളും വെച്ചുപുലർത്തുന്നവരാണ്. ഇത്തരം കാലഹരണപ്പെട്ട ധാരണകൾ നിമിത്തം കുട്ടികളെക്കുറിച്ച് മോശമായ വിലയിരുത്തലുകളും, മുദ്ര കുത്തലുകളും നടത്തുന്നതും പതിവ് കാര്യമായി മാറിയിട്ടുണ്ട്. ഇത്തരം വിലയിരുത്തലുകളുടെ ഫലമായി കൗമാരക്കാരിലും മറ്റു പലതരത്തിലുള്ള അനഭലഷണീയമായ സ്വഭാവങ്ങളും വികസിച്ചു വരാറുണ്ട്. കുട്ടികൾക്ക് അർഹമായ പരിഗണനയും, ആദരവും കൊടുത്തുകൊണ്ടുള്ള രക്ഷാകർതൃത്വം എല്ലാ അർത്ഥത്തിലും ഒരു വ്യക്തിയുടെ ആയുഷ്കാല ജീവിതത്തെ സന്തോഷകരമാക്കി തീർക്കാൻ പ്രാപ്തിയുള്ളതാണ് എന്ന് പഠനങ്ങൾ നമ്മളെ ബോധ്യപ്പെടുത്തുന്നുണ്ട്.

നമ്മുടെ ഓരോരുത്തരുടെയും നിലനിൽപ്പ് മറ്റുള്ളവരുടെ കൂടി നിലനിൽപ്പിനെ ആശ്രയിച്ചു മാത്രമേ സുരക്ഷിതമാവുകയുള്ളൂ എന്ന തിരിച്ചറിവ് ഇല്ലാതെ വരുമ്പോഴാണ് നമ്മളിൽ നീതികരണയോഗ്യമല്ലാത്ത അധികാരമോഹം ശക്തിപ്പെടുന്നത്. ഇതിന്റെ സ്വാഭാവികമായ തുടർച്ചയായാണ് ഹിറ്റ്ലറിനെയും, പുട്ടിനേയും പോലുള്ള സർവ്വാധികാര മോഹികളായ വ്യക്തികൾ ഉണ്ടാവുന്നത്. ഇത്തരക്കാർ സ്വന്തം നിലനിൽപ്പിനെയെന്ന പോലെത്തന്നെ മറ്റുള്ളവരുടെ നിലനിൽപ്പിനെ പോലും അപകടപ്പെടുത്തും എന്നതാണ് ദുഃഖകരമായ വസ്തുത.

പ്രേമത്തിലെ ലിംഗവ്യത്യാസങ്ങൾ

ലിംഗപരമായ വ്യത്യാസങ്ങൾ എല്ലാറ്റിലുമെന്നപോലെ പ്രണയത്തിലും അതീവപ്രാധാന്യമുള്ളതാണ്. ചില കാര്യങ്ങളിൽ പൊതുവായ ഒട്ടേറെ സവിശേഷതകൾ എല്ലാതരം ലിംഗവിഭാഗങ്ങളിലും കാണാനും കഴിയും. വിശേഷിച്ചും പ്രണയിക്കുന്ന വ്യക്തിയോടുള്ള സമർപ്പണ ബോധത്തിലും മറ്റുമാണ് ഇത് പ്രകടമാകാറുള്ളത്. ഏതൊരു ആൺകുട്ടിയും/പെൺകുട്ടിയും മറ്റൊരു വ്യക്തിയോട് പ്രേമത്തിലാവുന്നതോടെ അവളോട്/അവനോട് മാനസികമായി അടിമപ്പെട്ടു തുടങ്ങുന്നത് സ്വാഭാവികമാണ്. പ്രേമത്തിന്റെ ആദ്യ ഘട്ടം തന്നെയാണ് ഏറെ അപകടം പിടിച്ചതെന്നു കരുതുന്നതിൽ തെറ്റില്ല; ഈ ഘട്ടത്തിലാണ് മാനസിക നിലകൾ തുടർച്ചയായ മാറ്റങ്ങൾക്ക് വിധേയമാകുന്നത്. പ്രണയിക്കുന്ന വ്യക്തിയോട് ഭ്രാന്തമായ അഭിനിവേശം വളർന്നു വരുന്നതും ഇതോടുകൂടി തന്നെയാണ്. കാമുകിയുടെ/കാമുകന്റെ ഭാഗത്തു നിന്നുണ്ടാകുന്ന ഏതു തെറ്റിനെയും, പരിമിതികളെയും ഉൾക്കൊള്ളാനും, ഉത്സാഹപൂർവ്വം പെരുമാറുന്നതിനും ഈ ഘട്ടത്തിൽ കഴിഞ്ഞേക്കും. എല്ലാ മനുഷ്യരിലും ഒരുപോലെ പ്രവർത്തിക്കുന്ന അതിജീവനത്തെ മുൻനിർത്തിയുള്ള ജാഗ്രതാ ബോധം പോലും ഈ ഘട്ടത്തിൽ ദുർബലമായി മാത്രമേ പ്രവർത്തിക്കാറുള്ളൂ. പ്രണയത്തെ പ്രമേയമായി എടുത്തിട്ടുള്ള കല സാഹിത്യ കൃതികളിലും, ചലച്ചിത്രങ്ങളിലും എല്ലാം കാണുന്ന സാഹസികതകളെ ഇതിന്റെ ദൃഷ്ടാന്തങ്ങളായി കാണാം. സാഹിത്യ സൃഷ്ടികളൊക്കെയും ഈ ഘട്ടത്തെയാണ് പെരുപ്പിച്ചു കാട്ടാറുള്ളത്.

ഇങ്ങനെയൊക്കെ ആണെങ്കിലും, പ്രണയം അതിന്റെ രണ്ടാം ഘട്ടത്തിലേക്ക് കടക്കുന്നതോടെ ഒട്ടൊക്കെ വകതിരിവോടെ പ്രവർത്തിക്കാനും ലൈംഗികമായ താൽപ്പര്യങ്ങൾ മറ നീക്കി പുറത്തുവരുന്നതിനുമൊക്കെ ഇടയാവാം

ലൈംഗിക താൽപ്പര്യമുണർത്തുന്ന ടെസ്റ്റോസ്റ്റിറോൺ ഹോർമോൺ സ്ത്രീകളിലും പുരുഷന്മാരിലും ഉണ്ടെങ്കിലും അതിന്റെ തോത് പുരുഷന്മാരിൽ ഏറെ കൂടുതലാണെന്നു കാണാം. വെയിൻ യൂണിവേഴ്സിറ്റിയിൽ നടന്ന ഒരു ഗവേഷണത്തിൽ രണ്ടു പുരുഷന്മാർ ഒരു സ്ത്രീയെ പിന്തുടർന്നതിനെ തുടർന്ന് അവരിൽ ഉണ്ടായ ടെസ്റ്റോസ്റ്റിറോണിന്റെ തോത് പരിശോധിച്ചപ്പോൾ ആ സ്ത്രീയോട് സംസാരിച്ചുകൊണ്ട് അവളിൽ നിയന്ത്രണം നേടിയെടുക്കാൻ കഴിഞ്ഞ വ്യക്തിയിലാണ് ടെസ്റ്റോസ്റ്റിറോണിന്റെ പ്രഭാവം ഏറെയും കണ്ടത്. എന്നാൽ, ഒതുങ്ങി നിന്ന് അവളുമായി ബന്ധം സ്ഥാപിക്കാൻ ശ്രമിച്ച വ്യക്തിയിൽ വളരെ കുറഞ്ഞ അളവിലുള്ള ടെസ്റ്റോസ്റ്റിറോൺ മാത്രമേ ഉൽപ്പാദിപ്പിക്കപ്പെട്ടതായി കാണാൻ കഴിഞ്ഞുള്ളൂ. പുരുഷന്മാർ സ്ത്രീകളെ പിന്തുടർന്നുകൊണ്ട് അവരുടെ മുകളിൽ സ്വാധീനവും നിയന്ത്രണവും നേടിയെടുക്കാൻ ശ്രമിക്കുമ്പോൾ മാത്രമാണ് പുരുഷന്മാരിൽ രതി താൽപ്പര്യം ഏറുന്നതെന്ന് തെളിയിക്കുന്ന പഠനങ്ങളും ഈ മേഖലയിൽ നടന്നിട്ടുണ്ട്.

ന്യൂയോർക് സിറ്റി സർവകലാശാലയിൽ നടന്ന മറ്റൊരു പഠനത്തിൽ നിറത്തെയും, ചലനത്തെയും ഉൾക്കൊള്ളാനുള്ള ശേഷി സ്ത്രീകളിലും, പുരുഷന്മാരിലും എങ്ങനെ വ്യത്യാസപ്പെട്ടിരിക്കുന്നു എന്ന് മനസിലാക്കുന്നതിനായി ശ്രമിക്കുകയുണ്ടായി. ഇതിൽ, വേഗത്തിലുള്ള ചലനത്തെ നിർദ്ധരിച്ച് മനസ്സിലാക്കുന്നതിൽ പുരുഷന്മാർക്ക് സ്ത്രീകളെക്കാൾ കഴിവുണ്ടെന്നാണ് തെളിഞ്ഞത്. ഇത് ഒരുവേള നമ്മുടെ പ്രാചീന ചുറ്റുപാടിനിണങ്ങുന്ന തരത്തിൽ രൂപം പ്രാപിച്ച ഒരു തരം പൊരുത്തപ്പെടൽ തന്ത്രം കൂടിയാണെന്ന് കരുതാവുന്നതാണ്. അക്കാലത്ത് പുരുഷന്മാരുടെ മുഖ്യ ജോലി വേട്ടയാടി മൃഗങ്ങളെ കീഴ്പ്പെടുത്തുക എന്നത് തന്നെയായിരുന്നു. ആയതിനാൽ വേഗത്തിൽ ഓടി മറയുന്ന മൃഗങ്ങളെ എയ്തു വീഴ്ത്തുക എന്നത് പ്രധാനപ്പെട്ട വെല്ലുവിളി കൂടി ആയിരുന്നു. നിരന്തരം ഇത്തരം പ്രവർത്തികളിൽ ഏർപ്പെടുന്നത് മൂലം അത്തരം അനുഭവങ്ങളിലൂടെ സ്വയം സമ്പന്നമാകുന്ന മസ്തിഷ്ക കോശങ്ങൾ പുനപ്രബലനം (reinforcement) മൂലം ഉറച്ചു വരുകയും അടുത്ത തലമുറയിലേക്ക് ജനിതക മാർഗങ്ങളിലൂടെ പ്രസ്തുത ശേഷി കൈമാറ്റം ചെയ്യപ്പെടുകയും ചെയ്തതാവാം.

ഓടി പോകുന്ന മൃഗങ്ങളെ ലക്ഷ്യസ്ഥാനം തെറ്റാതെ ആക്രമിച്ച് കീഴ്പ്പെടുത്താനായി അവയുടെ ചലന പഥത്തെ സൂക്ഷ്മമായി നിരീക്ഷിച്ചേ പറ്റൂ. മൃഗത്തിന്റെ വാലിന്റെ ഒരു നേരിയ അനക്കം പോലും നിരീക്ഷണ പഥത്തിൽ വന്നാൽ മാത്രമേ ഇതിനു സാധിക്കുമായിരുന്നുള്ളൂ.

ഇത് കൂടാതെ, പെണ്ണിനോട് അടുക്കണമെങ്കിൽ പോലും അവളുടെ നടത്തത്തെ പിന്തുടർന്ന് പോകേണ്ടതുണ്ട്. പുരുഷന്മാരുടെ മസ്തിഷ്കത്തിലെ ഹൈപ്പോതലാമസ്സിൽ ഇങ്ങനെ പിന്തുടരാൻ പ്രേരിപ്പിക്കുന്ന ഒരു പ്രത്യേക ഭാഗം തന്നെയുള്ളതായി കാണാവുന്നതാണ്. കാഴ്ചയെ നിയന്ത്രിക്കുന്ന ഭാഗവുമായി ബന്ധമുള്ള പ്രീ ഓപ്റ്റിക് (pre optic center) ഭാഗങ്ങളിലാണ് ഇത് കാണപ്പെടുന്നത്. വളരെയേറെ ഇടതൂർന്നു നിൽക്കുന്ന (density) നാഡീകോശ സംയുക്തമാണിത്. ഈ ഭാഗത്തുള്ള കോശസമ്പർക്കങ്ങൾ പുരുഷന്മാരിൽ സ്ത്രീകളുടേതിനേക്കാൾ രണ്ടര ഇരട്ടി കൂടുതൽ ഉള്ളതായാണ് പഠനങ്ങൾ വഴി മനസിലാക്കിയിട്ടുള്ളത്. പുരുഷന്മാരിലെ ലൈംഗിക പെരുമാറ്റ രീതികളെയും, ലൈംഗിക പ്രതികരണങ്ങളെയും നിർണയിക്കുന്നതിൽ ഈ മസ്തിഷ്ക കോശങ്ങളുടെ സ്വാധീനം വളരെ വലുതാണ്.

ബാഹ്യ ഇന്ദ്രിയങ്ങളിൽ നിന്ന് കിട്ടുന്ന വിവരങ്ങളായ കാഴ്ച, സ്പർശം, ഗന്ധം എന്നിവയെ ആശ്രയിച്ചാണ് ഈ കോശങ്ങൾ പ്രവർത്തിക്കുന്നത്. ഈ കോശങ്ങൾക്ക് മസ്തിഷ്കത്തിലെ ചലനത്തെ നിയന്ത്രിക്കുന്ന ഭാഗങ്ങളുമായി സജീവമായ ബന്ധം നിലനിർത്താൻ കഴിയും. ഒരു വ്യക്തിക്ക് മോഹം തോന്നുന്ന പെണ്ണിനെ കാണാൻ ഇടവരുകയാണെങ്കിൽ അവളുടെ പിറകെ ചെന്ന് അവളെ സ്വന്തമാക്കാൻ ശ്രമിക്കുന്നതിനാവശ്യമായ നിർദ്ദേശങ്ങൾ കൊടുക്കുന്നതും ഈ കേന്ദ്രങ്ങൾ വഴി തന്നെയാണ്.

എലിക്കുഞ്ഞുങ്ങളെ ഉപയോഗിച്ച് നടത്തിയ ഒരു പഠനത്തിൽ അവയെ വന്ധ്യംകരണത്തിന് വിധേയമാക്കിയപ്പോൾ അവയുടെ മസ്തിഷ്കത്തിൽ നമ്മുടേതിന് സമാനമായ രീതിയിൽ പെണ്ണെലിയെ പിന്തുടരാൻ പ്രേരിപ്പിക്കുന്ന മസ്തിഷ്ക കോശങ്ങളിലെ (pre optic area) പ്രവർത്തനം 24 മണിക്കൂറിനുള്ളിൽ തന്നെ നിലച്ച് പോയതായാണ് കാണപ്പെട്ടത്. വന്ധ്യംകരണത്തെ തുടർന്ന് ആൺ എലികളുടെ മസ്തിഷ്ക കേന്ദ്രം പെണ്ണെലിയുടെ അതേ രീതിയിലേക്ക് മാറിപോയതാണ് കണ്ടത്. ഇതിന് വിപരീതമായി, പെൺവർഗ്ഗത്തിൽ ആൻഡ്രോജെൻ കുത്തിവെച്ചുകൊണ്ട് പഠന വിധേയമാക്കിയതിനെ തുടർന്ന് ആൺ എലികളുടേതിന് സമാനമായ രീതിയിൽ

പ്രീ ഓപ്റ്റിക് ഏരിയയിൽ മാറ്റങ്ങൾ ഉണ്ടായതായും നിരീക്ഷിക്കപ്പെട്ടിട്ടുണ്ട്. ഇത്തരം പഠനങ്ങളിലൂടെയാണ് പെൺവിഭാഗങ്ങളെ പിന്തുടർന്ന് പോകുന്നതിന്റെ നാഡീശാസ്ത്രപരമായ അടിസ്ഥാനത്തെ കണ്ടെത്താൻ കഴിഞ്ഞിട്ടുള്ളത്.

പിറക്കുന്നതിന് മുൻപ് തന്നെ ആണിനത്തിലുള്ള എലിക്കുഞ്ഞുങ്ങളിൽ പെണ്ണിനെ പിൻതുടരാൻ പ്രേരിപ്പിക്കുന്ന ഭാഗത്തിന്റെ വളർച്ചയെ തടയുന്ന രാസപദാർത്ഥം കുത്തിവെച്ച് നോക്കിയപ്പോൾ കണ്ട ഫലവും സമാനമായിരുന്നു എന്നതാണ് യാഥാർഥ്യം. ഈ എലിക്കുഞ്ഞുങ്ങൾ പിറന്നു പൂർണ്ണവളർച്ച പ്രാപിച്ചിട്ടും പെൺ വർഗ്ഗത്തിലുള്ള എലികളെ പിന്തുടർന്ന് ഇണചേരാൻ ഇവയ്ക്ക് കഴിയുന്നില്ല എന്നാണ് കണ്ടെത്തപ്പെട്ടത്.

ഇതേപോലെ, പുരുഷന്മാരിലും സ്ത്രീകളിലും പ്രീമാമിലേറി ന്യൂക്ലിയസ് (pre mammillary neucleus) ഉണ്ടെങ്കിലും പുരുഷന്മാരിൽ ഇത് വലുതായി കാണുന്നുണ്ട്. ഇതാവട്ടെ പുതിയതും വ്യത്യസ്തവുമായ ഇടങ്ങൾ തേടി പോകുന്നതിനെ സുഗമമാക്കാൻ സഹായിക്കുന്നതുമാണ്. സാധാരണ രീതിയിൽ എന്തെങ്കിലും അപകടങ്ങൾ ഉണ്ടാവാനിടയുള്ള സന്ദർഭങ്ങളിൽ നമ്മുടെ ഹൈപ്പോതലാമസ് പ്രവർത്തന സജ്ജമാവുക പതിവാണ്. കൗമാര കാലം അടുക്കുന്നതോടെ ഇത്തരം കേന്ദ്രങ്ങളെല്ലാം പതിവിലും കൂടുതൽ ഉത്തേജിതമായേക്കാം. ഇത്തരം മാറ്റങ്ങളുടെ ഭാഗമായി തന്നെയാണ് മസ്തിഷ്കത്തിൽ ലൈംഗികതയുമായി ബന്ധപ്പെട്ടുണ്ടാകുന്ന മാറ്റങ്ങളും കണ്ടുതുടങ്ങുന്നത്. അമിഗ്ദലയുടെ വലുപ്പം വർധിക്കുന്നതും മറ്റും ഇതിനു തെളിവായി കാണാവുന്നതാണ്. ഏതെങ്കിലും തരത്തിലുള്ള അപകടങ്ങൾ ഉണ്ടായാൽ അതിനെ ചെറുക്കാൻ ഇത്തരം മാറ്റങ്ങൾ സഹായകരമാകാം. എന്നാൽ, ഭൂരിഭാഗം സ്ത്രീകളും ഇത്തരം സാഹചര്യങ്ങളിൽ മറ്റാളുകളുടെ സഹായം തേടുകയാണ് ചെയ്യാറുള്ളത്. ഇതിന് അപവാദങ്ങൾ ഉണ്ടാകാം എന്ന് മാത്രം. ഇന്നത്തെ സാഹചര്യത്തിൽ സ്ത്രീകളുടെ മസ്തിഷ്ക കോശങ്ങളിൽ പുതിയ ജീവിത സമ്മർദ്ദങ്ങൾ മൂലം പല തരത്തിലുള്ള മാറ്റങ്ങൾ വന്നിട്ടുണ്ട്. പുതുതായി ഉണ്ടാകുന്ന അനുഭവങ്ങൾക്കും ചുറ്റുപാടുകൾക്കും അനുസരിച്ച് സ്വയം പരിഷ്ക്കരിക്കാൻ ശേഷിയുള്ള നാഡീകോശങ്ങൾ വഴിയാണ് ഇത്തരം മാറ്റങ്ങൾ ഉണ്ടായിട്ടുള്ളത്. പുതിയ ചുറ്റുപാടുകൾ ഏൽപ്പിക്കുന്ന സമ്മർദ്ദങ്ങൾ മൂലം സ്ത്രീകളുടെയും പുരുഷൻമാരുടെയും മസ്തിഷ്ക്ക കോശങ്ങളിലും അനുബന്ധ പ്രവർത്തനങ്ങളിലും പല രൂപത്തിലുള്ള മാറ്റങ്ങൾ കണ്ടു തുടങ്ങുന്നുണ്ട് എന്നതും ഇതിനോട്

ചേർത്ത് മനസ്സിലാക്കേണ്ടതാണ്.

മെൽബണിലെ ഫ്ലോറി ഹെൻറി ഇൻസ്റ്റിറ്റ്യൂട്ടിൽ നടത്തിയ ഒരു പഠനത്തിൽ ലിംഗ വ്യത്യാസവും മസ്തിഷ്ക പ്രവർത്തനവും തമ്മിൽ നില നിൽക്കുന്ന ബന്ധത്തെ കുറിച്ച് പഠിക്കുകയുണ്ടായി. പുരുഷന്മാരിലാണ് പൊരുതുക/പിൻവാങ്ങുക എന്ന തത്വം ദൃഢമൂലമായിട്ടുള്ളത് എന്നും സ്ത്രീകളിൽ അത് മയക്കി എടുക്കുക/അനുനയിപ്പിക്കുക എന്ന തത്വത്തെ അടിസ്ഥാനമാക്കിയാണ് പ്രവർത്തിക്കുന്നത് എന്നും ഈ പഠനം വഴിയാണ് മനസ്സിലാക്കപ്പെട്ടത്.

ഫ്ലോറിഡ സർവകലാശാലയിൽ വെച്ച് വോൾസ് കുരങ്ങന്മാരിൽ നടന്ന മറ്റൊരു പഠനത്തിലൂടെ പ്രധാനപ്പെട്ട ചില വസ്തുതകൾ കൂടി വെളിവാകുകയുണ്ടായി. പഠനത്തിൽ പങ്കുകൊണ്ട കുരങ്ങന്മാരിൽ ഒരു വിഭാഗം ഒന്നിലധികം ഇണകളെ ഒരേ സമയം പ്രാപിക്കുന്നവയും, മറ്റൊരു വിഭാഗം ഒറ്റ ഇണയുമായി നിരന്തരം ബന്ധം നിലനിർത്തിക്കൊണ്ട് അതിനോടൊത്ത് സ്ഥിരതാമസം ഉള്ളവയുമായിരുന്നു. ഒന്നിലധികം ഇണകളുമായി ബന്ധപ്പെട്ടുപോന്ന ആൺകുരങ്ങന്മാരുടെ ഓർമ്മകളെ നിയന്ത്രിക്കുന്ന ഹിപ്പോകാമ്പസിൽ അതേ ഇനത്തിലെ പെൺകുരങ്ങന്മാരെ അപേക്ഷിച്ച് 11 ശതമാനം ഇരട്ടി വലുപ്പമുള്ളതായാണ് കണ്ടത്. എന്നാൽ ഒറ്റ ഇണയുമായി ബന്ധം പുലർത്തിയ കുരങ്ങന്മാരുടെ ഹിപ്പോകാംപസിന്റെ വലുപ്പം അതേ ഇനത്തിലുള്ള പെൺ കുരങ്ങന്മാരുടേതിന് സമാനമായ തോതിലുമായാണ് കാണപ്പെട്ടത്.

ഒന്നിലധികം ഇണകളെ കണ്ടെത്തുന്നതിന് വേണ്ടി പല ദിക്കിലേക്കും സഞ്ചരിച്ച് ജീവിക്കേണ്ടി വന്നതുകൊണ്ട് കൂടിയാവാം അവയുടെ സ്ഥലപരമായ ഓർമ്മകളെ സൂക്ഷിച്ചു വെക്കുന്നതിൽ പ്രധാന പങ്കുള്ള ഹിപ്പോകാംപസിൽ ഇത്തരത്തിൽ വലുപ്പ വ്യത്യാസം പ്രത്യക്ഷമായത് എന്നും കരുതാവുന്നതാണ്. കൂടിയ തോതിലുള്ള ലൈംഗിക ബന്ധങ്ങൾ മൂലം ടെസ്റ്റോസ്റ്റിറോണിന്റെ അളവിൽ വലിയ തോതിലുള്ള മാറ്റം വരുന്നത് സ്വാഭാവികമാണ്. ഹിപ്പോകാമ്പസ്സിന്റെ വലുപ്പത്തിൽ ഇത്തരത്തിലുള്ള വ്യത്യാസം പ്രകടമാവുന്നതിനുള്ള കാരണവും ഇത് തന്നെയാവാം. ഇതിനെ ബലപ്പെടുത്തുന്ന മറ്റൊരു തെളിവായി കാണുന്നത് റെസ്റ്റസ്റ്റീറോണിന്റെ അഭാവത്തിൽ ഹിപ്പോകാമ്പസിനകത്തെ നാഡീകോശങ്ങൾ 40ശതമാനത്തിലുമധികം ദുർബലപ്പെടുന്നു എന്നത് തന്നെയാണ്. ഇത്തരത്തിൽ റെസ്റ്റസ്റ്റീറോണിന്റെ അഭാവമുള്ളവർക്കു കൃത്രിമമായി ഈ ഹോർമോൺ നൽകുന്നതോടെ ഈ നാഡീകോശ

സമ്പർക്കങ്ങൾ ബലപ്പെട്ടുവരുകയും ചെയ്യുന്നുണ്ട്.

വ്യത്യസ്ത ഇടങ്ങളിൽ സൂക്ഷിച്ച് വെക്കപ്പെട്ട ഭക്ഷണ സാധനങ്ങൾ പോലും തിരഞ്ഞു കണ്ടെത്താൻ ചില ഇനം എലികൾക്കു കഴിയാതെ വരുന്നതിനു കാരണമായി വർത്തിക്കുന്നതും ഇതേ ഹോർമോണിന്റെ അഭാവം നിമിത്തമാണെന്ന് ഇതിനകം തന്നെ കണ്ടെത്തപ്പെട്ടിട്ടുണ്ട്.

എന്നാൽ, പുരുഷന്റേതിൽ നിന്നും വിഭിന്നമായി, ചലനത്തിന് പകരം വസ്തുക്കളിലും മുഖങ്ങളിലും ഉള്ളടങ്ങിയ നിറവ്യത്യാസങ്ങളെയും മറ്റും തിരിച്ചറിയത്തക്ക വിധമാണ് സ്ത്രീകളുടെ കണ്ണുകൾ പ്രവർത്തിക്കുന്നത്. സ്ത്രീകളിലെ മറ്റൊരു പ്രത്യേകതയായി കാണുന്നത് അവരിലെ ദീർഘകാല ഓർമ്മകൾ സൂക്ഷിക്കാനുള്ള കഴിവാണ്. ഇതുകൂടാതെ, ആത്മകഥാപരമായ ഓർമ്മകൾ ശക്തമായിട്ടുള്ളതും സ്ത്രീകളിൽ തന്നെയാണ്. ഒന്നിലധികം ആണുങ്ങൾക്കിടയിൽ നിന്നും അവർക്കിഷ്ടപ്പെട്ട വ്യക്തികളെ തെരഞ്ഞെടുക്കുന്നതിന് അവരിലെ സൂക്ഷ്മമായ വ്യത്യാസങ്ങളെ തിരിച്ചറിയുക എന്നതിന് വളരെയേറെ പ്രാധാന്യമുണ്ട്. നോത്രഡാം യൂണിവേഴ്സിറ്റിയിലെ (notredam university)എലിസബത്ത് മേക്ലിറ്റോക്കിന്റെ അഭിപ്രായത്തിൽ ഇന്നത്തെ കാലത്ത് പുരുഷന്മാരെ ഇണയായി തെരഞ്ഞെടുക്കുന്നതിനുള്ള മുഖ്യ മാനദണ്ഡങ്ങളായി വരുന്നതിൽ വിദ്യാഭ്യാസ യോഗ്യതക്കും, ശാരീരിക ആകർഷണത്തിനും, മതം, ജാതി എന്നിവക്കുമാണ് ഏറെ പ്രാധാന്യം കൽപ്പിക്കപെടുന്നത്.

പക്ഷെ, കുട്ടികാലത്ത് മസ്തിഷകത്തിൽ വേരോട്ടം കിട്ടിയ ലൈംഗിക മുദ്രണത്തിന് (sexual imprinting) ഇണയെ തെരഞ്ഞെടുക്കുന്നതിൽ വലിയ സ്വാധീനം ചെലുത്താൻ കഴിയും. പക്ഷികളിലും, മറ്റു സസ്തനികളിലും നടത്തിയ പഠനങ്ങളിലൂടെ ഇതിനായുള്ള അനവധി തെളിവുകൾ ശേഖരിക്കപ്പെട്ടിട്ടുണ്ട്.

ഒരു വ്യക്തി കുഞ്ഞായിരിക്കുമ്പോൾ അവളെ/അവനെ വളർത്തിക്കൊണ്ട് വരുന്നതിൽ പ്രധാന പങ്കു നിർവഹിച്ച വ്യക്തികളുടെ സ്വഭാവ പ്രത്യേകതകളോട് സാമ്യതകൾ ഉള്ളവർക്ക് ഈ തെരഞ്ഞെടുപ്പിൽ മുൻഗണന ലഭിച്ചേക്കാം. ദത്തെടുക്കുന്ന കുട്ടികളിൽ വരെ ഇതിന്റെ സ്വാധീനം കണ്ടതായി പഠനങ്ങൾ സാക്ഷ്യപ്പെടുത്തുന്നുണ്ട്. ദത്തെടുക്കുന്ന വീടുകളിലുള്ള വളർത്തച്ഛനാണ് കൂടുതൽ ശ്രദ്ധയും പരിഗണനയും കൊടുത്തുകൊണ്ട് കുഞ്ഞുങ്ങളെ വളർത്തിക്കൊണ്ട് വരുന്നതെങ്കിൽ അദ്ദേഹത്തിന്റെ രൂപ സാദൃശ്യമോ, സ്വഭാവപരമായ പ്രത്യകതകളോ ഉള്ള ആളുകളെയായിരിക്കും പെൺകുട്ടികൾ

ജീവിത പങ്കാളികളായി തെരഞ്ഞെടുക്കാൻ സാദ്ധ്യതകൾ ഏറുന്നത്.

എല്ലാ മനുഷ്യരും മുഖ്യ പരിഗണന കൊടുക്കുന്നത് അവനവന്/ അവൾക്കു ലഭിക്കുന്ന സുരക്ഷിതത്വത്തിനും സന്തോഷത്തിനും തന്നെയായിരിക്കും. വളർച്ചയുടെ ആദ്യത്തെ പത്തോ പതിനഞ്ചോ വർഷക്കാലം നമുക്ക് കരുതലും സന്തോഷവും തന്ന വ്യക്തികളുടെ സ്വഭാവ സവിശേഷതകളും, രൂപപരമായ പ്രത്യേകതകളും ഓരോ വ്യക്തിയുടെയും ഉപബോധ മനസ്സിൽ ശേഖരിക്കപ്പെട്ടിരിക്കും. അത്തരത്തിലുള്ള ഓർമ്മകളാവട്ടെ സുരക്ഷിതത്വത്തെയും, സന്തോഷത്തെയും സംബന്ധിച്ച ചില പൂർവ മാതൃകകൾക്കു രൂപം കൊടുക്കാൻ പ്രാപ്തിയുള്ളതുമായിരിക്കും. ഇത്തരം മാതൃകകളുമായി ഒത്തു നോക്കി തങ്ങളുടെ സന്തോഷവും സുരക്ഷിതത്വവും ഉറപ്പിക്കുക എന്നത് കുറഞ്ഞ അളവിലുള്ള മാനസിക ഊർജ്ജം മാത്രം ആവശ്യപ്പെടുന്ന ഒന്നായതിനാൽ അപ്രകാരം പ്രവർത്തിക്കുന്നതിനാണ് ഏതൊരാളുടെയും ഉപബോധ മനസ്സ് പ്രേരിപ്പിച്ചുകൊണ്ടിരിക്കുന്നത്. ഇപ്രകാരമുള്ള ഒരു തെരഞ്ഞെടുപ്പ് തന്നെയാവും ഇണയെ കണ്ടെത്തുന്നതിനും അവലംബിക്കപ്പെടുന്നത്. ഇതിൽ നിന്ന് വ്യത്യസ്തമായ ഘടകങ്ങൾ തെരഞ്ഞെടുപ്പിന് പ്രേരണയാകുമ്പോൾ പലപ്പോഴും അതിലുള്ളടങ്ങിയ വൈരുദ്ധ്യങ്ങൾ നിമിത്തം ബന്ധത്തിൽ തന്നെ പിൽക്കാലത്ത് വിള്ളലുകൾ ഉണ്ടാവുന്നതും സ്വാഭാവികമാണ്.

ഇണയിലേക്ക് ഓരോരുത്തരെയും അടുപ്പിക്കുന്നതിന് പ്രേരിപ്പിക്കുന്ന ഒട്ടേറെ ഘടകങ്ങൾ ഉണ്ടെങ്കിലും അവയെ നിർണ്ണയിക്കുന്നതിൽ നമ്മുടെ ലിംഗ പദവി നിർണായകമാണ്. സ്ത്രീകളിലും, പുരുഷന്മാരിലും, മറ്റു ലിംഗ വിഭാഗങ്ങളിലും എല്ലാം ഇവ വ്യത്യസ്തമാണ് എന്ന് മാത്രം. പുരുഷന്മാരിൽ ദൃശ്യാനുഭവങ്ങൾക്ക് സ്ത്രീകളുടേതിനേക്കാൾ കൂടുതൽ മുൻഗണന ലഭിക്കുന്നുണ്ട്. ദൃശ്യാനുഭവത്തെ നിയന്ത്രിക്കുന്ന മസ്തിഷ്ക കോശങ്ങളിൽ സ്ത്രീകളുടേതിനേക്കാൾ 25 ശതമാനത്തിലുമേറെ നാഡീകോശങ്ങളാണ് പുരുഷന്മാരിൽ കണ്ടുവരുന്നത്.

തിളക്കമുള്ള മുടിയിഴകൾ, പാടുകളില്ലാത്ത ശരീരം, എന്നീ ഘടകങ്ങൾ സ്ത്രീകളുടെ ആരോഗ്യത്തിന്റെ ലക്ഷണമായാണ് പൊതുവിൽ പരിഗണിക്കപ്പെടാറുള്ളത്.

വലിയ സ്തനങ്ങൾ, ഇറുകിയ അരക്കെട്ടുകൾ, പരന്ന വയർ, നിറഞ്ഞ ഇടുപ്പ് എന്നിവയാണ് പുരുഷന്റെ കണ്ണുകളെ ആകർഷിക്കുന്ന സ്ത്രൈണതയുടെ അടയാളങ്ങളായി വരാറുള്ളത്. ഇത് കൂടാതെ ഇണയുടെ തെരഞ്ഞെടുപ്പിനെ സ്വാധീനിക്കുന്നതിൽ

ഫെറമോണുകൾക്കുള്ള പ്രാധാന്യവും തള്ളിക്കളയാൻ കഴിയില്ല. മേജർ ഹിസ്റ്റോ കമ്പറ്റബിലിറ്റി (major histo compatability) എന്ന ചെറിയ പ്രോട്ടീൻ തന്മാത്രകൾ ഓരോ വ്യക്തിയുടെയും പ്രതിരോധ വ്യവസ്ഥയുടെ കൂടി അടയാളങ്ങളായാണ് പ്രകടമാകുന്നത്. ശരീര ഗന്ധത്തിലൂടെയാണ് ഫെറമോണുകളെ തിരിച്ചറിയാൻ കഴിയുന്നത്. വിരുദ്ധമായ ഇത്തരം പ്രോട്ടീൻ ഘടകങ്ങൾ ഉള്ളവരാണ് ഏറെയും പരസ്പരം ഇഷ്ടം കൂടാറുള്ളത്. ഉയർന്ന പിച്ചും താഴ്ന്ന ശ്വാസഗതിയിലുള്ള ശബ്ദവുമുള്ള സ്ത്രീകളെയാണ് പൊതുവിൽ പുരുഷന്മാർ ഇഷ്ടപ്പെട്ടു കാണുന്നത്. അപവാദങ്ങൾ എല്ലാറ്റിലും എന്നപോലെ ഇതിലും ഇല്ലെന്നു പറയാൻ കഴിയില്ലെന്ന് മാത്രം.

താഴ്ന്ന പിച്ചും, ബാസുള്ള മുഴങ്ങുന്ന ശബ്ദവുമുള്ള പുരുഷ ശബ്ദമാണ് സ്ത്രീകൾ ഏറെയും ഇഷ്ടപ്പെടാറുള്ളത്. ഇത്തരത്തിൽ മുഴങ്ങുന്ന ശബ്ദത്തോട് കൂടിയ പുരുഷന്മാരെ കുറിച്ചുള്ള ഓർമ്മകൾ സ്ത്രീകളിൽ സജീവമായി നിൽക്കും എന്നതാവാം ഇതിനു പ്രധാന കാരണമായി തീർന്നത്. ആഴത്തിലുള്ള ശബ്ദം മുഖേന പുരുഷന്റെ ആധിപത്യ ബലത്തെ കൂടി അറിയിക്കാൻ സാധിക്കും എന്നതും ഇത്തരം തെരഞ്ഞെടുപ്പിനെ പ്രോത്സാഹിപ്പിക്കപ്പെടുന്നതിനുള്ള മുഖ്യ കാരണമാണ്.

ഓക്സിടോസിൻ, വാസോപ്രസിൻ തുടങ്ങിയ ഹോർമോണുകൾക്ക് സ്ത്രീ പുരുഷന്മാർക്കിടയിലുള്ള ബന്ധങ്ങളെ ഊഷ്മളമാക്കി തീർക്കാൻ കഴിയുമെന്ന് നമ്മൾ നേരത്തെ തന്നെ മനസ്സിലാക്കിയിട്ടുണ്ട്. എന്നാൽ, പുരുഷന്മാരിൽ വാസോപ്രസിനെ ഉൽപ്പാദിപ്പിക്കാൻ സഹായിക്കുന്ന ജീനിൽ രണ്ടു കോപ്പികൾ കാണാൻ കഴിയും. ഇതിൽ ഒന്ന് വലുതും മറ്റൊന്ന് ഇടത്തരവും ആണെങ്കിൽ മൂന്നാമത്തേതിന് കോപ്പികൾ ഇല്ല എന്ന് മാത്രമല്ല അത് താരതമ്യേന ചെറുതുമാണ്. ഇതിൽ വലിയ രൂപത്തിലുള്ളവയുടെ പ്രഭാവം നിമിത്തം ദുർബലമായ രീതിയിലുള്ള ബന്ധങ്ങൾ സൃഷ്ടിക്കത്തക്ക തരത്തിലാണ് ഇത് പ്രവർത്തിക്കുന്നത്. അതുകൊണ്ടു തന്നെ ഈ ജീനിന്റെ രണ്ടു പകർപ്പുകൾ ഉള്ളവർ ജീവിത പങ്കാളിയുമായി വളരെ ദുർബലമായ ബന്ധമാണ് പുലർത്തി കാണാറുള്ളത്. ഇത് കൂടാതെ, ഇത്തരക്കാരായ പുരുഷന്മാർക്ക് പങ്കാളിയിലൂടെയുള്ള സംതൃപ്തിയും ആനന്ദവും കുറഞ്ഞ അളവിൽ മാത്രമേ ലഭ്യമാകാൻ ഇടയുള്ളൂ. ഇവരിൽ പലരും അവിവാഹിതരായി കഴിയാനുള്ള സാധ്യതകളും കൂടുതലാണെന്നാണ് പഠനങ്ങളിലൂടെ മനസ്സിലാക്കിയിട്ടുള്ളത്. അതല്ലെങ്കിൽ വിവാഹം ചെയ്യാതെ തന്നെ ഇണയുമായി

ലൈംഗിക ആവശ്യങ്ങൾക്കും മറ്റുമായി സഹവസിക്കാനാണ് ഇത്തരം പുരുഷന്മാർ താൽപ്പര്യപ്പെടാറുള്ളത്. എന്നാൽ എ.വി.പി. ജീനിന്റെ (Argenine Vassopressin gene) ചെറിയ വകഭേദമുള്ള പുരുഷന്മാർക്ക് പങ്കാളിയുമായുള്ള സ്നേഹബന്ധം താരതമ്യേന ശക്ത മായിരിക്കാനുള്ള സാദ്ധ്യതകൾ കൂടുതലാണ്. ഇവർക്ക് വിവാഹം ചെയ്ത് ജീവിക്കുന്നതിനോട് യോജിപ്പായിരിക്കും എന്ന് മാത്രമല്ല തന്റെ പങ്കാളിയോട് സ്നേഹവും വിശ്വാസവും പുലർത്തുന്നതിൽ ഇവർ യാതൊരു കുറവും കാണിക്കാറുമില്ല.

ആനന്ദത്തിനും, സംതൃപ്തിക്കും കാരണമാകുന്ന മസ്തിഷ്ക കോശ ങ്ങൾക്ക് നീണ്ട ചരിത്രം തന്നെയുണ്ട്. വീട്ടുകങ്ങളിൽ കാണുന്ന ഈച്ചകൾ മുതൽ ആന വരെ നീളുന്ന ജീവികളിൽ ആനന്ദത്തെ കെട്ടഴിച്ച് വിടുന്ന ഡോപ്പമീൻ സ്വാധീനത്തിൽ പ്രവർത്തിക്കാൻ ഉതകുന്ന നാഡീകോശങ്ങൾ കാണാൻ കഴിയും.

എന്നാൽ, ഇത് മനുഷ്യരിലേക്ക് എത്തുന്നതോടെ വലിയ തോതിലുള്ള മാറ്റങ്ങൾക്ക് വിധേയമായിട്ടുണ്ട്. പരിണാമ ചരിത്ര ത്തിൽ തന്നെ ഏറെ വൈകി വികസിച്ച വന്ന പ്രീഫ്രണ്ടൽ കോർ ട്ടെക്സിന്റെ സ്വാധീനത്തിന് കൂടി വിധേയമായി പ്രവർത്തിക്കുന്ന രീതി യിലേക്കുള്ള മാറ്റമാണ് ഇതിൽ ഒരു വഴിത്തിരിവായി മാറിയത്. ഇതു കൊണ്ട് മാത്രമാണ് ചില ആനന്ദങ്ങളെ ബോധപൂർവം വേണ്ടെന്ന വെക്കാൻ നമുക്ക് കഴിയുന്നത്. ഏതു തരത്തിലുള്ള ആനന്ദമായാ ലും അതിനു വേണ്ടി ചെലവിടുന്ന സമയവും, അധ്വാനവും എല്ലാം പരിഗണിച്ചുകൊണ്ട് അത് വേണമോ വേണ്ടയോ എന്ന് തീരുമാനി ക്കാനുള്ള പ്രാപ്തി കൈവരിക്കാൻ നമുക്ക് സാധിച്ചിട്ടുള്ളതും ഇപ്രകാ രമാണ്. സന്തോഷം കിട്ടുന്നതാണെന്ന് കരുതി എന്ത് അപകടവും നേരിട്ട് കൊണ്ട് അത് പ്രാപിക്കുക എന്നതിന് പകരം നമ്മുടെ ദീർഘകാല ജീവിതത്തിന് അത് പ്രതികൂലമാണെങ്കിൽ അത് ഉപേക്ഷിക്കുക എന്ന തീരുമാനം കൈക്കൊള്ളാൻ കഴിയുന്നതും ഇതുകൊണ്ട് മാത്രമാണ്. മധ്യ മസ്തിഷ്കത്തിലെ വെൻട്രൽ റ്റെഗമെ ന്റൽ (ventral tegmental area) കോശങ്ങളുടെ പ്രവർത്തന ഫലമായി സംതൃപ്തിയെ ഉത്തേജിപ്പിക്കുന്ന കേന്ദ്രങ്ങൾ ഏതു തരത്തിലുള്ള ആനന്ദം ജനിപ്പിക്കാനിടയുള്ള അനുഭവം ഉണ്ടായാലും ഡോപ്പമീൻ പുറപ്പെടുവിക്കുക എന്നത് സ്വാഭാവികമായി സംഭവിക്കുന്നതാണ്. ഈ ഉത്തേജനം കാരണം ആനന്ദം ഉണ്ടാകാനിടയുള്ള എന്തിനെയും ഏകാഗ്രതയോടെ സമീപിക്കുന്നതിനും അത് നേടിയെടുക്കുന്നത് വരെ അതിനെ പിന്തുടരുന്നതിനും നമ്മൾ പ്രേരിപ്പിക്കപ്പെട്ടേക്കാം.

'മനസ്സ് കഥ പറയുന്നു' എന്ന ഗ്രന്ഥത്തിലെ 'ആനന്ദംപരമാനന്ദം' എന്ന അദ്ധ്യായത്തിൽ ഇതിനെ കുറിച്ച് വിശദമാക്കുന്നുണ്ട്.

എന്നാൽ ഈ ഉത്തേജനം മറ്റു മസ്തിഷ്ക ഭാഗങ്ങളായ അമിഗ്ദല, ഫ്രണ്ടൽ കോർടെക്സ് എന്നീ ഭാഗങ്ങൾക്കും സന്ദേശങ്ങൾ കൊടുക്കുന്നതിനാൽ ഏതൊരു സന്തോഷകരമായ കാര്യത്തിന് വേണ്ടി പ്രയത്നിക്കുമ്പോഴും ഒരു യുക്തിസഹമായ അവലോകനം നടക്കാറുണ്ട്. ഇപ്രകാരമുള്ള അവലോകനത്തിന്റെ ഫലമായാണ് നമുക്ക് അപകടം വരുത്തിവെക്കാനിടയുള്ള താൽക്കാലികമായ ചില ആനന്ദങ്ങളിൽ നിന്നും അകന്നു നില്ക്കാൻ കഴിയുന്നത്. പുരുഷന്മാരിലെ ടെസ്റ്റോസ്റ്റിറോണിന്റെ വർദ്ധനവിനെ സഹായിക്കുന്ന ഒട്ടേറെ ഘടകങ്ങൾ ഉണ്ടെങ്കിലും ഇതിൽ ഏറെ പ്രധാനമായി വരുന്നത് ഇണയെ പിന്തുടർന്നു ബന്ധം സ്ഥാപിക്കുന്ന അവസരങ്ങളിൽ ഉണ്ടാകുന്ന വർദ്ധനവ് തന്നെയാണെന്ന് ഇതിനകം വിശദമാക്കിയിട്ടുണ്ട്. സ്ത്രീകൾ സ്വയം രതിക്ക് വേണ്ടി തയ്യാറായി നിൽക്കുന്ന അവസരങ്ങളിൽ ഉണ്ടാകുന്ന വർദ്ധനവിനെക്കാൾ വലിയ തോതിലുള്ള വർധനവാണ് ഇത്തരം സാഹചര്യങ്ങളിൽ ഉണ്ടാകുന്നത്. അപ്രതീക്ഷിതമായി ഉണ്ടാകുന്ന ആനന്ദകരമായ അനുഭങ്ങളിലാണ് ഡോപ്പമീന്റെ വർദ്ധനവ് കൂടാനുള്ള പ്രവണതയും കൂടുതലായി കാണുന്നത്.

തന്റെ ലൈംഗിക പങ്കാളി മറ്റുള്ളവരാൽ കീഴ്പെടുത്തപ്പെടുമോ എന്ന ആശങ്ക നമ്മളെപ്പോലെ തന്നെ പല ജീവികളിലും കാണാൻ കഴിയും. ഒരു തരം കറുത്ത ചിലന്തി ഇണ ചേർന്ന ശേഷം ലിംഗത്തിന്റെ ഒരു ഭാഗം ഇണയുടെ ജനനേന്ദ്രിയത്തിൽ ഉപേക്ഷിക്കുന്നതായി കാണാം. ഇതിനു സമാനമായ രീതിയിലാണ് ചിലതരം ഈച്ചകൾ പെരുമാറുന്നത്. ഇണ ചേരുന്ന സമയത്ത് സമീപത്തായി മറ്റൊരു ആൺ ഈച്ച ഉണ്ടെങ്കിൽ പോലും ഇണ ചേരുന്ന സമയ ദൈർഘ്യത്തിൽ തക്കതായ വർദ്ധനവ് വരുത്തുന്നതായാണ് കാണുന്നത്.

പ്രണയത്തിൽ ഏർപ്പെടുന്നതോടെ ചിന്തയെ ഉത്തേജിപ്പിക്കുന്ന മസ്തിഷ്ക ഭാഗങ്ങൾ താരതമ്യേന ചെറിയ തോതിൽ മാത്രമേ പ്രവർത്തിച്ചു കാണാറുള്ളൂ എന്നതും ഇതിനകം വ്യക്തമാക്കപ്പെട്ടിട്ടുണ്ട്. ലണ്ടൻ സർവകലാശാലയിലെ ആൻഡ്രിയ ബാർട്ടൽസ് പറയുന്നത് പ്രണയത്തിലകപ്പെടുമ്പോൾ മറ്റുള്ളവരുടെ മനസ്സു വായിച്ച് പെരുമാറാനുള്ള കഴിവ് ഉൾപ്പെടെ ദുർബലപ്പെട്ടേക്കാം എന്നാണ്. ഇത് ഒരു തരത്തിലുള്ള സമായോജന തന്ത്രമായി (adaptive technique) കാണുന്നതിൽ തെറ്റില്ല. സ്വന്തമായി കിട്ടിയ ഇണയൊഴികെ മറ്റാരുടെയും താൽപ്പര്യങ്ങളെ വകവെക്കാതിരുന്നാൽ മാത്രമേ ലഭ്യമായ

ബന്ധത്തെ ഉറപ്പിച്ചെടുക്കാൻ കഴിയുകയുള്ളൂ എന്നതാവാം ഇത്തരം ഒത്തുതീർപ്പുകൾക്ക് ഇട വരുത്തുന്നത്.

വിവാഹാനന്തരം കുഞ്ഞുങ്ങൾ ഉണ്ടാകുന്നതോടെ പുരുഷന്മാരിലെ ടെസ്റ്റോസ്റ്റിറോണിന്റെ സ്വാധീനം കുറഞ്ഞുവരാറുണ്ട് എന്നാണ് ന്യൂ മെക്സിക്കോ സർവകലാശാലയിലെ ഗാംഗ്സ്റ്റഡ് അഭിപ്രായപ്പെടുന്നത്. ഇത് കാരണം ഒന്നിലധികം സ്ത്രീകളുടെ ശ്രദ്ധയും പ്രണയവും കിട്ടുന്നതിനായി മത്സരിക്കാനുള്ള താൽപ്പര്യം കുറഞ്ഞു വരുന്നതും സ്വാഭാവികമാണ്. ഇതിന്റെ ഒരു പാർശ്വഫലം എന്ന നിലയിൽ ഹിപ്പോകാമ്പസ്സിന്റെയും മറ്റും പ്രവർത്തനത്തിലും കുറവ് വരാനിടയുണ്ട് എന്ന് പഠനങ്ങൾ വെളിപ്പെടുത്തുന്നുണ്ട്.

ഒറ്റക്ക് അവിവാഹിതനായി കഴിയുന്ന പുരുഷനിലും വിവാഹിതനായി ജീവിക്കുന്ന പുരുഷന്മാരിലും രാവിലെ കാണുന്ന ടെസ്റ്റോസ്റ്റിറോണിന്റെ അളവ് ഒന്നുതന്നെ ആയിരിക്കും. എന്നാൽ, സന്ധ്യയോട് അടുക്കുന്നതോടെ വിവാഹിതനോ അതല്ലെങ്കിൽ ഏതെങ്കിലും ഒരു പ്രത്യേക സ്ത്രീയോട് അടുപ്പത്തിൽ ജീവിക്കുകയും ചെയ്യുന്ന പുരുഷന്മാരിലും ഇതിന്റെ തോത് കുറയുന്നതായാണ് നിരീക്ഷിക്കപ്പെട്ടത്. ഇതു കൊണ്ട് കൂടിയാവണം ഇത്തരം പുരുഷന്മാർക്ക് മറ്റു സ്ത്രീകളെ തേടി പോകുന്നതിൽ നിന്നും ഒരു പരിധിയോളം അകന്നു നില്ക്കാൻ കഴിയുന്നതെന്നാണ് കരുതപ്പെടുന്നത്. 80,000 വർഷങ്ങൾക്ക് മുൻപുള്ള പുരുഷന്മാരുടെ തലയോട്ടികൾ പരിശോധിച്ചതിന്റെ അടിസ്ഥാനത്തിൽ അവരിലെ ടെസ്റ്റോസ്റ്റിറോണിന്റെ അളവ് ആധുനിക പുരുഷന്റേതിനേക്കാൾ വളരെ ഉയർന്നിരുന്നതായാണ് കണ്ടെത്തപ്പെട്ടത്. ഈ ഹോർമോണിന്റെ അളവിലുള്ള വർദ്ധനക്ക് ആക്രമണ സ്വഭാവവും എടുത്തുചാട്ട സ്വഭാവവും ആയുള്ള ബന്ധം ഉള്ളതായുള്ള പഠനങ്ങളും ലഭ്യമാണ്. ഇതുകൂടാതെ പുരുഷന്മാർ സ്ത്രീകളുടെ ആകർഷണത്തിന് വിധേയമാകുന്നതിനും ഈ ഹോർമോണിന്റെ സ്വാധീനം ഉള്ളതായി തെളിഞ്ഞിട്ടുണ്ട്.

മാറുന്ന ചുറ്റുപാടും പെരുമാറ്റങ്ങളും

വേട്ടയാടിയും ദൂര സ്ഥലങ്ങളിലേക്ക് യാത്ര ചെയ്തും ഉപജീവനം തേടിയ കാലങ്ങളിൽ ചെറിയ കൂട്ടങ്ങളായിട്ടായിരുന്നു മനുഷ്യർ സാമൂഹ്യജീവിതം വികസിപ്പിച്ചെടുത്തത്. ചില സന്ദർഭങ്ങളിൽ ഒരു ഗ്രൂപ്പിൽ പെട്ട ഒന്നോ രണ്ടോ വ്യക്തികൾ കൂട്ടം മാറി പോകാറുണ്ടെങ്കിലും അത് വളരെ അപൂർവ്വമാണെന്നാണ് ചരിത്രം രേഖപ്പെടുത്തിയിട്ടുള്ളത്.

ഓരോ കൂട്ടത്തിനകത്തും ജീവിത പങ്കാളികൾ തമ്മിലുള്ള ബന്ധം ദീർഘകാലം നിലനിൽക്കാൻ ഇടയാക്കിയതും ഇത്തരത്തിലുള്ള സംഘ ജീവിതം വഴി തന്നെയാവണം. ഒരു പുരുഷന് ഒന്നിലധികം ഭാര്യമാരെ നിലനിർത്താനുള്ള സാഹചര്യം കൂടി ഇത് മൂലം സാധ്യമായിരുന്നു. സീരിയൽ ഭാര്യമാർ (polygyny) എന്ന രൂപത്തിലാണ് ഇത് നില നിന്നത്. ഇത്തരം ബന്ധങ്ങളിൽ മൂന്നോ നാലോ വർഷങ്ങളുടെ ഇടവേളകളിൽ മാത്രമേ കുഞ്ഞുങ്ങൾ ജനിച്ചിരുന്നുള്ളൂ. ഈ കുഞ്ഞുങ്ങളെ പരിപാലിക്കുന്നതിൽ അടുത്ത ബന്ധുക്കളെ പോലെ തന്നെ അകലെയുള്ള ബന്ധുക്കളും പങ്കെടുത്തിരുന്നു. എന്നാൽ, ചില അവസരങ്ങളിൽ കുഞ്ഞുങ്ങളുമായി രക്തബന്ധമുള്ളവർ തന്നെയാണ് കുഞ്ഞുങ്ങളെ വളർത്തിക്കൊണ്ട് വരുന്നതിൽ മുൻകൈയെടുത്തിരുന്നത്. കുഞ്ഞുങ്ങളുടെ പ്രായത്തിൽ കൂടുതലുള്ള സഹോദരികളും സഹോദരന്മാരും കുഞ്ഞുങ്ങളുടെ കാര്യത്തിൽ താൽപ്പര്യം എടുക്കുന്നതും പതിവായിരുന്നു.

ഇപ്രകാരം സുരക്ഷിതമായ സ്നേഹപരിലാളനകൾക്ക് വിധേയരായി വളർന്നു വരുന്ന കുഞ്ഞുങ്ങൾക്ക് രക്ഷിതാക്കളുടെ ഉത്തരവാദിത്തപൂർണമായ ഇടപെടലുകളെക്കുറിച്ച് ഏറെയൊന്നും വ്യാകുലപ്പെടേണ്ടതില്ല. അതുകൊണ്ട് തന്നെ അത്തരം കുട്ടികൾക്ക് അവരുടെ ക്രിയാത്മകമായ കാര്യങ്ങളിൽ മുഴുകാനും അവരുടെ ജീവിത മാർഗങ്ങൾ കണ്ടെത്താനും പ്രയാസങ്ങൾ അനുഭവിക്കേണ്ട തായി വന്നിരിക്കാനിടയില്ല. എന്നാൽ അർഹമായ പരിഗണനകൾ നിഷേധിക്കപ്പെടുകയും, അവസരോചിതമായ സഹായവും മറ്റും കിട്ടാതെ വരികയും ചെയ്യുന്ന കുട്ടികൾ പല തരത്തിലുള്ള ശരിയ ല്ലാത്ത പെരുമാറ്റങ്ങളും കാണിക്കുന്നത് ഇന്നും സാധാരണമാണ്. ഇങ്ങനെയുള്ള കുട്ടികൾ രക്ഷിതാക്കളുടെ ശ്രദ്ധയും പരിഗണനയും ഉറപ്പിക്കുന്നതിനായി അവരോട് എപ്പോഴും ഒട്ടിച്ചേർന്നു നിൽക്കു കയും വാശിയും ദേഷ്യവും കലർന്ന സ്വഭാവങ്ങൾ കാണിക്കുകയും ചെയ്യാനുള്ള സാദ്ധ്യതകൾ ഏറെയാണ്.

ചില കുട്ടികളാവട്ടെ രക്ഷിതാക്കളുടെയും മറ്റു വേണ്ടപ്പെട്ടവരുടെയും പരിഗണനകളിൽ നിന്ന് ബോധപൂർവം ഒഴിഞ്ഞു മാറി നിൽക്കുകയും ആരുടെയും നേരിട്ടുള്ള ശ്രദ്ധയിൽ പെടാതിരിക്കാനും പ്രത്യേകം ശ്ര ദ്ധിച്ചേക്കാം. വളർച്ചയുടെ ആദ്യഘട്ടങ്ങളിൽ മതിയായ തോതിലുള്ള ശ്രദ്ധയും സ്നേഹപൂർവമായ പരിഗണനയും നിഷേധിക്കപ്പെടുന്ന തിന്റെ കൂടി പ്രത്യാഘാതമായി ഇത്തരം പെരുമാറ്റങ്ങളെ കാണാൻ കഴിയും. ഒരു നിഷേധത്തെ മറ്റൊരു നിഷേധം കൊണ്ട് നേരിടുന്ന തിന് തുല്യമായ അവസ്ഥയായി ഇതിനെ കരുതാവുന്നതാണ്.

വേറെ ചില സാഹചര്യങ്ങളിൽ വളർന്നു വരുന്നവർ അമിതമായ തന്റേടവും, ഒട്ടുമിക്ക കാര്യങ്ങളിലും അതിയായ തോതിലുള്ള സ്വയം പര്യാപ്തതയും കാണിക്കാറുണ്ട്. ജീവിതത്തിന്റെ ആദ്യഘട്ടങ്ങളിൽ അനുഭവിച്ചിട്ടുള്ള നിർവികാരമായതോ, അവഗണന കലർന്നതോ ആയ ഇടപെടലുകളുടെ അനന്തര ഫലം കൂടിയായി ഇത്തരം തന്റേ ടത്തെയും അതുമായി ബന്ധപ്പെട്ട പെരുമാറ്റങ്ങളെയും കാണുന്നതിൽ തെറ്റില്ല.

പ്രായപൂർത്തിയായ ശേഷം രൂപം കൊള്ളുന്ന വ്യക്തിബന്ധ ങ്ങളിലും സാമൂഹ്യ ജീവിതത്തിൽ ആകെത്തന്നെയും ഇതിന്റെ പ്രതിഫലനങ്ങൾ കാണാൻ കഴിയും. ഇവരുടെ മാനസിക ആരോ ഗ്യത്തിൽ തന്നെ ഉണ്ടാവാനിടയുള്ള താളക്കേടുകൾ നിമിത്തം പ്രണയബന്ധങ്ങളിലും ലൈംഗികബന്ധങ്ങളിലും എല്ലാംതന്നെ ഇതിന്റെ അനുരണനങ്ങൾ കണ്ടേക്കും. ഒന്നിലും വിചാരിക്കുന്ന

പോലെ ഇടപെടുന്നതിനോ ആഹ്ലാദകരമായ കാര്യങ്ങളെ പോലും പൂർണമായ അർത്ഥത്തിൽ ആസ്വദിക്കുന്നതിനോ ഇങ്ങനെയുള്ളവർക്ക് അത്ര എളുപ്പമായിരിക്കില്ല.

ഇതിന് ഒരു മറുവശം കൂടിയുണ്ട് എന്നത് സമ്മതിക്കാതെ വയ്യ. പ്രതികൂലമായ ചുറ്റുപാടുകളിൽ മതിയായ തോതിൽ വിഭവ ലഭ്യതയും മറ്റും ഇല്ലാതിരിക്കുമ്പോൾ അതിജീവിക്കുക എന്നത് പ്രയാസകരം തന്നെയായിരിക്കും. ഇത്തരം അവസരങ്ങളിൽ അക്രമണോൽസുകമായ സ്വഭാവങ്ങളും മറ്റും കാണിച്ചു കൊണ്ട് തങ്ങളുടെ ചുറ്റുപാടിനെ അനുകൂലമാക്കിയെടുക്കുന്നതിൽ ഈ രീതിയിലുള്ള നിഷേധാത്മക പെരുമാറ്റങ്ങൾ കാണിക്കുന്നവർക്ക് താരതമ്യേന അനുകൂലമായ സാദ്ധ്യതകൾ ഉറപ്പിക്കാൻ കഴിഞ്ഞേക്കും. പരിമിതമായ അളവിലുള്ള വിഭവങ്ങളെ തങ്ങളുടെ ആവശ്യങ്ങൾക്ക് മുൻതൂക്കം കൊടുത്തു കൊണ്ട് സ്വായത്തമാക്കാൻ കഴിയുന്നത് മൂലമാണ് ഇത്തരം സാധ്യതകളെ ഉപയോഗപ്പെടുത്താൻ ഇവർക്ക് കഴിയുന്നത്.

എന്നാൽ, സ്വയം പിൻവാങ്ങി നിൽക്കുന്ന സ്വഭാവങ്ങളുള്ള വ്യക്തികൾക്ക് ഇത്തരം സാദ്ധ്യതകൾ ഉപയോഗപ്പെടുത്താൻ കഴിഞ്ഞുകൊള്ളണമെന്നില്ല. അതുകൊണ്ടു തന്നെ ഇത്തരം സ്വഭാവക്കാർക്ക് സ്വയം അതിജീവിക്കാനുള്ള സാധ്യതകളും കുറവായിരിക്കും. ബെൽസ്കിയുടെയും മറ്റു ചിന്തകരുടെയും പഠനങ്ങൾ ഈ മേഖലയിൽ ഒട്ടേറെ ഉൾക്കാഴ്ചകൾ സ്വരൂപിച്ചെടുക്കാൻ സഹായകരമായിട്ടുണ്ട്.

ഓരോരുത്തരുടെയും വളർച്ചാവികാസ ഘട്ടങ്ങൾക്ക് അനുസൃതമായി പ്രത്യുൽപ്പാദന രീതികളിൽ ഉൾപ്പെടെ വ്യത്യാസങ്ങൾ കാണാൻ കഴിയും. ഇതിൽ ചില വ്യക്തികൾ പ്രായപൂർത്തി ആകുന്നതിനെ തുടർന്ന് ഏറെയൊന്നും കാത്ത് നിൽക്കാതെ ലൈംഗിക പങ്കാളിയെ കണ്ടെത്തുകയും പ്രത്യുൽപ്പാദനപ്രക്രിയയിൽ ഏർപ്പെടുകയും ചെയ്യാറുണ്ട്. പക്ഷെ, ഇത്തരക്കാരുടെ ദാമ്പത്യം ഏറെക്കാലം നിലനിൽക്കാറില്ല. ഒരു വേള ഈ ബന്ധം നിലനിന്നാൽ തന്നെ അതുമൂലമുണ്ടാകുന്ന കുഞ്ഞുങ്ങളുടെ എണ്ണത്തിൽ വർദ്ധനവ് ഉണ്ടാവാമെങ്കിലും അവരുടെ ആരോഗ്യത്തിൽ മികവുണ്ടാകണമെന്നില്ല. ഉദാഹരണത്തിന്, ഉത്തരേന്ത്യൻ ഗ്രാമങ്ങളിലും മറ്റുമുള്ള സാമൂഹ്യവും സാമ്പത്തികവുമായ ദുർബലതകൾ അനുഭവിക്കുന്നവർക്കിടയിൽ കുഞ്ഞുങ്ങളുടെ എണ്ണത്തിൽ വലിയ വർദ്ധനവ് കാണാമെങ്കിലും അവരുടെ ആരോഗ്യത്തിൽ യോജിച്ച തരത്തിലുള്ള മികവ് കാണാറില്ല.

മറ്റു വ്യക്തികളാകട്ടെ ഇതിൽ നിന്ന് ഭിന്നമായി ഏറെ വൈകി മാത്രം ദാമ്പത്യത്തിൽ ഏർപ്പെടുകയും ചെയ്യാറുണ്ട്. അതുകൊണ്ടു തന്നെ ഇവരുടെ ദാമ്പത്യം താരതമ്യേന കെട്ടുറപ്പുള്ളതും സുരക്ഷിതവുമായിരിക്കും. ഇത്തരം ദമ്പതികൾക്ക് പരസ്പരമുള്ള വൈകാരിക ബന്ധം താരതമ്യേന ശക്തമായിരിക്കും. ഇവരുടെ കുഞ്ഞുങ്ങളുടെ എണ്ണത്തിൽ കുറവുണ്ടാകുമെങ്കിലും ആരോഗ്യത്തിലും മറ്റു ശേഷികളിലും മികവുണ്ടായിരിക്കും. കുഞ്ഞുങ്ങളുടെ എണ്ണക്കുറവ് കാരണം ലഭ്യമായ വിഭവങ്ങളെ മതിയായ തോതിൽ കുട്ടികൾക്കായി വിതരണം ചെയ്യുന്നതിന് എളുപ്പമായിരിക്കുകയും ചെയ്യും. മാത്രമല്ല ഇവരുടെ കുഞ്ഞുങ്ങൾക്ക് പ്രതികൂലമായ സാഹചര്യങ്ങളിൽ പിടിച്ചു നിൽക്കുന്നതിന് ആവശ്യമായ കാര്യക്ഷമത ഉണ്ടാക്കിയെടുക്കാനും എളുപ്പമായിരിക്കും.

ഇതിനു വിപരീതമായി, അരക്ഷിതമായ സാഹചര്യങ്ങളിലൂടെ ജീവിക്കേണ്ടി വരുന്ന കുഞ്ഞുങ്ങൾക്ക് ഏതാണ്ട് രണ്ടു വയസ്സാകുന്നതോടെ തന്നെ കടുത്ത മാനസിക പിരിമുറുക്കങ്ങൾ ഉണ്ടാകാനുള്ള സാദ്ധ്യതകൾ ഏറെയാണ്. പ്രശ്നനിർഭരമായ കുടുംബ സാഹചര്യങ്ങളുമായി പൊരുത്തപ്പെട്ടു പോകുക എന്നത് ഇത്തരം കുട്ടികൾക്ക് നന്നേ പ്രയാസകരം തന്നെയാവാം.

നഴ്സറി ക്ളാസുകളിൽ എത്തുന്നതോടെ ഈ കുട്ടികളുടെ പെരുമാറ്റത്തിൽ മറ്റു കുട്ടികളെ അപേക്ഷിച്ചു വലിയ തോതിലുള്ള അപാകതകൾ ഉണ്ടാവാറുണ്ട്. മറ്റു സഹപാഠികളുമായി ഇണങ്ങി പോകുന്നതിനും അവരുമായി ചേർന്ന് കളിക്കാനും ഈ കുട്ടികൾക്ക് ബുദ്ധിമുട്ടായിരിക്കും. കൂട്ടത്തിലുള്ളവർക്കു വല്ല പ്രയാസവും വന്നാൽ പോലും അവർക്കു വേണ്ടി ആശ്വാസവാക്കുകൾ പ്രകടിപ്പിക്കാൻ പോലും ഇവർക്ക് കഴിയണമെന്നില്ല. ചില സന്ദർഭങ്ങളിൽ ഇവർക്ക് ഏതാനും സുഹൃത്തുക്കളെ കിട്ടാറുണ്ടെങ്കിലും അവരുമായുള്ള ബന്ധം ഏറെ കാലത്തേക്ക് നിലനിർത്താനും ഇവർക്ക് കഴിയാറില്ല. പരസ്പരം വിയോജിക്കേണ്ടി വരുന്ന സന്ദർഭങ്ങൾ ഉണ്ടാവുകയാണെങ്കിൽ ഇവരുടെ വ്യക്തിബന്ധങ്ങൾ ദുർബലപ്പെടുകയാണ് പതിവ്. ഓരോ വ്യക്തിയുടെയും വളർച്ചയെയും വികാസത്തെയും നിശ്ചയിക്കുന്നതിൽ ഒട്ടനവധി ജീവശാസ്ത്രപരമായ പ്രക്രിയകളും ചുറ്റുപാടുകളും ഒരേപോലെ പ്രവർത്തിക്കേണ്ടതുണ്ട്. ഓരോ കുട്ടിയും അടിസ്ഥാനപരമായി ഉണ്ടാക്കിയെടുക്കുന്ന ഏതൊരു ബന്ധവും അമ്മയുടെയും മറ്റ് അടുത്ത കുടുംബാംഗങ്ങളുടെയും സ്വാധീനം നിമിത്തമാണ് തീരുമാനിക്കപ്പെടാറുള്ളത്.

കുഞ്ഞിന്റെ ദീർഘകാല ജീവിതത്തിൽ വലിയ പ്രത്യാഘാതങ്ങൾ ഉണ്ടാക്കാൻ സാധ്യതയുള്ള പരസ്പരബന്ധത്തിന്റെ വൈകാരിക മാതൃകകൾ പെൺകുട്ടികളിലൂടെ അടുത്ത തലമുറയിലേക്കു പകർത്തപ്പെടുകയാണ് പതിവ്.

അമ്മയെ തിരിച്ചറിഞ്ഞുകൊണ്ട് അവരുടെ സാമീപ്യം ഉറപ്പിക്കാനാവശ്യമായ പെരുമാറ്റങ്ങൾ വികസിപ്പിച്ചുകൊണ്ടാണ് അമ്മയുടെ പെരുമാറ്റ രൂപങ്ങളെയും അന്യരുടെ പെരുമാറ്റ രീതികളെയും വ്യവച്ഛേദിച്ച് അറിയാൻ ഓരോ കുട്ടിക്കും കഴിയുന്നത്.

എലിക്കുഞ്ഞുങ്ങളിലും മറ്റും നടത്തിയ അനവധി പരീക്ഷണങ്ങളിലൂടെ ഇത്തരം നിരീക്ഷണങ്ങളെ ബലപ്പെടുത്തുന്ന അനവധി തെളിവുകൾ ഇതിനകം തന്നെ ശേഖരിക്കാൻ കഴിഞ്ഞിട്ടുണ്ട്. എലിക്കുഞ്ഞുങ്ങളെ സംബന്ധിച്ചിടത്തോളം ആദ്യത്തെ 10/11 ദിവസത്തോളം കാഴ്ച സാധ്യമല്ലെങ്കിലും ഈ കാലയളവിൽ ഗന്ധത്തിലൂടെ ചുറ്റുപാടിനെക്കുറിച്ചുള്ള വിവരങ്ങൾ ശേഖരിക്കാൻ സാധിക്കും. ഗർഭ കാലയളവിൽ കനത്ത മാനസിക സമ്മർദ്ദങ്ങളിലൂടെ കടന്നുപോകേണ്ടി വന്ന തള്ള എലികൾക്ക് കുഞ്ഞുങ്ങളെ നക്കിത്തുടക്കുന്നതിനും, ലാളിക്കാനും ഉള്ള താൽപ്പര്യം പൊതുവിൽ അതീവ ദുർബലമായാണ് കാണപ്പെടാറുള്ളത്. ഇപ്രകാരമുള്ള മാനസിക സമ്മർദ്ദങ്ങളിലൂടെ കടന്നുപോകേണ്ടിവരുന്ന എലികൾക്ക് അനവധി ആരോഗ്യ പ്രശ്നങ്ങളും നേരിടേണ്ടി വരാറുണ്ട് എന്ന് പഠനങ്ങൾ ചൂണ്ടിക്കാണിക്കുന്നുണ്ട്.

ഓരോ അമ്മയ്ക്കും അവരുടെ മാതൃസ്വഭാവത്തിലൂടെ തന്റെ കുട്ടി പ്രായപൂർത്തി ആകുമ്പോഴേക്കും അവന്റെ/അവളുടെ ജീവിതത്തിനാവശ്യമായ വൈദഗ്ധ്യങ്ങൾ നേടിയെടുക്കാൻ ഉതകുന്ന കഴിവുകൾ ഉണ്ടാക്കിയെടുക്കാൻ കഴിയും. ഇപ്രകാരമാണ് അടുത്ത തലമുറയ്ക്ക് അതിജീവിക്കുന്നതിനാവശ്യമായ ശേഷികൾ ജനിതക മാർഗങ്ങളിലൂടെ പിന്നീടുണ്ടാകാനിടയുള്ള തലമുറകളിലേക്കും വ്യാപിപ്പിക്കാൻ കഴിയുന്നത്.

സഹജീവികളുമായി അടുപ്പം കൂടാനുള്ള താൽപ്പര്യം കൂട്ടായി ജീവിക്കേണ്ടിവരുന്ന ഏതൊരു ജീവിയിലും പ്രകടമാണ്. ചുറ്റുപാടുകൾ സസൂക്ഷ്മം നിരീക്ഷിച്ചുകൊണ്ടും അത് എത്രമാത്രം സുരക്ഷിതവും സമാധാനപരവും ആണെന്ന് പരിഗണിച്ചുകൊണ്ടും കൂടിയാണ് ഇത്തരം ബന്ധങ്ങൾ വളർന്നു വരുന്നത്. ആരോടൊക്കെയാണോ കൂടുതൽ അടുപ്പം തോന്നുന്നത് ആ വ്യക്തിയുടെ പെരുമാറ്റപരമായ സവിശേഷതകളെക്കൂടി കണക്കിലെടുത്തുകൊണ്ടായിരിക്കും

ഏതൊരു ആത്മബന്ധവും വികസിച്ചു വരുന്നത്. ഇതിനു പുറമെ ഈ അടുപ്പം കാണിക്കുന്ന വ്യക്തിയുടെ കുട്ടിക്കാല അനുഭവങ്ങളുടെയും ഇപ്പോഴുള്ള ചുറ്റുപാടിന്റെയും സ്വാധീനം ഈ ബന്ധത്തിൽ ഉടനീളം പ്രകടമായി കാണാൻ കഴിയും.

ഓരോരോ ചുറ്റുപാടിന്റെയും പ്രത്യേകതകൾ അടിസ്ഥാനമാക്കിക്കൊണ്ടാണ് ഇത്തരം അടുപ്പങ്ങൾ എത്രയേറെ സുരക്ഷിതമാണോ, അരക്ഷിതമാണോ എന്നൊക്കെ തീരുമാനിക്കപ്പെടുന്നത്. ഉദാഹരണത്തിന്, എല്ലാ മനുഷ്യശിശുക്കൾക്കും ഭാഷ ആർജ്ജിച്ചെടുക്കാനുള്ള ശേഷി ജനിതകമായി തന്നെ വേരോട്ടമുള്ളതാണ്. എന്നാൽ, ഏതു ഭാഷയുടെ ചുറ്റുപാടിലാണ് ഓരോ കുട്ടിയും വളർന്നുവരുന്നത് എന്നതിന്റെ അടിസ്ഥാനത്തിലായിരിക്കും ഏതു ഭാഷയിലാണ് കുട്ടി പിൽക്കാലത്ത് പ്രാവീണ്യം നേടുന്നത് എന്ന് തെളിയിക്കുന്നത്.

പെരുമാറ്റങ്ങളുടെ കാര്യത്തിൽ നോക്കിയാൽ ചില വ്യക്തികൾ സാഹചര്യങ്ങളുടെ സമ്മർദ്ദത്താൽ എളുപ്പം സ്വാധീനിക്കപ്പെടാമെങ്കിലും മറ്റു ചിലരിൽ ഇത് ദുർബലമായ സ്വാധീനം മാത്രമേ ഉണ്ടാക്കാറുള്ളൂ. ചില വ്യക്തികൾ മോശപ്പെട്ട സാഹചര്യങ്ങളുടെ പിടിയിൽ പെട്ടുകൊണ്ട് പല സ്വഭാവദൂഷ്യങ്ങളും കാണിച്ചേക്കാം. ഇതേ വ്യക്തികൾ മെച്ചപ്പെട്ട സാഹചര്യങ്ങളിലാണ് എത്തിപ്പെടുന്നതെങ്കിൽ സമാന സ്വഭാവക്കാരായ മറ്റുള്ളവരെ അപേക്ഷിച്ച് കൂടുതൽ നല്ല പെരുമാറ്റങ്ങൾ കാണിക്കാറുണ്ട്. ഇത്തരത്തിലുള്ള വ്യക്തിത്വമുള്ളവർക്ക് ജീവിതത്തിൽ പല നേട്ടങ്ങളും കൈവരിക്കാനും എളുപ്പമാകും.

നമ്മുടെയെല്ലാവരുടെയും സ്വഭാവങ്ങൾ രൂപപ്പെടുത്തുന്നതിൽ ചുറ്റുപാടിനും പാരമ്പര്യ ഘടകങ്ങൾക്കും പങ്കുണ്ടെന്നത് തള്ളിക്കളയാൻ കഴിയില്ല. ചില ഘട്ടങ്ങളിൽ പാരമ്പര്യ ഘടകങ്ങൾ ചുറ്റുപാടുകളുടെ സ്വാധീനത്തെയും മറികടക്കുന്ന സന്ദർഭങ്ങൾ ഉണ്ടാകാറുണ്ട്.

ഓരോ വ്യക്തിയും മറ്റുള്ളവരുമായി ഉണ്ടാക്കിയെടുക്കുന്ന ബന്ധങ്ങളിൽ നിർണായകമായി തീരാറുള്ളത് സാമൂഹ്യ ചുറ്റുപാടുകൾ തന്നെയാണ്. പാരമ്പര്യമായി രൂപപ്പെട്ട ചില മാനസിക പ്രകൃതങ്ങൾ പോലും സാമൂഹ്യ ബന്ധങ്ങളുടെ തുറന്ന ചുറ്റുപാടുകളിൽ മാറ്റങ്ങൾക്കു വിധേയമാകാറുണ്ട്.

കുട്ടികളിൽ കണ്ടുവരുന്ന വ്യത്യസ്തമായ മാനസിക പ്രകൃതങ്ങൾക്ക് അടിത്തറ പാകുന്ന നാഡീകോശങ്ങൾ സ്വയം പുനഃക്രമീകരിക്കാൻ കൂടി ശേഷിയുള്ളവയായതിനാൽ അവക്ക് ചുറ്റുപാടുകളിൽ നിന്ന് ലഭിക്കുന്ന വിവരങ്ങൾക്ക് അനുസൃതമായി അവയുടെ പ്രവർത്തനങ്ങളെ പരിഷ്കരിച്ചുകൊണ്ട് ചുറ്റുപാടുകളുമായി പൊരുത്തപ്പെട്ടു പോകുന്നതിന്

കഴിയും. ഇക്കാരണത്താലാണ് ചില കുട്ടികൾ കൗമാരത്തിലേക്ക് എത്തുന്നതോടെ തങ്ങൾക്ക് മുൻപ് ഉണ്ടായിരുന്ന പല പരിമിതികളെയും മറികടക്കാനുള്ള പ്രാപ്തി നേടുന്നത്.

മനുഷ്യരുടെ പെരുമാറ്റങ്ങൾ മറ്റേതൊരു ജീവിയുടേതിനേക്കാളും അത്യധികം സങ്കീർണ്ണതയുള്ളതാണ്. നാം ഓരോരുത്തരും അനുവർത്തിക്കുന്ന സ്വഭാവരീതികൾ പല സാഹചര്യങ്ങളിലൂടെ സ്വാംശീകരിക്കപ്പെട്ടതായിരിക്കുമെന്നു മാത്രമല്ല അവയെല്ലാം പല സന്ദർഭങ്ങളിൽ പ്രയോഗിച്ചുനോക്കി ഉറപ്പാക്കിയ ശേഷം പിൽക്കാല ജീവിതത്തിനിണങ്ങുന്ന വിധത്തിലുള്ള പെരുമാറ്റമാതൃകകളായി രൂപപ്പെടുകയാണ് ചെയ്യാറുള്ളത്. നമ്മുടെ വൈകാരിക ലോകത്തെയും, സാമൂഹ്യബന്ധങ്ങൾക്ക് വേണ്ടി അനുവർത്തിക്കേണ്ടുന്ന മാതൃകകളെയും ഓരോരോ സന്ദർഭത്തിനും ഇണങ്ങുന്ന തരത്തിൽ പ്രകടിപ്പിക്കുന്നതിന് വലിയ തോതിൽ സ്വാധീനമായി നിൽക്കുന്നത് കളിക്കൂട്ടുകാരും, സഹപാഠികളും തമ്മിലുള്ള അടുത്ത ഇടപെടലുകളിലൂടെ ലഭിക്കുന്ന പെരുമാറ്റ മാതൃകകളാണ്. അവർ എത്രമാത്രം നമ്മുടെ വൈകാരിക ലോകത്തിൽ ഇടം പിടിക്കുന്നു എന്നതിനനുസരിച്ചായിരിക്കും ഇതിന്റെ തീവ്രതയിൽ ഏറ്റക്കുറച്ചിലുകൾ ഉണ്ടാവുന്നത്.

മനസ്സിന്റെ അതിപ്രാചീനമായ പ്രവർത്തന മാതൃകകൾ കാലക്രമത്തിൽ ഉണ്ടായി വന്നിട്ടുള്ള ഒട്ടേറെ ഒത്തുതീർപ്പുകളിലൂടെയാണ് ഇന്നത്തെ നിലയിൽ എത്തിയിട്ടുള്ളത് എന്ന വസ്തുത നമുക്ക് അറിയാവുന്നതാണ്. ഓരോ സന്ദർഭത്തിലും വ്യത്യസ്ത ജീവിതഘട്ടങ്ങൾക്ക് അനുസൃതമായി ഉണ്ടാകുന്ന വെല്ലുവിളിയുമായി ഏറ്റുമുട്ടിയാണ് ഓരോ പെരുമാറ്റവും പരിഷ്ക്കരിക്കപ്പെടാറുള്ളത്.

ഓരോരോ സവിശേഷപ്രശ്നങ്ങളും പരിഹരിക്കുന്നതിനായി വിപുലമായ മാർഗ്ഗങ്ങളും പദ്ധതികളും രൂപപ്പെടുത്തിക്കൊണ്ടാണ് മനുഷ്യരുടെ പെരുമാറ്റത്തിന്റെ ചരിത്രം പുരോഗമിച്ചിട്ടുള്ളത്. ഉദാഹരണത്തിന്, പുരുഷന്മാരിൽ കണ്ടുവരുന്ന സാഹസിക പെരുമാറ്റങ്ങളിൽ ഏർപ്പെടാനുള്ള താൽപ്പര്യം ഒരർത്ഥത്തിൽ പറഞ്ഞാൽ ശക്തരായ പുരുഷന്മാരെ ഇണകളായി സ്വീകരിക്കുന്നതിനുള്ള സ്ത്രീകളിലെ പെരുമാറ്റപരമായ പ്രത്യേകതകൾക്ക് ഇണങ്ങുന്ന വിധത്തിൽ രൂപം കൊണ്ടതുകൂടിയാണ്.

പ്രാചീന ചുറ്റുപാടിൽ ഇണയെ കിട്ടുന്നതിനായി ശാരീരിക ശക്തിയും, ഉത്സാഹപരതയും പോലെയുള്ള ഗുണങ്ങൾ അത്യന്താപേക്ഷിതമായിരുന്നു എന്നുവേണം കരുതാൻ. വേട്ടയാടാനും,

ശത്രുക്കളിൽ നിന്ന് ഇണയെ സംരക്ഷിക്കാനും ഉള്ള സാധ്യത ഇത്തരം ഗുണങ്ങൾ ഉള്ളവർക്ക് മാത്രമായിരുന്നു എന്നതുകൊണ്ട് കൂടിയാണ് ഇത്തരം ശേഷികൾ കാര്യക്ഷമതയുടെ അടയാളങ്ങളായി മാറാനിടയായത്. അതുകൊണ്ട് ശാരീരികമായ മികവില്ലാത്തവരെ അപേക്ഷിച്ച് ഇങ്ങനെയുള്ള പുരുഷൻമാർക്കാണ് ഇണകളെ സമ്പാദിക്കാനുള്ള സാദ്ധ്യതകൾ അക്കാലങ്ങളിൽ ഉണ്ടായിരുന്നത്.

പൗരുഷം എന്നത് ഇന്നത്തെ സാഹചര്യത്തിൽ ഫുട്ബോൾ ഗ്രൗണ്ടുകളിലും, ഇതര കായിക രംഗങ്ങളിലും മാത്രം പ്രകടമാക്കാൻ കഴിയുന്ന ഒന്നായി മാറിയിട്ടുണ്ട്. പൗരുഷത്തെയും, സ്ത്രീത്വത്തെയും കുറിച്ചുള്ള വർത്തമാനകാല സങ്കൽപ്പങ്ങൾക്ക് വലിയ മാറ്റങ്ങൾ കണ്ടു തുടങ്ങിയിട്ടുണ്ട് എന്നതും ഒരു സാമൂഹ്യ യാഥാർഥ്യമാണ്.

പരിണാമപരമായി രൂപംകൊണ്ട പലതരത്തിലുള്ള മുൻതീരുമാനങ്ങൾ ചില പ്രാരംഭ മനോഗതികളെ മാത്രമല്ല നമ്മുടെ ശാരീരിക പ്രവർത്തനങ്ങളെ ഉൾപ്പെടെ പുനഃക്രമീകരിക്കാൻ കെൽപ്പുള്ളവയാണ്. ഉദാഹരണത്തിന്, അച്ഛന്മാരുടെ അഭാവത്തിൽ വളരേണ്ടി വരുന്ന പെൺകുട്ടികൾ വളരെ നേരെത്തെ തന്നെ ഋതുമതികളാകുകയും അതുമായി ബന്ധപ്പെട്ടുള്ള ലൈംഗിക പെരുമാറ്റങ്ങൾക്ക് തുടക്കം കുറിക്കുകയും ചെയ്തേക്കാം. ഇതുകൂടാതെ ഇത്തരം പെൺകുട്ടികൾ പലതരത്തിലുള്ള മാനസിക പിരിമുറുക്കങ്ങൾക്ക് വിധേയരാവുന്ന സന്ദർഭങ്ങളും ധാരാളമാണ്. അച്ഛന്റെ അഭാവത്തിൽ ആ വഴിക്കുള്ള വിഭവങ്ങൾ ഇല്ലാതാകുന്നതിനാൽ ലഭ്യമായ വിഭവങ്ങളെ പരമാവധി നേരെത്തെ തന്നെ ഉപയോഗപ്പെടുത്തിക്കൊണ്ട് പ്രത്യുൽപ്പാദനധർമ്മം പൂർത്തിയാക്കുന്നതിനാണ് ഇത്തരം സന്ദർഭങ്ങളിൽ മുൻഗണന ലഭിക്കുന്നത്. അച്ഛന്മാരില്ലാതെ വളർന്നു വരുന്ന പെൺകുട്ടികൾ തങ്ങൾക്കിണങ്ങുന്നതെന്ന് തോന്നുന്ന ഇണയെ കണ്ടെത്തിയാലും തന്റെ ഇണയായി വരുന്ന പുരുഷനെ പൂർണമായി വിശ്വാസത്തിലെടുക്കുന്നതിൽ വിജയിക്കണമെന്നില്ല. ആത്മകഥാപരമായ ഓർമയിൽ (autobiographical memory) അച്ഛന്റെ അഭാവം വഴി ഉണ്ടായ ചില മനോമാതൃകകൾ (mental models) പിൽക്കാല ജീവിതത്തിൽ പരിമിതികളായി പ്രത്യക്ഷപ്പെടാനുള്ള സാധ്യതകളുടെ ഭാഗമായാണ് ഇത്തരം പരിമിതികൾ രൂപംകൊള്ളുന്നത്. ഇത്തരം പ്രശ്നങ്ങൾ കൂടുതലായും കണ്ടുവരുന്നത് പാശ്ചാത്യരാജ്യങ്ങളിൽ തന്നെയാണെങ്കിലും നമ്മുടെ സമൂഹവും അതിൽ നിന്ന് തീർത്തും മുക്തമാണെന്നൊന്നും പറയാനാവില്ല. വിവാഹമോചനവും മറ്റ് അപ്രതീക്ഷിത സംഭവങ്ങളും മൂലം അച്ഛന്മാരുടെ അഭാവത്തിൽ ജീവിക്കേണ്ടി

വരുന്ന പെൺകുട്ടികൾ അനുഭവിക്കേണ്ടി വരുന്ന ദുരിതങ്ങൾ നമ്മുടെ നാട്ടിലും നാൾക്കു നാൾ വർധിച്ചുകൊണ്ടിരിക്കുകയാണ്.

അമേരിക്കയിലും യൂറോപ്പിലും മറ്റു ചില വിദേശ രാജ്യങ്ങളിലും കൗമാരത്തിലുള്ള ലൈംഗിക ബന്ധം സാധാരണമാണ്. എന്നാൽ അതുവഴിയുണ്ടാവുന്ന കുഞ്ഞുങ്ങളെ ഏറ്റെടുത്തുകൊണ്ട് പിതൃത്വത്തിന്റെ ധർമ്മങ്ങൾ നിറവേറ്റാൻ ഇവരുടെ കൗമാരക്കാരായ ആൺകുട്ടികൾക്ക് കഴിയാറില്ല. ഇങ്ങനെയുള്ള സാഹചര്യങ്ങളിൽ അമ്മമാർ തന്നെയാണ് കുഞ്ഞുങ്ങളെ വളർത്തേണ്ടിവരാറുള്ളത്. അതിനാൽ, അത്തരം സമൂഹങ്ങളിൽ ഇങ്ങനെയുള്ള പ്രശ്നങ്ങൾ അതീവ ഗൗരവമുള്ളതായി മാറിയിട്ടുമുണ്ട്.

അകാലത്തിലുള്ള ഗർഭച്ഛിദ്രവും നവജാത ശിശുക്കളെ അനാഥാലയങ്ങളിൽ ഏൽപ്പിക്കുന്നതുമെല്ലാം ഇവിടെയും വ്യാപകമായി തുടങ്ങിയിട്ടുണ്ട്. ഓരോരോ സന്ദർഭത്തിനുമനുസരിച്ച് മറ്റുള്ളവരുടെ മനസികാവസ്ഥകളെ ഉൾക്കൊണ്ടുകൊണ്ട് പെരുമാറുന്നതിനുള്ള അവസരങ്ങൾ കുറയുന്നതിനനുസരിച്ച് സ്വാർത്ഥമായ താൽപ്പര്യങ്ങൾ നിറവേറുന്നതിനു വേണ്ടി പെരുമാറാനായിരിക്കും ഓരോ വ്യക്തിയും ശ്രമിക്കുന്നത്. ശാസ്ത്രീയമായ ലൈംഗിക വിദ്യാഭ്യാസം ഇല്ലാത്തതു കൊണ്ടും, നമ്മുടെ കുടുംബങ്ങളിൽ അധികരിച്ചുകൊണ്ടിരിക്കുന്ന പാരമ്പര്യ മൂല്യങ്ങളും എല്ലാം തന്നെ ഇത്തരത്തിലുള്ള അനഭലഷണീയമായ മാറ്റങ്ങൾക്ക് കാരണമായിട്ടുണ്ട് എന്ന യാഥാർഥ്യത്തിനു നേരെ കണ്ണടക്കാനാവില്ല.

കലഹത്തിന്റെ ആദ്യ പാഠങ്ങൾ

അതിരുകളില്ലാതെ ഭാവന ചെയ്യാനും ചിന്തിക്കാനും കഴിയുന്ന കാലഘട്ടമായാണ് പൊതുവിൽ കൗമാരകാലത്തെ വിശദീകരിക്കാറുള്ളത്. പല തരത്തിലുള്ള സ്വപ്നങ്ങൾക്ക് ചിറകു മുളക്കുന്നതും ഏതു സാഹസിക പ്രവർത്തിയിലും ഏർപ്പെടുന്നതിനും തയ്യാറാവുന്നതും ഈ കാലയളവിൽ തന്നെയാണ്. എന്നാൽ, സമൂഹത്തിന്റെ സാമാന്യ മൂല്യങ്ങളെ വകവെക്കാതെ പെരുമാറുന്നതിനും സാമൂഹ്യമായി അംഗീകാരം ലഭിച്ചിട്ടുള്ള സദാചാര സങ്കൽപ്പങ്ങളെയും നിയമങ്ങളെയും വെല്ലുവിളിക്കാനുള്ള കരുത്തും കൗമാരത്തിൽ തന്നെയാണ് ഏറെ ശക്തമായി നിൽക്കുന്നത് എന്നത് ഇതിന്റെ മറുപുറമാണ്.

കൗമാരത്തിലേക്ക് എത്തുന്നതോടെയാണ് അതുവരെ രക്ഷിതാക്കളിൽ നിന്ന് കിട്ടിക്കൊണ്ടിരുന്ന ശ്രദ്ധക്കും പരിഗണനക്കും അറുതിയാവുന്നത്. അതുകൊണ്ട് തന്നെ ഈ ഘട്ടം ഒരർത്ഥത്തിൽ പറഞ്ഞാൽ വൈകാരികമായ ഒരു വിച്ഛേദത്തിന്റെ തുടക്കം കൂടിയാവാറുണ്ട്. ഈ ഘട്ടത്തെ തുടർന്നാണ് കുടുംബത്തിന്റെ അതിരുകൾ മുറിച്ചുകടന്നുകൊണ്ട് പുതിയബന്ധങ്ങളും സാഹചര്യങ്ങളും തേടി പോകാൻ തുടങ്ങുന്നത്. ഇതുവരെയുള്ള സ്വഭാവത്തിൽ നിന്നും വേറിട്ടുകൊണ്ട് രക്ഷിതാവിൽ നിന്ന് അകലാനും സ്വന്തം കാര്യങ്ങളിൽ തീരുമാനങ്ങൾ എടുക്കാൻ ആരംഭിക്കുന്നതും ഇതോടു കൂടിയാണ്. സ്വയംപര്യാപ്തത കൈവരിക്കുക എന്നതിന് മുൻതൂക്കം നൽകിക്കൊണ്ടാണ് ഈ ഘട്ടത്തിൽ കൗമാരപ്രായക്കാർ പെരുമാറുന്നത്.

രക്ഷിതാക്കളുടെ താൽപ്പര്യങ്ങളും സ്വന്തം താൽപ്പര്യങ്ങളും തമ്മിൽ ഏറ്റുമുട്ടുന്ന സന്ദർഭങ്ങൾ ഏറിവരുന്നത് ഈ ഘട്ടത്തിൽ പതിവാണെന്ന് കാണാം. എന്നാൽ, ഇത് പൂർണമായ അർത്ഥത്തിൽ ഉണ്ടാകുന്ന വേറിടലായി കാണാനും കഴിയില്ല. ഏതെങ്കിലും തരത്തിലുള്ള പ്രതിസന്ധികൾ വന്നു പെടുമ്പോൾ മാത്രം രക്ഷിതാക്കളെ ആശ്രയിച്ചു കൊണ്ട് പ്രശ്ന പരിഹാരത്തിന് ശ്രമിക്കുക എന്നതും അപൂർവ്വമല്ല. ഇപ്രകാരമാണ് രക്ഷിതാക്കളും കുട്ടികളും തമ്മിലുള്ള ബന്ധങ്ങൾ കാലക്രമത്തിൽ പരിഷ്കരിക്കപ്പെടുന്നത്. എങ്കിലും ഈ ഘട്ടത്തിൽ കൗമാരക്കാരായ കുട്ടികൾ അവരുടെ തീരുമാനങ്ങൾക്ക് തന്നെയാവും പ്രാമുഖ്യം നൽകുന്നത്. യൂറോപ്യൻ സാഹചര്യങ്ങളിൽ പ്രകടമായി തന്നെ ഈ വൈരുദ്ധ്യം കാണാമെങ്കിലും നമ്മുടെ സമൂഹത്തിൽ പരോക്ഷമായ പല രീതികളിലായിരിക്കും ഇത് പുറത്തുവരുന്നത് എന്ന് മാത്രം. നമ്മുടെ സമൂഹത്തിൽ സമീപകാലത്തുണ്ടാകുന്ന മാറ്റങ്ങൾ ഇത്തരം അതിർവരമ്പുകൾ അപ്രസക്തമാക്കിയിട്ടുണ്ട് എന്നതും അംഗീകരിക്കാതെ വയ്യ.

കൗമാരത്തിൽ എത്തുന്നതിനു മുൻപുവരെയുള്ള കാലയളവിൽ രക്ഷിതാവിന്റെ തീരുമാനങ്ങളുടെ പിൻബലത്തിലാണ് ഏതൊരു ലക്ഷ്യവും സാധിച്ചെടുക്കുന്നതിന് വേണ്ടിയുള്ള ശ്രമങ്ങൾ നടക്കാറുള്ളത്. എന്നാൽ, കൗമാരത്തിലെത്തുന്നതോടെ ഇത്തരം തീരുമാനങ്ങളെല്ലാം പരസ്പര ധാരണകളുടെ ബലത്തിലായിരിക്കും ഉറപ്പിക്കപ്പെടുന്നത്. ഇങ്ങനെയുള്ള സന്ദർഭങ്ങളിൽ സ്വയംപര്യാപ്തത എന്ന സങ്കൽപ്പത്തിന് ഏറെക്കുറെ ഇണങ്ങുന്ന രീതിയിൽ തന്നെയായിരിക്കും ഇപ്രകാരമുള്ള ധാരണകൾ പ്രവർത്തനക്ഷമത കൈവരിക്കുന്നത്. രക്ഷിതാവിനെപോലെ തന്നെ എനിക്കും സ്വന്തമായ വ്യക്തിത്വം ഉണ്ടെന്നും അതിനാൽ എനിക്ക് വേണ്ടി എടുക്കപ്പെടുന്ന തീരുമാനങ്ങളിൽ മുൻതൂക്കം എന്റെ താൽപ്പര്യങ്ങൾക്കായിരിക്കണം എന്ന മട്ടിലുള്ള ചിന്തയാണ് ഈ ഘട്ടത്തിൽ കൗമാരക്കാരിൽ ഉണ്ടാകാറുള്ളത്. ഇത് മനസ്സിലാക്കാൻ കഴിയാത്ത സാഹചര്യങ്ങളിലാണ് കൗമാരക്കാരും രക്ഷിതാക്കളും തമ്മിൽ ശത്രുതാപരമായ ബന്ധങ്ങൾക്ക് വഴിമാറുന്നത്.

എന്നാൽ, കുട്ടിക്കാലത്ത് രക്ഷിതാക്കളുമായി ഉണ്ടായിരുന്ന ബന്ധങ്ങളിലൂടെ നിർമ്മിക്കപ്പെട്ട ചില പൂർവ്വമാതൃകകൾ കൗമാരകാലത്ത് എത്തുന്നതോടെ ഉണ്ടാകേണ്ടുന്ന സ്വയംപര്യാപ്തതക്ക് തടസ്സങ്ങൾ സൃഷ്ടിക്കുന്നതിനുള്ള സാധ്യതകളെയും തള്ളിക്കളയാനാവില്ല. തന്നെ അതുവരെ സ്നേഹപൂർവ്വം വളർത്തി വലുതാക്കിയ

രക്ഷിതാവിനെ ധിക്കരിക്കുക എന്നത് ഏതൊരു കൗമാരക്കാരനെ സംബന്ധിച്ചിടത്തോളവും അൽപ്പം പ്രയാസകരം ആയിരിക്കുമെന്നത് സ്വാഭാവികമാണ്. അതുവരെ അനുഭവിച്ച സ്നേഹപരിലാളനകളുടെ പൂർവ്വമാതൃകകളും വർത്തമാന നിമിഷത്തിന്റെ താൽപ്പര്യങ്ങളും തമ്മിലുള്ള ഏറ്റുമുട്ടൽ നിമിത്തമാണ് ഇത്തരത്തിലുള്ള പ്രതിസന്ധി രൂപപ്പെട്ടു വരാൻ ഇടയാവുന്നത്.

നീണ്ട കാലത്തോളം രക്ഷിതാക്കൾ ഉറപ്പാക്കിയിരുന്ന സ്നേഹപൂർണമായ കരുതലും സഹായങ്ങളും ഒരു പരിധിവരെയെങ്കിലും ഉപേക്ഷിച്ചുകൊണ്ട് മറ്റു കൂട്ടുകാരുടെയും, സഹപാഠികളുടെയും സഹായത്താൽ സ്വന്തം കാര്യങ്ങൾ പരിഹരിക്കാൻ ശ്രമിക്കുന്നതും കൗമാരത്തോടെ തന്നെയാണ്. ഈ വൈരുദ്ധ്യത്തെ സംഘർഷരഹിതമായി പരിഹരിക്കുന്നതിന് രക്ഷിതാക്കളും അവരുടെ കൗമാര പ്രായത്തിലെത്തിയ കുട്ടികളും ഒരേപോലെ അവരവരുടെ സമീപനങ്ങളിൽ ഉചിതമായ ഒത്തുതീർപ്പുകൾ നടത്തേണ്ടതുണ്ട്.

രക്ഷിതാക്കളുമായി സ്ഥാപിക്കുന്ന ബന്ധങ്ങൾ സംഘർഷ നിർഭരമല്ലെങ്കിൽ കൗമാരക്കാരിൽ രക്ഷിതാക്കളെ സംബന്ധിച്ച മനോമാതൃക മികവുള്ളതും അഭിലഷണീയമായതും ആയിരിക്കും. ഇതിന്റെ സ്വാഭാവികമായ തുടർച്ചയായിട്ടായിരിക്കും ജീവിതത്തിന്റെ വ്യത്യസ്ത ഘട്ടങ്ങളിൽ ഉണ്ടാക്കിയെടുക്കുന്ന പ്രണയബന്ധങ്ങളും സൗഹൃദങ്ങളും ദാമ്പത്യ ബന്ധങ്ങളും എല്ലാം തന്നെ വികസിച്ചു വരുന്നത്. ചില വ്യക്തികൾക്ക് അവരുടെ കാമുകിയും, സുഹൃത്തും ഭാര്യയും എല്ലാം പല തരത്തിലുള്ള ആശ്വാസങ്ങളുടെയും ഉറവിടമായിരിക്കും. എന്നാൽ വേറെ ചിലർക്കാവട്ടെ അവർ ഉണ്ടാക്കിയെടുക്കുന്ന ബന്ധങ്ങളിലൊന്നും തന്നെ പൂർണ വിശ്വാസമോ ആശ്വാസമോ ഒന്നും ഉണ്ടാവണം എന്ന് നിർബന്ധമില്ല. ഇത്തരത്തിലുള്ള എല്ലാതരം ബന്ധങ്ങൾക്കും അടിത്തറയാവുന്നത് കുട്ടിക്കാലത്തും കൗമാരകാലത്തും കുടുംബത്തിനകത്തും പുറത്തും ഉണ്ടാകുന്ന ബന്ധങ്ങൾ വഴിയായിരിക്കും.

രക്ഷിതാക്കളുമായുള്ള പല തരത്തിലുള്ളതായ വൈരുദ്ധ്യങ്ങൾ നിലനിൽക്കുമ്പോൾ പോലും ശാരീരികമായ അസുഖങ്ങളും അനുബന്ധ ബുദ്ധിമുട്ടുകളും മറ്റും ഉണ്ടാകുമ്പോൾ സ്വന്തം രക്ഷിതാക്കളെ തന്നെ ആശ്രയിക്കുന്നതിനാവും കൗമാരക്കാരും ശ്രമിക്കുന്നത്.

കൗമാരത്തിൽ എത്തുന്നതോടെ സ്വന്തം കുട്ടിക്കാലത്ത് ലഭിച്ച സ്നേഹപൂർവ്വമോ അല്ലാത്തതോ ആയ അനുഭവങ്ങളിലൂടെ നിർമ്മിക്കപ്പെട്ട ചില പെരുമാറ്റ മാതൃകകൾ രൂപപ്പെട്ടു കഴിഞ്ഞിരിക്കും.

ഓരോ വ്യക്തിയുടെയും പെരുമാറ്റങ്ങളെ സംബന്ധിച്ചും വ്യക്തിബന്ധങ്ങളെ കുറിച്ചുമുള്ള പൊതു സമീപനങ്ങൾ രൂപപ്പെടുന്നത് നിർദിഷ്ട പെരുമാറ്റ മാതൃകകളെ തന്നെ അവലംബിച്ചുകൊണ്ടായിരിക്കും. കൗമാരക്കാർ ഉണ്ടാക്കി എടുക്കുന്ന വ്യക്തി ബന്ധങ്ങൾക്കും സാമൂഹ്യ ബന്ധങ്ങൾക്കും ആധാരമാകുന്നതും ഈ പൊതു സമീപനങ്ങൾ തന്നെയായിരിക്കും.

പക്ഷെ, കൗമാരകാലത്ത് ഉണ്ടാകുന്ന വ്യക്തിബന്ധങ്ങൾക്കും സാമൂഹ്യ ബന്ധങ്ങൾക്കും ഏക മാനദണ്ഡമായി കുട്ടികാലത്തുണ്ടാകുന്ന വൈകാരികബന്ധങ്ങളെ മാത്രം കാണാൻ കഴിയില്ല. കൗമാരത്തിൽ ദൈനംദിനമായ ആവശ്യങ്ങൾക്കായി സ്വാഭാവികമായി തന്നെ ഉണ്ടായി വരുന്ന സൗഹൃദങ്ങളിലൂടെയും, മറ്റു സാമൂഹ്യബന്ധങ്ങളിലൂടെയും ലഭിക്കുന്ന അറിവുകളും, കാഴ്ചപ്പാടുകളും, എല്ലാം തന്നെ പല രീതിയിൽ സ്വാധീനം ചെലുത്തിക്കൊണ്ടാണ് കൗമാരത്തിലുണ്ടാകുന്ന പരസ്പര അടുപ്പങ്ങളൊക്കെയും ഉണ്ടാകുന്നത്.

വൈകാരിക അടുപ്പവുമായി ബന്ധപ്പെട്ടു രൂപപ്പെടുന്ന മനോനിലകൾ പിൽക്കാലത്തുണ്ടാകുന്ന പലതരം ബന്ധങ്ങളെയും സ്വാധീനിച്ചേക്കാം. വൈകാരികമായി ഉണ്ടാകുന്ന അനുഭവങ്ങൾ കൂടാതെ ഓരോ വ്യക്തിയും ബന്ധങ്ങളെ കുറിച്ച് ആർജ്ജിക്കുന്ന ശാസ്ത്രീയവും അല്ലാത്തതുമായ അറിവുകൾക്കും അവഗണിക്കാൻ കഴിയാത്ത തരത്തിലുള്ള മാറ്റങ്ങൾ സൃഷ്ടിക്കാൻ കഴിഞ്ഞേക്കും. പെരുമാറ്റത്തിലുള്ളടങ്ങിയ പരിമിതികളെക്കുറിച്ചും സാധ്യതകളെപ്പറ്റിയുമുള്ള ശാസ്ത്രീയമായ അറിവിന്റെ ബലത്തിൽ കുടുംബത്തിൽ നിന്ന് ലഭിച്ച പ്രതികൂല അനുഭവങ്ങളുടെ സ്വാധീനത്തിൽ നിന്ന് പോലും ഒരു പരിധിവരെ രക്ഷപെടാൻ കഴിഞ്ഞേക്കും. ഉദാഹരണത്തിന്, ചില സോഷ്യൽ മീഡിയകളിലൂടെ ലഭിക്കുന്ന വ്യക്തിബന്ധങ്ങളെക്കുറിച്ചുള്ള അറിവുകൾ, ചില പുസ്തകങ്ങൾ അതല്ലെങ്കിൽ പൊതുസമ്മതരായ ഏതെങ്കിലും പ്രമുഖരുടെ അഭിപ്രായങ്ങൾ എന്നിവയൊക്കെ ഏതാനും വ്യക്തികളുടെയെങ്കിലും സമീപനങ്ങളെ സ്വാധീനിച്ചേക്കാം.

എന്നാൽ, ഇത്തരത്തിലുള്ള പെരുമാറ്റങ്ങൾക്ക് പ്രേരണയാവുന്നതിന് ജനിതകമായ ചില അടിസ്ഥാനങ്ങൾ കൂടി ഉണ്ടായേ തീരൂ. ഉദാഹരണത്തിന്, വൈകാരികമായ പ്രസക്തിയുള്ള വിവരങ്ങളോട് ഉചിതമായ രീതിയിൽ പ്രതികരിക്കുന്നതിന് സഹായിക്കുന്ന സെറോടോണിൻ ട്രാൻസ്പോർട്ടർ (serotonin transporter)ജീനിന്റെ പ്രവർത്തന ക്ഷമത ഇതിൽ അതി പ്രധാനമാണ്. സെറോടോണിൻ

ജീനിന്റെ ചെറിയ അലീലുകൾ (small alleles) ഉള്ളവരും, സുരക്ഷിതവും സ്നേഹ നിർഭരവുമായ രക്ഷാകർതൃത്വത്തിൽ വളർന്നവരും സ്വയം പര്യാപ്തതയുമായി ബന്ധപ്പെട്ട കാര്യങ്ങളിൽ രക്ഷിതാക്കളുമായി ശത്രുതാപരമല്ലാത്ത ബന്ധമാണ് പ്രകടമാക്കാറുള്ളത്. എന്നാൽ, അരക്ഷിതമായ രക്ഷാകർതൃത്വത്തിന്റെ അനുഭവങ്ങളുള്ള കൗമാരക്കാരാവട്ടെ ഇതിനു നേർവിപരീതമായ രീതിയിലാണ് സമാനമായ പ്രശ്നങ്ങളെ നേരിടാറുള്ളത്. ഇതിനർത്ഥം, സുരക്ഷിതമായ സ്നേഹ പരിലാളനകൾ ഏറ്റുവാങ്ങി വളരാൻ ഇടയായ കുട്ടികൾക്ക് ജന്മനാ ഉണ്ടെന്നു കരുതുന്ന നിഷേധാത്മക പ്രകൃതങ്ങളെപ്പോലും ഒരു പരിധി വരെ മറികടക്കാൻ കഴിയും എന്നു തന്നെയാണ്. ജനിതകഘടകങ്ങളുടെ സ്വാധീനത്തെ കുറിച്ചുള്ള നമ്മുടെ ധാരണകൾ പലപ്പോഴും ഏകപക്ഷീയമായതിനാൽ പല തരത്തിലുള്ള ലഘൂകരണ ചിന്തകൾക്കും നാം അടിമപ്പെടുന്നത് സ്വാഭാവികമാണ്. ജനിതകമായ ചില ഘടകങ്ങൾ ഉണ്ടെങ്കിൽ പോലും അവയുടെ പ്രവർത്തനം സുഗമമാക്കുന്നതിന് ഇണങ്ങുന്ന ചുറ്റുപാടുകൾ കൂടി ഉണ്ടായാൽ മാത്രമേ അവയുടെ ദുസ്വാധീനത്തിന് നമ്മൾ ഇരയാകാറുള്ളൂ.

ഒഴിഞ്ഞു മാറി നടക്കുന്ന പ്രകൃതം കാണിക്കുന്ന ഒട്ടുമിക്ക കൗമാരക്കാരും വൈകാരികതയുമായി ബന്ധമുള്ള വിഷയങ്ങളെ കുറിച്ച് മറ്റുള്ളവരുമായി സംസാരിക്കുന്നതിനോ അവരുടെ അഭിപ്രായങ്ങൾ പങ്കുവെക്കുന്നതിനോ തയ്യാറാവാറില്ല. അരക്ഷിതമായ അനുഭവങ്ങൾ വഴി രൂപപ്പെട്ട അമിതമായ വ്യാകുലതകൾ ഉള്ള കൗമാരക്കാർ പല ഘട്ടങ്ങളിലും ചെറിയ കാര്യങ്ങൾക്ക് പോലും രക്ഷിതാക്കളോട് കലഹിക്കുന്നതും അപൂർവ്വമല്ല.

ഇത്തരത്തിലുള്ള കലഹങ്ങൾ മൂലം ആത്യന്തികമായി നോക്കിയാൽ കൗമാരക്കാരുടെ സ്വയംപര്യാപ്തത തന്നെ അപകടപ്പെടാനുള്ള സാദ്ധ്യതകൾ ഏറുകയാണ് ചെയ്യാറുള്ളത്. കുടുബജീവിതത്തിൽ നിന്നുണ്ടാകുന്ന സ്നേഹത്തെയും വാത്സല്യത്തെയും സംബന്ധിച്ചുള്ള ഓർമ്മകൾ ഏതൊരു വ്യക്തിയുടെയും അബോധത്തിനകത്ത് ആലേഖനം ചെയ്യപ്പെട്ടിരിക്കും. ആയുഷ്കാല ജീവിതത്തിന് കൂടി ആവശ്യമായ ഓർമ്മകളായി ഇത് മനസ്സിൽ ഉള്ളതിനാലാണ് ഈ ഓർമ്മകൾക്ക് ഇത്രയേറെ പ്രാധാന്യം കൈവരുന്നത്.

പ്രേമത്തിന്റെ നാനാർത്ഥങ്ങൾ

ഏതൊരു വികാരത്തെ പോലെയും പ്രണയവും അത്യധികം സങ്കീർണമാണ്. അടിസ്ഥാനപരമായ എല്ലാ മനുഷ്യ വികാരങ്ങളും പ്രണയത്തിൽ തെളിഞ്ഞു കാണാറുണ്ട്. സ്വപ്നം, പ്രതീക്ഷ, ഉത്കണ്ഠ, ദുഃഖം, ആശങ്ക എന്നീ വൈകാരിക അവസ്ഥകളെല്ലാം ഇതുമായി ബന്ധപ്പെട്ട് ഉണ്ടാകാറുണ്ട്. നമ്മൾ ഇഷ്ടപ്പെടുന്ന വ്യക്തിയുടെ സാന്നിദ്ധ്യത്തിനായി കൊതിക്കുക എന്നത് തന്നെയാണ് എല്ലാതരത്തിലുമുള്ള പ്രേമത്തിന്റെയും ആധാരതത്വമായി നിൽക്കുന്നത്. നിർദിഷ്ട വ്യക്തിയുടെ സ്നേഹവും, ശ്രദ്ധയും കിട്ടുന്നതിനായി ആഗ്രഹിക്കുകയും, അവൾക്കു/അവനു വേണ്ടി എന്ത് ത്യാഗം ചെയ്യാൻ ഒരുങ്ങുന്നതും തികച്ചും സാധാരണമാണ്.

കൗമാരത്തിൽ എത്തുന്നതോടെയാണ് ഇത്തരം വികാരങ്ങൾ ശക്തി പ്രാപിക്കാറുള്ളത്. നമ്മുടെ നാട്ടിൽ മുൻകാലങ്ങളിൽ കൗമാര പ്രണയത്തിന്റെ എണ്ണം കുറവായിരുന്നെങ്കിലും ഇന്ന് സാഹചര്യം പാടെ മാറിയിട്ടുണ്ട്. വ്യക്തി എന്ന നിലയിൽ സ്വയം സമർത്ഥിക്കാൻ കഴിയുമ്പോൾ മാത്രമാണ് പ്രണയവും വേര് പൊട്ടുന്നത്. സമീപകാലത്താണ് നമ്മുടേത് പോലെയുള്ള സമൂഹങ്ങളിൽ വ്യക്തിബോധം വളരെ ശക്തമായ തോതിൽ പ്രബലപ്പെട്ടു വന്നത്. രണ്ടു/മൂന്ന് ദശാബ്ദങ്ങൾക്കു മുൻപ് വരെ 25 വയസ്സായ ഒരു വ്യക്തിക്ക് പോലും സ്വന്തം കാര്യങ്ങളിൽ തീരുമാനങ്ങൾ എടുക്കാനുള്ള സ്വാതന്ത്ര്യം നന്നേ കുറവായിരുന്നു എന്നതാണ് യാഥാർഥ്യം.

വൈകാരികമായ അടുപ്പം, പരിരക്ഷ, പ്രത്യുൽപ്പാദനപരമായ താൽപ്പര്യം എന്നിവ അടങ്ങുന്ന അതി സങ്കീർണമായ മാനസിക

പ്രക്രിയയാണ് പ്രണയത്തെയും നിയന്ത്രിക്കുന്നത്. മറ്റുള്ളവരിലൂടെ കിട്ടുന്ന സംരക്ഷണവും പ്രത്യുൽപ്പാദന ധർമ്മങ്ങളും നിറവേറ്റുന്നതിനായി രൂപം കൊണ്ട മാനസിക അനുഭവങ്ങൾ കൂടിയായി വേണം പ്രണയത്തെയും, ലൈംഗികതയെയും പരിഗണിക്കേണ്ടത്.

ദേഷ്യം, അസൂയ, അവഗണന എന്നിവയെല്ലാം അപകടകരവും, അനഭലഷണീയവും ആയ വികാരങ്ങളാണെങ്കിലും അവക്ക് ചില നേട്ടങ്ങൾ കൂടിയുണ്ട് എന്നതുകൂടി അംഗീകരിച്ചേ പറ്റൂ. നമ്മൾ ഇഷ്ടപ്പെടുന്നവരുടെ സ്നേഹവും, കരുതലും മറ്റാർക്കും വേണ്ടി പങ്കു വെക്കാതിരിക്കുന്നതിനും, നമ്മുടെ പ്രിയപ്പെട്ടവളെ/പ്രിയപെട്ടവനെ മറ്റാരെങ്കിലും കവർന്നെടുക്കാതെ സംരക്ഷിക്കുന്നതിനും സഹായകരമായ മാനസിക തന്ത്രങ്ങൾ എന്ന നിലയിൽ കൂടിയാണ് ഇത്തരം വൈകാരികതകൾ കാലക്രമത്തിൽ ശക്തിപ്പെട്ടുവന്നത്. മാത്രമല്ല നമ്മൾ എത്തിപ്പെടുന്നത് നമുക്ക് ഇണങ്ങിയ വ്യക്തിയുടെ കൂടെ തന്നെയാണോ എന്ന് ഉറപ്പിക്കുന്നതിനും ഇത്തരം പ്രതികൂല വികാരങ്ങൾ ഒരു പരിധിവരെ ഉപകരിച്ചേക്കും.

നമ്മൾ ഏതുതരം വ്യക്തികളുമായാണ് ഇടപെടുന്നത് എന്നതിന്റെ കൂടി അടിസ്ഥാനത്തിലാണ് നമ്മുടെ പെരുമാറ്റ രീതികൾ നിശ്ചയിക്കപ്പെടാറുള്ളത്. നിരന്തരമായി നമ്മുടെ മാനസികനിലകളെ അപകടപ്പെടുത്തുന്ന വിധത്തിലോ, അതല്ലെങ്കിൽ നമ്മുടെ പ്രതീക്ഷക്ക് വിപരീതമായി പെരുമാറുകയോ ചെയ്യുന്നവരുടെ കൂടെ ജീവിക്കേണ്ടി വരുന്ന പക്ഷം ദേഷ്യം പോലുള്ള പ്രതികൂല വികാരങ്ങൾ ശക്തമായി നമ്മളിലും പ്രകടമായേക്കും.

അതുപോലെ തന്നെയാണ്, നമ്മൾ ഏതു സാമൂഹ്യ ചുറ്റുപാടിലാണ് ജീവിക്കുന്നത് എന്നതിന് അനുസരിച്ചായിരിക്കും കാൽപ്പനിക പ്രേമത്തെ കുറിച്ചും, ദാമ്പത്യത്തെ കുറിച്ചും എല്ലാമുള്ള സങ്കൽപ്പങ്ങളും രൂപംകൊള്ളുന്നത്. ഇങ്ങനെ ഉറച്ചുപോയ പല മാതൃകകൾക്കൊത്തുള്ള പ്രേമ ബന്ധങ്ങളും, രതി ബന്ധങ്ങളും ഒക്കെ തന്നെയാണ് ഓരോ വ്യക്തിയും അവരുടെ ജീവിതത്തിൽ പ്രയോഗത്തിൽ വരുത്താറുള്ളത്.

നമ്മുടെ ഒട്ടുമിക്ക വികാരങ്ങളും ഒരർത്ഥത്തിൽ നോക്കിയാൽ ചില രീതിയിലുള്ള വിലയിരുത്തലിന്റെ ഭാഷകൾ എന്ന നിലയിലാണ് പ്രകടമാകാറുള്ളത്. മറ്റൊരാളോടുള്ള അടുപ്പത്തിന് പ്രേരിപ്പിക്കുന്ന തരത്തിലുള്ള അനുഭൂതികൾ ഒരർത്ഥത്തിൽ നോക്കിയാൽ ഇഷ്ടപ്പെടുന്ന വ്യക്തിയെക്കുറിച്ചുള്ള ഒരു തരത്തിലുള്ള അവലോകനത്തിന്റെ ഭാഗം കൂടിയായി കാണാവുന്നതാണ്. നാണം, അസൂയ തുടങ്ങിയ

എല്ലാ വികാരങ്ങളുടെ കാര്യത്തിലും ഇത് തന്നെയാണ് സംഭവിക്കുന്നത്. ഓരോരോ സംഭവങ്ങളെക്കുറിച്ചും വ്യക്തികളെ സംബന്ധിച്ചും ഉള്ള മൂല്യ നിർണയങ്ങളും, വിലയിരുത്തലുകളും ആയിട്ടാണ് വികാരങ്ങളുടെ രൂപത്തിൽ നമ്മുടെ മനസ്സ് വെളിവാക്കപ്പെടുന്നത്.

വികാരങ്ങളെ ഇത്തരത്തിൽ യുക്തിസഹമായ വിലയിരുത്തലുകളുടെയും, മൂല്യ നിർധാരണങ്ങളുടെയും വെളിച്ചത്തിൽ പരിശോധിക്കുകയാണെങ്കിൽ പ്രേമത്തെയും ഈ ഒരു കാഴ്ചപ്പാടിൽ പരിശോധിക്കേണ്ടി വരും. എന്നാൽ, മനസ്സിൽ ഉടലെടുക്കുന്ന കാൽപ്പനിക വികാരങ്ങളെക്കുറിച്ച് സുചിന്തിതമായ നിലപാടുകൾ കൈക്കൊള്ളാവുന്ന ഒരു ഘട്ടമായി കൗമാരത്തെ പരിഗണിക്കുന്നതിൽ ഏറെ പരിമിതികൾ ഉണ്ടെന്നു സമ്മതിച്ചേ പറ്റൂ.

മനുഷ്യന്റെ പരിണാമ ചരിത്രത്തിൽ പെൺകുട്ടികൾ പ്രായപൂർത്തിയായിരുന്നതിനേക്കാൾ 4/5 വർഷങ്ങൾക്ക് മുൻപ് തന്നെ ഇന്നത്തെ പെൺകുട്ടികൾ പ്രായപൂർത്തി ആർജ്ജിക്കുന്നുണ്ട്. ഇതിനു കാരണമായി തീർന്നതാവട്ടെ നമ്മുടെ ഭക്ഷണ വൈവിധ്യവും അതുമൂലം ലഭ്യമായ പോഷകാംശം ഏറെയുള്ള ആഹാരത്തിന്റെ ആധിക്യവുമാണ്. അക്കാരണത്താൽ തന്നെ കൗമാരത്തിന്റെ ഘട്ടം വളരെ നേരത്തേ തന്നെ ആരംഭിക്കുന്നുണ്ട് എന്ന് പറയാം.

കൗമാര കാലമാകുമ്പോഴേക്കും ഒട്ടുമിക്ക ആൺകുട്ടികൾക്കും, പെൺകുട്ടികൾക്കും പ്രണയവുമായി ബന്ധപ്പെട്ട മനോവ്യാപാരങ്ങൾ പതിവാണ്. സ്വപ്നങ്ങൾക്കും മോഹങ്ങൾക്കും ചിറകു മുളക്കാൻ തുടങ്ങുന്ന ഘട്ടമായാണ് ഇതിനെ കവികളും തത്വശാസ്ത്രജ്ഞരും എല്ലാം വാഴ്ത്തിയിട്ടുള്ളത്. ഈ ഘട്ടത്തിൽ ആൺകുട്ടികൾക്കും, പെൺകുട്ടികൾക്കും ഉണ്ടാവുന്ന മാനസിക അനുഭവങ്ങൾ തീർത്തും വ്യത്യസ്തമായിരിക്കും. ആൺകുട്ടികൾ മറ്റു മുതിർന്നവരുടെയും കൂട്ടുകാരുടെയുമെല്ലാം പല തരത്തിലുള്ള പരിഹാസങ്ങൾക്കും കളിയാക്കലുകൾക്കും ഇരയാവുന്നതും ഈ കാലയളവിൽ തന്നെയായിരിക്കും. ഇത്തരം പരിഹാസങ്ങളും, കളിയാക്കലുകളും ഉണ്ടാകുന്നതിനു മുഖ്യ കാരണമാകുന്നതാവട്ടെ ശബ്ദത്തിലുണ്ടാകുന്ന മാറ്റങ്ങളുമായും, മീശ മുളച്ചു വരുന്നതുമായും ബന്ധപ്പെട്ടുകൊണ്ടായിരിക്കും. ഇത്തരത്തിലുള്ള നാണം കെടുത്തുന്ന ഇടപെടലുകൾ നിമിത്തം ചില ആൺകുട്ടികൾ ആളുകൾ കൂടുന്ന ഇടങ്ങളിലേക്ക് അടുക്കാൻ പോലും മടി കാണിച്ചേക്കാം.

എന്നാൽ, പെൺകുട്ടികളാവട്ടെ വീട്ടിലും, പുറത്തുമുള്ള സ്ത്രീകളും കൂട്ടുകാരികളും നടത്തുന്ന ഒട്ടേറെ കളിയാക്കലുകൾക്കു വിധേയമാകുന്നതും സാധാരണമാണ്. ഈ ഘട്ടത്തിൽ എത്തുന്നതോടെ പെൺകുട്ടികൾ

പക്വത വന്നവരാണെന്നും ഇനിയങ്ങോട്ട് ആൺകുട്ടികളോട് കൂട്ടുകൂടാൻ പാടില്ല എന്ന തരത്തിലുള്ള വിലക്കുകളും നാട്ടിൻപുറങ്ങളിലും മറ്റും സർവ്വസാധാരണമാണ്. ഇത് കൂടാതെ പെൺകുട്ടികളുടെ ശരീരത്തിൽ ലൈംഗിക ആകർഷണം ഉണർത്തുന്ന ഭാഗങ്ങളിൽ ഉണ്ടാകുന്ന പ്രകടമായ മാറ്റങ്ങൾ കാരണം മറ്റു ആൺകുട്ടികളും, മുതിർന്ന പുരുഷന്മാരും എല്ലാം അത്തരം ഭാഗങ്ങളിലേക്ക് തുറിച്ചുനോക്കുകയും മറ്റും ചെയ്യുന്നത് മൂലം കനത്ത അവമതിക്കും ഇവർ ഇരയാകാറുണ്ട്.

ചില സാമൂഹ്യസാഹചര്യങ്ങളിൽ പ്രേമത്തെ നിരുത്സാഹപ്പെടുത്തുന്നതിനും അടിച്ചമർത്തുന്നതിനും അനുകൂലമായ നട്ടുവഴക്കങ്ങളും നിയമങ്ങളും പ്രബലമാണ്. ജാതിമത കീഴ്വഴക്കങ്ങൾക്കപ്പുറം വെച്ചാണ് പ്രണയം വളർന്നു വരുന്നത് എന്നതിനാൽ അത്തരം പാരമ്പര്യങ്ങളിൽ വിശ്വസിക്കുന്ന സമൂഹങ്ങൾ പ്രണയത്തെ ശക്തമായി പ്രതിരോധിക്കുന്നതും നിത്യ സാധാരണമാണ്. പ്രായപൂർത്തിയായ ശേഷവും ഏറെക്കാലം സ്വന്തം കുടുംബത്തിൽ തന്നെയാണ് നമ്മുടെ സമൂഹത്തിലെ കൗമാരക്കാരും യുവാക്കളും ഏറെ സമയം ചെലവിടുന്നത്. അക്കാരണത്താൽ അവരുടെ സ്വകാര്യമായ എല്ലാ കാര്യങ്ങളും കുടുംബത്തിലുള്ളവരുടെ നിരീക്ഷണപരിധിയിൽ തന്നെയായിരിക്കും.

എന്നാൽ, യൂറോപ്യൻ, അമേരിക്കൻ കുട്ടികൾ കൗമാരത്തിലെത്തുന്നതോടെ കുടുംബത്തിൽ ചെലവിടുന്ന സമയത്തിന്റെ തോത് 50 ശതമാനത്തോളം കുറയുന്നതായാണ് കണ്ടുവരുന്നത്. ഈ കാലയളവിൽ കൂട്ടുകാരോടും, എതിർലിംഗത്തിലുള്ളവരോടും എല്ലാം ബന്ധങ്ങൾ നിലനിർത്തിക്കൊണ്ടാണ് ഇവർ ജീവിക്കാൻ ശ്രമിക്കാറുള്ളത്. അവർക്കിടയിലുള്ള വ്യക്തിബോധം വളരെ ശക്തമായിരിക്കുന്നതിന് കാരണമായി വർത്തിക്കുന്നതും ഇതുതന്നെയാണ്.

കൗമാരത്തിന്റെ മധ്യത്തിലെത്തുന്നതോടെ തന്നെ സ്വന്തം വ്യക്തിത്വത്തെ കുറിച്ച് ശക്തമായ അവബോധം ശക്തിപ്പെട്ടുവരുന്നതും തികച്ചും സ്വാഭാവികമാണ്. അതുകൊണ്ട് തന്നെ താൻ പ്രേമിക്കുന്ന വ്യക്തിയുടെ സ്നേഹത്തിനും, പരിഗണനക്കും വിധേയമാകുന്നതിലൂടെ അവനവനെ/ അവളെ സംബന്ധിച്ചുള്ള അവബോധം കൂടുതൽ ശക്തിപ്പെടാറുണ്ട്.

മറ്റൊരാളെ പ്രണയിക്കുമ്പോൾ സ്വന്തം ആത്മബോധം വലിയ തോതിലുള്ള പരിവർത്തനത്തിന് വിധേയമാകാം. അതുവരെ ഉണ്ടായിരുന്ന വ്യക്തിസങ്കൽപ്പം തന്നെ പരിഷ്കരിക്കപ്പെടുകയും മറ്റുള്ളവരുമായുള്ള ബന്ധങ്ങൾക്ക് പുതിയ അർത്ഥതലങ്ങൾ

ഉണ്ടാവുന്നതും ഇതിന്റെ ഭാഗമായിത്തന്നെ കാണാവുന്നതാണ്. മറ്റൊരാളെ പ്രണയിക്കുമ്പോൾ കിട്ടുന്ന ആനന്ദത്തേക്കാൾ തനിക്കൊരു കാമുകിയുണ്ട് എന്ന് തിരിച്ചറിയുമ്പോഴുള്ള ആനന്ദം പലപ്പോഴും കൗമാരകാല പ്രണയത്തിന് ഊർജ്ജം പകരാറുണ്ട്. ചില അവസരങ്ങളിൽ ഇത്തരത്തിലുണ്ടാകുന്ന ആനന്ദം സ്വന്തം മനസ്സിന്റെ ഭ്രമകൽപ്പനയുടെയോ അതല്ലെങ്കിൽ അവനവനെക്കുറിച്ചുള്ള തെറ്റായ അവബോധത്തിന്റെയോ ഭാഗമായും ഉണ്ടായേക്കാം എന്നതും ഒരു വസ്തുതയാണ്. കൗമാരകാലത്ത് സ്വാഭാവികമായും ഉണ്ടാകാനിടയുള്ള വികാരങ്ങളുടെ കുത്തൊഴുക്ക് മൂലവും ഇങ്ങനെ രൂപപ്പെടുത്തുന്ന അവബോധത്തിന് അതിന്റേതായ പരിമിതികൾ ഉണ്ടാകുന്നതും സ്വാഭാവികമാണ്. കൗമാരചാപല്യം എന്ന് മുദ്രകുത്തി ഇത്തരം പ്രേമബന്ധങ്ങളെ തള്ളിക്കളയാനുള്ള കാരണവും മറ്റൊന്നല്ല. എന്നാൽ, ജീവിതത്തിന്റെ ഏതൊരു ഘട്ടത്തെയും പോലെ തന്നെ ഒട്ടേറെ സാധ്യതകളും പരിമിതികളുമുള്ള ഒന്നായിട്ടു വേണം കൗമാരജീവിതത്തെയും കാണേണ്ടത്. അവരുടെ സ്വപ്നങ്ങൾക്കും, ചിന്തകൾക്കും, പ്രണയത്തിനും എല്ലാം അവയുടേതായ പ്രാധാന്യമുണ്ടെന്ന് അംഗീകരിക്കേണ്ടതാണ്. നമ്മുടെ ജീവിതത്തിന്റെ ഓരോരോ ഘട്ടവും കടന്നു മുന്നോട്ടു പോകുമ്പോൾ താഴെയുള്ള ഘട്ടങ്ങൾ ചെറുതും അപക്വവുമായിരുന്നു എന്ന് തോന്നുന്നത് സ്വാഭാവികമാണ്. 16 വയസ്സ് പ്രായമായ ഒരു കുട്ടിക്ക് വേണ്ട കാഴ്ചപ്പാടുകളോ ജീവിതാനുഭവങ്ങളോ വെച്ചുകൊണ്ട് 70-ൽ എത്തി നിൽക്കുന്ന ഒരു വ്യക്തിക്ക് ജീവിക്കുക സാധ്യമല്ല എന്നതുപോലെ തന്നെയാണ് 70-ൽ എത്തി നിൽക്കുന്ന ആളുടെ ജീവിതാനുഭവങ്ങളും അറിവുകളും പതിനാറിലെത്തി നിൽക്കുന്ന വ്യക്തിക്ക് അനാവശ്യമാകുന്നത് എന്നതും മറന്നു പോകരുത്.

ഏതൊരു വികാരവും ലക്ഷ്യം വെക്കുന്നത് ചില പ്രവർത്തികളിൽ പരിപൂർണമായി ശ്രദ്ധ ചെലുത്തിക്കൊണ്ട് അവ ഫലവത്താക്കി എടുക്കുന്നതിന് വേണ്ടിയാണ്. മറ്റു വ്യക്തികളുമായുള്ള ആരോഗ്യകരമായ ബന്ധങ്ങൾ സ്ഥാപിക്കുന്നതിനും, സ്വന്തം നിലനിൽപ്പിന് ഏതെങ്കിലും രൂപത്തിലുള്ള അപകടം നേരിടുമ്പോഴും നമ്മുടെ പരിപൂർണ ശ്രദ്ധ ഉറപ്പിച്ചെടുക്കുക എന്നത് ഒരു അനിവാര്യതയാണ്. ഇത് തന്നെയാണ് നമ്മുടെ വികാരങ്ങളെയും അർത്ഥവത്താക്കുന്നത്.

ഏതെങ്കിലും സാഹചര്യത്തിൽ കടുത്ത ഇരുട്ട് നിറഞ്ഞ ഗുഹയിലോ മറ്റോ അകപ്പെട്ടു പോകുകയാണെങ്കിൽ ഗുഹക്കുള്ളിൽ വെളിച്ചത്തിന്റെ ഒരു നൂൽവെട്ടമെങ്കിലും ഉള്ള ഇടത്തേക്കായിരിക്കും നമ്മുടെ

കണ്ണുകൾ ശ്രദ്ധയൂന്നുന്നത്. ഇതിന് സമാനമായ രീതിയിലാണ് നമ്മുടെ വികാരങ്ങളും പ്രവർത്തിക്കുന്നത്. വികാരങ്ങളൊന്നും തന്നെ നമ്മുടെ ബോധപൂർവമായ അറിവോടു കൂടിയല്ല സംഭവിക്കുന്നതെങ്കിലും അവയ്ക്ക് പലപ്പോഴും നമ്മുടെ ബോധമണ്ഡലത്തെ വലിയതോതിൽ സ്വാധീനിക്കാൻ കഴിയും. ഇതാവട്ടെ നാം ജീവിക്കുന്ന സാമൂഹ്യചുറ്റുപാടിലുള്ള വ്യത്യസ്തങ്ങളായ പൂർവ മാതൃകകളുടെ പിൻബലത്തിലുമായിരിക്കും. നമ്മൾ എങ്ങനെ വികാരം കൊള്ളണം, എപ്രകാരം അവ പ്രകടമാക്കണം എന്നൊക്കെ നിശ്ചയിക്കുന്നതിൽ സാമൂഹ്യമായി നിർമ്മിക്കപ്പെട്ട മാതൃകകൾക്കും തിരക്കഥകൾക്കും കനത്ത സ്വാധീനം ചെലുത്താൻ കഴിഞ്ഞേക്കും. ഏതു സന്ദർഭത്തിലാണ് കരയേണ്ടത്, എപ്പോഴൊക്കെയാണ് ചിരിക്കാവുന്നത് എന്നതൊക്കെ തീരുമാനിക്കുന്നതിൽ ഇങ്ങനെയുള്ള സാമൂഹ്യ ധാരണകൾക്കും, മാതൃകകൾക്കും ഉള്ള സ്ഥാനം വലുതാണ്. കൗമാരകാലത്തുണ്ടാകുന്ന പ്രണയത്തെയും അതിനെ തുടർന്നുള്ള പ്രശ്നങ്ങളെയും ഈ ഒരു പശ്ചാത്തലത്തിൽ വേണം മനസ്സിലാക്കേണ്ടത്.

നമ്മുടെ മനസ്സിൽ രൂപപ്പെടുന്ന ഏതൊരു വികാരവും സ്വന്തം നന്മക്കും നമ്മുടെ ബന്ധത്തിൽപ്പെട്ട മറ്റുള്ളവർക്കും ഏതെങ്കിലും തരത്തിൽ പ്രയോജനപ്പെടുന്നതാണെങ്കിൽ അത് നിർദ്ദിഷ്ട വ്യക്തിയുടെയും അയാൾ/അവൾ ഉൾപ്പെടുന്ന സമൂഹത്തിന്റെയും വളർച്ചക്ക് ഗുണകരമായിരിക്കും. കാൽപ്പനികമായ വികാരങ്ങളിൽ പെടുത്താവുന്ന പ്രണയവും ഇതിന് അപവാദമല്ല. ഇത് സ്വന്തം സന്തോഷത്തെയും നേട്ടത്തെയും ഉറപ്പിക്കുന്നപോലെ തന്നെ നാം പ്രണയിക്കുന്ന വ്യക്തിയുടെ കൂടി സന്തോഷത്തെയും സാധ്യതകളെയും ബലപ്പെടുത്തുന്നതും ആയിരിക്കേണ്ടതാണ്. എന്നാൽ, ഇതിന് വിപരീതമായാണ് സംഭവിക്കുന്നതെങ്കിൽ പ്രേമത്തിലേർപ്പെടുന്ന ഇരുവരുടെയും മനോശാരീരിക നിലകൾ അപകടത്തിലായേക്കും. ചില സന്ദർഭങ്ങളിൽ ഇത്തരത്തിലുള്ള പ്രേമം വഴി ഏതെങ്കിലും ഒരു വ്യക്തിയുടെ നേട്ടം ഉറപ്പിക്കാൻ കഴിഞ്ഞേക്കുമെങ്കിലും രണ്ടാമത്തെ വ്യക്തിയെ സംബന്ധിച്ചിടത്തോളം ഇത് പലപ്പോഴും ആത്മഹത്യാപരമായേക്കാം. ചില അനഭലഷണീയമായ മനസികാവസ്ഥക്ക് വിധേയരാകുന്നവർ താൻ പ്രേമിക്കുന്ന വ്യക്തിയുടെ സ്വകാര്യ സഞ്ചാരങ്ങളെയും മറ്റു സുഹൃത്തുക്കൾ, വേണ്ടപ്പെട്ടവർ എന്നിവരോടെല്ലാമുള്ള അവരുടെ ബന്ധങ്ങളെപോലും സംശയത്തോടെയും, പേടിയോടെയും സമീപിക്കാൻ ഇടവരുന്നതിനുള്ള കാരണവും ഇത് തന്നെയാവണം.

എന്നാൽ, നമ്മുടെ വികാരങ്ങൾ മെച്ചപ്പെട്ട തരത്തിൽ ഉള്ളതാണെങ്കിൽ അവ മൂലം ഒട്ടനവധി നേട്ടങ്ങൾ കൈവരിക്കാൻ കഴിഞ്ഞേക്കും. കൗമാരക്കാർക്കിടയിൽ കാണുന്ന കാൽപ്പനികമായ പ്രേമം നിമിത്തം കൂടുതൽ മെച്ചപ്പെട്ട തരത്തിൽ ചിന്തിക്കുന്നതിനും, പ്രവർത്തിക്കുന്നതിനും അവർക്ക് കഴിഞ്ഞേക്കാം. ഇപ്രകാരം വളർന്നു വരുന്ന പ്രേമബന്ധങ്ങൾ പ്രേമത്തിൽ പെടുന്ന ഇരുവ്യക്തികൾക്കും സന്തോഷകരവും പ്രയോജനകരവും ആയിത്തീരാറുണ്ട്. ഇത്തരത്തിലുള്ള പ്രേമബന്ധങ്ങൾ വ്യക്തിക്കോ സമൂഹത്തിനോ പ്രതികൂലമായി മാറാനുള്ള സാധ്യതകളും വളരെ വിരളമാണ്. സങ്കുചിതമായ രീതിയിൽ ചിന്തിക്കുന്നതിനു പകരം ജാതി, മതം, രാഷ്ട്രം എന്നീ മനുഷ്യ നിർമ്മിത അതിർത്തികൾ മറികടന്ന് ചിന്തിക്കാനും അതിനനുസരിച്ചുള്ള ജീവിത കാഴ്ചപ്പാട് വികസിപ്പിച്ചെടുക്കുന്നതിനും ഇത്തരത്തിൽ പ്രേമിക്കുന്നവർക്ക് പ്രയാസമുണ്ടാകാറില്ല. മറ്റുരാജ്യങ്ങളിലെ വ്യക്തികളെ ഉൾപ്പെടെ പോലും പ്രണയിക്കാനുള്ള അവസരങ്ങൾ ഇന്ന് സുലഭമാണ്.

ആശാന്റെയും മറ്റും കവിതകളിൽ കാണുന്ന ജീവിത സമീപനങ്ങൾക്ക് ഇത്രയേറെ പ്രചാരം സിദ്ധിച്ചതിന്റെ കാരണവും മറ്റൊന്നല്ല. മതത്തിന്റെയും ജാതിയുടെയും സങ്കുചിത ബോധത്തെ മറികടക്കാനുള്ള ആയുധം കൂടിയാണ് ആശാന്റെ കവിതകളിലൂടെ അവതരിപ്പിക്കപ്പെടുന്ന പ്രണയസങ്കൽപ്പം. മനുഷ്യൻ എന്ന നിലക്കുള്ള നമ്മുടെ വംശബോധത്തെ മാത്രമാണ് ഇത്തരം പ്രണയ സങ്കൽപ്പങ്ങൾ സ്വാംശീകരിക്കുന്നത്. (ആശാന്റെ കവിതകൾ മുന്നോട്ടുവെച്ച രാഷ്ട്രീയ ലക്ഷ്യങ്ങൾ ഈ പുസ്തകത്തിന്റെ പരിധിക്കുള്ളിൽ വരുന്നില്ല) പരോപകാര സ്വഭാവം പോലെയുള്ള ധാർമ്മിക ചിന്തകളിലും പ്രണയാനുഭൂതിക്ക് വിധേയരായവർ മറ്റാരേക്കാളും മുൻപന്തിയിലായിരിക്കും. ഇതിന് നിശ്ചിതമായ മനോജീവശാസ്ത്ര പരമായ കാരണങ്ങൾ കൂടിയുണ്ടെന്ന് തെളിയിക്കുന്ന പഠനങ്ങൾ ഇന്ന് ലഭ്യമാണ്.

കൗമാര കാലമെന്നത് നേരത്തെ സൂചിപ്പിച്ച പോലെ പൊതുവിൽ ഒട്ടനവധി അനിശ്ചിതത്വങ്ങളും, വിരസതയും നിറഞ്ഞതായതുകൊണ്ട് തന്നെ ഈ ഘട്ടത്തിൽ മുള പൊട്ടുന്ന പ്രേമം വലിയ ആശ്വാസമായാണ് കൗമാരക്കാർക്ക് അനുഭവപ്പെടാറുള്ളത്. കൗമാര ഘട്ടത്തിൽ കൂടുതൽ ഉത്സാഹത്തോടെയും, ആത്മവിശ്വാസത്തോടെയും പ്രവർത്തിക്കുന്നതിന് ഊർജ്ജം പകരുന്നതിൽ പ്രണയം വഹിക്കുന്ന പങ്ക് തള്ളിക്കളയാൻ കഴിയില്ല.

എന്നാൽ, സ്വന്തം വൈകാരിക നിലകളെ യുക്തിപൂർവം വരുതിയിലാക്കാനുള്ള വൈദഗ്ധ്യം നന്നേ കുറഞ്ഞ കാലഘട്ടം കൂടിയാണ് കൗമാരകാലം എന്നതിനാൽ ഇവർ പലതരത്തിലുള്ള ഉപജാപങ്ങൾക്കും, കബളിപ്പിക്കലുകൾക്കും വിധേയരാകാറുണ്ട് എന്നതും ഒരു വസ്തുതയാണ്. മയക്കുമരുന്ന് വ്യാപാരം, മറ്റു നിയമവിരുദ്ധ പ്രവർത്തനങ്ങൾ തുടങ്ങി തീവ്രവാദപ്രവർത്തനങ്ങൾക്ക് വരെ കൗമാരക്കാരെ എളുപ്പത്തിൽ ആകർഷിക്കാനുള്ള പല കാരണങ്ങളിൽ ഒരു പ്രധാന കാരണവും ഇത് തന്നെയാവണം. ഇതോടൊപ്പം, മനസ്സിൽ സന്തോഷം കുറയുന്ന സന്ദർഭങ്ങളിലും മറ്റും ചില കാര്യങ്ങളെ കുറിച്ച് അമിതമായി ചിന്തിക്കുന്നതിനും മറ്റുള്ളവരെക്കാൾ എന്തിന്റെയും വിശദാംശങ്ങൾ തിരക്കുന്നതിനും ഇവർ താൽപ്പര്യം കാണിക്കുന്നതായി കാണാം. ഏതു സമൂഹത്തിലുള്ള കൗമാരപ്രായക്കാരായാലും ചെറിയ തോതിലെങ്കിലുമുള്ള പ്രേമബന്ധങ്ങളിൽ പെടുന്നത് സ്വാഭാവികമാണ്. ഇതിൽ ഏറ്റക്കുറച്ചിലുകൾ ഉണ്ടാവാം എന്ന് മാത്രം. ചില വ്യക്തികൾ മറ്റുള്ളവരെ അപേക്ഷിച്ച് എളുപ്പത്തിൽ പ്രേമത്തിന് അടിപ്പെടാറുണ്ട്. ഇവരുടെ കുട്ടിക്കാലത്ത് ഉണ്ടായിട്ടുള്ള പല അനുഭവങ്ങളും ഇങ്ങനെയുള്ള പ്രണയാനുഭവങ്ങൾക്ക് അടിത്തറ ഒരുക്കുന്നതിൽ പ്രധാന പങ്കുവഹിക്കാറുണ്ട്.

ഏതൊരു വ്യക്തിക്കും കൗമാരത്തിലായാലും, യൗവനത്തിലായാലും സമചിത്തതയോടെ ഏതൊരു കാര്യത്തെയും സമീപിക്കാൻ കഴിയുമ്പോൾ മാത്രമാണ് ആരോഗ്യകരമായ രീതിയിലുള്ള പ്രേമബന്ധങ്ങൾ ഉണ്ടാക്കിയെടുക്കാൻ കഴിയുക. പ്രേമമായാലും ലൈംഗികമായ ആകർഷണമായാലും തന്റെ ഇണയുടെ/പങ്കാളിയുടെ താൽപ്പര്യങ്ങളെ കൂടി പരിഗണിച്ചുകൊണ്ട് നീതിയുക്തവും ധാർമ്മികവും ആയ രീതിയിൽ പെരുമാറാൻ കഴിയുകയാണെങ്കിൽ മാത്രമേ പ്രണയത്തിന്റെ സൗരഭ്യം ആസ്വദിക്കാൻ കഴിയുകയുള്ളൂ. കേരളത്തിൽ ഈയ്യിടെ പ്രേമവുമായി ബന്ധപ്പെട്ടുണ്ടായ അക്രമണോൽസുകമായ സംഭവങ്ങളെ ഈ ഒരു പശ്ചാലത്തിൽ വെച്ച് കൂടി വിശകലനം ചെയ്യപ്പെടേണ്ടതുണ്ട്.

സ്വന്തം വികാരങ്ങളെക്കുറിച്ചും നാം പ്രേമിക്കുന്ന/ഇഷ്ടപ്പെടുന്ന വ്യക്തിയുടെ വികാരങ്ങളെ സംബന്ധിച്ചും തെറ്റായ രീതിയിൽ വിശകലനം ചെയ്യാൻ ഇടവന്നാൽ പല അപകടകരമായ തീരുമാനങ്ങളും എടുക്കാൻ നാം നിർബന്ധിതരായേക്കും. നമ്മുടെ ഇഷ്ടത്തിന് വിധേയരാകുന്ന വ്യക്തികൾ എങ്ങനെയാണ് ചിന്തിക്കുന്നത്, ഏതു രീതിയിലാണ് നമ്മുടെ പെരുമാറ്റങ്ങൾ അവളുടെ മാനസികമായ

അവസ്ഥകളെ ബാധിക്കുന്നത് എന്നൊക്കെ അറിയാതെ പെരുമാറുമ്പോൾ അത്തരം സ്നേഹബന്ധങ്ങൾ ഏതെങ്കിലും ഒരു വ്യക്തിക്ക് നിരന്തരമായ സഹനം കൊണ്ടുള്ള പീഡനമായി മാറിയേക്കാം. നമ്മൾ അനുഭവിക്കേണ്ടി വരുന്ന ഒട്ടുമിക്ക വികാരങ്ങൾക്കും നമ്മുടെ യുക്തിബോധത്തെയും ചിന്തയെയും എന്തിനേറെ ദൈനംദിനകാര്യങ്ങളെ വിലയിരുത്തുന്നതിനെവരെ സ്വാധീനിക്കാൻ കഴിയും. വികാരങ്ങളെല്ലാം ഒരർത്ഥത്തിൽ നമ്മളുമായി ബന്ധപ്പെട്ടു നിൽക്കുന്നവർക്കുള്ള സുപ്രധാന വിവരങ്ങൾ കൂടിയാണ്. എന്നാൽ, ഈ വിവരങ്ങൾ യാഥാർത്ഥ്യമാകണമെങ്കിൽ നമ്മുടെ വികാരങ്ങളും അർത്ഥവത്താകേണ്ടത് അനിവാര്യമാണ്. അല്ലാത്ത പക്ഷം നമ്മൾ ഇഷ്ടപ്പെടുന്ന വ്യക്തികൾ തെറ്റിദ്ധാരണകൾക്ക് വിധേയരായി പെരുമാറുകയും അതിന്റെ ഫലമായി പരസ്പരമുള്ള ബന്ധം ശിഥിലമാവുകയും ചെയ്തേക്കാം.

നമുക്ക് വേണ്ടപ്പെട്ട ആരോടും തോന്നിയേക്കാവുന്ന ദേഷ്യം, വെറുപ്പ് എന്നിവയെല്ലാം നമ്മുടെ സ്വത്വത്തെ സംബന്ധിച്ച പ്രസക്തമായ വിവരങ്ങൾ അറിയിക്കാൻ ഉദ്ദേശിച്ചിട്ടുള്ള വികാര പ്രകടനങ്ങൾ കൂടിയാണ്. ഈ അർത്ഥത്തിൽ നോക്കിയാൽ നമ്മുടെ വികാരങ്ങൾ തന്നെയാണ് ഏതൊരു വാമൊഴി പ്രധാനമായ ഭാഷയുടെയും മൂല ഭാഷയായി നിലനിൽക്കുന്നത്. എങ്കിലും, ഇതേ വികാരങ്ങൾ ചില സന്ദർഭങ്ങളിൽ അർത്ഥരഹിതമാവുന്നതും അപൂർവ്വമല്ല. അയാൾ/അവൾ എന്തുകൊണ്ടാണ് അപ്പോൾ അങ്ങനെ പെരുമാറിയത് എന്ന് ചിന്തിച്ച് വിഷമിക്കുന്നവർ നമുക്കിടയിൽ അനവധിയാണ്.

നമുക്ക് ഒരാളോട് ഇഷ്ടം തോന്നുന്നു എന്നതുകൊണ്ട് മാത്രം അവൾക്ക്/അവന് തിരിച്ചും അങ്ങനെ തോന്നണം എന്ന് ശഠിക്കാൻ കഴിയില്ല. ഒരു കൊച്ചുകുട്ടിയോടുള്ള സ്നേഹമാണെങ്കിലും ആ കുട്ടിയുടെ കൂടി തിരിച്ചുള്ള അടുപ്പം ഉറപ്പാക്കിയ ശേഷം മാത്രമേ ആ കുട്ടിയെ തൊടാനും എടുക്കാനും കൊഞ്ചിക്കാനും ഒക്കെ മുതിരേണ്ടതുള്ളൂ. അല്ലാത്തപക്ഷം ഏതു കുട്ടിയായാലും അനിഷ്ടം പ്രകടിപ്പിക്കുക എന്നത് സ്വാഭാവികമാണ്. ആറോ എട്ടോ മാസം പ്രായമുള്ള കുഞ്ഞുങ്ങൾ വരെ അവരുടെ ശരീരഭാഷ വഴി വിയോജിപ്പിന്റെ ശബ്ദവും, ചേഷ്ടകളും കാണിക്കുന്നത് പതിവാണ്. പ്രായം കൊണ്ട് ഉയർന്നു നിൽക്കുന്നവർക്ക് പോലും ഇത് മനസ്സിലാക്കാൻ കഴിയാറില്ല എന്നതാണ് യാഥാർഥ്യം. വാമൊഴി ഭാഷയുടെ അത്യധികമായ പിടിയിൽ പെടുന്നതുകൊണ്ടാണ് ഇതിൽ പരാജയം നേരിടുന്നത്. നമുക്ക് അടുപ്പമുള്ള ഏതൊരാളുടെയും ശരീരഭാഷയെ ശരിയാംവണ്ണം

മനസ്സിലാക്കാൻ കഴിഞ്ഞാൽ മാത്രമേ നമ്മളോട് അവർക്കുള്ള അടുപ്പം ഉറപ്പിക്കാൻ കഴിയുകയുള്ളൂ.

പ്രേമത്തിന്റെ കാര്യത്തിലും ഇതുതന്നെയാണ് സംഭവിക്കാറുള്ളത്. വാമൊഴിയായി ലഭിക്കുന്ന വിവരങ്ങളെക്കാൾ ഏറെ ഇത്തരം ശരീര ഭാഷകളെ സൂക്ഷ്മമായി പഠിക്കാൻ നാം തയ്യാറാകേണ്ടതുണ്ട്. മനുഷ്യ ചരിത്രത്തിൽ ആഴത്തിൽ വേരോട്ടമുള്ള ഒന്നാണ് ശരീര ഭാഷ. ഏതാണ്ട് 50,000 വർഷങ്ങൾ മാത്രം ചരിത്രമുള്ള ഒന്നാണ് വാമൊഴി രൂപങ്ങൾ. ഇപ്രകാരം ശരീര ഭാഷയെ ഉചിതമായ രീതിയിൽ വായിച്ചെടുക്കാൻ കഴിയാതെ വന്നാൽ നാം ഓരോരുത്തരും നമ്മുടെ തോന്നലുകളുടെ ഇരുട്ടറകളിൽ പെട്ടു പോകാനുള്ള സാദ്ധ്യതകൾ അനവധിയാണ്.

നേരത്തെ സൂചിപ്പിച്ചപോലെ പ്രേമബന്ധങ്ങളിൽ പെടുന്നവർക്ക് അവരെക്കുറിച്ചുള്ള ആത്മാവബോധത്തിനു തന്നെ വലിയ തോതിലുള്ള പരിവർത്തനങ്ങൾ സംഭവിക്കുന്നതും ഇപ്രകാരമൊക്കെ തന്നെയാണ്. കൗമാര പ്രണയത്തിലുള്ള അധികം പേരും അവരുടെ പ്രേമത്തെ കുറിച്ച് മറ്റുള്ള ആൺ-പെൺ സുഹൃത്തുക്കളോട് പങ്കുവെക്കുക പതിവുള്ളതാണ്. ഇങ്ങനെ പങ്കുവെക്കാനുള്ള സ്വഭാവമാണെങ്കിൽ ഓരോ വ്യക്തിയുടെയും സ്വഭാവത്തിന് അനുസരിച്ച് വ്യത്യാസപ്പെട്ടിരിക്കും. സ്വന്തം കുടുംബത്തിൽ പലതരം സ്വകാര്യ പ്രശ്നങ്ങളിലും പെട്ടുഴലുകയാണെങ്കിൽ ചില വ്യക്തികൾ അവരുടെ പ്രശ്നങ്ങൾ സ്വന്തം കാമുകിയുടെ/കാമുകന്റെ അടുത്ത് പങ്കുവെച്ചെന്ന് വരാം. ഇത് എല്ലാ സന്ദർഭങ്ങളിലും ഒരേപോലെ നടക്കണം എന്നും നിർബന്ധമില്ല. കുടുംബത്തിലുണ്ടാകുന്ന പ്രശനങ്ങൾ നിമിത്തം ദുർബലപ്പെട്ടു പോകുന്ന ആത്മാവബോധത്തിന് സ്വന്തം കാമുകിയിൽ/കാമുകനിൽ നിന്ന് കിട്ടുന്ന ആശ്വാസകരമായ ഇടപെടലുകളിലൂടെ വലിയ തോതിൽ മെച്ചപ്പെടാനുള്ള അവസരങ്ങൾ ലഭിക്കാറുണ്ട്. കുടുംബത്തിലുണ്ടാകുന്ന വഴക്കുകളും അതിന്റെ ഭാഗമായി അനുഭവിക്കേണ്ടിവരുന്ന ഒറ്റപ്പെടലുകളിലും പെട്ടു നീറുന്ന വ്യക്തികൾ പ്രണയത്തിൽ പെടുന്നത് പോലും ഇത്തരം പ്രശ്നങ്ങളിൽ നിന്നുള്ള വിമുക്തി ലക്ഷ്യം വെച്ചുകൊണ്ടായിരിക്കും. ഇത് ബോധപൂർവമുള്ള തീരുമാനത്തിന്റെ പുറത്തുനടക്കുന്ന ഒന്നായി കാണേണ്ടതില്ല, മറിച്ച് ഇതൊരു അബോധപരമായ പ്രേരണയായി പ്രവർത്തിക്കുക മാത്രമാണ് ചെയ്യുന്നത്.

എന്നാൽ, പൊതുവിൽ ആശങ്കക്കും അസ്വസ്ഥതക്കും എളുപ്പം വിധേയരാകുന്നവരാണെങ്കിൽ അവരുടെ സ്വകാര്യപ്രശ്നങ്ങളെയും,

കുടുംബ പ്രശ്നങ്ങളെയും ഒന്നും തന്നെ തങ്ങൾ പ്രേമിക്കുന്നവരുമായി പങ്കുവെക്കാൻ താൽപ്പര്യം കാണിക്കാറില്ല. ഇത്തരം പ്രശ്നങ്ങളെ ഉചിതമായ രീതിയിൽ മറ്റുള്ളവർ പരിഗണിച്ചില്ലെങ്കിലോ എന്നുള്ള ആശങ്കയാവാം ഇപ്രകാരം പെരുമാറുന്നതിനായി അവരെ പ്രേരിപ്പിക്കുന്നത്. എങ്കിലും പ്രേമിക്കുന്ന വ്യക്തി വഴി ലഭിക്കുന്ന വൈകാരികമായ ആശ്വാസം വ്യക്തിജീവിതത്തിൽ അനുഭവിക്കുന്ന പ്രശ്നനങ്ങളെ ഒരളവോളം നേരിടാനുള്ള ആത്മവിശ്വാസം നൽകാൻ കെൽപ്പുള്ളതായിരിക്കും.

പ്രേമം കൊണ്ട് പ്രത്യേകിച്ച് നേട്ടങ്ങളൊന്നും ഇല്ലെന്നാണ് ഏറെക്കാലത്തോളം ഒട്ടുമിക്ക സമൂഹങ്ങളും കരുതിയിരുന്നത്. പാരമ്പര്യ സദാചാരബോധത്തിന്റെ ഇരുട്ടുമുറിയിൽ വെച്ച് വ്യക്തിജീവിതത്തെയും സാമൂഹ്യജീവിതത്തെയും സമീപിച്ചതിനാൽ മാത്രമാണ് ഇത്തരം കാഴ്ചപ്പാടുകൾ സ്വീകാര്യത നേടിയത്. ആധുനിക മനഃശാസ്ത്രത്തിന്റെയും ന്യൂറോസയൻസിന്റെയും മറ്റും മേഖലകളിൽ നടന്നിട്ടുള്ള അനവധി ഗവേഷണങ്ങളാണ് ഇത്തരം അന്ധവിശ്വാസങ്ങൾ ഉപേക്ഷിക്കാൻ നമ്മളെ പ്രേരിപ്പിച്ചിട്ടുള്ളത്. ശിശുക്കളും അവരുടെ രക്ഷിതാക്കളും തമ്മിൽ പങ്കുവയ്ക്കുന്ന സ്നേഹബന്ധത്തെയും, കാൽപ്പനികമായ പ്രേമബന്ധങ്ങളെയും ഒരു പരിധിവരെ സമീകരിക്കുന്നതിൽ തെറ്റില്ലെന്നാണ് ഈ മേഖലയിൽ നടന്നിട്ടുള്ള ഗവേഷങ്ങൾ വഴി മനസ്സിലായിട്ടുള്ളത്. പരിണാമശാസ്ത്രത്തിന്റെ കാഴ്ചപ്പാടിൽ നോക്കിയാൽ ഈ രണ്ടു തരത്തിലുള്ള ബന്ധങ്ങളും അനുഷ്ഠിക്കുന്ന ധർമ്മങ്ങൾ ഏറെക്കുറെ ഒന്നുതന്നെയാണ്. അടിസ്ഥാനപരമായി ഇത് രണ്ടും ഉണ്ടാകുന്നതിന് കാരണമാകുന്ന ഹോർമോണുകളും, മനോജീവശാസ്ത്രപ്രക്രിയകളും സമാനമാണ് എന്ന് കേൾക്കുമ്പോൾ നമ്മുടെ സാമാന്യ ബോധത്തിന് സ്വീകരിക്കാൻ വിഷമമാകുമെങ്കിലും അതാണ് യാഥാർത്ഥ്യം. എന്നാൽ, പ്രേമബന്ധത്തെ സവിശേഷമാക്കുന്നതിന് കാരണമാകുന്നത് ടെസ്റ്റോസ്റ്റിറോൺ പോലുള്ള ഹോർമോണുകളുടെ ഇടപെടലുകൾ മൂലമാണ് എന്ന് മാത്രം.

കൗമാരത്തിലേക്ക് പ്രവേശിക്കുന്നതോടെ തന്നെ ഭൂരിഭാഗം പേരും തങ്ങൾക്ക് വേണ്ടപ്പെട്ട കൂട്ടുകാരിലൂടെയും, കൂട്ടുകാരികളിലൂടെയും ഉണ്ടാക്കിയെടുക്കുന്ന ബന്ധങ്ങൾക്കാണ് പ്രാധാന്യം കൽപ്പിക്കാറുള്ളത്. ഇങ്ങനെയുള്ള ബന്ധങ്ങളിലൂടെ സന്തോഷവും, ആശ്വാസവും കണ്ടെത്താൻ കഴിയുന്നു എന്നതാണ് ഈ ഘട്ടത്തെ മുൻ അനുഭവങ്ങളിൽ നിന്നും വേർതിരിച്ച് നിർത്തുന്നത്. സ്വന്തം കാമുകിയുടെ ഫോട്ടോ കാണുമ്പോഴും അവളെ നേരിൽ കാണുന്ന

സമയത്തുണ്ടാകുന്ന അതേ ഹോർമോണുകളാണ് പ്രവർത്തനക്ഷമമാവാറുള്ളത്. മാതൃ സ്വഭാവത്തെ ഉൽപ്പാദിപ്പിക്കുന്ന ഒപ്പിയോയ്ഡുകളും ഈ ഘട്ടത്തിൽ പെൺകുട്ടികളിൽ പ്രവർത്തനക്ഷമത കൈവരിച്ചേക്കാം. കാമുകി കാമുകന്മാർക്കിടയിലും, മാതൃ ശിശു ബന്ധങ്ങളിലും ഒരേപോലെയുള്ള ശാരീരിക ഭാഷകൾ പ്രകടമാവാമെന്ന് ഫ്രോയിഡിനെ പോലുള്ള ചിന്തകർ വളരെ മുൻപ് തന്നെ സൂചിപ്പിക്കുകയുണ്ടായിട്ടുണ്ട്. കാമുകി കാമുകന്മാർ ഏറെ സമയം കൊഞ്ചിക്കുഴയുകയും സമാനമായ മറ്റു ശരീര ഭാഷകൾ കാണിക്കുകയും ചെയ്യുക പതിവാണ്. കണ്ണുകളിലേക്കു തറപ്പിച്ചു നോക്കുക, കവിളത്തു നുള്ളുക, ഉമ്മ വക്കുക, വാരിപുണരുക എന്നീ ശരീര ഭാഷകളും പ്രണയത്തിലും മാതൃ ശിശു ബന്ധത്തിലും ഒരേ പോലെ കാണുന്നവ തന്നെയാണ്.

നമുക്ക് ഏറെ പ്രിയപ്പെട്ട വ്യക്തിയുമായി പുലർത്തുന്ന ബന്ധം നിരന്തരമായി ആവർത്തിക്കപ്പെടുന്ന പക്ഷം എച്ച്.പി.എ. വ്യവസ്ഥയുടെ (hypothalamus-pituitary-adrenalin system) പ്രവർത്തനം ഉചിതമായ രീതിയിലായിരിക്കും നടക്കുന്നത്. ഇതിനെ തുടർന്ന് ഓക്സിടോസിനും ഇതര ഒപ്പിയോയ്ഡുകളും പ്രവർത്തനനിരതമാകുന്നതിനാൽ എന്തെകിലും കാരണത്താൽ അനുഭവിക്കുന്ന മാനസിക വിഷമങ്ങളിൽ നിന്ന് പോലും വലിയ ആശ്വാസം കിട്ടിയേക്കും. വൈകാരികമായി അടുപ്പമുള്ള ബന്ധങ്ങളൊന്നും ഇല്ലാത്ത വ്യക്തികൾക്ക് ഏതെങ്കിലും തരത്തിലുള്ള മാനസിക വിഷമങ്ങൾ വരുകയാണെങ്കിൽ അത് കനത്തപ്രത്യാഘതങ്ങൾ തന്നെ ഉണ്ടാക്കാനിടയുണ്ട്.

മാനസികമായ ആഘാതങ്ങൾ ഏൽക്കുമ്പോഴും ഏതെങ്കിലും വിധത്തിലുള്ള സന്തോഷം തോന്നുമ്പോഴും നമുക്ക് പ്രിയപെട്ടവരെ ഒന്നകിൽ കെട്ടിപിടിക്കുകയോ അതല്ലെങ്കിൽ സ്പർശിക്കുകയോ ചെയ്യുന്നത് പല സന്ദർഭങ്ങളിലും കാണാൻ കഴിയും. ഉദാഹരണത്തിന്, പരീക്ഷയിൽ പരാജയപ്പെടുമ്പോൾ ചില കുട്ടികൾ അവരുടെ രക്ഷകർത്താക്കളെ കെട്ടിപ്പിടിച്ചു കരയുന്നത് കാണാം. അതുപോലെ തന്നെ, ഫുട്ബോൾ കളികളിൽ ഗോൾ അടിച്ചു കഴിയുമ്പോൾ സന്തോഷാതിരേകത്തിൽ കളിക്കാർ പരസ്പരം കെട്ടിപ്പുണരുന്നതും, വാരിയെടുക്കുന്നതും മറ്റും നമുക്കേവർക്കും പതിവ് കാഴ്ചകളാണ്. നമുക്ക് വൈകാരികമായി ഏറെ അടുപ്പമുള്ളവർ സ്പർശിക്കുന്നത് ഏതൊരു വ്യക്തിക്കും ആശ്വാസകരമായിരിക്കും എന്ന് തന്നെയാണ് ഇതിൽ നിന്നെല്ലാം തെളിയുന്നത്. നാം സ്പർശിക്കാൻ ഇഷ്ടപ്പെടുന്നതും നമുക്ക്

മാനസികമായ അടുപ്പം ഉള്ളവരെ തന്നെയായിരിക്കും. ഇങ്ങനെയുള്ള സ്പർശങ്ങൾ വഴി രണ്ടു പേർക്കും ആശ്വാസവും സന്തോഷവും അനുഭവപ്പെടാറുണ്ട്. മറ്റുള്ളവരുമായി പരസ്പര ബന്ധങ്ങൾ ഉണ്ടാക്കേണ്ടി വരുമ്പോൾ മുൻനിരയിൽ എത്തുന്നത് നമ്മുടെ സുരക്ഷിതത്വവും സന്തോഷവും ആയിത്തീരുന്നതും അതുകൊണ്ടു തന്നെയാണ്.

യോജിച്ച ഇണകളെ കണ്ടെത്തേണ്ടുന്ന സന്ദർഭങ്ങൾ വരുമ്പോൾ നമ്മളോട് ഏതെങ്കിലും തരത്തിലുള്ള സമാനതകൾ ഉള്ളവർക്കാണ് പലപ്പോഴും മുൻഗണന ലഭിക്കാറുള്ളത്. പരസ്പരം സംസാരിച്ചും, പരസ്പരം അറിഞ്ഞും അടുക്കുന്നതിന് മുൻപ് മറ്റൊരാൾ നമ്മുടെ അബോധതലത്തിൽ ഏതെങ്കിലും തരത്തിൽ സ്പർശിക്കുകയാണെങ്കിൽ മാത്രമേ അയാളുമായി സംസാരിക്കുന്നതിനും കൂടുതൽ അറിയുന്നതിനും നമ്മൾ ശ്രമിക്കാറുള്ളൂ. ഈ ഘട്ടങ്ങളിൽ മധ്യവർത്തിയാവുന്നത് വ്യത്യസ്തങ്ങളായ ശരീരഭാഷകൾ മാത്രമാണ്. നോട്ടം, പുഞ്ചിരി, നടപ്പു രീതി (gait), അംഗവിക്ഷേപങ്ങൾ എന്നിവയെല്ലാമാണ് ശരീരഭാഷയുടെ സൂചകങ്ങളായി വരുന്നത്. ഇത്തരത്തിൽ അബോധപരമായി സ്വാധീനിക്കപ്പെടുന്നതിന് കാരണമാകുന്നതാവട്ടെ ഓരോ വ്യക്തിയും അയാളുടെ വളർച്ചയുടെ വിവിധഘട്ടങ്ങൾ വഴി ആന്തരീകരിച്ചെടുത്ത അനുഭവ മാതൃകകളായിരിക്കും. ഇത്തരം ഓർമ്മകളുടെ പിൻബലത്തിലായിരിക്കും പിൽക്കാലത്തുണ്ടാകുന്ന അനുഭവങ്ങളെ സ്വീകരിക്കുകയോ തള്ളിക്കളയുകയോ ചെയ്യുന്നത്. നമ്മുടെ ഒട്ടുമിക്ക വൈകാരിക ഭാവങ്ങളും, മുഖഭാവങ്ങളും എല്ലാംതന്നെ രൂപപ്പെടുന്നത് ഏറിയ പങ്കും ഭാഷക്കും, ഭാഷയുടെ അടിസ്ഥാനത്തിലുള്ള ചിന്തകൾക്കും വെളിയിലാണ് എന്ന വസ്തുത നമ്മളിൽ അധികം പേരും വിസ്മരിക്കുകയാണ് ചെയ്യാറുള്ളത്.

ജീവിതത്തിൽ നേരിടുന്ന ചില പ്രതിസന്ധികളിൽ ഒട്ടുമിക്ക ആളുകളും പതറിപ്പോകുന്നത് സ്വാഭാവികമാണ്. ഇത്തരം സന്ദർഭങ്ങളിൽ നമ്മുടെ യുക്തിബോധമോ ചിന്താശേഷിയോ നമ്മളെ പിന്തുണക്കാറില്ല. ഇത്തരം അവസരങ്ങളിൽ ഉയർന്ന രീതിയിൽ ചിന്തിക്കാനാവശ്യമായ മസ്തിഷ്ക്ക ഭാഗങ്ങളിൽ ദുർബലമായ തോതിലുള്ള പ്രവർത്തനങ്ങൾ മാത്രമേ ഉണ്ടാകാറുള്ളൂ എന്നതിനാലാണ് ഇപ്രകാരം സംഭവിക്കുന്നത്.

എന്നാൽ മസ്തിഷ്ക്ക ചരിത്രത്തിന്റെ തുടക്ക കാലങ്ങളിൽ പരിണമിച്ച് വന്ന വികാരോത്തേജന കേന്ദ്രങ്ങളാണ് ഇത്തരം അവസരങ്ങളിൽ ഏറെ ഫലപ്രദമായി പ്രവർത്തന ക്ഷമത കൈവരിക്കുന്നത്. ഇത്തരം സാഹചര്യങ്ങളിൽ ബോധപൂർവം ഉണ്ടാക്കിയെടുക്കുന്ന

എല്ലാ തന്ത്രങ്ങളും നിശബ്ദമായി പോകാം. ഇതുകൊണ്ടാണ് ചില ഘട്ടങ്ങളിൽ അമിതമായ ദേഷ്യവും, അക്രമണോൽസുകമായ പെരുമാറ്റവും കാണിച്ചുകൊണ്ട് ഇങ്ങനെയുള്ള സന്ദർഭങ്ങളെ മറികടക്കാൻ ശ്രമിക്കുന്നത്. ഇതിൽ ചിലരാവട്ടെ അവരുടെ ഉള്ളിലുള്ള വൈകാരിക പ്രതിസന്ധി പുറത്തു കാണിക്കാതെ ഉള്ളിലേക്ക് പിൻവലിഞ്ഞുകൊണ്ട് വിഷാദത്തിനും മറ്റും അടിപ്പെടുകയും ചെയ്യാം. നമ്മൾ എല്ലാവരും ഇത്തരത്തിലുള്ള ഓരോരോ വൈകാരികമായ പ്രതികരണ മാർഗങ്ങളിലൂടെയാണ് സമാനമായ സന്ദർഭങ്ങളെ നേരിടാറുള്ളത്. ഇത്തരത്തിലുള്ള പെരുമാറ്റ രീതികൾ ഭാഗികമായി കുട്ടിക്കാലത്തുള്ള വ്യത്യസ്ത അനുഭവങ്ങളിലൂടെ രൂപം കൊണ്ടതാണെങ്കിൽ ഇതിന്റെ മറുപാതി മനുഷ്യ വംശത്തിന്റെ പരിണാമചരിത്രത്തിൽ തന്നെ ഉള്ളടങ്ങിയ സൂക്ഷ്മമാതൃകകളുടെ തുടർച്ച കൂടിയാണ് എന്ന് മാത്രം.

നമ്മുടെ സുരക്ഷിതത്വത്തെക്കുറിച്ച് പൂർണമായും തീർപ്പ കൽപ്പിക്കാൻ ആവാതെ വരുമ്പോഴും, മറ്റുള്ളവരുടെ പെരുമാറ്റത്തിൽ നിന്ന് അവരുടെ മനസ്സിലിരിപ്പ് എന്താണ് എന്നൊന്നും മനസിലാകാതെ വരുന്ന സന്ദർഭങ്ങളിലുമാണ് പലരും അന്യരുമായി കലഹിക്കുന്നതിനും, തർക്കിക്കുന്നതിനും തുനിയുന്നത്. ഏതൊരു വ്യക്തിയുടെയും വൈകാരിക ലോകത്തെ ക്രമീകരിക്കുന്നതും, നിയന്ത്രിക്കുന്നതും മറ്റുള്ളവരുമായുള്ള തുറന്ന ഇടപെടലുകളുടെ പിന്തുണയിലാണ്. നമ്മുടെ സഹജ ശേഷികൾ ഉൾപ്പെടെ പ്രയോഗക്ഷമത കൈവരിക്കുന്നതിന് ഇത്തരം സാമൂഹ്യബന്ധങ്ങൾ കൂടിയേ കഴിയൂ. ഇതിൽ ഏറ്റവും പ്രധാനമായി വരുന്നത് രക്ഷാകർത്താക്കളുമായും അടുത്ത കുടുംബാംഗങ്ങളുമായും സ്ഥാപിക്കുന്ന ബന്ധങ്ങൾ തന്നെയാണ്.

പാമ്പുകളെ കാണാൻ ഇടവരുന്നതിന്റെയും, പാമ്പുകളെ കാണുമ്പോൾ അമ്മയുടെ മുഖത്ത് തെളിയുന്ന ഭീതിയുടെയും ഫലമായാണ് കുരങ്ങന്മാർക്ക് ഉൾപ്പെടെ പാമ്പുകളോടുള്ള പേടി പോലും നിശ്ചയിക്കപ്പെടുന്നത്. പാമ്പിനെ ഒരിക്കൽ മാത്രം കണ്ടാൽ മതിയെങ്കിലും ഈ സന്ദർഭത്തിൽ അമ്മയുടെ മുഖത്ത് ഭയം പ്രകടമാകാതെ വരുകയാണെങ്കിൽ സഹജമായ ഭീതിയായി പരിഗണിക്കപ്പെടുന്ന വൈകാരിക പ്രതികരണം പോലും ഉണ്ടാകണമെന്നില്ല. ഇതിനു സമാനമായ പെരുമാറ്റങ്ങൾ തന്നെയാണ് മനുഷ്യരിലും പ്രകടമാകുന്നത്. വൈകാരികമായി അടുപ്പമുള്ളവരിൽ നിന്ന് കിട്ടുന്ന ബോധത്തിന് വെളിയിലുള്ള വിവരങ്ങളെ പോലും സസൂക്ഷമം ഗ്രഹിച്ചെടുക്കാൻ കഴിഞ്ഞാൽ മാത്രമേ നമ്മളിൽ സഹജമായ ഒട്ടുമിക്ക

വികാരങ്ങളും പ്രകടമാക്കാൻ കഴിയുകയുള്ളൂ.

അതുകൊണ്ട് തന്നെ, എന്തെങ്കിലും കാര്യത്തെ കുറിച്ച് ഉണ്ടാവാനിടയുള്ള അബോധപരമായ ഭീതി ഉൾപ്പെടെ പുറത്തു വരുന്നതിന് സഹജമായ ഘടകങ്ങളും ആർജ്ജിത അനുഭവവും കൂട്ടുചേർന്ന് പ്രവർത്തിക്കേണ്ടതുണ്ട്. ഈ രണ്ടു ഘടകങ്ങളെയും ഉൾക്കൊണ്ട് പ്രവർത്തിക്കാനുതകുന്ന വിധത്തിലുള്ള അടിസ്ഥാന പദ്ധതികൾ അബോധത്തിൽ ഉള്ളടങ്ങിയിട്ടുണ്ട്.

ചില സന്ദർഭങ്ങൾക്കനുസരിച്ച് പ്രവർത്തിക്കണമെങ്കിൽ അതിന് മുന്നുപാധിയായി വരേണ്ടുന്ന ജീവശാസ്ത്രപരമായ സവിശേഷതകൾ കൂടി ഉണ്ടായേ മതിയാവൂ. ഈ ജീവശാസ്ത്ര അടിത്തറ വഴി തന്നെയാണ് ഏതൊരു പെരുമാറ്റവും ഉടലെടുക്കുന്നത്. വികാരങ്ങളുമായി ബന്ധപ്പെട്ട പെരുമാറ്റത്തിന്റെ മനോ മാതൃകകൾ അർത്ഥവത്തായ പ്രതീകങ്ങളുടെയും മറ്റും രൂപത്തിലാവും പ്രകടമാകുന്നത്. ഉദാഹരണത്തിന്, പാമ്പ്, കരടി, പോത്ത്, എലി, ആന തുടങ്ങിയ പല കാട്ടുമൃഗങ്ങളുമാണ് നമ്മുടെ പുരാവൃത്തങ്ങളിലും പുരാണസംബന്ധിയായ ആഖ്യാനങ്ങളിലും ഇടം പിടിച്ചിട്ടുള്ളത്. നമ്മുടെ വൈകാരിക ലോകത്തെ സ്വരൂപിക്കുന്നതിൽ നിർണായകമായ സ്വാധീനം ചെലുത്താൻ ഇത്തരം പ്രതീകങ്ങൾക്കു കഴിയുന്നതിന് കാരണവും മറ്റൊന്നല്ല.

മനുഷ്യന്റെ പരിണാമ ചരിത്രത്തിലുടനീളം ജനിതക പദ്ധതികൾ പല ഘട്ടങ്ങളിലും വ്യത്യസ്തങ്ങളായ പൊരുത്തപ്പെടലുകളിലൂടെ ഒട്ടേറെ മാറ്റങ്ങൾക്ക് വിധേയമായിട്ടുണ്ട്. ചില ജീനുകൾ കോശ വിഭജനം മുതൽ തന്നെ പ്രവർത്തന ക്ഷമത നേടുന്നുവെങ്കിൽ മറ്റു ചിലത് ഭ്രൂണ വളർച്ചയുടെ വെവ്വേറെ ഘട്ടങ്ങളിലും, മറ്റു ചില ജീനുകൾ ജീവിതത്തിന്റെ പിൽക്കാലങ്ങളിലും മാത്രമാകും പ്രകടമാകുന്നത്.

ഓരോ കുഞ്ഞിന്റെയും വളർച്ചയുടെയും, വികാസത്തിന്റെയും വിവിധ ഘട്ടങ്ങളിൽ ജീനുകൾ അവയിൽ ഉള്ളടങ്ങിയ വിവരങ്ങൾ പരസ്പരം കൈമാറി പരസ്പരമുള്ള പ്രവർത്തനങ്ങൾ നിയന്ത്രിച്ചേക്കാം. ഇത് കൂടാതെ, ചില സന്ദർഭങ്ങളിൽ ഇതേ ജീനുകൾ ചുറ്റുപാടുമായി പ്രതിപ്രവർത്തിച്ചുകൊണ്ട് സ്വയം ഉൽപ്പരിവർത്തങ്ങൾക്ക് (mutations)വിധേയമാകുകയും ചെയ്യാം.

ഒത്തുതീർപ്പുകളുടെ നേട്ടങ്ങൾ

പ്രാചീന കാലത്തുണ്ടായിരുന്ന ആന്തരിക പ്രേരണകൾക്കത്രയും ഇതിനകം വലിയ തോതിലുള്ള മാറ്റങ്ങൾ വന്നിട്ടുണ്ട്. അതിനാൽ കൗമാരം എന്നത് പ്രത്യുൽപ്പാദനത്തിനുള്ള ഘട്ടം എന്ന നിലയിൽ നിന്നും ഒരു പരിശീലനഘട്ടം എന്നതിലേക്ക് പരിവർത്തനം ചെയ്യപ്പെട്ടിട്ടുണ്ട്.

യുവതികളെ സംബന്ധിച്ചിടത്തോളം ഒരു ജീവിതപങ്കാളിയെ കണ്ടെത്തുക എന്നത് താരതമ്യേന എളുപ്പമാണെങ്കിലും പുരുഷന്മാർക്ക് ആവശ്യമായ വിഭവങ്ങൾ ഉണ്ടെങ്കിൽ മാത്രമാണ് ഇത് സാധ്യമാകുന്നത്. ഇന്നത്തെ സാഹചര്യത്തിൽ പെൺകുട്ടിയും ആൺകുട്ടിയും സ്വയം പര്യാപ്തത കൈവരിക്കുക എന്നത് ഏറെക്കുറെ സാധാരണമായി തീർന്നിട്ടുണ്ട്. എങ്കിലും, പെൺകുട്ടികളുടെ പ്രായം ഏറി വരുന്നതിനനുസരിച്ച് അവരുടെ ഇണയെ കിട്ടാനുള്ള സാദ്ധ്യതകൾ കുറഞ്ഞുവരുകയാണ് ചെയ്യാറുള്ളത്. പുരുഷന്മാർക്ക് പ്രായം കൂടി വരുന്നതിനനുസരിച്ച് ജോലിക്കയറ്റവും മറ്റും വഴിയുള്ള ധനവർധനവും അന്തസ്സും എല്ലാം മെച്ചപ്പെട്ടു വരുന്നതിനാൽ ഇണയെ കിട്ടാനുള്ള സാധ്യതകൾക്ക് അത്രയേറെ മങ്ങലേൽക്കാറില്ല.

മനുഷ്യരിൽ പൊതുവെ കണ്ടുവരുന്ന ചില സ്വഭാവവിശേഷങ്ങൾ, വാസനകൾ, അഭിരുചികൾ എന്നിവ നിശ്ചയിക്കുന്നതിൽ പരിണാമ ചരിത്രത്തിന് കാര്യമായ പങ്കുണ്ടെങ്കിലും അവയുമായി ബന്ധപ്പെട്ടു വികസിച്ച് വരുന്ന പെരുമാറ്റങ്ങളെ രൂപപ്പെടുത്തുന്നതിൽ ചുറ്റുപാടുകളുടെ സ്വാധീനം വളരെയേറെ നിർണായകമായി തീരാവുന്നതാണ്.

കൗമാരത്തിലും യൗവ്വനത്തിലും സംഭവിക്കുന്നത് ഇതൊക്കെ തന്നെയാണ്. ഇന്ത്യയെപ്പോലെ കൂട്ടുകുടുംബങ്ങളിലും വിപുലമായ കുടുംബബന്ധങ്ങളിലും ജീവിക്കുന്നവർക്കിടയിൽ കൗമാരപ്രായത്തിലുള്ളവർക്ക് സ്വയം സമർത്ഥിച്ചെടുക്കുക എന്നത് വളരെ പ്രയാസകരമാണ്. അതുകൊണ്ട് കൂടിയാവണം ഇവിടങ്ങളിൽ പ്രണയവും, പ്രണയസാക്ഷാൽക്കാരവും അത്ര എളുപ്പമല്ലാതെ പോകുന്നത്. കുടുംബത്തിന്റെ സാമൂഹ്യ മൂല്യത്തിന് ഉന്നത പരിഗണന കൽപ്പിക്കപ്പെടുന്നതിനാൽ വ്യക്തിയുടെ ആഗ്രഹങ്ങൾക്കും, ഇഷ്ടങ്ങൾക്കും ചില ഉപാധികൾക്കുള്ളിൽ മാത്രമാണ് അംഗീകാരമുള്ളത്. എന്നാൽ, ഇത്തരത്തിലുള്ള സാമൂഹ്യചുറ്റുപാടുകളിൽ സ്വന്തം കാര്യത്തിനായി നീക്കിവെക്കുന്നതിന് ഏറെക്കുറെ തുല്യമായി തന്നെ ബന്ധുക്കൾക്കും സുഹൃത്തുക്കൾക്കും മറ്റുമായി വിഭവങ്ങൾ പങ്കുവെക്കുന്നതും പതിവാണ്. ഓരോ സമൂഹത്തിലും ഇതിന്റെ തോതിൽ കനത്ത വ്യത്യാസങ്ങൾ കാണാൻ കഴിഞ്ഞേക്കും.

വ്യക്തിക്ക് മുൻഗണനയുള്ള സമൂഹങ്ങളിൽ പ്രണയത്തിനും, ആകസ്മികമായി ഉണ്ടാകാനിടയുള്ള രതിബന്ധങ്ങൾക്കും മറ്റും വേണ്ടിയാണ് ആളുകൾ അവരുടെ വിഭവങ്ങൾ ഏറെയും നീക്കിവെക്കാറുള്ളത്. നമ്മുടെ സമൂഹത്തിലും സമാനമായ മാറ്റങ്ങൾ കണ്ടുതുടങ്ങിയിട്ടുണ്ട്.

കലാലയ വിദ്യാർത്ഥികളിലും മറ്റും കാണുന്ന സൗഹൃദങ്ങളെയും അതിനുവേണ്ടി അവർ നീക്കിവെക്കുന്ന വിഭവങ്ങളുടെ തോതും പരിശോധിച്ചാൽ തന്നെ ഇത് ബോധ്യമാകാവുന്നതേയുള്ളൂ. കൂട്ടുകാരുടെ പ്രണയത്തിനു വേണ്ടി പണം ചെലവാക്കിക്കൊണ്ടുപോലും പിന്തുണ നൽകുന്നവരെ ഇന്നത്തെ കാമ്പസുകളിൽ ധാരാളമായി കാണാൻ കഴിയും. പഠിക്കുന്നതിനോടൊപ്പം പല തൊഴിലുകളിൽ ഏർപ്പെട്ടുകൊണ്ട് സ്വന്തം ആവശ്യങ്ങൾക്കായി പണം സമ്പാദിക്കുന്ന ശീലം നമ്മുടെ സമൂഹത്തിലെ വിദ്യാർത്ഥി വിദ്യാർത്ഥിനികൾക്കിടയിലും വർദ്ധിച്ചുകൊണ്ടിരിക്കുകയാണ്. ഇതുകാരണം കൗമാരക്കാർക്ക് അവരുടെ വ്യക്തിത്വത്തെ സമർത്ഥിച്ചെടുക്കാനുള്ള സാമ്പത്തിക അടിത്തറ കൂടി രൂപം കൊള്ളുന്നുണ്ട്. ഏതൊരു ബന്ധത്തിലും എന്നതുപോലെ പ്രണയബന്ധത്തിലും രക്ഷിതാക്കൾ വഴിയും മറ്റു സഹപാഠികളിലൂടെയും ഉണ്ടാകുന്ന സ്വാധീനം ഉണ്ടാകുമെങ്കിലും കൗമാരക്കാർക്ക് അവരുടെ സ്വന്തം അനുഭവങ്ങൾക്കും, അറിവിനുമനുസരിച്ച് ബന്ധത്തിന്റെ മാതൃകകളെ സ്വയം പരിഷ്കരിക്കാനും സാധിക്കാറുണ്ട്.

എല്ലാ തരത്തിലുമുള്ള പ്രണയബന്ധങ്ങളും പ്രണയിക്കുന്ന വ്യക്തിയോടുള്ള അർപ്പണബോധം ഉറപ്പിക്കുന്നതിനും, അവളുമായി/അവനുമായി ഉണ്ടാക്കുന്ന പരസ്പര ബന്ധത്തിലൂടെ അവർക്കുണ്ടാകാനിടയുള്ള കുഞ്ഞുങ്ങളെ സംരക്ഷിക്കുന്നതിനും കൂടി ലക്ഷ്യം വെച്ചുകൊണ്ടുള്ളതാണ്. കുഞ്ഞും മുഖ്യരക്ഷിതാവും തമ്മിലുള്ള ബന്ധത്തിന്റെ മറ്റൊരു രൂപം എന്ന നിലയിലാണ് ഇത് ബലപ്പെടുന്നത്.

കൗമാരക്കാർക്കും യുവാക്കൾക്കും ഉണ്ടാകാറുള്ള പല വിധത്തിലുള്ള മാനസിക പ്രശ്നങ്ങളെയും പ്രണയവുമായി ബന്ധപ്പെടുത്താൻ കഴിയും. പ്രണയം ഉള്ളിലേറുമ്പോൾ ഉണ്ടാകുന്ന മാനസിക പിരിമുറുക്കങ്ങളും, അസ്വസ്ഥതകളും ഒരു പാതി പ്രേമത്തിന്റെ വംശ ചരിത്രത്തിലും മറു പാതി പ്രേമിക്കുന്നവരുടെ ജീവിതത്തിൽ ഉണ്ടായിട്ടുള്ള നാനാവിധത്തിലുള്ള അനുഭവങ്ങളാലും നിർമ്മിക്കപ്പെടുന്നവയാണ്. പ്രേമിക്കുന്ന വ്യക്തിയിൽ നിന്നുള്ള നേരിയ തോതിലുള്ള പ്രതികൂല സ്വഭാവം പോലും ചിലപ്പോൾ കനത്ത മാനസിക പ്രശ്നങ്ങൾക്ക് വഴി വെയ്ക്കുന്നതും ഇക്കാരണത്താൽ തന്നെയാണ്. കൗൺസിലിങ്ങിനും മറ്റുമായി ചികിത്സകരെ തേടിയെത്തുന്ന കൗമാരക്കാരുടെ എണ്ണം ഇന്ന് വർദ്ധിച്ചുകൊണ്ടിരിക്കുന്നതും ഇതിന്റെ പരിണിതഫലമാണ്.

ചെറിയ തോതിലുള്ള പ്രതികൂല സമീപനങ്ങൾ പല തരത്തിലുള്ള മാനസിക വിഷമങ്ങൾക്ക് ഇടനൽകുന്നതിന് അനവധി കാരണങ്ങളുണ്ടാകാം. രക്ഷിതാക്കളുടെ ഭാഗത്തു നിന്ന് നേരിട്ട അകാരണമായ കുറ്റപ്പെടുത്തലുകൾ, അപമാനകരമായ ഇടപെടലുകൾ എന്നിവയും കൂട്ടുകാരുടെയും മറ്റു വേണ്ടപെട്ടവരുടെയും ഭാഗത്തു നിന്നുള്ള കുറ്റാരോപണങ്ങളും ഉൾപ്പെടെയുള്ള സമീപനങ്ങൾ ഇത്തരം പെരുമാറ്റങ്ങളിലേക്ക് എത്തിക്കാം. മറ്റുള്ളവരുടെ അവഗണന കലർന്ന സമീപനത്തിന് മുൻപിൽ പിടിച്ചു നില്ക്കാൻ ബുദ്ധിമുട്ട് നേരിടുന്ന പെൺകുട്ടികളെ സംബന്ധിച്ചിടത്തോളം കാമുകന്റെ അശ്രദ്ധയും, അവഗണനയും ഒട്ടും സഹിക്കാൻ കഴിയണമെന്നില്ല.

ആൺകുട്ടികളിൽ ഇത്തരം സന്ദർഭങ്ങളിൽ തീർത്തും വ്യത്യസ്തമായ പെരുമാറ്റങ്ങളാണ് ഉണ്ടാകാറുള്ളത്. സ്വന്തം അന്തസ്സിനും, അഭിമാനബോധത്തിനും മുറിവേൽപ്പിക്കുന്ന ഏതു രീതിയിലുള്ള സമീപനവും വേർപിരിയലിന് തുല്യമായ അവസ്ഥ ഇവരിൽ സൃഷ്ടിച്ചേക്കാം. സ്വന്തം കാമുകി/കാമുകൻ മറ്റുവ്യക്തികളിലേക്ക് അമിതമായി അടുക്കുന്നത് കാണുമ്പോൾ സ്വന്തം നിലനിൽപ്പ് തന്നെ ചോദ്യം ചെയ്യപ്പെടുന്നത് പോലെയുള്ള അനുഭവങ്ങളായിരിക്കും

ഉണ്ടാകുന്നത്. തനിക്ക് മികവുണ്ടെന്ന് സ്വയം മനസ്സിലാക്കിയ മേഖലകളിലെ മികവിനെ ചോദ്യം ചെയ്യുന്ന സന്ദർഭങ്ങളിലും അഭിമാനക്ഷതവും, മനോവേദനയും സ്വാഭാവികമാണ്. ഇത്തരം മാനസികാവസ്ഥകൾ ഏറെയും കാണാറുള്ളത് ആൺകുട്ടികളിലായിരിക്കും എന്ന് മാത്രം. ആണാധിപത്യ മൂല്യങ്ങളുള്ള സമൂഹങ്ങളിൽ ഇതിന്റെ തീവ്രത കൂടുതലായിരിക്കും എന്നതാണ് മറ്റൊരു യാഥാർത്ഥ്യം.

ഓരോ വ്യക്തിയും ഉൾപ്പെടുന്ന സാംസ്കാരിക പരിസരം ഏതാണ് എന്നതിന്റെ അടിസ്ഥാനത്തിലായിരിക്കും കൗമാരക്കാരായ ആൺകുട്ടികളുടെയും, പെൺകുട്ടികളുടെയും വൈകാരികതകൾ വ്യാഖ്യാനിക്കപ്പെടുന്നത്. ചില കാര്യങ്ങളെ നേരത്തെതന്നെ മനസ്സിലാക്കികൊണ്ട് ആശങ്കപ്പെടുന്ന ശീലമുള്ള പെൺകുട്ടികളെ ഉത്കണ്ഠക്കും അനുബന്ധ മാനസികാവസ്ഥകൾക്കും എളുപ്പം വിധേയരാകുന്നവർ എന്ന രീതിയിൽ മുദ്ര കുത്തുന്നത് ചില സംസ്കാരങ്ങളുടെ സാമാന്യ രീതിയായി നിലനിൽക്കാറുണ്ട്. എന്നാൽ ഏറെക്കുറെ ഇത്തരം മാനസികാവസ്ഥയിലൂടെ തന്നെ കടന്നുപോകേണ്ടി വരുന്ന ആൺകുട്ടികളെ അകാരണമായ ദേഷ്യത്തിന് അടിപ്പെടുന്ന ക്ഷിപ്രകോപികളോ മറ്റോ ആയിട്ടായിരിക്കും വിവരിക്കപ്പെടുന്നത്.

ഏത് സാമൂഹ്യ-സാംസ്കാരിക പരിസരത്താണോ ദേഷ്യം, ദുഃഖം എന്നിവ ഉണ്ടാകുന്നത് എന്നതിനനുസരിച്ച് അത് മൂലമുണ്ടാകുന്ന പ്രത്യാഘാതങ്ങളിലും മാറ്റങ്ങൾ ഉണ്ടാകാം. വ്യക്തിജീവിതവും സാമൂഹ്യ ജീവിതവും കടുത്ത പ്രയാസങ്ങളും അനിശ്ചിതത്വങ്ങളും നിറഞ്ഞതാണെങ്കിൽ ഏതു ചെറിയ പ്രതിസന്ധിയും കടുത്ത രീതിയിൽ തന്നെ അനുഭവപ്പെടുന്നത് സ്വാഭാവികമാണ്.

ഉത്കണ്ഠക്ക് അടിപ്പെടുന്നതിനേക്കാൾ ദേഷ്യം പ്രകടിപ്പിക്കുന്നത് ചില അവസരങ്ങളിൽ വിശേഷിച്ച് ആൺകുട്ടികൾക്ക് ഒരു രക്ഷാകവചമായി മാറാനുള്ള സാദ്ധ്യതകൾ ഏറെയാണ്. ആൺകുട്ടികൾ ഇത്തരം വൈകാരിക പ്രതികരണ രീതികൾ മറ്റുള്ള മുതിർന്ന പുരുഷന്മാരിൽ നിന്ന് മാതൃകയായി സ്വീകരിക്കുന്നതിനാൽ ഇത് തുടർച്ചയായുള്ള പുനഃ പ്രബലനങ്ങൾക്ക് വിധേയമാവുകയും, ആൺകുട്ടികളുടെ സ്വാഭാവിക പ്രകൃതമായി ഇത്തരത്തിലുള്ള മാനസികാവസ്ഥകളെ വ്യഖ്യാനിക്കപ്പെടുകയും ചെയ്യാം. ഇതും നേരെത്തെ സൂചിപ്പിച്ച പ്രകാരം ആണങ്ങൾക്ക് താരതമ്യേന വലിയ തോതിലുള്ള അംഗീകാരം ലഭിച്ചു പോരുന്ന നമ്മുടേത് പോലുള്ള സമൂഹങ്ങളിൽ ഒരു സ്വാഭാവികതയായി വകവെച്ചു കൊടുക്കാറാണ് പതിവ്.

ഓരോ കുടുംബത്തിലെയും രക്ഷിതാക്കൾ അവരുടെ പെൺകുട്ടികളോട് നിരന്തരം ആവർത്തിക്കുന്ന നിർദ്ദേശമാണ്, "നീ അവനെ വെറുതെ ദേഷ്യം പിടിപ്പിക്കണ്ട..", "അവൻ ഒരു ആൺകുട്ടിയല്ലേ" എന്നിങ്ങനെയുള്ള വാചകങ്ങളും ഈ സന്ദർഭത്തിൽ ഓർക്കുന്നത് നന്നായിരിക്കും.

എല്ലാ തരത്തിലുമുള്ള പ്രണയബന്ധങ്ങളിലും പ്രതിസന്ധികൾ ഉണ്ടാവുക എന്നത് സ്വാഭാവികമാണ്. ഇത്തരം അവസരങ്ങളിൽ പ്രധാനമായും രണ്ടുമാർഗങ്ങളാണ് അവലംബിക്കപ്പെടാറുള്ളത്. ചില അവസരങ്ങളിൽ അതിയായ നിർബന്ധ ബുദ്ധിയോടെ താൻ പ്രേമിക്കുന്ന വ്യക്തിയെ സ്വന്തം ആഗ്രഹങ്ങൾക്കും, ആവശ്യങ്ങൾക്കും ഇണങ്ങുന്ന രീതിയിൽ പെരുമാറുന്നതിന് പ്രേരിപ്പിക്കുകയാവും ചെയ്യുന്നത്. ഇതാവട്ടെ ഓരോ വ്യക്തിയുടെയും സ്വഭാവ പ്രത്യേകതകളുടെ അടിസ്ഥാനത്തിലായിരിക്കും തീരുമാനിക്കപ്പെടുന്നത്. ചില വ്യക്തികൾ അവരുടെ പങ്കാളിയെ/കാമുകിയെ അവരുടെ താൽപ്പര്യങ്ങളനുസരിച്ച് പ്രവർത്തിക്കുന്നതിനായി മൃദുവായ അനുനയ തന്ത്രങ്ങളാവും സ്വീകരിക്കുന്നത്. ഇതിൽ നിന്നെല്ലാം വ്യത്യസ്തമായി ചില വ്യക്തികൾ അവരുടെ ആഗ്രഹങ്ങൾക്ക് തടസ്സം ഉണ്ടാകുമെന്ന് തോന്നി തുടങ്ങുമ്പോഴേക്കും അക്രമണോൽസുകമായി പെരുമാറുന്നതിനും തങ്ങളുടെ ലക്ഷ്യ സാധ്യത്തിനായി ഏതറ്റം വരെ പോകുന്നതിനും തയ്യാറായെന്നും വരാം. തന്റെ പങ്കാളി/കാമുകി മറ്റുവ്യക്തികളുമായി സ്ഥാപിക്കുന്ന ബന്ധങ്ങളെ നിരന്തരം ചികഞ്ഞു പരിശോധിക്കുകയും, കൺവെട്ടത്തിൽ ഇല്ലാത്ത സമയങ്ങളിൽ നിരന്തരം ഫോൺ വിളിച്ചും മറ്റും അവൾ/അവൻ എവിടെയാണ് ഉള്ളതെന്ന് ഉറപ്പിക്കാൻ ശ്രമിക്കുന്നതുമെല്ലാം ഇതുമായി ബന്ധപ്പെട്ട അസ്വാഭാവിക പെരുമാറ്റങ്ങളാണ്. ഇത്തരം പെരുമാറ്റങ്ങൾ ഏറെയും പ്രകടിപ്പിക്കാറുള്ളത് ആൺകുട്ടികളാണെങ്കിലും സമാനസ്വഭാവങ്ങളുള്ള പെൺകുട്ടികളും ഇല്ലാതില്ല.

ചില വ്യക്തികൾ അവരുടെ പങ്കാളിയുടെ സ്നേഹം കിട്ടുന്നതിന് വേണ്ടി സ്വയം മുറിവേൽപ്പിക്കുകയോ അതല്ലെങ്കിൽ അങ്ങനെ ചെയ്യുമെന്ന് പറഞ്ഞു ഭീഷണിപ്പെടുത്തുകയോ മറ്റും ചെയ്തുകൊണ്ട് തങ്ങളുടെ ആഗ്രഹം സാധിച്ചെടുക്കാൻ ശ്രമിച്ചേക്കാം. ഇത്തരം സ്വഭാവങ്ങളിലും ലിംഗപരമായ സ്വാധീനമെന്നപോലെ കുടുംബപരമായ ഘടകങ്ങളും കാരണമാകാറുണ്ട്.

ചില വ്യക്തികൾ അവർ സ്നേഹിക്കുന്നവർക്ക് വേണ്ടി എന്ത് ത്യാഗം ചെയ്യുന്നതിനും തയ്യാറായെന്നും വരാം. ഇത്തരത്തിലുള്ള

ആത്മത്യാഗങ്ങൾക്ക് താൽക്കാലികമായ നേട്ടങ്ങൾ ഉണ്ടാക്കാൻ കഴിഞ്ഞേക്കാമെങ്കിലും, ഇതുമായി ബന്ധപ്പെട്ട് ചില അപകടങ്ങളും ഉണ്ടാവാനുള്ള സാധ്യതകളെ തള്ളിക്കളയാൻ കഴിയില്ല. ഉദാഹരണത്തിന്, കാമുകന്റെ പ്രീതി സമ്പാദിക്കാനായി അവനുമായി അരക്ഷിതമായ രതിയിലേർപ്പെടുന്നതിനുപോലും പെൺകുട്ടികൾ തയ്യാറാവാം. ഇത് തന്റെ കാമുകൻ തന്നെ ഉപേക്ഷിച്ചുപോകുമോ എന്ന ആശങ്കയുടെ ഭാഗമായി നടത്തുന്ന ഒത്തുതീർപ്പുകൂടി ആയിട്ടായിരിക്കും പ്രകടമാകുന്നത്.

കൗമാരക്കാർക്കിടയിൽ മാത്രം കാണുന്ന ഒന്നായി ഇത്തരം പെരുമാറ്റങ്ങളെ ചുരുക്കി കാണാനാവില്ല. ദാമ്പത്യജീവിതത്തിൽ ഏർപ്പെട്ട ജീവിത പങ്കാളികൾക്കിടക്കും ഇങ്ങനെയുള്ള പല ഒത്തുതീർപ്പുകളും കണ്ടേക്കാം. ഗർഭിണിയായ പങ്കാളിയെ വരെ ഉപേക്ഷിച്ചു പോകുന്ന ഒട്ടനവധി പുരുഷന്മാരെ കേരളത്തിൽ ഉൾപ്പെടെ ധാരാളമായി കാണാൻ കഴിയും. മേലെ പരാമർശിച്ച തരത്തിലുള്ള അനുനയതന്ത്രങ്ങൾക്ക് ഏറെയും വിധേയരാകാറുള്ളത് സ്ത്രീകൾ തന്നെയാണ്. പൊരുതുക/പിൻവാങ്ങുക എന്ന തത്വത്തിനനുസരിച്ച് പെരുമാറാനുള്ള പുരുഷന്മാരിലെ മനോതന്ത്രത്തിനു പകരം അടുക്കുക/അനുനയിപ്പിക്കുക (tame or tender) എന്ന തന്ത്രമാണ് സ്ത്രീകളിൽ ഏറെയും പ്രകടമാകാറുള്ളത് എന്നത് കൂടിയാവാം സ്ത്രീകൾ താരതമ്യേന വലിയ തോതിൽ ഇത്തരം ഒത്തുതീർപ്പുകൾക്ക് വിധേയരാവാൻ ഇടയാകുന്നത്. പെരുമാറ്റങ്ങളിൽ ഇത്തരത്തിലുള്ള വ്യത്യാസങ്ങൾ കാണിക്കുന്ന കാരണത്താലാവണം തങ്ങളെ പലതരത്തിൽ പീഡിപ്പിക്കുന്ന പങ്കാളിയെപോലും ഉപേക്ഷിക്കാതിരിക്കുകയും അതിനുപകരം അത്തരക്കാരെ വീണ്ടും പ്രതീക്ഷയോടെ ഉൾക്കൊള്ളാൻ ശ്രമിക്കുന്നതിനും സ്ത്രീകൾക്ക് കഴിയുന്നത്. നിരന്തരമായ ശാരീരികപീഡനമേൽപ്പിക്കുകയും കുട്ടികൾക്കോ കുടുംബത്തിനോ വേണ്ടി പ്രത്യേകിച്ച് ഗുണകരമായ ഒന്നും തന്നെ ചെയ്യുന്നതിന് കൂട്ടാക്കാത്ത പുരുഷന്മാരെപ്പോലും ക്ഷമയോടെ ഉൾക്കൊള്ളുന്ന സ്ത്രീകളെ കേരളത്തിന്റെ ഒട്ടുമിക്ക ഗ്രാമങ്ങളിലും കാണാൻ കഴിയും.

തന്റെ പങ്കാളി ഉപേക്ഷിച്ചു പോകുമോ എന്ന ആധി കൂടി വരുമ്പോൾ അത്തരം സന്ദർഭങ്ങൾ ഒഴിവാക്കുന്നതിനായി പലതരത്തിലുള്ള മാർഗങ്ങളും സ്ത്രീകൾ അവലംബിച്ചേക്കും. ശരീര ആകർഷണം കൂട്ടുന്നതിനായി കൂടുതൽ നല്ല ആഹാരം കഴിക്കുക, വ്യയാമം ചെയ്യുക, സുഗന്ധ ദ്രവ്യങ്ങൾ ഉപയോഗിക്കുക, നല്ല മോടിയുള്ള വസ്ത്രങ്ങൾ

ധരിക്കുക എന്നിവയെല്ലാം ഇത്തരം മാർഗങ്ങളിൽ പെടുന്നവയാണ്.

മറ്റുള്ളവരാൽ തിരസ്കരിക്കപ്പെട്ടുമോ എന്ന ആധി ചരിത്രാതീത കാലത്തോളം പഴക്കമുള്ളതാണ്. തിരസ്ക്കാര ഭീതി ഏറിയാൽ അത് രോഗാതുരമായ വിഷാദമായി മാറാനുള്ള സാധ്യതകളും അവഗണിക്കാനാവില്ല. ചില സ്കൂൾ കുട്ടികൾ ഉൾപ്പെടെ ഇത്തരത്തിലുള്ള ഭീതിക്കടിപ്പെട്ടാൽ ആരുടെയും ശ്രദ്ധ കിട്ടാതെ വരുന്നതിൽ മനം നൊന്ത് തന്റെ കൂട്ടുകാർ ഏൽപ്പിക്കുന്ന ശാരീരിക പീഡനങ്ങൾ വരെ മറച്ചുവെക്കാറുണ്ട്.

കൗമാരക്കാർക്കിടയിൽ ഇപ്രകാരം തനിക്കു വേണ്ടപ്പെട്ടവരാൽ നിരാകരിക്കപ്പെട്ടുമോ എന്ന ആധി ഉണ്ടാകാമെങ്കിലും കൗമാരത്തിന്റെ അന്ത്യഘട്ടമാകുമ്പോൾ ഇത് കുറയുന്നതായാണ് കണ്ടുവരാറുള്ളത്. യൗവ്വനത്തിലേക്ക് കടക്കുന്നതോടെ യുക്തിചിന്ത ശക്തിപ്പെട്ടു വരുന്നതുകൊണ്ട് കൂടിയാവണം ഇങ്ങനെ സംഭവിക്കുന്നതെന്ന് അനുമാനിക്കാവുന്നതാണ്. ഇപ്രകാരം യുക്തിപൂർവം ചിന്തിക്കാൻ കഴിഞ്ഞാൽ മാത്രമേ താൽക്കാലികമായി കിട്ടാനിടയുള്ള നേട്ടങ്ങളെ മാത്രം മുൻനിർത്തി തീരുമാനങ്ങൾ കൈക്കൊള്ളാനും അതനുസരിച്ച് പ്രവർത്തിക്കാനും ഉള്ള പ്രേരണകളിൽ നിന്നും പുറത്തു കടക്കാൻ സാധിക്കുകയുള്ളൂ.

ഏതൊരു അനുഭവത്തെയും, വികാരത്തെയും സ്വന്തം ആത്മബോധവുമായി കൂട്ടിയിണക്കിക്കൊണ്ട് ഒരു ദീർഘകാല ലക്ഷ്യത്തിന്റെ അടിസ്ഥാനത്തിൽ പ്രവർത്തിക്കാൻ കഴിഞ്ഞാൽ അതാതു സമയത്തെ വൈകാരിക സമ്മർദ്ദങ്ങളിൽ നിന്ന് സ്വതന്ത്രമാവാൻ കഴിഞ്ഞേക്കും. അങ്ങനെ സംഭവിച്ചാൽ മാത്രമാണ് പരസ്പരം സ്നേഹിക്കുന്ന രണ്ടുപേർക്കിടയിൽ യോജിച്ചുപോകാൻ ആവശ്യമായ തരത്തിലുള്ള ഒത്തുതീർപ്പുകൾക്ക് ഇരുവരും തയ്യാറാവുകയുള്ളൂ. സൃഷ്ടിപരമായ ചർച്ചകളിലൂടെയും ഒത്തുതീർപ്പുകളിലൂടെയും പ്രശ്നങ്ങൾ പരിഹരിക്കുന്നതിനുള്ള മുന്നുപാധിയായി ഇതിനെ കാണുന്നതിൽ തെറ്റില്ല. സ്വന്തം ആഗ്രഹങ്ങളെയും താൽപ്പര്യങ്ങളെയും നമ്മൾ ഇഷ്ടപ്പെടുന്നവരുടെ താൽപ്പര്യങ്ങളിലൂടെ പുനർനിർവ്വചിക്കാൻ കഴിയുമ്പോഴാണ് പരസ്പരമുള്ള സ്നേഹത്തിന് ആഴം വർധിക്കാറുള്ളത്.

കാൽപ്പനികമായ പ്രേമബന്ധങ്ങൾക്ക് അർത്ഥം കൈവരുന്നതും ഇത്തരത്തിൽ പരസ്പരം നടത്തുന്ന പുനഃക്രമീകരണങ്ങൾക്ക് വിധേയമായിക്കൊണ്ടാണ്. കേരളീയസമൂഹത്തിലും മുൻപത്തേക്കാൾ ശക്തമായി ഇത്തരം പ്രേമബന്ധങ്ങൾ ഉണ്ടാകുന്നുണ്ട്. എന്നാൽ,

ഇതിൽ ഏറിയ പങ്കും വിവാഹത്തിലേക്ക് നീട്ടിക്കൊണ്ടുപോകാനു ള്ള തരത്തിലുള്ളവയായതിനാൽ മറ്റു വികസിത സമൂഹങ്ങളിലേതു പോലെ സ്വയം സമ്പൂർണമായ ഒന്നായി കൗമാരപ്രണയത്തിന് നിലനിൽക്കാൻ കഴിയാറില്ല.

വ്യക്തിയും കുടുംബവും

ഒരു വ്യക്തി സ്വന്തമായി ആർജിക്കുന്ന സ്വയം നിർണയാധികാരത്തിന്റെയും മാനസികമായി ആർജ്ജിക്കുന്ന പക്വതയുടെയും കുടുംബ പശ്ചാത്തലത്തിൽ വെച്ച് കൂടിയാവണം കൗമാരത്തിലും യൗവ്വനത്തിലും ഉണ്ടാകുന്ന പ്രണയത്തെയും സമീപിക്കേണ്ടത്. കൗമാരത്തിലെത്തുന്നത് വരെ രക്ഷിതാക്കളെ ആധാരമാക്കിയുള്ള വ്യക്തിബോധത്തെ അടിസ്ഥാനമാക്കിയാണ് ജീവിക്കുന്നതെങ്കിൽ അതിനുശേഷം തീർത്തും സ്വതന്ത്രമായ വ്യക്തിബോധം സമർത്ഥിച്ചെടുക്കാനാണ് ഏതൊരു വ്യക്തിയും ശ്രമിക്കാറുള്ളത്. കുടുംബത്തിലുള്ളവരിൽ നിന്നും മാറി കുടുംബബന്ധങ്ങൾക്ക് പുറത്തുള്ള വ്യക്തികളുമായി ബന്ധങ്ങൾ ഉണ്ടാക്കിയെടുത്താണ് ഇതിന് തുടക്കമിടുന്നത്. വൈകാരികമായ ബന്ധങ്ങളോടൊപ്പം ലൈംഗിക ബന്ധങ്ങൾ പോലും ഈ കാലയളവിൽ വളർന്നു വരാനുള്ള സാധ്യതകളെ തള്ളിക്കളയാനാവില്ല. ഇത് രണ്ടും പരസ്പരം സ്വാധീനിക്കപ്പെടാവുന്നവയാണ് എന്നുമാത്രം. വൈകാരികമായ ബന്ധം ലൈംഗിക ബന്ധത്തിലേക്കും തിരിച്ചും സംഭവിക്കാവുന്നതാണ്.

ഇന്ത്യയെപോലെയുള്ള രാജ്യങ്ങളിൽ മുൻകാലങ്ങളിലൊക്കെ കൗമാര പ്രായത്തിലെത്തുന്നവർക്ക് അവരുടെ പക്വത കാണിക്കുന്നതിന് ഒട്ടേറെ അവസരങ്ങൾ ലഭ്യമായിരുന്നു. വീട് വിട്ടുനിന്നുകൊണ്ട് പോലും പലതരം കുലത്തൊഴിലുകളിലും മറ്റും ഏർപ്പെടാനുള്ള അവസരങ്ങൾ മുൻകാലങ്ങളിൽ ഉണ്ടായിരുന്നിട്ടുണ്ട്. വിദ്യാഭ്യാസസ്ഥാപനങ്ങൾ വ്യാപകമായി വന്നതോടെയാണ്

കൗമാരപ്രായത്തിലുള്ളവരും യുവത്വത്തിന്റെ ആദ്യഘട്ടത്തിലുള്ളവരും അവരുടെ ജീവിതരീതികളിൽ വ്യത്യസ്തമായ പാത പിന്തുടരാൻ തുടങ്ങുന്നത്. വിദ്യാഭ്യാസജീവിതം നീണ്ടുപോകുന്നതിനോടൊപ്പം രക്ഷിതാക്കളിലുള്ള ആശ്രിതത്വവും നിലനിൽക്കുകയാണുണ്ടായത്.

പ്രേമിക്കുന്നവരോടുള്ള ബന്ധം ശക്തിപ്പെടുകയും, അവരുടെ കൂടെ ചെലവിടുന്ന സമയം ഏറുകയും ചെയ്യുന്നതിന് അനുസരിച്ച് സ്വന്തം രക്ഷിതാക്കളോടും, കുടുംബത്തിലെ മറ്റ് അംഗങ്ങളോടും ഉള്ള ബന്ധം ദുർബലപ്പെടുന്നതും സ്വാഭാവികമാണ്. അതുകൊണ്ടുതന്നെ പ്രേമത്തിൽ ഏർപ്പെടാനുള്ള ശ്രമം ഒരർത്ഥത്തിൽ നോക്കിയാൽ രക്ഷിതാക്കളിൽ നിന്ന് വേറിട്ടുകൊണ്ട് സ്വയം സമർത്ഥിക്കാനുള്ള തുടക്കം കൂടിയായി കാണാവുന്നതാണ്.

ഈ കാലയളവിൽ രക്ഷിതാക്കളും കുട്ടികളും തമ്മിൽ വലിയ തോതിലുള്ള വൈരുദ്ധ്യം ഉടലെടുക്കുന്നതും പതിവാണ്. കൗമാരപ്രായത്തിലെത്തുന്ന കുട്ടികൾക്കുണ്ടാവുന്ന പ്രണയത്തിൽ ചെറിയ തോതിലെങ്കിലും അസൂയ കലർന്ന സമീപനം രക്ഷിതാക്കളിൽ ഉണ്ടാകുന്ന സാഹചര്യങ്ങളും ഉണ്ടാവാറുണ്ട്. തങ്ങളുടെ കൗമാരകാലത്ത് ഇല്ലാതെ പോയ ഇത്തരം ബന്ധങ്ങളെക്കുറിച്ചോ, അതല്ലെങ്കിൽ തങ്ങൾക്കുണ്ടായിരുന്ന പ്രണയബന്ധങ്ങളിൽ ഉണ്ടായിരുന്ന പോരായ്മകളെക്കുറിച്ചുള്ള ഓർമ്മകൾ പോലും ഇത്തരത്തിലുള്ള സമീപനങ്ങൾക്ക് കാരണമായേക്കാം. നമ്മുടെ മനസ്സിൽ വേരോട്ടം കിട്ടുന്ന ഓരോ കാഴ്ച്ചപ്പാടും, മൂല്യസങ്കൽപ്പങ്ങളും എല്ലാം തന്നെ സ്വന്തം കുട്ടിക്കാലത്തും കൗമാരകാലത്തിലും കടന്നുപോയ അനുഭവങ്ങളിലൂടെയും അറിവിലൂടെയും നിർമ്മിക്കപ്പെട്ട പെരുമാറ്റമാതൃകകളാണ്. ഇന്ന് നാൽപ്പതുകളിൽ എത്തിനിൽക്കുന്ന ഒട്ടുമിക്ക വ്യക്തികളും അവരുടെ കൗമാരകാലത്ത് അത്ര സ്വതന്ത്രമായ ജീവിതം ഉള്ളവരായിരുന്നില്ല. പിതൃമേധാവിത്വ മൂല്യങ്ങൾക്ക് വഴിപ്പെട്ടുകൊണ്ട് ജീവിതത്തെ സമീപിക്കാൻ പരിശീലിപ്പിക്കപ്പെട്ട വ്യക്തികൾക്ക് തങ്ങളുടെ കുട്ടികൾ അവർക്ക് ഇഷ്ടപ്പെട്ടവരെ പ്രണയിക്കുന്നതും ജീവിതപങ്കാളികളാക്കാൻ ശ്രമിക്കുകയും ചെയ്യുന്നതിനോട് യോജിക്കാൻ കഴിയണമെന്നില്ല. ഇതുകൊണ്ടുകൂടിയാവാം ചില രക്ഷിതാക്കൾ അവരുടെ കുട്ടികളുടെ പ്രേമബന്ധത്തിൽ അസന്തുഷ്ടരും ശത്രുതാപരമായ സമീപനം സ്വീകരിക്കുന്നവരുമായി മാറുന്നത്.

കൗമാരക്കാരും യുവാക്കളുമായ സ്വന്തം കുട്ടികളോട് രക്ഷിതാക്കളും മറ്റു കുടുംബാംഗങ്ങളും പുലർത്തുന്ന അമിതമായ അധികാരപ്രയോഗവും അവഗണനയും കാരണം ഇവർ എളുപ്പത്തിൽ

പ്രണയബന്ധങ്ങൾ സ്ഥാപിക്കുന്നതായാണ് കേരളത്തിലെ കൗമാരക്കാർക്കും യുവാക്കൾക്കുമിടയിൽ നടത്തിയ പഠനങ്ങളി ലൂടെ ബോധ്യപ്പെട്ടിട്ടുള്ളത്. മതിയായ അളവിലുള്ള സ്നേഹവും നീതിപൂർവ്വമായ ആധികാരികതയും കലർന്ന പരിചരണരീതികൾ അനുവർത്തിക്കുന്ന രക്ഷിതാക്കളുടെ കുട്ടികളിൽ താരതമ്യേന ശരിയായ രീതിയിലുള്ള മാനസികവും സാമൂഹ്യവുമായ വികാസം ഉള്ളതായാണ് പൊതുവിൽ നിരീക്ഷിക്കപ്പെടുന്നത്. രക്ഷിതാക്കൾ കുട്ടികളോട് കാണിക്കുന്ന സ്നേഹത്തിലും, പരിഗണനയിലും ഉണ്ടാകുന്ന അസ്ഥിരത, ശത്രുതാമനോഭാവം, അമിതമായ നിയന്ത്ര ണങ്ങൾ, ശിക്ഷാനടപടികൾ എന്നിവയൊക്കെ കുട്ടികളിൽ പിൽ ക്കാലത്തും വ്യത്യസ്തമായ അനഭലഷണീയമായ സ്വഭാവങ്ങൾക്ക് കാരണമാകാറുണ്ട്.

കൗമാരക്കാർക്കിടയിൽ വളർന്നുവരുന്ന സൗഹൃദങ്ങളുടെ സ്വാധീ നവും അവരുടെ പ്രണയബന്ധങ്ങളിൽ പ്രതിഫലിച്ചേക്കാം. പ്രണയ ബന്ധത്തിലൂടെ അനുഭവിക്കുന്ന സന്തോഷവും, ഉത്സാഹത്തിമിർപ്പും അവർക്കുള്ള സൗഹൃദങ്ങളിൽ പങ്കുവെക്കപ്പെടുന്നതും സർവസാധാ രണമാണ്. പ്രേമത്തെ കുറിച്ചുള്ള സങ്കൽപ്പങ്ങളും, മാതൃകകളും പങ്കു വെക്കപ്പെടുന്നതിനും സൗഹൃദങ്ങൾ പലപ്പോഴും ഉപകരിക്കാറുണ്ട്. ഇതുകൂടാതെ, കഥ, സാഹിത്യവായനകൾ, സിനിമകൾ, മറ്റു സുഹൃ ത്തുക്കളുടെ പ്രണയാനുഭവങ്ങൾ, രക്ഷാകർത്താക്കളിൽ നിന്ന് ലഭിച്ച മാതൃകകൾ എന്നിവയും കൗമാരപ്രണയത്തെ സ്വാധീനിക്കുന്നത് പതിവാണ്.

പ്രണയബന്ധങ്ങളിൽ സംഭവിക്കുന്ന മറ്റൊരു പ്രധാനപ്പെട്ട മാറ്റം ഇരുവരുടെയും തന്മബോധത്തിന് (identity) ഉണ്ടാകുന്ന പരിവർ ത്തനമാണ്. ഒരാൾ മറ്റൊരാളിൽ അലിഞ്ഞു ചേർന്നെന്ന (merge) പോലെയാണ് പലപ്പോഴും ഇരുവർക്കും അനുഭവപ്പെടാറുള്ളത്. ഇക്കാരണത്താലാണ് പരസ്പരമുള്ള തന്മബോധത്തെ നിർവ്വീര്യ മാക്കുന്ന അനുഭവമായി പ്രണയത്തെ വിലയിരുത്തുന്നതിന് പ്രസിദ്ധ മനഃശാസ്ത്രജ്ഞനായ എറിക്സൺ പോലും പ്രേരിപ്പിക്കപ്പെട്ടത്. എന്നിരുന്നാലും, മനുഷ്യർ പൊതുവിലും കൗമാരക്കാരും യുവാക്കളും സവിശേഷമായും അനുഭവിക്കാനിടയുള്ള അസ്തിത്വപരമായ പ്രശ്ന ങ്ങൾക്ക് പോലും ഒരളവോളം പരിഹാരമാവാൻ പ്രണയത്തിന് സാധിച്ചേക്കും. പ്രണയം ഉണ്ടായി തുടങ്ങുന്നതോടെ ചുറ്റിലുമുള്ള ലോകം നിറലാവണ്യമുള്ള ഒന്നായി അനുഭവപ്പെടാം. സാമൂഹ്യമായ ചട്ടങ്ങളെയും, മൂല്യസംഹിതകളെയും അവഗണിച്ചുകൊണ്ട് മുന്നോട്ടു

പോകാൻ പ്രണയിക്കുന്നവർക്ക് ഊർജം പകരുന്നതും ഇത്തരത്തി ലുള്ള ദീപ്തമായ കാഴ്ചപ്പാടുകൾ തന്നെയാണ്.

എന്നാൽ, ഇത്തരത്തിലുള്ള കൗമാരക്കാരുടെയും യുവാക്കളുടെയും പ്രണയബന്ധങ്ങളിൽ സാധാരണത്തേതിലും കൂടിയ അളവിലുള്ള ആത്മാർത്ഥതയും, സമർപ്പണബോധവും ഉണ്ടായിരിക്കും. ഇത്തര ക്കാർക്ക് അവരുടെ ഇണയെ വിശ്വാസവും സ്നേഹവും ആയിരിക്കു മെങ്കിലും ചിലപ്പോഴൊക്കെ ഇതിന്റെ ആധിക്യം കാരണം ഇവരുടെ ബന്ധങ്ങളിൽ താളക്കേടുകൾ ഉണ്ടാകാനുള്ള സാധ്യതകളെയും അവഗണിക്കാനാവില്ല.

കുടുംബത്തിൽ നിന്ന് അനുഭവിക്കാനിടയായ അസ്ഥിരവും, അരക്ഷിതവുമായ ബന്ധങ്ങളിലൂടെ വികസിച്ച് വന്ന അവിശ്വാസവും ആശങ്കയും ഒരു പരിധി വരെ ഇത്തരം വ്യക്തികളെ അസ്വാഭാവിക മായ പെരുമാറ്റ രീതികൾ അനുവർത്തിക്കാൻ പ്രേരിപ്പിക്കാറുണ്ട്.

മോഹങ്ങളെ പരമാവധി താലോലിക്കുക എന്നതാണ് പ്രേമ ത്തിന്റെ മുഖമുദ്രയായി മാറുന്നത്. മോഹസാക്ഷാത്കാരത്തെ എത്ര കണ്ടു നീട്ടിക്കൊണ്ടുപോകാൻ കഴിയുമോ അത്രകണ്ട് നീട്ടിവെക്കുക എന്നതാണ് ഏതൊരു പ്രണയത്തിന്റെയും മുഖ്യ സവിശേഷത യായി വരുന്നത്. പരസ്പരമുള്ള പോരായ്മകളെയെല്ലാം അവഗണി ച്ചുകൊണ്ട് ഒന്നാകാനുള്ള ശ്രമങ്ങളാണ് ഏതൊരു പ്രണയത്തെയും സ്വഭാവവത്കരിക്കുന്നത്. ഇത്തരത്തിൽ പ്രേമബന്ധത്തിലുള്ളവർ പരസ്പരമുള്ള വൈരുദ്ധ്യങ്ങളെ ആവോളം അവഗണിക്കാനാണ് ശ്രമിക്കാറുള്ളത്. എന്നാൽ, വിവാഹബന്ധത്തിൽ ഏർപ്പെടുന്ന തോടെ പെരുമാറ്റത്തിലും, സ്വഭാവത്തിലുമെല്ലാമുള്ള വൈരുദ്ധ്യങ്ങൾ വെളിച്ചത്തുവരുകയും അതിനെ തുടർന്ന് പരസ്പരമുള്ള കലഹങ്ങൾ പതിവാവുകയും ചെയ്യാം. പ്രണയത്തിൽ അനുഭവിച്ച സ്വാതന്ത്ര്യമോ പരിഗണനയോ മതിയായ തോതിൽ കിട്ടാതെ വരുന്നതോടെ ദാമ്പ ത്യബന്ധം തന്നെ തകരാനുള്ള സാധ്യതയും വർദ്ധിച്ച വന്നേക്കാം. പ്രണയം ഒരർത്ഥത്തിൽ ഇരുവർക്കും മുന്നിൽ അനന്തമായ സാദ്ധ്യ തകൾ തുറന്നിടുമ്പോൾ ദാമ്പത്യം സമൂഹം നിർമ്മിച്ച പല നിയമ ങ്ങൾക്കും ഉള്ളിൽ മാത്രമേ പ്രവർത്തനക്ഷമത കൈവരിക്കുകയുള്ളൂ എന്ന യാഥാർഥ്യം ഉൾക്കൊള്ളേണ്ടത് അത്യന്താപേക്ഷിതമാണ്.

ഇന്നത്തെ കാലഘട്ടം ആനന്ദത്തിന്റെയും ആർഭാടങ്ങളുടേയും കൂടി കാലമാണ്. ജീവിതത്തിന്റെ സങ്കീർണതകൾ നാൾക്കുനാൾ ഏറിവരുന്നതിനാൽ എല്ലാറ്റിനെക്കുറിച്ചും അവ്യക്തതകളും, അനി ശ്ചിതത്വങ്ങളും നിറഞ്ഞുനിൽക്കുന്ന കാലമായി വേണം ഈ

സാഹചര്യത്തെ മനസ്സിലാക്കേണ്ടത്. അതുകൊണ്ട് കൂടിയാവാം പലതരം തിരക്കുകൾക്കിടയിലും സന്തോഷിക്കാനായി വീണുകിട്ടുന്ന അവസരങ്ങളെ പരമാവധി പ്രയോജനപ്പെടുത്തുക എന്നത് ജീവിതത്തിന്റെ മൂലതത്വമായി സ്വീകരിക്കപ്പെടുന്നത്.

മേൽ സൂചിപ്പിച്ച പോലെ ഇന്നത്തെ കുട്ടികൾ കൗമാരപ്രായം എത്തുമ്പോഴേക്കും എന്തെങ്കിലും ജോലി തേടിപ്പിടിക്കാനും പണം സമ്പാദിക്കാനും താൽപ്പര്യമുള്ളവരാണ്. ഇത് അവരുടെ വ്യക്തിബോധത്തിന്റെയും ജീവിതകാഴ്ചപ്പാടുകളുടെയും പ്രതിഫലനം കൂടിയായി കാണേണ്ടതുണ്ട്. മുൻകാലങ്ങളിൽ കൗമാരക്കാർക്കും യുവാക്കൾക്കുമിടയിൽ കുടുംബത്തോടുള്ള ബാധ്യതയും ഉത്തരവാദിത്വവും കനത്തുനിന്നിരുന്നെങ്കിൽ ഇന്ന് അതെല്ലാം ഏറെ ദുർബലപ്പെട്ടിട്ടുണ്ട്. യൂറോപ്യൻസമൂഹങ്ങളിൽ നേരത്തെ തന്നെ വികാസം പ്രാപിച്ച വ്യക്തിയുടെ പരമാധികാരം എന്ന സങ്കൽപ്പം ഇന്ത്യയെപോലെയുള്ള തെക്ക-കിഴക്കൻ രാജ്യങ്ങളിലേക്കും വ്യാപിച്ചു തുടങ്ങിയിട്ടുണ്ട്. അക്കാരണത്താൽ തന്നെയാവണം വ്യക്തിപരമായ സന്തോഷങ്ങൾ നീട്ടിവെക്കാതിരിക്കുക എന്നത് കൗമാരത്തിന്റെയും യൗവനത്തിന്റെയും സങ്കൽപ്പങ്ങളിൽ ഇടം പിടിക്കുന്നത്.

ഇതിന്റെ മറുപുറം എന്നോണം കൗമാരക്കാരും, യുവാക്കളും/യുവതികളും കാലങ്ങളായി അനുഭവിച്ചുകൊണ്ടിരുന്ന കുടുംബത്തിലൂടെയും, സാമൂഹ്യ ബന്ധങ്ങളിലൂടെയും ഉണ്ടായിരുന്ന സ്നേഹവും സുരക്ഷിതത്വവും ഒക്കെ ഇവർക്ക് നഷ്ടമായിട്ടുണ്ട് എന്നും സമ്മതിക്കാതെ വയ്യ. അതുപോലെ തന്നെ, സ്വാതന്ത്ര്യവും ആനന്ദവും അനുഭവിക്കാനുള്ള അവസരങ്ങൾ വർദ്ധിച്ചതിന്റെ പാർശ്വഫലം എന്ന പോലെ ഉണ്ടാകുന്ന ആധിയും, ഉത്കണ്ഠയും ക്രമാതീതമായി വർദ്ധിച്ചിട്ടുണ്ട് എന്നതും ഇതിന്റെ മറുപുറമാണ്.

മുൻകാലങ്ങളിൽ ഒരു വ്യക്തിയുടെ സുരക്ഷിതത്വവും, സ്നേഹവും ഉറപ്പാക്കപ്പെട്ടിരുന്നത് ഒന്നിലധികം കുടുംബാംഗങ്ങളിലൂടെ ആയിരുന്നു. ഒരു വ്യക്തിയിൽ നിന്ന് ലഭിക്കുന്ന കരുതലിനും സ്നേഹത്തിനും വല്ല പോരായ്മയും നേരിട്ടാൽ മറ്റാളുകളിലൂടെ അത് പരിഹരിക്കാനുള്ള സാദ്ധ്യതകൾ അത്തരം കുടുംബങ്ങളിൽ ലഭ്യമായിരുന്നു. അമ്മയുടെ കരുതൽ കുറഞ്ഞാലും ചിലപ്പോൾ അമ്മമ്മയുടെ സ്നേഹവും ലാളനയും കൊണ്ട് അത് നികത്താനുള്ള ഏറെ അവസരങ്ങൾ കൂടി ഇത്തരത്തിലുള്ള വിപുലമായ കുടുംബബന്ധങ്ങളിൽ ഉണ്ടായിരുന്നു എന്നതും ഒരു വസ്തുതയാണ്. എന്നാൽ, ഇന്നത്തെ കാലത്ത് നമ്മൾ ആശ്രയിക്കുന്ന ഒരു വ്യക്തിയ്ക്ക് എന്തെങ്കിലും പരിമിതികൾ

നേരിട്ടാൽ അത്തരം പോരായ്മകൾ നമ്മുടെ ജീവിതത്തെ ആകമാനം ബാധിച്ചേക്കാം. പ്രണയിച്ച വിവാഹം ചെയ്യുകയും കുടുംബവുമായി കലഹിച്ച് ദമ്പതികളായി വേറിട്ടുജീവിക്കുകയും ചെയ്യുന്നതോടെ ഇത്തരം പ്രശ്നങ്ങൾ രൂക്ഷമാകാനുള്ള സാധ്യതകളും കൂടുതലാണ്. ഇത്തരം വ്യക്തികൾക്കിടയിൽ സ്വാഭാവികമായി വളർന്നു വരാനിടയുള്ള പ്രശ്നങ്ങളെ പരിഹരിക്കാൻ ആരെയും ആശ്രയിക്കാൻ കഴിയാത്ത വിധം പരസ്പരം പിരിയേണ്ടി വരുന്ന എത്രയോ വ്യക്തികൾ പലതരത്തിലുള്ള മാനസിക പ്രശ്നങ്ങൾക്കും ഇരയാകുന്നതും ഇപ്രകാരം തന്നെയായാണ്. ഇത്തരത്തിൽ വേർപിരിയുന്നത് തെറ്റാണെന്നല്ല മറിച്ച് നമുക്ക് വേണ്ടപ്പെട്ട കുടുംബാംഗങ്ങളിലൂടെയോ മറ്റു സുഹൃത്തുക്കളിലൂടെയോ പരിഹരിക്കാൻ കഴിയുന്ന പ്രശ്നങ്ങൾ പോലും മറികടക്കാനാവാത്ത സാഹചര്യമാണ് പഠിക്കപ്പെടേണ്ടത്. ഇത് രാഷ്ട്രതലങ്ങളിലുള്ള ബന്ധങ്ങളിലും പ്രകടമായേക്കും. നമ്മുടെ രാഷ്ട്രം ഏതെങ്കിലും ഒന്നോ രണ്ടോ രാഷ്ട്രങ്ങളോട് മാത്രം അടുക്കുകയാണെങ്കിൽ അവർക്കുണ്ടാകുന്ന ഏതുതരത്തിലുള്ള പാളിച്ചയും നമ്മുടെ രാജ്യത്തെ കൂടി ബാധിക്കാനുള്ള സാദ്ധ്യതകൾ കൂടുതലാണ്. ഉദാഹരണത്തിന്, റഷ്യയുമായി മാത്രം നയതന്ത്ര ബന്ധങ്ങൾ ചുരുക്കുകയാണെങ്കിൽ നമുക്ക് അവർ വഴി ലഭ്യമാകുന്ന അവസരങ്ങൾ മാത്രമേ ഉപയോഗപ്പെടുത്താൻ കഴിയുകയുള്ളൂ. അതുകൊണ്ട് കൂടിയാവണം ഉക്രൈൻ, മൾഡോവ തുടങ്ങിയ രാജ്യങ്ങൾ ഉൾപ്പെടെ നാറ്റോയിൽ അംഗത്വം ലഭിക്കുന്നതിനായി ശ്രമിച്ചുകൊണ്ടിരിക്കുന്നത്.

പക്ഷപാതിത്വത്തിന്റെ സാദ്ധ്യതകൾ

മറ്റുള്ളവരുമായി ബന്ധങ്ങൾ ഉണ്ടാക്കുക എന്നത് ജീവശാസ്ത്രപരമായി വേരുകളുള്ള ഒരു തീരുമാനമാണ്. നമ്മൾ ജീവിതത്തിൽ കൈക്കൊള്ളുന്ന ഏതു തീരുമാനവും ഇങ്ങനെയുള്ള പലതരം മുൻവിധികളുടെ സമ്മർദ്ദത്തിൽ ഉള്ളവയായിരിക്കും. ജീവിതത്തിന്റെ ഏതു മേഖലയിലെടുത്താലും ഏതെങ്കിലും തരത്തിലുള്ള മുൻവിധികൾ നമ്മുടെ പ്രവൃത്തികളുടെ ആധാരയുക്തിയായി പ്രവർത്തിക്കാറുണ്ട്.

ഓരോ സംഭവത്തെയും എപ്രകാരമാണ് വ്യാഖ്യാനിക്കേണ്ടത്, ഏതു തരത്തിലുള്ള ഓർമ്മകളാണ് ഏറെ കാലം മറക്കാതെ സൂക്ഷിക്കേണ്ടത് എന്നതിനെയൊക്കെ നിശ്ചയിക്കുന്നതിൽ ഈ മുൻവിധികൾക്കുള്ള പ്രാധാന്യം വളരെ വലുതാണ്. ലിംഗപരമായ വേർതിരിവുകളുടെ അടിസ്ഥാനത്തിൽ നോക്കിയാൽ ഇതിന്റെ ഊന്നലുകളിലും, പ്രകാശന രീതികളിലും മാറ്റങ്ങൾ ഉണ്ടാകാം എന്ന് മാത്രം.

സ്ത്രീകൾക്കും പുരുഷന്മാർക്കും അവരുടെ പ്രണയബന്ധത്തിനായാലും രതിബന്ധത്തിനായാലും പല തരത്തിലുള്ള വിഭവങ്ങൾ ഉപയോഗപ്പെടുത്തേണ്ടി വരുന്നുണ്ട്. സാമൂഹ്യ ജീവിതത്തിന്റെ ഭിന്നമേഖലകളെ മനസ്സിലാക്കുന്നതിനും, അതുമായി ബന്ധപ്പെട്ട് ഉണ്ടാകുന്ന പ്രശ്നങ്ങളെ പരിഹരിക്കുന്നതിനായും സ്ത്രീയും പുരുഷനും വ്യത്യസ്ത രീതിയിലുള്ള തന്ത്രങ്ങളാണ് അനുവർത്തിക്കാറുള്ളത്. ഇതിനായി നീക്കിവെക്കപ്പെട്ട മനസ്സിന്റെ പ്രവർത്തന മേഖലകൾ

തന്നെ ഇരു ലിംഗവിഭാഗങ്ങളിലും വ്യത്യസ്തമാണ്. ഓരോ സ്ത്രീയും തന്റെ ഇണയെ കണ്ടെത്തുന്നതിനായി അവലംബിക്കുന്ന മാർഗ ങ്ങൾ പുരുഷന്മാരുടേതിൽ നിന്ന് തീർത്തും ഭിന്നമാണ്. പങ്കാളിയെ കണ്ടെത്താനായി സ്വീകരിക്കുന്ന മാർഗങ്ങളിൽ നിന്ന് ഭിന്നമായ മാർഗ്ഗങ്ങളായിരിക്കും അവളെ നിലനിർത്തുന്നതിനായി സ്വീകരി ക്കപ്പെടുന്നത്. സ്വന്തം കുഞ്ഞുങ്ങളെ സ്നേഹിക്കുന്നതിനും പരിരക്ഷി ക്കുന്നതിനും വേണ്ടി അവലംബിക്കുന്ന രീതികളിൽ നിന്ന് വേറിട്ടവ ഉപയോഗപ്പെടുത്തിയാണ് അകന്ന ബന്ധുക്കളെയും സുഹൃത്തുക്കളെ യും സ്നേഹിക്കാനും സംരക്ഷിക്കാനും ശ്രമിക്കുന്നത്. സ്നേഹം എന്ന വികാരം ഒരു ആഹാരവിവര പട്ടിക പോലെയാണെന്ന് പറയാറുണ്ട്. എല്ലാം ആഹാരം തന്നെയാണെന്ന് മാത്രമല്ല അവയുടെ ധർമ്മവും ഏറെക്കുറെ ഒന്ന് തന്നെയാണ്. ഇതുപോലെ തന്നെ സ്നേഹവും വ്യ ത്യസ്തമണ്ഡലങ്ങളിൽ വേറിട്ട രീതികളിലാണ് പ്രവർത്തിക്കുന്നത്. എന്നാൽ, സാമൂഹ്യ ബന്ധങ്ങളെ ഉറപ്പിച്ചുനിർത്തുക എന്നതാണ് ഇവയുടെയൊക്കെ അടിസ്ഥാന ധർമ്മമായി മാറുന്നത്. ഓരോ സ്നേഹ ത്തിന്റെയും പ്രേരണയാവുന്നത് വെവ്വേറെ കാര്യങ്ങളാണെന്ന് മാത്രം.

നമ്മൾ ജീവിതത്തിന്റെ പല ഘട്ടങ്ങളിൽ എടുക്കുന്ന തീരുമാ നങ്ങൾ നമ്മുടെ ബന്ധത്തിലുള്ള പലരുടെയും തീരുമാനങ്ങളും താൽപ്പര്യങ്ങളും കൂടി ഉൾക്കൊള്ളുന്ന വിധത്തിലായിരിക്കും. എല്ലാ തരത്തിലുമുള്ള സ്നേഹത്തെയും പരസ്പരം കൂട്ടിയിണക്കുന്നത് അതിൽ ഉള്ളടങ്ങിയ ശാരീരിക പ്രവർത്തനങ്ങളും അവയുടെ ധർമ്മങ്ങളും വഴിയാണ്. സ്വന്തം നിലനിൽപ്പ് ഭദ്രമാക്കുന്നതിന് വേണ്ടി തന്നെയാണ് എല്ലാതരം സാമൂഹ്യ ബന്ധങ്ങളും ഉടലെടുക്കു ന്നത്. താൽക്കാലികമായതും ദീർഘകാലത്തേക്കുള്ളതുമായ എല്ലാ ബന്ധങ്ങളും ഉണ്ടാക്കിയെടുക്കുന്നതിനായി ഭിന്നമായ രീതികളാണ് നമ്മളെല്ലാവരും അനുവർത്തിക്കാറുള്ളത്. ചിലപ്പോഴൊക്കെ നമ്മളും മറ്റുള്ളവരും തമ്മിലുള്ള വൈരുദ്ധ്യങ്ങളെ പോലും അവഗണിച്ചുകൊ ണ്ട് സാമാന്യമായ ചില പൊതുതാൽപ്പര്യങ്ങളെ മാത്രം പരിഗണിച്ച് ബന്ധങ്ങൾ ഉണ്ടാക്കുക എന്നത് മനുഷ്യരുടെ പൊതുസ്വഭാവമായി കണക്കാക്കുന്നതിൽ തെറ്റില്ല. ഇത്തരത്തിലുള്ള വഴക്കമുള്ള ബന്ധങ്ങ ളിലൂടെ എല്ലാവർക്കും പലവിധ നേട്ടങ്ങൾ ഉണ്ടാക്കാൻ കഴിയും. പല വിധത്തിലുള്ള വൈരുദ്ധ്യങ്ങൾ ഏതൊരു മനുഷ്യ ബന്ധങ്ങൾക്കു ള്ളിലും ഉണ്ടാവാമെങ്കിലും അവയെ പരമാവധി ഉൾക്കൊണ്ട് കൊണ്ട് സഹവർത്തിത്വത്തോടെ മുന്നേറുന്നത് തന്നെയാണ് എല്ലാവർക്കും ഗുണകരമായിട്ടുള്ളത്. വിയോജിപ്പുകളുടെ അടിസ്ഥാനത്തിൽ

മറ്റുള്ളവരുമായി ശത്രുതാപരമായി പെരുമാറുന്നത് പലപ്പോഴും നമ്മുടെ സുരക്ഷിതമായ നിലനിൽപ്പിന് എതിരായി മാറിയേക്കാം. വ്യക്തിജീവിതത്തിലും സാമൂഹ്യജീവിതത്തിലും ഏറെക്കുറെ ഇതേ തത്വം അനുസരിച്ചു പോകുന്നത് മൂലം ചില പരിമിതികളൊക്കെ ഉണ്ടെന്നിരിക്കിലും ഇതുവഴി കിട്ടാനിടയുള്ള നേട്ടങ്ങൾ വലുതായി രിക്കും.

സാമൂഹ്യ ജീവിതത്തിൽ അന്തസ്സ് നിലനിർത്തുന്നതിന് വേണ്ടിയും നമ്മൾ പലതരം വിട്ടുവീഴ്ചകൾ നടത്താറുണ്ട്. ഒരു കായിക മത്സരമായാൽ പോലും അതിൽ ജയിക്കാനിടയുള്ള ടീമുമായി മാനസികമായി ഐക്യപ്പെടുക എന്നത് നമ്മുടെ അന്തസ്സിനു മാറ്റു കൂട്ടുന്നതിന് ഉപകരിക്കാറുണ്ട്. ഇതിനകം തന്നെ ആദരവ് പിടിച്ചുപറ്റിയ വിഭാഗങ്ങൾക്കെതിരായുള്ള നീക്കങ്ങളിൽ നിന്ന് വിട്ടുനിന്നുകൊണ്ട് പെരുമാറാൻ പ്രേരിപ്പിക്കുന്ന ഒരു മുൻവിധിയാണ് ഇതിനു പിന്നിൽ പ്രവർത്തിക്കുന്നത്. നമുക്ക് വൈകാരികമായി അടുപ്പമുള്ള ഒരു ടീമുമായി മാനസികമായി ഐക്യപ്പെടുന്നതോടെ നമ്മളെക്കുറിച്ചുള്ള അവബോധത്തിനു തന്നെ മാറ്റു കൂട്ടുന്നതുകൊണ്ടാണ് നമ്മുടെ ടീം വിജയിക്കുമ്പോൾ മതിമറന്നു സന്തോഷിക്കാനും നമുക്ക് കഴിയുന്നത്. നമ്മൾ മാനസികമായി ഐക്യപ്പെടുന്ന ടീമിന്റെ വിജയം നമ്മുടെ തന്നെ വിജയമായി മാറുന്നതിന് സഹായിക്കുന്ന തരത്തിലാണ് ഓരോ വ്യക്തിയുടെയും മസ്തിഷ്കവും ശരീരവും പ്രവർത്തിക്കുന്നത്. ഇത്തരത്തിൽ ചിട്ടപ്പെട്ടുവന്നിട്ടുള്ള മാനസിക ഘടനയുള്ളതിനാലാണ് മനുഷ്യർ എന്ന നിലയിൽ അതിജീവിച്ചു മുന്നേറാൻ നമുക്ക് സാധിക്കുന്നത്.

പ്രാദേശികമായി സംഘടിക്കപെടുന്ന ഫുട്ബോൾ പോലുള്ള കളികളിൽ നമ്മുടെ സ്വന്തം സുഹൃത്തുക്കളോ ബന്ധുക്കളോ എതിർ ടീമിൽ കളിക്കാനുള്ള സാഹചര്യം വരുകയാണെങ്കിൽ കളിയുമായി ബന്ധപ്പെട്ട വല്ല പ്രശ്നവും എതിർ ടീമുമായി ഉണ്ടാവുകയാണെങ്കിൽ പോലും എളുപ്പം ഒത്തുതീർപ്പിലെത്താൻ കഴിയുന്നതും ഇതേ കാരണത്താലാണ്. എന്നാൽ, ശത്രു പക്ഷത്തുള്ളത് നമുക്ക് അപരിചതരായ കളിക്കാരാണെങ്കിൽ വിപരീത ദിശയിലായിരിക്കും കാര്യങ്ങൾ നീങ്ങുന്നത്. ഇങ്ങനെ നോക്കിയാൽ ജീവിതത്തിന്റെ ഒട്ടുമിക്ക മേഖലകളിലും ഇത്തരത്തിലുള്ള മുൻവിധികളെ അടിസ്ഥാനപ്പെടുത്തിയുള്ള പെരുമാറ്റങ്ങൾ കാണാൻ കഴിയും. ഇത്തരം മുൻവിധികൾ പരോക്ഷമാണെങ്കിലും നമുക്ക് ഗുണം ചെയ്യുന്നതുകൊണ്ടാണ് ഇത് പ്രബലമാവുന്നത്.

പുരുഷന്മാർ സ്ത്രീകളെ കാണാനുള്ള അവസരങ്ങൾ വരുമ്പോൾ അവരുടെ മുഖം പെട്ടെന്ന് ഓർമ്മയിൽ ഇടം പിടിക്കുമെങ്കിലും, സമാന ലിംഗത്തിലുള്ളവരെ അങ്ങനെ ഓർക്കാൻ കഴിയണമെന്നില്ല. അതുപോലെ തന്നെ ഒരു ശിശുവിന് അതിന്റെ അമ്മയോടുള്ള വൈകാരിക അടുപ്പമല്ല അച്ഛനോടുള്ളത്. അച്ഛമ്മയോടും, അമ്മമ്മയോടും എല്ലാമുള്ള അടുപ്പത്തിലും ഇവ്വിധത്തിലുള്ള മാറ്റങ്ങൾ പ്രകടമായിരിക്കും.

ഇത്തരത്തിലുള്ള അടുപ്പങ്ങളെ നിശ്ചയിക്കത്തക്ക വിധത്തിലുള്ള ചില തീരുമാനങ്ങൾ മനുഷ്യചരിത്രത്തിന്റെ പ്രാചീനഘട്ടങ്ങളിലൂടെ വികസിച്ചു വന്നിട്ടുള്ളതാണെങ്കിൽ മറ്റു ചിലത് ഓരോ വ്യക്തിയും കടന്നുപോകുന്ന വളർച്ചയുടെയും, വികാസത്തിന്റെയും പ്രക്രിയകൾക്കുള്ളിൽ ആർജ്ജിച്ചെടുത്ത പെരുമാറ്റപരമായ മുൻവിധികൾ കൂടിയാണ്. ഇവയൊക്കെ പരസ്പരം സ്വാധീനിക്കപ്പെടുകയും പരിഷ്കരിക്കപ്പെടുകയും ചെയ്തുകൊണ്ടാണ് ഉചിതമായ പെരുമാറ്റങ്ങളായി പ്രകടമാകാറുള്ളത്.

അമ്മയുടെ കുഞ്ഞിനോടുള്ള സ്നേഹവും അടുപ്പവും എല്ലാം ഉറച്ചുവരുന്നത് പ്രസവത്തിലുള്ളടങ്ങിയ ജൈവരസതന്ത്രത്താലും, തുടർന്ന് കുഞ്ഞുമായുള്ള നിരന്തര സ്പർശവും, അടുത്തുള്ള ഇടപഴകലുകളും നിമിത്തമാണ്. ഇങ്ങനെയുള്ള ഇടപെടലുകളിലൂടെ ലഭിക്കുന്ന ആനന്ദം ഈ ബന്ധത്തെ കാലക്രമത്തിൽ കൂടുതൽ ശക്തിപ്പെടുത്തുകയാണ് ചെയ്യുന്നത്. ഇതാവട്ടെ അമ്മയുടെ ശരീരത്തിൽ സ്വാഭാവികമായും ഉണ്ടാകേണ്ടുന്ന ചില രാസഘടകങ്ങളുടെയും, ഹോർമോണുകളുടെയും അഭാവത്തിൽ ഉണ്ടാവണമെന്നും നിർബന്ധമില്ല. അമ്മമാർക്ക് സ്വന്തം കുഞ്ഞുങ്ങളോടുള്ള അടുപ്പത്തെ നിശ്ചയിച്ചത് പോലും ഇപ്രകാരത്തിലുള്ള ഒട്ടനവധി നേട്ടങ്ങൾ അമ്മക്ക് കൂടി കുഞ്ഞു വഴി ഉറപ്പാക്കപ്പെടുന്നത് മൂലമാണ്. അമ്മമാർ സ്വന്തം കുഞ്ഞുങ്ങളോട് കാണിക്കുന്ന പക്ഷപാതിത്വം ഇരുവരുടെയും സാധ്യതകൾക്ക് ഇണങ്ങുന്ന രീതിയിലാണ് രൂപപ്പെട്ടു വന്നിട്ടുള്ളത്.

മനുഷ്യരിൽ നിലനിൽക്കുന്ന സഹജമായ അവബോധമായി നാം കരുതുന്ന പ്രത്യേകതകളെല്ലാം നമ്മുടെ വംശ ജനിതകത്തിൽ രേഖപ്പെടുത്തപ്പെട്ടതും ജീവിതത്തിന്റെ ഓരോ ഘട്ടത്തിലും ആർജ്ജിക്കുന്ന അനുഭവങ്ങളാലും, അറിവിനാലും സമ്പന്നമാക്കപ്പെടുന്നവയുമാണ്. സാമൂഹ്യ ജീവിതത്തിന് ആവശ്യമായ എന്ത് കാര്യവും സാധിക്കുന്നതിന് ഇത് അനിവാര്യമാണ്. ലോകത്തുള്ള സർവ്വ സമൂഹങ്ങളെ സംബന്ധിച്ചും ഇത് ബാധകമാണ്. ഇത്തരം പെരുമാറ്റങ്ങളുടെ

ആവിഷ്കാര രീതികളിൽ ഓരോ സംസ്കാരത്തിനും അനുസരിച്ചുള്ള ചില വ്യത്യാസങ്ങൾ കാണാൻ കഴിഞ്ഞേക്കും എന്ന് മാത്രം.

ചില സംസ്കാരങ്ങളിൽ അമ്മയുടെ അമ്മക്കാണ് പ്രാധാന്യം ലഭിക്കുന്നതെങ്കിൽ മറ്റു ചിലതിൽ അച്ഛന്റെ അമ്മക്കാവും പ്രാധാന്യമുള്ളത്. മരുമക്കത്തായ സമ്പ്രദായം പിൻപറ്റിയിരുന്ന കേരളത്തിലെ നായർ സമുദായങ്ങൾക്കിടയിൽ കാണുന്ന ബന്ധങ്ങൾ ഇത്തരത്തിലുള്ളവയാണ്. അതിന്റെ സ്വാധീനം നേരിയ തോതിലെങ്കിലും ഇന്നും കാണാൻ കഴിയും.

ചില സമൂഹങ്ങളിൽ സാംസ്കാരികക്രമങ്ങൾ സ്വയം ചിട്ടപ്പെട്ടു വരുകയാണ് ചെയ്യാറുള്ളത്. ചുറ്റുപാടുള്ള ഒരു പൊതുക്രമത്തിൽ നിന്നും മാറി നിൽക്കുന്നതിന് പകരം അതിന്റെ ചെറിയ തോതിലുള്ള സ്വാധീനത്തിന് വഴങ്ങിക്കൊണ്ട് സ്വയം പരിവർത്തനത്തിനു വഴങ്ങുക എന്നത് ഇത്തരത്തിൽ സമൂഹത്തെ പുനഃക്രമീകരിക്കുന്നതിൽ നിർണ്ണായകമായി തീരാവുന്നതാണ്. ഉദാഹരണത്തിന്, ഏകഭാര്യ സമ്പ്രദായത്തിന് മേൽകൈയുള്ള ഒരു സാമൂഹ്യ ചുറ്റുപാടിൽ ബഹുഭാര്യത്വ രീതി അനുഷ്ഠിച്ച് ജീവിക്കുന്നവർക്ക് സമാധാനപരമായ ജീവിതം അസാധ്യമാകാം. നേരെമറിച്ച് ബഹുഭാര്യത്വം അനുവർത്തിക്കുന്ന ഒരു പൊതുസാമൂഹ്യ പരിസരത്ത് അതിനെതിരായി നിൽക്കുക എന്നത് ഏറെ പ്രയാസമുള്ള കാര്യമായിരിക്കും.

ചില പ്രദേശങ്ങളിൽ പുരുഷന്മാരുടേതിനെ അപേക്ഷിച്ച് സ്ത്രീകളുടെ ജനസംഖ്യ കൂടുതലാണെങ്കിൽ പുരുഷന്മാർക്ക് അനിയന്ത്രിതമായ ബന്ധങ്ങൾ ഉണ്ടാക്കാൻ കഴിഞ്ഞേക്കും. ഇത് തിരിച്ചും സംഭവിക്കാവുന്നതാണ്. ഏതെങ്കിലും ചില സമൂഹങ്ങളിൽ വിഭവലഭ്യത കുറയാൻ ഇടവരുകയാണെങ്കിൽ ബഹുഭർതൃത്വം അനുവർത്തിക്കുന്നതിനു തടസ്സമുണ്ടാകാറില്ല. ബഹുഭർതൃത്വം അനുവർത്തിക്കപ്പെടാറുള്ളത് പലപ്പോഴും സഹോദരന്മാർക്ക് ഇടയിലാണ്. ഹിമാലയ താഴ്‌വരകളിലും മറ്റും ജീവിക്കുന്ന ചില ഗോത്രങ്ങളിൽ ഇത്തരം സമ്പ്രദായങ്ങൾ നിലനിൽക്കുന്നുണ്ട്. സഹോദരന്മാരല്ലാത്തവർക്കിടയിലും ഒന്നിലധികം ഭാര്യമാരെ നിലനിർത്തുന്ന രീതി പലയിടങ്ങളിലും കാണാറുണ്ട്.

ആസ്ത്രേലിയയിലെ ടിവി (tiwi tribe) ഗോത്രക്കാർക്കിടയിൽ വളരെ വ്യത്യസ്തമായ രീതിയിലാണ് വിവാഹം നടക്കുന്നത്. ആ ഗോത്രത്തിലെ പുരുഷന്മാർ പലപ്പോഴും വിവാഹം ചെയ്യാറുള്ളത് അവരെക്കാൾ പ്രായം കൂടിയ സ്ത്രീകളെയാണ്. ആർത്തവ വിരാമം വന്ന സ്ത്രീകളെ പോലും ആദ്യ ഭാര്യയായി സ്വീകരിക്കുന്നതിന്

അവർക്ക് ഒട്ടും മടിയില്ല എന്നതാണ് നമ്മളെ അമ്പരപ്പിക്കുന്നത്. പ്രായക്കൂടുതലുള്ള സ്ത്രീകളെ വിവാഹം ചെയ്യുന്നതുമൂലം ഉണ്ടാകുന്ന വലിയ നേട്ടമായി അവർ കരുതുന്നത് അവരുടെ ഇളയ സഹോദരിമാരെ കൂടി അതേ പുരുഷന് തന്നെ വിവാഹം ചെയ്തു കൊടുക്കപ്പെടാം എന്നതാണ്. ഇങ്ങനെ വിവാഹിതരാകുന്ന ഇളയ പെൺകുട്ടികളിലൂടെ മാത്രമേ കുഞ്ഞുങ്ങൾ ഉണ്ടാകുകയും തലമുറകൾ നിലനിർത്തപ്പെടുകയും ചെയ്യാറുള്ളൂ.

ഉപേക്ഷിക്കപ്പെടുന്നതിന്റെ വേവലാതികൾ

മറ്റു ജീവികളിൽ എന്ന പോലെ തന്നെ മനുഷ്യരുടെയും ആവാസ വ്യവസ്ഥ കാലങ്ങളായി ഒരേ രീതിയിൽ തുടർന്ന് പോവുകയും പ്രബലപ്പെടുകയും ചെയ്യുന്നതുമൂലമാണ് ഇതിനിണങ്ങുന്ന തരത്തിലുള്ള അനുകൂലനങ്ങൾ കാലക്രമത്തിൽ വികസിച്ചു വന്നത്. ഈ ആവാസവ്യവസ്ഥയിൽ നിയതമായ ഒരു ക്രമം രൂപപ്പെട്ടു വരുന്നതിലൂടെയാണ് ഓരോരോ പെരുമാറ്റവും തമ്മിലുള്ള പരസ്പര ബന്ധങ്ങളും വികസിച്ചു വന്നിട്ടുള്ളത്.

പുരുഷന്മാർ ഒരു പ്രത്യേക രീതിയിൽ നോക്കുന്നതും അവരിലെ ലൈംഗിക താൽപ്പര്യവും തമ്മിലുള്ള ബന്ധം ഇത്തരത്തിലുള്ള ഒന്നായി പരിഗണിക്കാവുന്നതാണ്. ഒരു വ്യക്തിയിൽ കാണുന്ന ആകാരസൗഷ്ഠവത്തിലുള്ള ഭംഗിയും ആ വ്യക്തിയുടെ ശൈശവത്തിൽ ലഭിച്ചിട്ടുള്ള ആരോഗ്യകരമായ സ്നേഹവും പരിലാളനയും തമ്മിലുള്ള പരസ്പര ബന്ധത്തെയും ഇതേ രീതിയിൽ മനസ്സിലാക്കാവുന്നതാണ്. നമ്മുടെ പെരുമാറ്റങ്ങളിൽ എന്നപോലെ ശാരീരികഘടനയിലും പ്രവർത്തനത്തിലും ഇതുപോലുള്ള പരസ്പര ബന്ധങ്ങൾ കാണാൻ കഴിയുമെന്ന് ചാൾസ് ഡാർവിൻ തന്നെ വിശദമാക്കിയിട്ടുണ്ട്.

തലമുറകളായി ഇത്തരത്തിലുള്ള പരസ്പര ബന്ധങ്ങൾ/ക്രമങ്ങൾ ആവർത്തിക്കപ്പെടുന്ന പക്ഷം ഇത് പ്രത്യുൽപ്പാദന മണ്ഡലത്തിലൂടെ വിജയം ഉറപ്പാക്കാനുള്ള സാദ്ധ്യതകൾ ഏറെയാണ്. ഇങ്ങനെയാണ്

ഒരു പ്രത്യേക ഗുണം മറ്റൊരു തലമുറയിലേക്കു കൂടി വ്യാപിക്കുന്നത്. മനുഷ്യരിൽ കാണുന്ന ഒട്ടനേകം സ്വഭാവങ്ങൾ ഇത്തരത്തിലുള്ള പ്രക്രിയകൾ വഴി തന്നെയാണ് പ്രബലപ്പെട്ടു വന്നിട്ടുള്ളത്.

ലൈംഗിക പങ്കാളിയോട് തോന്നുന്ന കുശുമ്പും അസൂയ തുടങ്ങിയ മാനസികാവസ്ഥകളും ഇതേ തരത്തിലുള്ള പൊരുത്തപ്പെടലോ അനുകൂലനമോ ആയിട്ടാണ് വികസിച്ചു വന്നിട്ടുള്ളത്. പങ്കാളിയുടെ ഭാഗത്തുനിന്നുള്ള വിശ്വാസവഞ്ചനയെ ചെറുക്കുന്നതിന് ഈ സ്വഭാവങ്ങൾ ഒരു പരിധിവരെ പ്രയോജനപ്പെട്ടേക്കാം എന്ന് മാത്രം.

എവിടെയൊക്കെയാണോ പ്രേമവും, ദാമ്പത്യവും എല്ലാം നിലനിൽക്കുന്നത് അവിടങ്ങളിലെല്ലാം അതുമായി ബന്ധപ്പെട്ട അസൂയയും, ഉത്കണ്ഠയും, ഭീതിയും എല്ലാം സാധാരണമാണ്. ഒന്നിൽ കൂടുതൽ ഭാര്യമാരുള്ള അറേബിയൻ സമൂഹങ്ങളിൽ ഉൾപ്പെടെ ആദ്യ ഭാര്യ കേവലം വിവാഹാവശ്യം നിറവേറ്റുന്നതിനാണെങ്കിലും രണ്ടാം ഭാര്യമാരാകുന്ന സ്ത്രീകൾക്ക് കൂടുതൽ പ്രണയവും കരുതലും ലഭിക്കുന്നതിനാൽ ഭൂരിഭാഗം സ്ത്രീകളും രണ്ടാം ഭാര്യയാവാനാണ് താൽപ്പര്യം കാണിക്കുന്നതെന്ന് രേഖപ്പെടുത്തപ്പെട്ടിട്ടുണ്ട്.

പുരുഷന്മാർ പൊതുവിൽ അനുവർത്തിക്കുന്ന ചില ശരീര ഭാഷകൾ സ്ത്രീകളെ ലൈംഗിക ബന്ധത്തിലേർപ്പെടാൻ പ്രേരിപ്പിക്കുന്ന തരത്തിലുള്ളവയാണ്. എന്നാൽ, സ്ത്രീകളാവട്ടെ പുരുഷന്മാർ പ്രകടിപ്പിക്കുന്ന ഇത്തരം ശരീര ഭാഷകളെ സസൂക്ഷ്മം പഠിച്ചുകൊണ്ട് അവർ എത്രമാത്രം തങ്ങളുടെ സുരക്ഷിതത്വം ഉറപ്പാക്കാൻ പ്രാപ്തരാണ് എന്ന് ഉറപ്പിച്ച ശേഷമാണ് പുരുഷന്മാരുടെ ഇത്തരം പ്രലോഭനങ്ങൾക്ക് വഴങ്ങാറുള്ളൂ. സ്ത്രീകൾ ഒരുവേള ഇങ്ങനെയുള്ള പ്രലോഭനങ്ങൾക്ക് വഴങ്ങുകയാണെങ്കിൽ പോലും വളരെയേറെ സമയമെടുത്ത് കൊണ്ടാണ് അവർ പുരുഷന്റെ താൽപ്പര്യത്തിന് കീഴ്പ്പെടാറുള്ളത്. പുരുഷന്മാർ താൽക്കാലികമായ രതിപൂർത്തിക്കായി പ്രേമം കാണിക്കാമെങ്കിലും ഇത് മിക്കപ്പോഴും ലക്ഷ്യം കാണാറില്ല എന്നതാണ് വാസ്തവം. എന്നാൽ, സ്ത്രീകൾ ചില അപൂർവ്വം അവസരങ്ങളിൽ പുരുഷന്റെ സ്നേഹം കിട്ടുന്നതിനായി അവന്റെ രതിതാൽപ്പര്യതിന് വഴങ്ങുന്നതും അപൂർവമല്ല. അത്യപൂർവമായ ചല സന്ദർഭങ്ങളിൽ രതിയെ ഒരു തന്ത്രമായി കണ്ടുകൊണ്ട് പുരുഷന്റെ മനസ്സിൽ ഇടം കണ്ടെത്താനാണ് ചില സ്ത്രീകളെങ്കിലും ശ്രമിക്കാറുള്ളത്.

പ്രേമത്തിലും ദാമ്പത്യത്തിലും ഏറിയോ കുറഞ്ഞോ കാണുന്ന ഒരു മാനസികാവസ്ഥയാണ് അസൂയ/കുശുമ്പ്. ഈ വികാരത്തിനടിപ്പെട്ടു കൊണ്ട് പ്രവർത്തിക്കുന്നവർ അക്രമാസക്തമായി പെരുമാറുന്നതിന്

പോലും ഒരുങ്ങിയേക്കാം. ഒട്ടുമിക്ക വ്യക്തികളും ഇതിന് ഇരകളാണെങ്കിലും ചിലരിൽ ഇത് അതിതീവ്രമായ തോതിൽ പ്രകടമാകാം എന്നതിന് ഉത്തമ ദൃഷ്ടാന്തമായി ഈയിടെ കണ്ണൂരിൽ നടന്ന അതിദാരുണമായ കൊലപാതകത്തെ കാണാവുന്നതാണ്. സ്വന്തം ഇണ നഷ്ടപ്പെട്ടുപോകുമോ എന്ന ആധിയാണ് പ്രേമവുമായി ബന്ധപ്പെട്ട് ഉണ്ടാകുന്ന അസൂയയുടെ മുഖ്യപ്രേരണയായി മാറുന്നത്. സ്വന്തം കാമുകി/കാമുകൻ നഷ്ടപ്പെട്ടുമോ എന്ന ആധിയോടൊപ്പം അവളെ/അവനെ മറ്റൊരാൾ സ്വന്തമാക്കുമോ എന്ന ആധി കൂടിയാവാം ഈ വികാരത്തെ ബലപ്പെടുത്തുന്നത്.

2004-ൽ അമേരിക്കയിലെ ടെക്സാസിൽ ക്ലാര എന്ന സ്ത്രീ തന്റെ ഭർത്താവായ ഡേവിഡിനെ കാർ കയറ്റി കൊന്നത് കഠിനമായ പ്രണയത്താലുള്ള അസൂയ നിമിത്തമാണെന്ന് തെളിയിക്കുന്ന ഒട്ടേറെ കാര്യങ്ങൾ ഈ സ്ത്രീയുടെ കൊലപാതക ശ്രമവുമായി ബന്ധപ്പെട്ട് ഉണ്ടായതായി രേഖപ്പെടുത്തപ്പെട്ടിട്ടുണ്ട്. ഇവരുടെ ഭർത്താവ് മറ്റൊരു സുന്ദരിയായ സ്ത്രീയുമായി പ്രണയത്തിലാണെന്നും അവരുമായി ലൈംഗിക ബന്ധം ഉൾപ്പെടെ ഉണ്ടെന്നും അറിഞ്ഞതിനെ തുടർന്ന് ഇവർ അവരുടെ സൗന്ദര്യം വർദ്ധിപ്പിക്കുന്നതിനായി സ്വന്തം ശരീരത്തിലെ ആകർഷകമായ ഭാഗങ്ങളിൽ പ്ലാസ്റ്റിക് സർജ്ജറി വരെ ചെയ്തതായാണ് അറിവ്. എന്തൊക്കെ ശ്രമങ്ങൾ നടത്തിയിട്ടും ഭർത്താവിന്റെ നീക്കങ്ങളെ തടയാനാവില്ലെന്ന് മനസ്സിലാക്കിയ ഒരു നിർണായക നിമിഷത്തിലാണ് അവർ അയാൾക്ക് നേരെ സ്വന്തം കാർ ഓടിച്ചു കയറ്റിയത്.

അമേരിക്കയിൽ 1976 മുതൽ 1984 വരെയുള്ള കാലയളവിൽ തന്നെ വർഷാവർഷം 4500-ൽ അധികം സ്ത്രീകൾ ഇപ്രകാരം പുരുഷന്മാരാൽ കൊല ചെയ്യപ്പെട്ടതായാണ് കണക്കുകൾ സാക്ഷ്യപ്പെടുത്തുന്നത്.

പ്രേമത്താലുള്ള അസൂയ നിമിത്തം ഇണയെ കൊല്ലുന്നത് ഭൂരിഭാഗവും പുരുഷന്മാർ തന്നെയാണ് എന്നതാണ് വാസ്തവം. ഇപ്രകാരം തന്റെ ഇണയെ കൊല്ലുന്നത് പരിണാമശാസ്ത്രപരമായ കാഴ്ചപ്പാടിൽ നോക്കിയാൽ പ്രത്യുൽപ്പാദന താൽപ്പര്യത്തിന് വിരുദ്ധമാണ്. വിശ്വാസവഞ്ചനക്ക് കൊല്ലുക എന്നത് കൊല്ലുന്നവന്റെ തന്നെ അതിജീവനത്തിന് അപകടം വരുത്തിവെക്കുന്നതാണെന്ന കാര്യത്തിൽ സംശയമില്ല.

വേട്ടയാടുന്നത് മുഖ്യതൊഴിലായി സ്വീകരിച്ചിരുന്ന പ്രാചീന ചുറ്റുപാടിൽ വേട്ടയാടി പിടിച്ചിരുന്ന മൃഗത്തെ മറ്റു ഗോത്രങ്ങളിൽ

പെട്ടിട്ടുള്ള ആരെങ്കിലും കവർന്നെടുത്ത് കൊണ്ടുപോയാൽ അത് കിട്ടിയവരുടെ ജനിതകപാരമ്പര്യത്തിലുള്ളവർക്ക മാത്രമാണ് നിലനിൽപ്പ് സാധ്യമായിരുന്നത്. ഇതിന് സമാനമായ രീതിയിൽ തന്നെയാവണം ഇണയുടെ കാര്യത്തിലും സംഭവിക്കുന്നത് എന്ന് അനുമാനിക്കാവുന്നതാണ്. നമ്മുടെ ശത്രുവിന് നമ്മുടെ സുന്ദരിയായ കാമുകിയെ/ഭാര്യയെ കിട്ടിയാൽ അയാൾക്ക് ലഭിക്കുന്ന നേട്ടം വലു തായിരിക്കും. അവൾ എത്രമാത്രം സുന്ദരിയും, ആരോഗ്യവതിയും ആയിരിക്കും എന്നതിനനുസരിച്ച് ഇത് നഷ്ടപ്പെടുന്നയാളിന്റെ നഷ്ടം കനത്തതായിരിക്കും. അതുകൊണ്ടുകൂടിയാവണം അവളെ നഷ്ടമാ കുന്ന പുരുഷൻ/സ്ത്രീ ആ വ്യക്തിയെ ഇല്ലാതാക്കാൻ ശ്രമിക്കുന്നത്. അമേരിക്കയിൽ ഓരോ വർഷവും കൊല്ലപ്പെടുന്ന 3400 സ്ത്രീകളിൽ പകുതിയിലേറെ പേരും അവരെ ശക്തമായി സ്നേഹിക്കുന്നവരാൽ തന്നെയാണ് കൊല്ലപ്പെടുന്നത്.

കാനഡയിൽ വിൽസൺ, ഡാലി എന്നിവർ ചേർന്ന് നടത്തിയ പഠനത്തിൽ വിശ്വാസവഞ്ചനക്ക് ഇരയായ പതിനേഴോളം കൊലപാ തകങ്ങളെക്കുറിച്ച് പഠിക്കുകയുണ്ടായി. ഇതിൽ 6 എണ്ണം മാനസിക രോഗമുള്ളവരും കൂടിയായിരുന്നു എന്ന് മാത്രം. ഇതിൽ ബാക്കിവന്നി ട്ടുള്ള എല്ലാവരും കൊല ചെയ്യപ്പെട്ടത് അവരെ കടുത്ത രീതിയിൽ സ്നേഹിച്ചവരാൽ തന്നെയായിരുന്നു എന്നതാണ് വാസ്തവം.

സ്വന്തം കാമുകൻ/ഭർത്താവ് മറ്റൊരു സ്ത്രീയുമായി പ്രണയത്തിൽ പെടുമ്പോഴാണ് സ്ത്രീകൾ ഏറെയും കൂടിയ തോതിൽ അസൂയാലുക്ക ളായി കണ്ടു വരാറുള്ളത്. എന്നാൽ പുരുഷന്മാർ അവരുടെ ഇണകൾ മറ്റു പുരുഷന്മാരുമായി ലൈംഗിക ബന്ധത്തിൽ ഏർപ്പെട്ടുമെന്ന സാഹചര്യം വരുമ്പോഴാണ് അസൂയാലുക്കളായി തീരാറുള്ളത് എന്ന് മാത്രം.

പല സമൂഹങ്ങളിലും പല രീതിയിലാണ് അസൂയ എന്ന പെരുമാറ്റം പ്രകടമാകുന്നത്. ഇരുതലമൂർച്ചയുള്ള ഒന്നായാണ് ഈ വികാരത്തെ പൊതുവിൽ പരിഗണിക്കപ്പെടുന്നത്. ഇതിന് ഭയാനകവും അല്ലാത്തതുമായ സ്വഭാവം ഉണ്ടെന്നതാണ് ഇതിൽ ഉള്ളടങ്ങിയ വൈരുദ്ധ്യം. മനഃശാസ്ത്രകാരന്മാരും, സാമൂഹ്യശാസ്ത്രജ്ഞ രും ഈ മേഖലയിൽ ഇതിനകം തന്നെ ഏറെ അന്വേഷണങ്ങൾ നടത്തിയിട്ടുണ്ട്. അമേരിക്ക, നെതെർലാൻഡ്, ജർമനി, കൊറിയ, സിംബാബ്‌വെ എന്നിവിടങ്ങളിൽ ഡേവിഡ് ബൗസും (David Buss) കൂട്ടരും നടത്തിയ പഠനങ്ങൾ ഇതിൽ ഒട്ടേറെ മുന്നേറ്റങ്ങൾ ഉണ്ടാക്കിയിട്ടുണ്ട്. ഈ രാജ്യങ്ങളിലെ സ്ത്രീകളിലും പുരുഷന്മാരിലും

നടത്തിയ പഠനത്തിൽ ഇരു ലിംഗവിഭാഗങ്ങൾക്കിടയിലും വ്യത്യസ്തമായ രീതിയിലാണ് ഈ വികാരം പ്രവർത്തിക്കുന്നത് എന്നാണ് നിരീക്ഷിക്കപ്പെട്ടത്.

തന്നോടല്ലാതെ മറ്റൊരു പുരുഷനോട് ലൈംഗികബന്ധം പുലർത്തുന്നില്ല എന്ന് ഉറപ്പിക്കുന്നതിലൂടെ മാത്രമാണ് പുരുഷന്മാർക്ക് അവരുടെ കുഞ്ഞുങ്ങളിലുള്ള ജനിതകമായ പങ്ക് ഉറപ്പിക്കാൻ കഴിയുകയുള്ളൂ എന്നതുകൊണ്ടാവാം ഈ രീതിയിലുള്ള അസൂയക്ക് പുരുഷന്മാർ ഇരയാകുന്നത്. അക്ഷരാർത്ഥത്തിൽ തന്നെ സ്വന്തം കുഞ്ഞിന്റെ ഡി.എൻ.എ. പരിശോധന നടത്താൻ നിർബന്ധം പിടിക്കുന്ന ഭർത്താക്കന്മാരുടെ എണ്ണം നമ്മുടെ കേരളീയസമൂഹത്തിലും വർദ്ധിച്ചു വരുകയാണ്. ജില്ലാ കോടതികളിലും സ്ത്രീകൾക്കായി പ്രവർത്തിക്കുന്ന സംഘടനകളുടെ കൗൺസിലിങ് സെന്ററുകളിലും ഓരോ മാസവും എത്തിപ്പെടുന്ന പരാതികൾ പരിശോധിച്ചാൽ തന്നെ ഇത് മനസ്സിലാക്കാവുന്നതാണ്.

സ്വന്തം ജീവിതപങ്കാളി മറ്റേതെങ്കിലും സ്ത്രീയുമായോ/പുരുഷനുമായോ രഹസ്യബന്ധം സ്ഥാപിക്കുന്നത് പ്രാചീന ചുറ്റുപാടുകളിൽ ഒരു ജീവന്മരണ പ്രശ്നം തന്നെയായിരിക്കണം. എന്നാൽ, സ്ത്രീകളെ സംബന്ധിച്ചിടത്തോളം തന്റെ പുരുഷൻ മറ്റൊരു സ്ത്രീയുമായി ഒറ്റ രാത്രി ലൈംഗിക ബന്ധത്തിൽ ഏർപ്പെടുന്നു എന്നുള്ളതിനേക്കാൾ ഗൗരവമുള്ളതാണ് അയാൾക്ക് അവളുമായി വൈകാരികമായി ഗാഢമായ സ്നേഹബന്ധം കൂടിയുണ്ടെന്ന തിരിച്ചറിവ്. അത്തരമൊരു സാഹചര്യം വരുകയാണെങ്കിൽ തനിക്കും തന്റെ കുട്ടികൾക്കും കിട്ടാനിടയുള്ള സമ്പത്തും മറ്റു വിഭവങ്ങളും കിട്ടാതെ വരുകയും അതുമൂലം സ്വന്തം ജീവിതവും തന്റെ കുട്ടികളുടെ ഭാവിയും ഇരുളടഞ്ഞതാവാം എന്ന ആധിയുമായിരിക്കാം അനഭലഷണീയമായ വികാരങ്ങളായി രൂപം മാറുന്നത് എന്ന് കരുതുന്നതിൽ തെറ്റില്ല.

എന്നാൽ, പുരുഷന്റെ കാഴ്ചപ്പാടിൽ നോക്കിയാൽ അയാളുടെ പങ്കാളിക്ക് മറ്റു പുരുഷന്മാരുമായി രഹസ്യബന്ധം ഉണ്ടാവുകയാണെങ്കിൽ അയാൾ അയാളുടേതെന്ന് വിശ്വസിക്കുന്ന കുഞ്ഞുങ്ങൾ മറ്റുള്ളവരുടേതാകുമോ എന്ന സംശയവും ബാക്കി നിൽക്കാം. ഇതാവട്ടെ അയാൾ അവൾക്കും കുഞ്ഞുങ്ങൾക്കും വേണ്ടി വിനിയോഗിക്കുന്ന വിഭവങ്ങൾ പാഴായി പോകുന്നതിന് തുല്യമായിരിക്കുകയും ചെയ്യും.

ലൈംഗികമായ അസൂയ നമുക്ക് അപകടകരമായ വികാരമായി മാറിയിട്ടുണ്ടെങ്കിലും അത് നമ്മുടെ പൂർവ്വികർക്കിടയിൽ തികച്ചും സാധാരണമായ വികാരം തന്നെയായിരിക്കണം. അക്കാലത്തെ

മനുഷ്യർ നേരിട്ട ചില പ്രശ്നങ്ങളെ പരിഹരിക്കുന്നതിന് ഈ വികാരം സഹായകരമായിട്ടുണ്ടാവാം. എങ്കിലും, ഇന്നത്തെ ആധുനിക ജീവിതത്തിനു ഇത് ഒരു വിലങ്ങുതടിയായി തീർന്നിട്ടുണ്ട് എന്ന യാഥാർഥ്യം അംഗീകരിക്കാതെ വയ്യ.

പാമ്പിനോടും ചിലന്തിയോടും, അപരിചിതരോടും മറ്റുമുള്ള ഭീതി എത്തരത്തിലാണോ ചില പഴയ വെല്ലുവിളികളെ നേരിടാൻ പ്രാപ്തമാക്കിയത് എന്നപോലെ തന്നെയാണ് പ്രത്യുൽപ്പാദനവുമായി ബന്ധപ്പെട്ട ചില പ്രായോഗിക പ്രശ്നങ്ങളെ പരിഹരിക്കുന്നതിനായി രൂപംകൊണ്ട വികാരമായ അസൂയയും വികസിച്ച് വന്നിട്ടുള്ളത്.

അസൂയ എന്നത് ഒരു തരത്തിലുള്ള വൈകാരികമായ വിവേകബുദ്ധിയാണ് എന്നും കരുതാവുന്നതാണ്. ജീവിത പങ്കാളികൾ തമ്മിലുള്ള പരസ്പരബന്ധത്തെ ഉറപ്പിച്ചു നിർത്തുന്നതിന്റെ മനഃശാസ്ത്രം അത്ര ലളിതമല്ല എന്ന് നാം തിരിച്ചറിയേണ്ടതാണ്. ഇതിന്റെ പിന്നിലുള്ള മനഃശാസ്ത്രം അത്യധികം സങ്കീർണതകൾ നിറഞ്ഞതാണ്.

മനുഷ്യന്റെ പരിണാമ ചരിത്രത്തിൽ രതിയുടെ തുടക്കം കുറിക്കുന്നത് തന്നെ ഒന്നിലധികം ഇണകളെ പ്രാപിക്കുന്നതിന് അനുകൂലമായ രീതിയിലാണ്. പക്ഷെ, കാൽപ്പനികമായ പ്രണയം വൈകാരികതകളെ മുഴുവൻ ഒറ്റ ഇണയിലേക്ക് ശ്രദ്ധയൂന്നാനാണ് പ്രേരിപ്പിക്കുന്നത്. ഒരു ഇണയിലേക്ക് മാത്രം ശ്രദ്ധയൂന്നിക്കൊണ്ടുള്ള പ്രണയവും, രതിയും നിമിത്തം ലൈംഗിക പൂർത്തിക്കും പ്രത്യുൽപ്പാദനത്തിനും വേണ്ടി വരുന്ന സമയവും, വിഭവങ്ങളും പരമാവധി കുറച്ചുകൊണ്ട് ജീവിതം എളുപ്പമാക്കി തീർക്കാൻ കൂടി കഴിയും എന്നതാണ് ഇതിന്റെ മുഖ്യ നേട്ടമായി പരിഗണിക്കപ്പെടുന്നത്. എന്നാൽ, ഒന്നിലധികം ഇണകളെ സമ്പാദിക്കുന്നതിനായി കൂടുതൽ സമയവും, അതിനാവശ്യമായ വിഭവങ്ങളും വിനിയോഗിക്കേണ്ടതായി വരുന്നു എന്നുള്ളത് ഇതിന്റെ മുഖ്യ പരിമിതിയുമാണ്. കുറഞ്ഞതോതിലുള്ള വിഭവങ്ങൾ ഉപയോഗപ്പെടുത്തി കൂടുതൽ നേട്ടങ്ങൾ ഉണ്ടാക്കുക എന്നത് ചില സാഹചര്യങ്ങളിൽ നിലനിൽപ്പിനെ തന്നെ സുരക്ഷിതമാക്കാൻ സഹായിച്ചേക്കും.

ഇത്തരത്തിൽ രണ്ടുപേർക്കിടയിൽ ദാമ്പത്യം പരിമിതപ്പെടുത്തുന്നത് മൂലം മനുഷ്യവംശത്തിന്റെ പരിമിതമായ പ്രത്യുൽപ്പാദന ശേഷി പരമാവധി പ്രയോജനപ്പെടുത്താനും അതുവഴി തങ്ങളുടെ പരിമിതമായ വിഭവങ്ങൾ അടുത്ത തലമുറക്ക് വേണ്ടി നീക്കിവെക്കാനും സാധിക്കും എന്നതും ഇതിന്റെ നേട്ടമായി പരിഗണിക്കാവുന്നതാണ്.

മറ്റേതൊരു വികാരത്തിനുമുള്ളതിനേക്കാൾ തീവ്രത പ്രണയത്തിന് ഉണ്ടാകുന്നതിനുള്ള കാരണം അത് മനുഷ്യവംശത്തിന്റെ നിലനിൽപ്പുമായി ബന്ധപ്പെട്ടു വികസിച്ചുവന്ന വികാരമായതു കൊണ്ടാവണം. ഈ സമയത്തുള്ള ഏതു വികാരവും, ചിന്തകളും ഒരു കാര്യത്തെ കേന്ദ്രീകരിച്ചു തന്നെയാവാം. പ്രേമബന്ധത്തിൽ പെടുന്ന ഭൂരിഭാഗം പേരും ഒട്ടുമിക്ക സമയങ്ങളിലും അറിഞ്ഞോ അറിയാതെയോ അവരുടെ പ്രേമഭാജനത്തെ കുറിച്ച് മാത്രമായിരിക്കും ആലോചിക്കുന്നത്. അതുകൊണ്ട് തന്നെ മറ്റു കാര്യങ്ങളിൽ മതിയായ ശ്രദ്ധ കൊടുക്കാൻ കഴിയണമെന്നില്ല.

പ്രസരിപ്പോടെ പെരുമാറാനും ഏതൊരു കാര്യത്തെക്കുറിച്ചും ചിന്തിച്ച് തീരുമാനങ്ങൾ കൈക്കൊള്ളാനും സഹായിക്കുന്ന മസ്തിഷ്ക്കത്തിലെ സെറോടോണിന്റെയും അനുബന്ധ രാസഘടകങ്ങളുടെയും പ്രവർത്തനം കാര്യക്ഷമമായ തോതിലല്ലെങ്കിൽ നമുക്ക് ഏതെങ്കിലും ഒരു കാര്യത്തെക്കുറിച്ച് മാത്രം വ്യാകുലപ്പെടാൻ മാത്രമേ കഴിയുകയുള്ളൂ. പ്രേമത്തിൽപെടുന്നവർക്കിടയിൽ ഇത്തരത്തിലുള്ള സ്വഭാവവിശേഷങ്ങൾ സാധാരണമാണ്. ഇതുതന്നെയാവണം പ്രേമാസക്തിയിൽ പെട്ടവർക്ക് ഓ.സി.ഡിക്കു (obsessive compulsive disorder) സമാനമായ മാനസികാവസ്ഥയും എടുത്തുചാട്ട സ്വഭാവവും, കടുത്ത വിഷാദവും ഉൾപ്പെടെ കണ്ടുവരുന്നത്. ലൈംഗികാസക്തിയേക്കാൾ കനത്ത വൈകാരിക അവസ്ഥയായാണ് പ്രേമം അനുഭവപ്പെടാറുള്ളത് എന്നതും നിസ്തർക്കമാണ്. രതി നിഷേധിക്കപ്പെട്ടതിനെ തുടർന്ന് ആത്മഹത്യ ചെയ്തവരുടെയും, കൊലപാതകം ചെയ്തവരുടെയും എണ്ണം വിരലിലെണ്ണാവുന്നതാണ്. എന്നാൽ, പ്രേമം നിഷേധിക്കപ്പെട്ടതിനെ തുടർന്ന് നടന്ന ആത്മഹത്യകളും കൊലപാതകങ്ങളും അളവറ്റതാണ്.

ലൈംഗികപങ്കാളികൾ ഒരുമിച്ചു ജീവിക്കാൻ തുടങ്ങിയ ഏകദേശം 3.5 മില്യൺ വർഷങ്ങൾക്ക് മുൻപ് തന്നെ മനുഷ്യർക്കിടയിലുള്ള പ്രണയം ആവിർഭവിച്ചിരിക്കാമെന്നാണ് നരവംശ ശാസ്ത്രജ്ഞർ കരുതുന്നത്. പ്രണയം സ്വീകരിക്കപ്പെടുന്നതോടെ മനസ്സ് ആനന്ദാതിരേകത്തിൽ പെരുമാറുമെങ്കിൽ ഇത് നിഷേധിക്കപ്പെടുമ്പോൾ എങ്ങനെയൊക്കെ പെരുമാറും എന്ന് നിശ്ചയിക്കുക എളുപ്പമല്ല.

പ്രണയം നിഷേധിക്കപ്പെടുന്നതിന്റെ പ്രാരംഭഘട്ടത്തിൽ പല വ്യക്തികളും കടുത്ത മനസികാവസ്ഥകളിലൂടെയാണ് കടന്നുപോകുന്നത്. ഈ ഘട്ടത്തിൽ അതീവ ഊർജസ്വലതയോടെ പെരുമാറിക്കൊണ്ട് ചുറുചുറുക്കോടെ പ്രവർത്തിക്കാനും നഷ്ടപ്പെട്ടുവെന്ന് തോന്നുന്ന കാമു

കിയെ വീണ്ടെടുക്കാനും കഠിനമായി ശ്രമിച്ചേക്കാം. ചില വ്യക്തികളുടെ കാര്യത്തിൽ ഈ തന്ത്രം വിജയകരമായി മാറിയേക്കാം. തിരസ്കരിക്കപ്പെട്ടും എന്ന് ഉറപ്പുണ്ടായാലും അവളെ സന്തോഷിപ്പിക്കാൻ സാധ്യതയുള്ള പലതും ചെയ്യുന്നതിനും അവളിൽ/അവനിൽ വീണ്ടും പ്രതീക്ഷ അർപ്പിക്കുന്നതിനും കഴിയുന്നതും ഇതുകൊണ്ടാവണം. ഉദ്ദേശിച്ച നേട്ടം കൈവരിക്കാൻ കഴിയാതെ വരുമ്പോഴും നേട്ടം ലക്ഷ്യം വെച്ച് പ്രവർത്തിക്കുന്ന മസ്തിഷ്കത്തിലെ നാഡീകോശങ്ങൾ ഏറെ സമയം പ്രവർത്തനനിരതമായി തുടർന്നേക്കാം. തന്റെ കൈവശമുള്ള എല്ലാതരം വൈകാരികതകളും, ചിന്തകളും ഉപയോഗപ്പെടുത്തി നഷ്ടപ്പെട്ടതിനെ വീണ്ടെടുക്കുക എന്നതാണ് ഈ ഘട്ടത്തിലെ ഏക ലക്ഷ്യമായി മാറുന്നത്.

നമുക്ക് നേടിയെടുക്കാനുള്ള നേട്ടത്തെ ലക്ഷ്യം വെച്ച് പ്രവർത്തിക്കുന്നതിനും അത് നിഷേധിക്കപ്പെടുന്ന പക്ഷം ക്ഷുഭിതമായി പെരുമാറുന്നതിനും പ്രേരിപ്പിക്കുന്നത് പരസ്പരം ബന്ധപ്പെട്ടുനിൽക്കുന്ന നാഡീകോശ ഘടനകൾ തന്നെയാണ്. പൂച്ചകളെ തലോടുമ്പോൾ പൂച്ച സ്വയം വഴങ്ങി നിന്നുകൊണ്ട് തലോടലിലൂടെ കിട്ടുന്ന സ്നേഹത്തിന്റെ തണുപ്പിൽ ലയിക്കുകയും തലോടൽ നിർത്തിയാൽ തലോടുന്ന വ്യക്തിയുടെ കയ്യിൽ ചെറിയതോതിലെങ്കിലും കടിക്കുകയും ചെയ്യുന്നതിന് നമ്മളിലേറെ പേരും സാക്ഷികളായിരിക്കും. ഏറെക്കുറെ ഇതിന് സമാനമായ രീതിയിൽ തന്നെയാണ് മനുഷ്യരും പെരുമാറുന്നത് എന്ന് കരുതുന്നതിൽ തെറ്റില്ല.

പ്രേമത്തെയും വെറുപ്പിനെയും പ്രകടിപ്പിക്കുന്ന പെരുമാറ്റങ്ങളിൽ ഒട്ടേറെ സാമ്യതകൾ കണ്ടെത്താൻ കഴിയും. പ്രേമിക്കുന്നവർ നമ്മളെ പിരിഞ്ഞുപോകുകയാണെങ്കിലും അവരോട് വെറുപ്പ് തോന്നുന്നത് അപൂർവ്വമാണ്. എന്നാൽ, സ്നേഹവും, വെറുപ്പും ഉണ്ടാകുന്നതിനു പകരം ഒരു തരത്തിലുള്ള നിർവ്വികാരതയാണ് ഇത്തരം സമയങ്ങളിൽ പലപ്പോഴും ഉണ്ടാകാറുള്ളത്. അതുകൊണ്ടു തന്നെ പ്രേമത്തിന്റെ വിരുദ്ധ സ്വഭാവമായി വരുന്നത് നിർവ്വികാരതയാണെന്ന് കരുതുന്നതാവും ഉചിതം. പ്രേമിക്കുന്നവളാൽ/വനാൽ ഉപേക്ഷിക്കപ്പെടുമ്പോൾ അനുഭവപ്പെടുന്ന ഈ നിർവ്വികാരത കാരണമാവാം ഇത്തരം വ്യക്തികൾ പ്രത്യേകിച്ച് ഒന്നിനെക്കുറിച്ചും അല്ലാതെ ചിന്തിച്ച് മാറിനിൽക്കാനും മറ്റും താൽപ്പര്യം കാണിക്കുന്നത്. ഒറ്റക്കിരിക്കാനും എന്തിനെകുറിച്ചെന്നറിയാതെ ദുഃഖഭരിതമാകാനും ഇടയാവുന്നത് ഇതേ കാരണത്താലാവാം. ഇത്തരം മനസികാവസ്ഥകളെ കലാസാഹിത്യ സൃഷ്ടികളിലൂടെ മാത്രമേ ഫലപ്രദമായി പ്രതിഫലിപ്പിക്കാൻ കഴിയുകയുള്ളൂ.

പ്രിയപ്പെട്ടവരെന്ന് തോന്നുന്നവരിലേക്ക് ആകർഷിക്കപ്പെടുന്നതിന്റെ ഭാഗമായി ഉണ്ടാകുന്ന അസ്വസ്ഥതമൂലം ചില നേട്ടങ്ങൾ ഉണ്ടാക്കുന്നതിന് അനുകൂലമായ സാഹചര്യം മുൻകാലങ്ങളിൽ തന്നെ ഉണ്ടായിരുന്നിരിക്കാം. നമ്മൾ ഇഷ്ടപ്പെടുന്ന ഒരാൾ നമ്മളെ ഉപേക്ഷിച്ചു പോയാലും അത് ഉൾക്കൊള്ളുന്നതിനുപകരം അതിനുവേണ്ടി കലശലായി ആഗ്രഹിച്ചുകൊണ്ടിരിക്കുക എന്നത് മനുഷ്യന്റെ പരിണാമ ചരിത്രത്തിൽ ആവിർഭവിച്ച ഒരു തരത്തിലുള്ള ഇണങ്ങിച്ചേരൽ തന്ത്രം കൂടിയാകാനാണ് സാധ്യത.

അർദ്ധനഗ്നമായ ശരീരം നമ്മളെ കൊതിപ്പിക്കുന്നതും, അവ്യക്തതകൾക്കുള്ളിൽ ഒളിഞ്ഞിരിക്കുന്ന സുന്ദരികളുടെ ചിത്രങ്ങൾ നമ്മളെ സന്തോഷിപ്പിക്കുന്നതും ഏറെക്കുറെ ഇതേ കാരണംകൊണ്ട് കൂടിയാവാം. നമ്മുടെ നേർകാഴ്ചയിൽ നിന്ന് മറച്ചുവെക്കപ്പെട്ട എന്തും ഒരു തരത്തിലല്ലെങ്കിൽ മറ്റൊരു തരത്തിൽ നമ്മുടെ മോഹത്തെ വർദ്ധിപ്പിക്കുന്നത് സ്വാഭാവികമാണ്. മോഹം സാക്ഷാത്കരിച്ച ശേഷമുണ്ടാവുന്ന ആനന്ദത്തേക്കാൾ മോഹിച്ചുകൊണ്ടിരിക്കുമ്പോൾ കിട്ടുന്ന ആനന്ദത്തിന് തീവ്രത കൂടാനുള്ള സാധ്യതയെ അത്ര ചെറുതായി കാണാൻ കഴിയില്ല.

നമ്മൾ പ്രേമിക്കുന്ന വ്യക്തിയിൽ നിന്നും അൽപ്പ കാലത്തേക്കെങ്കിലും വേറിട്ടു നിൽക്കേണ്ടി വരുമ്പോഴും, അവളിൽ നിന്ന് ഏറെ അകലെ ആയിരിക്കുമ്പോഴുമായിരിക്കും പ്രേമത്തിന്റെ കാഠിന്യം വർധിക്കുന്നത്. മേഘസന്ദേശം പോലുള്ള സാഹിത്യസൃഷ്ടികൾ വാഴ്ത്തിപാടുന്നതും ഈ മാനസികാവസ്ഥയെ തന്നെയാണ്. വിരഹം എന്ന പ്രമേയത്തെ മുൻനിർത്തിയാണ് പൗരാണിക ഇന്ത്യയിലെ ഒട്ടുമിക്ക സാഹിത്യ സൃഷ്ടികളും പുറത്തുവന്നത്. സീതയുടെയും രാധയുടേയുമെല്ലാം, വിരഹത്തെ പ്രമേയമാക്കിക്കൊണ്ട് കൂടി തന്നെയാണ് നമ്മുടെ ക്ലാസിക്കൽ നൃത്തങ്ങളായ കഥക്, ഭാരതനാട്യം എന്നിവയെല്ലാം രൂപപ്പെട്ടുവന്നിട്ടുള്ളത്. ഏതുതരം അടുപ്പത്തിലും വേർപിരിയലിന്റെ സാധ്യത കൂടി ഉണ്ടായിരിക്കും. ഈ വേർപിരിയൽ ഒരർത്ഥത്തിൽ പറഞ്ഞാൽ ആഘോഷവും കൂടിയായി പരാവർത്തനം ചെയ്യപ്പെടുന്നതിനാലാണ് ഇത്തരം കലാരൂപങ്ങൾ നമ്മളെ സന്തോഷിപ്പിക്കുന്നത്. "നീയില്ലാതെ ഞാനില്ല", "നമ്മൾ രണ്ടു ശരീരവും ഒരു ആത്മാവും", ആണ് എന്നൊക്കെ പറയുമെങ്കിലും ഇത്തരം മോഹാവേശങ്ങൾക്ക് അൽപ്പായുസ്സ് മാത്രമേ ഉണ്ടാകാറുള്ളൂ എന്നതാണ് വാസ്തവം. കലയും യാഥാർത്ഥ്യവും തമ്മിലുള്ള അതിർവരമ്പും ഇത് തന്നെയാവാം.

ചില പങ്കാളികൾ പ്രണയമൂർച്ഛയിലാവുമ്പോഴും, രതി മൂർച്ഛയിലാവുമ്പോഴും ഇണയെ കടിച്ചു തിന്നാൻ തോന്നുന്നതായി പലയിടത്തും രേഖപ്പെടുത്തപ്പെട്ടിട്ടുണ്ട്. ഇത് ശരിയാണെന്നു വായനക്കാരായ പലർക്കും സ്വന്തം ജീവിതംകൊണ്ട് തന്നെ പലതവണ ബോധ്യപ്പെട്ടിട്ടുണ്ടാവണം. ശരീരവും മനസ്സും തമ്മിൽ സൃഷ്ടിക്കുന്ന ലയബദ്ധമായ അനുഭൂതിയായി മാത്രമേ ഇതിനെ കാണാൻ കഴിയുകയുള്ളൂ. എന്നാൽ, ചില പ്രത്യേക സന്ദർഭങ്ങളിൽ മാത്രം സാധ്യമാകുന്ന വൈകാരിക യാഥാർഥ്യങ്ങളായി വേണം ഇത്തരം അനുഭൂതികളെ പരിഗണിക്കപ്പെടേണ്ടത്. ഇത്തരം തോന്നലുകളെല്ലാം ഒരുതരത്തിലുള്ള ഇല്ലായ്മ ചെയ്യലായി കൂടി കാണാവുന്നതാണ്. ഇതിൽ ഉള്ളടങ്ങിയ ചില മനശാസ്ത്രപരമായ പ്രേരണകൾ ഉണ്ടാകാമെങ്കിലും സാമൂഹ്യ ജീവിതത്തിൽ പ്രസക്തമായ തരത്തിലുള്ള പ്രേമബന്ധങ്ങൾക്ക് ഉണ്ടാവേണ്ടുന്ന നീതിസങ്കൽപ്പങ്ങൾ ഓരോ സംസ്കാരത്തിനകത്തും വ്യത്യാസങ്ങളോടെ നിലനിൽക്കുന്നുണ്ട്. പ്രേമത്തിൽ ഉൾപ്പെടുന്ന രണ്ടുപേരുടെയും പരസ്പര വ്യത്യാസങ്ങളെ മാനിച്ചുകൊണ്ടുള്ള ബന്ധമാണ് അഭികാമ്യമായിട്ടുള്ളത്.

ഒരുമിച്ചു നിൽക്കുമ്പോഴെന്ന പോലെ വേർപെടേണ്ടി വരുമ്പോഴും നമ്മൾ ജീവിതത്തെ എങ്ങനെ കാണുന്നു എന്നത് വളരെ പ്രധാനമാണ്. എന്നാൽ, ഏതു തരത്തിലുള്ള വേർപിരിയലും നമ്മുടെ നിലനിൽപ്പുമായി ബന്ധപ്പെട്ട മനസ്സിലെ പ്രാചീനമായ ചില ആധികളെ ഉണർത്തിയെടുക്കാൻ പ്രാപ്തിയുള്ളതുകൂടിയാണ് എന്നും ഓർക്കേണ്ടതാണ്. നമ്മൾ സ്നേഹിക്കുന്നവരുടെ ശാരീരിക സാമീപ്യം വഴി മാത്രമേ അത്തരം ആധികൾ പൂർണമായും കെട്ടടങ്ങുകയുള്ളൂ.

നമ്മുടെ ഓരോരുത്തരുടെയും രക്ഷിതാക്കൾ എപ്രകാരമാണ് അവരിൽ നിന്ന് പലഘട്ടങ്ങളിൽ നമ്മളെ വേർപെടുത്തിയത് എന്നതിനെയും കൂടി ആശ്രയിച്ചുകൊണ്ടാണ് ഒറ്റക്ക് നിൽക്കുന്നതിനെ കുറിച്ചും, മറ്റുള്ളവരുമായി അടുക്കുന്നതിനെ സംബന്ധിച്ചും എല്ലാമുള്ള ധാരണകൾ ഉറച്ചുവരുന്നത്. ചില അമ്മമാർ കുഞ്ഞുങ്ങളുടെ മുലയൂട്ടൽ വരെ വളരെ നേരെത്തെ നിർത്തുകയും അവരെ ഏതെങ്കിലും ക്രഷേകളിലും മറ്റും ഏൽപ്പിക്കുകയും ചെയ്യുന്നത് വിദേശരാജ്യങ്ങളിലെന്ന പോലെ ഇവിടെയും വ്യാപകമായി വരുകയാണ്. സ്ത്രീകൾ തൊഴിലുകളിൽ ഏർപ്പെടാൻ തുടങ്ങിയതിനുശേഷം ഒരുപാട് വിഷമതകൾ സഹിച്ചുകൊണ്ടാണ് കുഞ്ഞുങ്ങളെ വളർത്തേണ്ടിവരുന്നത്. അമേരിക്കയിലും മറ്റും 3/4 മാസത്തോടെ തന്നെ കുഞ്ഞുങ്ങളെ നോക്കുന്നത് ഒന്നുകിൽ വീട്ടുജോലി ചെയ്യാൻ നിയോഗിതരായ സ്ത്രീകളോ

അതല്ലെങ്കിൽ ഏതെങ്കിലും ശിശുപരിചരണ കേന്ദ്രങ്ങളിലോ വെച്ചിട്ടായിരിക്കും. ഇതിന് സമാനമായ രീതികൾ കേരളത്തിലും നടപ്പിലായി വരുന്നുണ്ട് എന്നത് അൽപ്പം ആശങ്ക ജനിപ്പിക്കുന്നത് തന്നെയാണ്. ഇപ്രകാരം അമ്മയുടെ നേരിട്ടുള്ള ശ്രദ്ധയോ പരിചരണമോ ആവശ്യമായ തോതിൽ കിട്ടാതെ വരുന്നതിനാൽ അവരുടെ ജീവിതത്തിൽ പിൽക്കാലത്ത് വികസിച്ചുവരേണ്ടുന്ന വൈകാരിക മാതൃകകൾക്ക് ഒട്ടേറെ പരിമിതികൾ നേരിടേണ്ടതായി വന്നേക്കാം.

ഇതിന് വിപരീതമായി ചില കുട്ടികൾക്ക് ലഭിക്കുന്ന അമിതമായ ശ്രദ്ധ കാരണം അവരുടെ മാനസിക വളർച്ചയിൽ പരിമിതികൾ നേരിടുന്നതും ഇവിടങ്ങളിൽ സാധാരണമാണ്. ഹൈസ്കൂൾ കാലമായാൽ പോലും ചില മാതാപിതാക്കന്മാർ കുട്ടികളുടെ എല്ലാ കാര്യത്തിലും ഇടപെടുകയും തീരുമാനങ്ങൾ അടിച്ചേൽപ്പിക്കുകയും ചെയ്യുന്നത് മൂലം കുട്ടികൾക്ക് അവരുടെ സ്വത്വബോധത്തെ വികസിപ്പിക്കുന്നതിനോ സ്വന്തം കാര്യങ്ങളിൽ സ്വതന്ത്രമായി തീരുമാനങ്ങൾ എടുക്കുന്നതിനോ കഴിയാതെവരാം. വിവാഹപ്രായമായാൽ പോലും ചില രക്ഷിതാക്കൾ അവരുടെ കുട്ടികളുടെ കാര്യത്തിൽ അമിത നിയന്ത്രണങ്ങൾ ഏർപ്പെടുത്തുന്നതിനാൽ ഇത്തരക്കാർ ദാമ്പത്യ ജീവിതത്തിലേക്ക് കടന്നുവരുമ്പോൾ അവരുടെ പങ്കാളിയുമായി ഉചിതമായ രീതിയിൽ പെരുമാറാൻ കഴിയണമെന്നില്ല. ഇത്തരം കാരണങ്ങളാൽ വിവാഹമോചനം വരെ നേടേണ്ടിവരുന്ന എത്രയോ ദമ്പതികൾ നമ്മുടെ നാട്ടിൽ തന്നെ കാണാൻ കഴിയും. “അദ്ദേഹം സ്വന്തം അമ്മ പറയുന്നത് മാത്രമേ കേൾക്കാറുള്ളൂ...” എന്നതാണ് ഞങ്ങൾക്കിടയിലെ എല്ലാ പ്രശ്നങ്ങൾക്കും കാരണം എന്നു കുറ്റപ്പെടുത്തുന്ന എത്രയോ ഭാര്യമാരെ നമ്മുടെ നാട്ടിൽ ധാരാളമായി കാണാം.

ചില ദമ്പതികൾക്കിടയിൽ സ്വകാര്യതയെ കുറിച്ചുള്ള തെറ്റായ സങ്കൽപ്പങ്ങളും ഉണ്ടാവാറുണ്ട്. നേരത്തെ സൂചിപ്പിച്ച തരത്തിലുള്ള രക്ഷിതാക്കളുടെ പരിചരണയിൽ വളർന്നു വന്നിട്ടുള്ളവർ ഇപ്രകാരമുള്ള സങ്കൽപ്പങ്ങൾക്ക് എളുപ്പം വശംവദരായേക്കാം. “എനിക്ക് എന്റേതായ സ്വകാര്യതകൾ വേണം”, എന്ന് അവകാശപ്പെട്ടു കലഹിക്കുന്ന എത്രയോ ദമ്പതികളെ നമുക്ക് ചുറ്റിലും കാണാനാവും. പങ്കാളികളിൽ ഒരാൾ തന്റെ സ്വകാര്യമായ വിഷയങ്ങൾ തുറന്നു പങ്കുവെക്കാൻ വിസമ്മതിക്കുകയാണെങ്കിൽ അത് അകലാനുള്ള ശ്രമത്തിന്റെ ഭാഗമായാണ് പലപ്പോഴും തെറ്റിദ്ധരിക്കപ്പെടാറുള്ളത്. പരസ്പരം ഒന്നും മറച്ചുവെക്കാനില്ലാതിരിക്കുമ്പോൾ ഒന്നും തേടുന്നതിനും, കൊതിക്കുന്നതിനും ഉള്ള അവസരവും ഇല്ലാതാവുക

സ്വാഭാവികമാണ്. പ്രണയത്തിന്റെയും/ദാമ്പത്യത്തിന്റെയും ആദ്യ ഘട്ടത്തിൽ പലതും പരസ്പരം അറിയാനും, കൊതിപ്പിക്കാനും ഉണ്ടാകുമെങ്കിലും ഇതിന്റെ രണ്ടാംഘട്ടമാകുമ്പോഴേക്ക് എല്ലാം വെളിവാക്കപ്പെടുകയും പുതുമകൾ അവസാനിക്കുകയും ചെയ്യുകയാണ് പതിവ്.

ജോൺ കീറ്റ്സ് എന്ന ഇംഗ്ലീഷ് കവിയുടെ കവിതയിൽ (ode to a Grecian Urn) സൂചിപ്പിക്കുന്ന പോലെ എന്നും എന്തെങ്കിലും നേടാൻ ബാക്കി നിൽക്കുമ്പോൾ മാത്രം കത്തിനിൽക്കുന്ന ഒന്നായി പ്രണയത്തെയും കാണുന്നതിൽ തെറ്റില്ല.

"(..Bold lover never canst thou kiss

though winning near the goal

Yet do not grieve: she can not

fade though thou hast not thy bliss

Forever wilt thou love and she be fair...")

(ഈ കവിതയുടെ പൂർണരൂപം വായിക്കുന്നത് ഈ ആശയത്തെ കൂടുതൽ സമ്പന്നമാക്കിയേക്കും)

എന്നാൽ മതിയായ തോതിൽ പ്രതീക്ഷയും, നിരാശയും ഉറപ്പാക്കാൻ കഴിയുമ്പോൾ മാത്രമാണ് പ്രണയത്തിനും അതിന്റെ യാഥാർഥ്യ ബോധം നിലനിർത്താൻ കഴിയുന്നത്. കാമുകിയെ ചുംബിക്കാൻ ശ്രമിക്കുമ്പോൾ ഉടനടി ചുംബനത്തിനു വഴങ്ങുന്നതിനേക്കാൾ ഉചിതം അപ്പോൾ മൃദുവായി കാമുകന്റെ പിടിയിൽ നിന്ന് കുതറി മാറാൻ ശ്രമിക്കുന്നത് തന്നെയാവും. ഇപ്രകാരം കുതറി മാറുന്നതിലൂടെയാണ് മോഹത്തിനും മോഹഭംഗത്തിനും ഒരേപോലെ ഇടം കിട്ടുന്നത്. നീട്ടിവെക്കപ്പെട്ട ആനന്ദത്തിന് തന്നെയാണ് തീവ്രമായ സന്തോഷം ഉറപ്പാക്കാൻ കഴിയുന്നത് എന്ന് പറയുന്നത് ഒരു പരിധി വരെ ശരിയാവാം.

ഉപേക്ഷിക്കപ്പെടുമ്പോൾ നിരാശ ജനിപ്പിക്കത്തക്ക വിധത്തിലാണ് നമ്മുടെ ഉപമസ്തിഷ്ക ഭാഗങ്ങളിൽ ഡോപ്പാമിൻ പോലെയുള്ള രാസഘടകങ്ങൾ ഉൽപ്പാദിപ്പിക്കപ്പെടുന്നത്. നമ്മൾ ഗാഢമായി പ്രണയിക്കുന്ന വ്യക്തിയാൽ ഉപേക്ഷിക്കപ്പെടുകയോ മറ്റോ ചെയ്യുന്ന ഘട്ടങ്ങളിൽ ഡോപ്പാമിൻ പോലുള്ള രാസഘടകങ്ങളെ നിർമ്മിക്കുന്ന പ്രവർത്തനങ്ങൾ ദുർബലപ്പെടുന്നതായാണ് കാണാറുള്ളത്. സമീപ കാലത്തു നടന്ന ഒരു പഠനത്തിൽ പ്രേമനൈരാശ്യത്തിന് അടിപെട്ട സ്ത്രീകളെ FMRI (Functional Magnetic Resonance Imagining) വഴി പരിശോധിച്ചപ്പോൾ ഡോപ്പാമിൻ സ്വീകരണകോശങ്ങൾ ഏറെയുള്ള

ഡോർസൽ കോർഡേറ്റിലെ (dorsal cordate cells) നാഡീകോശങ്ങൾ അത്യധികം ദുർബലമായ രീതിയിലാണ് പ്രവർത്തിച്ചു കണ്ടത്. ദീർഘകാലമായി മാനസിക പിരിമുറുക്കവും മറ്റു അസ്വസ്ഥതകളും അനുഭവിക്കുന്നവരിലും ഡോപ്പാമിൻ, സെറീറ്റോണിൻ, നോറാഡ്രിനാലിൻ (serotonin, dopamine, noradrenalin) തുടങ്ങിയ മോണോആമിനുകളുടെ (mono amines) പ്രഭാവം കുറഞ്ഞതായും കാണപ്പെട്ടിട്ടുണ്ട്.

പ്രേമത്തിന് കാരണമാകുന്നത് പലതരത്തിലുള്ള സാഹചര്യങ്ങളാവാം. ചില സന്ദർഭങ്ങളിൽ ആകസ്മികമായി ഉണ്ടാകുന്ന രതിയുടെ ഫലമായും പ്രേമം ഉടലെടുക്കാറുണ്ട്. പ്രേമത്തിൽ പെടുന്നത് ഒരു മായികമായ അനുഭൂതിയിൽ അകപ്പെട്ടപോലെയാണ്. എവിടെ വെച്ച് എപ്പോഴാണ് ഇതുണ്ടാകുന്നത് എന്ന് വിശദീകരിക്കുക ഏറെ ബുദ്ധിമുട്ട് തന്നെയാണ്. നേപ്പാളിലെ സ്ത്രീകളിൽ നടത്തിയ ഒരു പഠനമനുസരിച്ച് രതിബന്ധം നടന്ന ശേഷം പ്രണയം അനുഭവപ്പെട്ടവർ അനവധിയാണ്. ലൈംഗിക ബന്ധത്തെ തുടർന്ന് മസ്തിഷ്കത്തിൽ കൂടിയ അളവിൽ ഡോപ്പാമിൻ വിശേഷിച്ച് സ്ത്രീകളിൽ ഉൽപ്പാദിപ്പിക്കപ്പെടുന്നതായി ഇതിനകം തെളിഞ്ഞിട്ടുണ്ട്. രേതസ്സിൽ ഉള്ളടങ്ങിയ ടൈറോസിൻ, ഡോപ്പാമിൻ എന്നീ രാസഘടകങ്ങൾ വഴിയും, രതിമൂർച്ഛ അനുഭവപ്പെടുന്ന അവസരങ്ങളിലും ഇണയോടുള്ള പ്രേമം ശക്തിപ്പെടാറുണ്ട്. രതിമൂർച്ഛയുടെ ഭാഗമായി പരസ്പരമുള്ള അടുപ്പത്തെ വർദ്ധിപ്പിക്കാൻ ഉതകുന്ന ഓക്സിടോസിന്റെയും വാസോപ്രെസിന്റെയും അളവിലും അതിയായ വർദ്ധനവ് കാണാറുണ്ട്.

മാനസിക ചികിത്സയുടെ ഭാഗമായി വിഷാദാവസ്ഥകളെയും മറ്റും മറികടക്കുന്നതിനായി സെറോടോണിന്റെ തോത് കൂട്ടുന്നതിനായി നൽകപ്പെടുന്ന വിഷാദത്തിനെതിരെയുള്ള (anti depressants) മരുന്നുകൾ കഴിക്കുന്നത് മൂലവും പ്രണയത്തിനായുള്ള താൽപ്പര്യം കുറഞ്ഞുവരാമെന്ന പല പഠനങ്ങളും സാക്ഷ്യപ്പെടുത്തുന്നുണ്ട്. ഡോപ്പാമിൻ നിർമ്മാണ കേന്ദ്രങ്ങളെ ഉത്തേജിപ്പിക്കുന്നതിൽ നിന്നും ബന്ധപ്പെട്ട നാഡീകോശങ്ങളെ വിലക്കുകവഴിയാണ് ഇത്തരം മരുന്നുകൾ പ്രേമം തോന്നാൻ ഇടയാക്കുന്ന മാനസികാവസ്ഥയെ ദുർബലപ്പെടുത്തുന്നത്.

താൽക്കാലികമായ പ്രണയ ബന്ധങ്ങൾക്ക് പകരം ദീർഘകാലത്തേക്കുള്ള ബന്ധത്തിനായി ഉണ്ടാക്കിയെടുക്കുന്ന സ്നേഹബന്ധത്തിന് ഇതിൽപ്പെട്ട രണ്ടുപേരുടെയും നിലനിൽപ്പുമായി ബന്ധപ്പെട്ട പല ആവശ്യങ്ങളെയും പൂരിപ്പിക്കാൻ കഴിഞ്ഞേക്കും. സാധാരണ

രീതിയിലുള്ള കാൽപ്പനിക പ്രണയത്തിൽ നിന്നും വേറിട്ട രീതിയിലാണ് ഇതിന്റെ പ്രവർത്തന തത്വം രൂപപ്പെടുന്നത്. ആരോടെങ്കിലും വളരെ അടുത്ത് ഇടപഴകി അവളുമായി/അയാളുമായി സഹകരിച്ചുപോകുന്നതിനുള്ള അദമ്യമായ ആഗ്രഹത്തെ തുടർന്നാണ് ഇത്തരം/പരസ്പര സ്നേഹം വികസിച്ചുവരുന്നത്. സ്നേഹിക്കുന്ന വ്യക്തിയോട് സത്യസന്ധതയോടെയും, ആദരവോടെയും പെരുമാറുക എന്നത് ഇത്തരം ബന്ധങ്ങളിൽ അനിവാര്യമായിത്തീരാം. അടുത്ത ബന്ധുക്കളോടും, അയൽപക്കത്തുള്ളവരോടും ഈ ബന്ധം തോന്നാവുന്നതാണ്. തീഷ്ണമായ പ്രേമമാവട്ടെ ഇഷ്ടപ്പെടുന്ന വ്യക്തിയുമായി ഒന്നിക്കാനുള്ള ഉൽക്കടമായ ആഗ്രഹത്തിന്റെ തുടർച്ചയും, ലൈംഗിക താൽപ്പര്യവും കൂടി ഉള്ളടങ്ങുന്നതുമാണ്. സ്ത്രീകളും പുരുഷന്മാരും ഇത്തരം പ്രേമാനുഭവങ്ങളിൽ ഏറെ വ്യത്യസ്തരായാണ് പെരുമാറാറുള്ളത്. ചില സ്ത്രീകൾ ചങ്ങാത്തം കൂടാനുള്ള സ്നേഹമായി കരുതുന്നത് പുരുഷന്മാർ വികാരതീഷ്ണമായ ബന്ധമായി തെറ്റിദ്ധരിച്ചേക്കാം. ചില സമൂഹങ്ങളിൽ അവർ പിന്തുടർന്ന് വരുന്ന വിശ്വാസങ്ങളും മൂല്യങ്ങളും അനുസരിച്ചായിരിക്കും പ്രണയത്തെ സമീപിക്കുന്നത്. ഗ്രീസിൽ റോമൻ സംസ്കാരത്തിന്റെ കാലത്ത് പ്രേമത്തെ വിവാഹത്തിന് പുറത്തു നടക്കുന്ന പീഡനമായാണ് കണ്ടിരുന്നത്. പന്ത്രണ്ടാം നൂറ്റാണ്ടോടു കൂടി ഫ്രാൻസിലാണ് രാജാനുരാഗം ആരംഭിക്കുന്നത് (courtly love). മാന്യവും ആദർശാത്മകവുമായ പ്രണയ സങ്കൽപ്പമായാണ് അത് അറിയപ്പെട്ടത്. ഇപ്രകാരമുള്ള ബന്ധങ്ങളിൽ വിവാഹിതരായ പുരുഷന്മാർ വിവാഹിതകളായ സ്ത്രീകളെ ഉൾപ്പെടെ പ്രണയിച്ചിരുന്നതായി രേഖപ്പെടുത്തപ്പെട്ടിട്ടുണ്ട്. അഭിജ്ഞാന ശാകുന്തളം പോലുള്ള കവിതകളിൽ ആഘോഷിക്കപ്പെടുന്നതും ഇത്തരത്തിലുള്ള പ്രണയമാണ്.

ഓരോരോ രാജ്യത്തും മനുഷ്യർ അവരുടെ കുടുംബ ബന്ധങ്ങൾക്കും സാമൂഹ്യ ബന്ധങ്ങൾക്കും വേണ്ടി ചെലവിടുന്ന വിഭവങ്ങളുടെ തോത് വ്യത്യസ്തമാണ്. അവിടങ്ങളിൽ നിലനിൽക്കുന്ന കുടുംബ ബന്ധങ്ങൾക്കും വിവാഹ സമ്പ്രദായങ്ങൾക്കും സാമ്പത്തികവും സാമൂഹ്യവുമായ വിഭവ സമാഹരണരീതിക്കും എല്ലാം അനുസരിച്ചാണ് പ്രണയമുൾപ്പെടെയുള്ള ബന്ധങ്ങൾ വികാസം പ്രാപിക്കുന്നത്.

മനുഷ്യർ അവരുടെ പ്രണയബന്ധങ്ങളിലും, ദാമ്പത്യത്തിലും, കുടുംബബന്ധങ്ങളിലും എല്ലാം അനുഭവിക്കുന്ന മാനസിക പ്രശ്നങ്ങളുടെ തോതും അതാതു രാജ്യങ്ങളിൽ നടക്കുന്ന ഭരണനിർവ്വഹണ രീതികളും പരസ്പരം ബന്ധപ്പെട്ടിരിക്കും. മനുഷ്യരുടെ വൈകാരിക

ജീവിതത്തെ സുഗമമാക്കുന്നതിന് ആവശ്യമായ നിക്ഷേപത്തിൽ താൽപ്പര്യം എടുക്കുന്ന രാജ്യങ്ങളിൽ താരതമ്യേന സുരക്ഷിതമായ വൈകാരിക ജീവിതം സാധ്യമാകാറുണ്ട്. ദേശീയമായി നോക്കിയാൽ തന്നെ ഓരോ വ്യക്തിക്കും അയാളെ/അവളെ കുറിച്ചുള്ള ആത്മാവബോധം ശക്തമാക്കുന്നതിൽ അതാതു ഭരണകൂടങ്ങൾ ജനങ്ങളുടെ നിർഭയവും സുരക്ഷിതവുമായ ജീവിതത്തിന് എത്രമാത്രം ഉറപ്പുകൊടുക്കുന്നു എന്നതിന് വലിയ പങ്കുനിറവേറ്റാൻ കഴിയും. വ്യക്തികളുടെ സ്വാതന്ത്ര്യ ബോധത്തിന് മങ്ങലേൽക്കാൻ തുടങ്ങുന്നതോടെ അവരുൾപ്പെടുന്ന സമൂഹത്തിന്റെ വൈകാരിക ജീവിതം തീർത്തും അരക്ഷിതമായി തീരുന്നതും സ്വാഭാവികമാണ്. ഓരോ സമൂഹത്തിലെയും മനുഷ്യരുടെ മാനസികാരോഗ്യവും ശാരീരികാരോഗ്യത്തെ പോലെ തന്നെ വിലമതിക്കപ്പെടുന്ന സമൂഹങ്ങളിൽ ഉള്ളതിനേക്കാൾ കൂടുതൽ മാനസിക പ്രശ്നങ്ങൾ ഉണ്ടാകുന്നത് ആസൂത്രിതമല്ലാത്തതും ആധിപത്യ സ്വഭാവം പ്രകടിപ്പിക്കുന്നതുമായ സമൂഹങ്ങളിൽ തന്നെയാണ് എന്നതാണ് കണക്കുകൾ തെളിയിക്കുന്നത്.

പല രാജ്യങ്ങളിലും പല രീതിയിലാണ് പ്രണയവും വിവാഹവും എല്ലാം നടക്കുന്നത്. നമ്മുടെ നാട്ടിൽ ഭൂരിഭാഗവും കുടുംബങ്ങൾ കൂടിയാലോചിച്ച് നടത്തുന്ന വിവാഹങ്ങൾക്കാണ് പൊതു സ്വീകാര്യത ഉള്ളത്. എന്നാൽ, മറ്റു രാജ്യങ്ങളിൽ വിശേഷിച്ച് യൂറോപ്പിലും മറ്റും ഇതിനു വിരുദ്ധമായി വ്യക്തികൾക്കിടയിൽ നടക്കുന്ന തീരുമാനങ്ങളുടെ ബലത്തിലാണ് വിവാഹങ്ങൾ നടക്കുന്നത്. ലൈവിനും കൂട്ടുകാരും ചേർന്ന് കോളേജ് വിദ്യാർത്ഥികൾക്കിടയിൽ നടത്തിയ പഠനമനുസരിച്ച് പാശ്ചാത്യ രാജ്യങ്ങളിലുള്ള ഭൂരിപക്ഷം കുട്ടികളും പ്രണയമില്ലാത്തവരെ വിവാഹം ചെയ്യാൻ തയ്യാറല്ലെന്ന് വെളിപ്പെടുത്തിയെപ്പോൾ പാരമ്പര്യവിശ്വാസങ്ങളും കൂട്ടുകുടുംബ രീതികളും അനുവർത്തിച്ചു ജീവിക്കുന്ന ഇന്ത്യ, പാകിസ്ഥാൻ എന്നീ രാജ്യങ്ങളിലെ യുവതീയുവാക്കൾ പ്രണയമില്ലാതെ തന്നെ വിവാഹത്തിലേർപ്പെടാൻ തയ്യാറാണെന്നാണ് രേഖപ്പെടുത്തപ്പെട്ടത്.

ഒന്നിലധികം പ്രേമബന്ധങ്ങൾ ഉണ്ടാകാനുള്ള സാഹചര്യങ്ങൾ പലരുടെ ജീവിതത്തിലും ഉണ്ടാകാറുണ്ട്. ഓരോ ബന്ധത്തെ തുടർന്നും പ്രേമത്തെ കുറിച്ചുള്ള സങ്കൽപ്പങ്ങളിൽ തന്നെ സാരമായ മാറ്റങ്ങൾ സംഭവിക്കുന്നതും സർവ്വസാധാരണമാണ്. ഒന്നോ രണ്ടോ ബന്ധങ്ങൾ വേർപിരിഞ്ഞ ശേഷം ഉണ്ടാകുന്ന പ്രണയത്തെക്കുറിച്ചുള്ള സങ്കൽപ്പങ്ങൾ പിന്നീടുണ്ടാകുന്ന പ്രേമബന്ധത്തിന്റെ നിലവാരത്തെ

തന്നെ മാറ്റിമറിച്ചേക്കാം. പ്രേമബന്ധം മുഖേന ഉണ്ടാകാനിടയുള്ള സംതൃപ്തിയെപ്പോലും ഇത് വലിയ തോതിൽ സ്വാധീനിച്ചേക്കും. ആയതിനാൽ, കൗമാരകാലത്ത് എങ്ങനെയാണ് പ്രേമബന്ധങ്ങൾ ഉണ്ടാക്കി എടുക്കുകയും അവസാനിപ്പിക്കുകയും ചെയ്യുന്നത് എന്നത് ഗൗരവമായി പരിഗണിക്കപ്പെടേണ്ടത് തന്നെയാണ്. വിവാഹത്തിന് മുൻപ് ഉണ്ടാകുന്ന ഇത്തരം ബന്ധങ്ങളെ ഉചിതമായ രീതിയിൽ കൈകാര്യം ചെയ്യുക എന്നത് പിന്നീടുണ്ടാകാൻ ഇടയുള്ള ദീർഘകാല ബന്ധങ്ങളുടെ കെട്ടുറപ്പിനെ തന്നെ ബാധിച്ചേക്കാം.

പ്രേമത്തെയും, ദാമ്പത്യത്തെയും തൃപ്തികരമാക്കി തീർക്കുന്നതിൽ പ്രേമത്തിൽ പെടുന്നവരുടെ സാമ്പത്തികവും സാമൂഹ്യവുമായ നിലയും നിർണായകം തന്നെയാണ്. ദാമ്പത്യ ബന്ധങ്ങളിലുണ്ടാവുന്ന പല പ്രശ്നങ്ങൾക്കും കാരണമാകുന്നത് സാമ്പത്തിക പ്രശ്നങ്ങൾ കൂടിയാണെന്നത് നമുക്കേവർക്കും അറിയാവുന്നതാണ്. ഇത്തരം പ്രശ്നങ്ങൾ രണ്ടോ മൂന്നോ തലമുറകളിലൂടെ ആവർത്തിക്കപ്പെടുന്ന പക്ഷം പിൻതലമുറയിൽ പെട്ടവരുടെ കൂടി ശാരീരികവും മാനസികവുമായ ആരോഗ്യത്തെ അത് സാരമായി ബാധിച്ചെന്നുവരും.

പ്രേമബന്ധത്തെയും ദാമ്പത്യബന്ധത്തെയും തൃപ്തികരമാക്കുന്നതിൽ സ്വന്തം കുടുംബത്തിലെ രക്ഷിതാക്കൾ തമ്മിലുള്ള പരസ്പരബന്ധത്തിലുള്ള പൊരുത്തവും സുപ്രധാനമാണ്. ഒരു വശത്ത് സ്വന്തം കുടുംബത്തിലെ സാമ്പത്തിക ബുദ്ധിമുട്ടുകളും മറുവശത്ത് രക്ഷിതാക്കൾ തമ്മിലുള്ള നിരന്തര കലഹങ്ങളും നിമിത്തം അത്തരം കുടുംബങ്ങളിലുള്ള വ്യക്തികളുടെ പ്രേമബന്ധവും ദാമ്പത്യ ബന്ധവും ദുർബലമാകാനുള്ള സാധ്യതകളും തള്ളിക്കളയാനാവില്ല. മുൻകാലങ്ങളിൽ ഉള്ളതിനേക്കാൾ സങ്കീർണതകൾ സാമൂഹ്യജീവിതത്തിൽ രൂപപ്പെട്ടു വന്നതിനാൽ നമ്മുടെ വ്യക്തിബന്ധങ്ങൾ ഒട്ടേറെ പ്രശ്നങ്ങൾ നിറഞ്ഞതാവുന്നതിൽ അതിശയിക്കേണ്ടതില്ല.

സാമൂഹ്യമായി ആർജ്ജിക്കുന്ന ഏതുതരം വിജ്ഞാനവും സ്വായത്തമാക്കുന്നതിനും, ശ്രദ്ധയോടെ മറ്റാളുകളുമായി ഇടപഴകുന്നതിനും, ഒരു പുതിയ വ്യക്തിയെ കാണുമ്പോൾ അയാളെക്കുറിച്ചുള്ള പ്രാഥമികമായ അവലോകനം നടത്തുന്നതിലും ഉള്ളടങ്ങിയ ജൈവരാസപ്രവർത്തനങ്ങൾ നമുക്ക് യോജിച്ച ഇണയെ കണ്ടെത്തുന്നതിന് കൂടി ഇണങ്ങുന്ന തരത്തിൽ ഉള്ളവയാണ് എന്നതും പ്രത്യേകം ശ്രദ്ധാർഹമാണ്. എപ്പോഴെങ്കിലും പ്രേമത്തിൽ പെടുന്ന സാഹചര്യം വരുകയാണെങ്കിൽ ആരൊക്കെയാണ് നമ്മളെ ശ്രദ്ധിക്കുന്നത്, ആരെയൊക്കെയാണ് നമ്മൾ ശ്രദ്ധിക്കേണ്ടത്, ആരെയൊക്കെയായിരിക്കും

നമ്മുടെ ഓർമ്മയിൽ വെക്കേണ്ടത് എന്നതോടൊപ്പം നമ്മുടെ വിരുദ്ധലിംഗത്തിൽ പെട്ടവരെ എപ്രകാരമാണ് വിലയിരുത്തേണ്ടത് എന്നതെല്ലാം പ്രസക്തമായതുകൊണ്ട് കൂടിയാവണം ഇത്തരം കാര്യങ്ങളുടെ ശാരീരിക അടിത്തറ ഒന്ന് തന്നെയായി തീർന്നിട്ടുള്ളത്.

നമുക്ക് പറ്റിയ ഇണകളെ തെരഞ്ഞെടുക്കുന്നതുമായി ബന്ധപ്പെട്ട് ഉയർന്നു വരുന്ന തീരുമാനങ്ങളെ നിർണയിക്കുന്നതിൽ ശാരീരികമായ ആകർഷണീയത ഒരു മുഖ്യ ഘടകം തന്നെയായി പരിഗണിക്കപ്പെടാറുണ്ട്. പ്രേമബന്ധം ഫലവത്തായി തീരുന്നതിനും ഇതിന് വൻ സ്വാധീനം ചെലുത്താൻ സാധിച്ചേക്കും.

മുതിർന്ന വ്യക്തിയായി തീരുന്നതിന് മുൻപുള്ള കൗമാരഘട്ടത്തിലും യൗവ്വനത്തിന്റെ തുടക്കത്തിലും സാമൂഹ്യമായ അന്തസ്സും, സാമ്പത്തിക നിലയും പരിഗണിച്ചുകൊണ്ടുള്ള സമീപനം അത്രയേറെ ശക്തിപ്പെടാത്തതുകൊണ്ട് കൂടിയാവണം ഈ ഘട്ടത്തിൽ മറ്റെന്തിനേക്കാളും ശാരീരിക സൗന്ദര്യത്തിന് മുൻഗണന നൽകപ്പെടുന്നത്.

ഒരു മനഃശാസ്ത്ര പരീക്ഷണത്തിൽ സ്ത്രീകളും പുരുഷന്മാരും വിരുദ്ധലിംഗങ്ങളിൽ ഉള്ളവരുടെ മുഖങ്ങളിലേക്ക് ഏറെ സമയം നോട്ടം ഉറപ്പിക്കാൻ ആവശ്യപ്പെട്ടപ്പോൾ സൗന്ദര്യമുള്ള മുഖങ്ങളിൽ തന്നെയാണ് ഇരു കൂട്ടരും കൂടുതൽ സമയം ശ്രദ്ധിച്ചുകണ്ടത്. എന്നാൽ താൽക്കാലിക രതിബന്ധം ആഗ്രഹിക്കുന്ന പുരുഷന്മാരാണ് സുന്ദരികളുടെ മുഖത്തേക്ക് കൂടുതൽ സമയം നോട്ടം തുടരുന്നതായി നിരീക്ഷിക്കപെട്ടത്. സുന്ദരികളായ സ്ത്രീകളുടെ മുഖം ഏറെ സമയം ഓർമ്മയിൽ വെക്കാനും പുരുഷന്മാർക്ക് കഴിയുന്നതായി രേഖപ്പെടുത്തപ്പെട്ടിട്ടുണ്ട്. ബേക്കർ എന്ന മനഃശാസ്ത്ര ചിന്തകനും കൂട്ടുകാരും നടത്തിയ പഠനത്തിലും ഓർമ്മകളുടെ കാര്യത്തിൽ ഇത്തരം ചില മുൻവിധികൾ പുരുഷന്മാരിൽ പ്രവർത്തിക്കുന്നതായി കണ്ടെത്തപ്പെട്ടിട്ടുണ്ട്.

എന്നാൽ സ്ത്രീകളിൽ നിലനിൽക്കുന്ന മനോഭാവങ്ങൾ ഇതിൽ നിന്ന് വ്യത്യസ്തമായാണ് കാണുന്നത്. പുരുഷന്മാരുമായി ദീർഘകാലം നീണ്ടുനിൽക്കുന്ന ബന്ധമാണ് ഉണ്ടാക്കാൻ ഉദ്ദേശിക്കുന്നതെങ്കിൽ സ്ത്രീകൾ മുൻഗണന കൊടുക്കുന്നത് പുരുഷന്റെ ബുദ്ധിശക്തി, സാമൂഹ്യമായ അന്തസ്സ്, വ്യക്തിപ്രഭാവം എന്നിവക്കായിരിക്കും.

പുരുഷന്മാരാവട്ടെ സ്ത്രീകളുമായുള്ള ബന്ധം താൽക്കാലികമായ ആവശ്യത്തിനുള്ളതായാലും ദീർഘകാലത്തേക്ക് ലക്ഷ്യം വെച്ചുള്ളതായാലും ശരീരലാവണ്യത്തിന് അതിന്റേതായ പ്രാധാന്യം നൽകാറുണ്ട്. അതുകൊണ്ടു കൂടിയാവണം ഏത് അപരിചിതയായ

സ്ത്രീയോടും അവൾ സുന്ദരി ആണെങ്കിൽ രതിബന്ധം പുലർത്താൻ പോലും എളുപ്പമാകുന്നത്. സ്ത്രീകൾക്കാവട്ടെ സാമ്പത്തിക ആവശ്യങ്ങൾക്ക് വേണ്ടിയോ മറ്റു ഭൗതികമായ നേട്ടങ്ങൾക്കു വേണ്ടിയോ അല്ലാതെ ഇങ്ങനെ ബന്ധപ്പെടുക തീർത്തും പ്രയാസകരമാണ്. ഇതിന് ചില അപവാദങ്ങൾ ഉണ്ടാകാം എന്ന് മാത്രം. കുട്ടിക്കാല ബന്ധങ്ങളിൽ ഏതെങ്കിലും തരത്തിലുള്ള അസ്വാഭാവികതകൾ ഉണ്ടായിട്ടുള്ളവർക്ക് ഇണയെ തെരഞ്ഞെടുക്കുന്നതുമായി ബന്ധപ്പെട്ട പെരുമാറ്റത്തിൽ ഒട്ടേറെ വ്യത്യാസങ്ങൾ കണ്ടേക്കാം എന്നതും ഇതോടനുബന്ധിച്ച് മനസ്സിലാക്കേണ്ടതാണ്.

സുന്ദരികളായ സ്ത്രീകൾ ചില സമയങ്ങളിൽ പുഞ്ചിരിയോടെ പെരുമാറാൻ ശ്രമിച്ചാൽ പോലും ഒട്ടുമിക്ക പുരുഷന്മാരും ഇതിനെ ശൃംഗാര ഭാവത്തിലുള്ള പെരുമാറ്റമായി തെറ്റിദ്ധരിക്കാനുള്ള സാഹചര്യങ്ങളും ഉണ്ടാകാറുണ്ട്. പുരുഷൻമാരുടെ ഇത്തരം പരിമിതികൾ മൂലം സ്ത്രീകൾ പലതരത്തിലുള്ള പീഡന ശ്രമങ്ങൾക്ക് ഇരയാകുന്നതും അപൂർവ്വമല്ല. ഇത്തരം തെറ്റിദ്ധാരണകൾ പുരുഷന്മാരുടെ മനസ്സിൽ ഉള്ളടങ്ങിയ ചില പരിമിതികളുടെ ഭാഗമായി വേണം പരിഗണിക്കപ്പെടേണ്ടത്. ആൺകുട്ടികളും പെൺകുട്ടികളും പരസ്പരം സൗഹൃദപരമായി ഇടപെടാനുള്ള സാഹചര്യങ്ങൾ വഴിയും കുടുംബത്തിന്റെ ഭാഗത്തു നിന്നുള്ള ഉത്തരവാദിത്വപൂർണമായ പരിചരണ രീതികളിലൂടെയും മാത്രമേ ഇപ്രകാരത്തിലുള പരിമിതികളിൽ നിന്നും പുറത്തു കടക്കാൻ കഴിയുകയുള്ളൂ.

ലൈംഗിക ബന്ധവുമായി ബന്ധപ്പെട്ടുണ്ടാകുന്ന ജ്ഞാനനിർമ്മിതി പല അവസരങ്ങളിലും താൽക്കാലികമായ ഉൾപ്രേരണകൾക്ക് വഴങ്ങിക്കൊണ്ടായിരിക്കും പ്രകടമാകുന്നത്. ഓരോ സമൂഹത്തിന്റെയും സംസ്കാരത്തിനും പാരമ്പര്യത്തിനുമനുസരിച്ച് സ്ത്രീകളുടെയും പുരുഷന്റെയും രതിയെയും, പ്രണയത്തെയും നിശ്ചയിക്കുന്ന മാനദണ്ഡങ്ങളും വ്യത്യസ്തമാവാം.

സ്ത്രീ പുരുഷ ബന്ധങ്ങളുടെ സമവാക്യങ്ങൾ

മനുഷ്യസമൂഹം ഏറെക്കാലം പിന്തുടർന്ന് വന്ന സ്ത്രീപുരുഷ ബന്ധം തീർത്തും ക്രമരഹിതമായിരുന്നു എന്ന് ചരിത്രം നമ്മളെ ഓർമ്മപ്പെടുത്തുന്നുണ്ട്. ഓരോ ഗോത്രത്തിന്റെയും തലവന്മാർ അവരുടെ കുട്ടികളെയും ഭാര്യമാരെയും ഒക്കെ ഗോത്രത്തിനകത്തുള്ള എല്ലാവർക്കും അവകാശമുള്ളവരായി അംഗീകരിക്കപ്പെട്ടിട്ടുണ്ടായിരുന്നു എന്ന് കേൾക്കുമ്പോൾ നമുക്ക് അവിശ്വസനീയമായി തോന്നുന്നതിൽ അത്ഭുതപ്പെടേണ്ടതില്ല.

സൗത്ത് ആഫ്രിക്കയിലെ നാമകോവ് എന്ന പ്രദേശത്തുള്ള ഹോട്ടേന്റോട് (Hotentot tribe) എന്ന ഗോത്രം അവരുടെ ഭാര്യമാരെ ഗോത്രത്തിലെ എല്ലാവർക്കുമായി പങ്കുവെക്കുന്ന രീതിയാണ് നിലനിർത്തിപ്പോന്നത്. ആസ്ട്രേലിയയിലെ കാമിലാരോ ഗോത്രത്തിലെ എല്ലാ സ്ത്രീകളിലും അടുത്ത ഗോത്രത്തിലെ എല്ലാ പുരുഷൻമാർക്കും തുല്യ അവകാശമായിരുന്നു ഉണ്ടായിരുന്നത്. ഇത് കൂടാതെ, ടാസ്മാനിയ പോലുള്ള പ്രദേശങ്ങളിൽ യൂറോപ്യന്മാരായ പുരുഷന്മാർക്ക് മുൻപിൽ ലൈംഗികമായി വഴങ്ങുന്നത് അഭിമാനമായാണ് ഏറെക്കാലം പരിഗണിക്കപ്പെട്ടു പോന്നിരുന്നത്.

ആൻഡമാൻ ദ്വീപിലെ സ്ത്രീകൾ അവരുടെ വിവാഹത്തിന് മുൻപ് തന്നെ സ്വന്തം ഇഷ്ടപ്രകാരം മറ്റു പുരുഷന്മാരുമായി ബന്ധപ്പെടുന്നതും പതിവായിരുന്നു. ഗ്രീസിലെ രാജാക്കന്മാർ ഉൾപ്പെടെ

അവരുടെ സഹോദരിമാരെ പോലും വിവാഹം ചെയ്തിരുന്നു എന്നതിന് തെളിവാണ് ക്ലിയോപാട്ര തന്റെ സഹോദരന്മാരായ ടോളെമിയെയും, ദയനീഷിയെസിനെയും വിവാഹം ചെയ്യാൻ തയ്യാറായത്. പെറുവിലെ ഇങ്ക സമുദായക്കാർക്കിടയിലും ഇത്തരം സമ്പ്രദായങ്ങൾ തന്നെയാണ് നിലനിന്നിട്ടുണ്ടായിരുന്നത്.

സ്പാനിഷ് ഇതിഹാസകാരന്മാരുടെ കുറിപ്പുകളിൽ നിന്നും മൊറോക്കോവിലെ ഓട്ടോമീസ് സമുദായത്തിനിടയിൽ നിലനിന്ന വിവാഹരീതികളെ കുറിച്ച് കൂടുതൽ അറിയാൻ കഴിയും. വിവാഹം ചെയ്യുന്നതിന് മുന്നോടിയായി വിവാഹം ചെയ്യാൻ ഉദ്ദേശിക്കുന്ന സ്ത്രീയുമായി അതിനു മുൻപ് തന്നെ കിടപ്പറ പങ്കുവെക്കുന്നതായും അവളുമായുള്ള ബന്ധത്തിൽ താൽപ്പര്യം തോന്നാത്ത പക്ഷം വിവാഹത്തിൽ നിന്ന് വിട്ടുനില്ക്കാൻ കഴിഞ്ഞിരുന്നതായും ഇതിൽ രേഖപ്പെടുത്തപ്പെട്ടിട്ടുണ്ട്. ഇന്ത്യയിലെ സാന്താൾ വംശത്തിൽ പെട്ടവരുടെ ഇടയിലും ഇതിന് ഏറെക്കുറെ സമാനമായ രീതികൾ നിലനിന്നതായി ചരിത്ര രേഖകളിൽ നിന്ന് മനസ്സിലാക്കാൻ കഴിയും. വിവാഹത്തിന് മുൻപുള്ള 6 ദിവസമെങ്കിലും ഒരുമിച്ച് ജീവിക്കുന്നതിനുള്ള അവസരം ഇവർക്കിടയിൽ ഉറപ്പാക്കപ്പെട്ടതായാണ് ചരിത്രരേഖകൾ ചൂണ്ടിക്കാട്ടുന്നത്.

ഇത്തരം യാഥാർഥ്യങ്ങൾ നമ്മുടെ ധാർമ്മിക വിചാരങ്ങൾക്കും, സദാചാര സങ്കൽപ്പങ്ങൾക്കും ഇണങ്ങുന്നതല്ല എന്ന് തോന്നാമെങ്കിലും മനുഷ്യജീവിതത്തിൽ ഉള്ളടങ്ങിയ സങ്കീർണതകളെ മനസ്സിലാക്കുന്നതിന് ഇത്തരം സാമൂഹ്യാനുഭവങ്ങൾ നമ്മളെ സഹായിച്ചേക്കും. ഓരോ പ്രദേശത്തെയും ജനതയുടെ ആവശ്യങ്ങളുടെയും, നിലനിൽപ്പുമായി ബന്ധപ്പെട്ട പ്രശ്നങ്ങളുടെയും സന്ദർഭത്തിൽ വെച്ച് മാത്രമേ ധാർമ്മികത, സദാചാരം എന്നീ വിഷയങ്ങളെ സമീപിക്കാൻ കഴിയുകയുള്ളൂ.

ചരിത്രത്തിൽ ഇന്നോളം നിലനിന്നിട്ടുള്ള എല്ലാ സമ്പ്രദായങ്ങളും ഇതിനു തെളിവാണ്. ഉദാഹരണത്തിന്, അറേബിയയിലും മറ്റും നിലനിന്നിരുന്ന പട്ടിണിയും, ദുരിതങ്ങളും കാരണം ശിശുഹത്യകൾ വരെ അവിടങ്ങളിൽ നടന്നതായി രേഖപ്പെടുത്തിയിട്ടുണ്ട്. ഇന്ത്യ പോലെയുള്ള രാജ്യങ്ങളിലും ശിശുഹത്യകൾ നടന്നതിനുള്ള ഒരു കാരണവും ഇത് തന്നെയായിരുന്നു. ഇത് കൂടാതെ കടുത്ത ഭക്ഷ്യക്ഷാമവും മറ്റു ദുരിതങ്ങളും നിമിത്തം നവജാത ശിശുക്കളെ വരെ ജീവനോടെ കുഴിച്ചുമൂടിയ അനുഭവങ്ങളും അറേബ്യയിൽ ഏറെക്കാലം നിലനിന്നിട്ടുണ്ട് എന്നതിനുള്ള തെളിവുകളും സുലഭമാണ്.

മാതൃദായ ക്രമത്തിലുള്ള ബഹുഭാര്യാത്വവും ഇതിനോടനുബന്ധിച്ച് തന്നെ പ്രചാരം കിട്ടിയ സമ്പ്രദായമായി കാണാം. ഇതനുസരിച്ച് സ്ത്രീകൾക്ക് തങ്ങളുടെ താൽപ്പര്യത്തിന് ഇണങ്ങുന്ന രീതിയിൽ ഭർത്താക്കന്മാരെ മാറ്റാനുള്ള അനുമതി കൂടി ഉണ്ടായിരുന്നതായാണ് ചരിത്ര രേഖകൾ ചൂണ്ടിക്കാട്ടുന്നത്. എന്നാൽ പിതൃദായ ക്രമമനുസരിച്ചുള്ള ബഹുഭാര്യാത്വ സമ്പ്രദായത്തിൽ പുരുഷന്മാർ സ്ത്രീകളെ അപഹരിച്ചോ, അതല്ലെങ്കിൽ ബലം പ്രയോഗിച്ചുകൊണ്ട് പോകുകയോ ഒക്കെയാണ് ചെയ്യാറുള്ളത്. ഭാര്യമാരെ സഹോദരന്മാർക്കിടയിൽ പങ്കുവെക്കുന്നതും ഇവിടങ്ങളിൽ സാധാരണമായിരുന്നു. നമ്മുടെ രാജ്യവും ഇത്തരം രീതികൾക്ക് പുറത്തായിരുന്നില്ല. നമ്മുടെ ഇതിഹാസങ്ങളിലും പുരാണങ്ങളിലും ഇതിനു ഉപോദ്ഫലകമായ ഒട്ടേറെ പരാമർശങ്ങൾ കാണാൻ കഴിയും.

യൂറോപ്പിൽ ഇത്തരം രീതികൾക്കെല്ലാം അറുതിയാകുന്നതിൽ മുഖ്യ പങ്കുവഹിച്ചത് വിക്ടോറിയൻ കാലഘട്ടത്തിലെ മൂല്യസങ്കൽപ്പങ്ങൾ തന്നെയാണ്. വിക്ടോറിയറാണി ഇംഗ്ലണ്ടിൽ അധികാരത്തിൽ വന്നതോടെ ശാസ്ത്രവിജ്ഞാനവും, അതിനിണങ്ങുന്ന സാമൂഹ്യ സങ്കൽപ്പങ്ങളും ശക്തിപ്പെടുകയുണ്ടായി. ഇതിനെ തുടർന്നാണ് സമൂഹം അത് വരെ പിൻപറ്റിയിരുന്ന പാരമ്പര്യ മൂല്യങ്ങളും വിശ്വാസങ്ങളും ചോദ്യം ചെയ്യപ്പെട്ടു തുടങ്ങിയത്. ശാസ്ത്രീയചിന്തയുടെ അടിസ്ഥാനത്തിൽ വ്യക്തിപരവും സാമൂഹ്യവുമായ ജീവിതത്തെ പരിഷ്ക്കരിച്ചെടുക്കാൻ ശ്രമിച്ചതോടെയാണ് മേൽ സൂചിപ്പിച്ച തരത്തിലുള്ള ജീവിതക്രമം തന്നെ കീഴ്മേൽ മറിയുന്നത്.

നാഗരികത കെട്ടിപ്പൊക്കിയത് തന്നെ ദമനം ചെയ്യപ്പെട്ട രതിയുടെ ഊർജ്ജം പ്രയോജനപ്പെടുത്തിയാണ് എന്ന ഫ്രോയിഡിന്റെ പരാമർശം ഇതിനോട് ചേർത്ത് മനസ്സിലാക്കാവുന്നതാണ്. രതിയെ വിമലീകരിക്കുകയും, അലൗകികമായ ആനന്ദമായി ഇതിനെ വാഴ്ത്തുകയും ചെയ്തുകൊണ്ടാണ് ആധുനിക നാഗരിക സങ്കൽപ്പങ്ങൾ സാധൂകരിക്കപ്പെട്ടത്. ഷോപ്പൻഹോവരുടെ അഭിപ്രായത്തിൽ ഇതിന്റെ മറുപുറമെന്നോണമാണ് 80,000-ൽ അധികം വരുന്ന ലൈംഗിക തൊഴിലാളികൾ ലണ്ടൻ നഗരത്തിൽ മാത്രം സൃഷ്ടിക്കപ്പെട്ടത്. ഏക ഭാര്യാ വ്യവസ്ഥയുടെ ബലിക്കല്ലിൽ ഹോമിക്കപ്പെട്ട ജീവിതങ്ങൾ എന്ന നിലയിലാണ് ഇവരെ പല ചരിത്രകാരന്മാരും കണ്ടിട്ടുള്ളത്. ഇത് സ്വാഭാവികമായി സംഭവിക്കുന്ന മാറ്റങ്ങളായി കാണുന്നതിന് പകരം പോയകാലത്തെ സമ്പ്രദായങ്ങളെ അറിഞ്ഞോ അറിയാതെയോ മഹത്വീകരിക്കാനുള്ള ഒരു

ശ്രമം ഇത്തരം വിമർശനങ്ങൾക്കുള്ളിൽ ഒളിഞ്ഞിരിപ്പുണ്ടോ എന്ന് പരിശോധിക്കുന്നതിലും തെറ്റില്ല.

ഡാർവ്വിൻ ഉൾപ്പെടെ ഈ വിക്ടോറിയൻ സദാചാര സങ്കൽപ്പത്തിന്റെ ഇരയായി തീർന്നിട്ടുണ്ടെങ്കിലും ഇദ്ദേഹത്തിന്റെ മുത്തച്ഛനായിരുന്ന ഇറാസ്മസ് ഡാർവ്വിൻ ഇതിൽ നിന്ന് വ്യത്യസ്തനായിരുന്നു. എന്നാണ് കരുതപ്പെടുന്നത്. പല സ്ത്രീകളുമായുള്ള ബന്ധത്തിലൂടെ കുഞ്ഞുങ്ങൾ ഉണ്ടായിരുന്ന വ്യക്തി കൂടിയായിരുന്നു ഇറാസ്മസ്. അതുകൊണ്ട് കൂടിയാവണം ഇദ്ദേഹം അക്കാലത്തെ വിക്ടോറിയൻ സദാചാര സങ്കൽപ്പത്തെ തന്നെ ചോദ്യം ചെയ്യാൻ ധൈര്യപ്പെട്ടത്.

ഡാർവിന് ഏകദേശം 8 വയസ്സാകുമ്പോഴേക്ക് അദ്ദേഹത്തിന്റെ അമ്മ നഷ്ടപ്പെടുകയുണ്ടായി. ഇത് കാരണമായി ഉണ്ടായ മാനസിക പ്രശ്നങ്ങൾ കൂടിയായിരിക്കാം അദ്ദേഹത്തിന്റെ സമീപനങ്ങളെ സ്വാധീനിച്ചത് എന്ന അഭിപ്രായമാണ് അദ്ദേഹത്തിന്റെ ജീവചരിത്രകാരനായ ജോൺ ബൗൾബിക്കുള്ളത്. അദ്ദേഹത്തിനുണ്ടായിരുന്ന ദീർഘകാലത്തെ ഉത്കണ്ഠയും വിഷാദവും നിരന്തരമായ മാനസിക പിരിമുറുക്കവും മനംപുരട്ടലും ഇതിന്റെ തന്നെ തുടർച്ചയാകാം എന്ന സമീപനവും ഇദ്ദേഹം പങ്കുവെക്കുന്നുണ്ട്.

ഈ അഭിപ്രായത്തിന് സാധുത നൽകുന്ന തരത്തിലുള്ള ഒരു കത്താണ് ഡാർവ്വിൻ തന്റെ കസിന്റെ ഭാര്യ മരണപ്പെട്ട സന്ദർഭത്തിൽ അദ്ദേഹത്തിനായി അയച്ചത്. തന്റെ ജീവിതത്തിൽ ഒരിക്കലും തനിക്ക് ഇത്രയേറെ വേണ്ടപ്പെട്ട ആരും വിട്ടുപിരിയാൻ ഇടവന്നിട്ടില്ല എന്നും അതുകൊണ്ട് തന്നെ അദ്ദേഹത്തിന്റെ ദുഃഖം എത്രമാത്രം ആയിരിക്കുമെന്ന് എനിക്ക് സങ്കൽപ്പിക്കാൻ പോലും കഴിയുന്നില്ലെന്നുമാണ് ആ കത്തിൽ പറയുന്നത്. ഒരുവേള ഇദ്ദേഹത്തിന് ഉണ്ടായിരുന്ന ദുഃഖാനുഭവത്തെ ദമനം ചെയ്തുകൊണ്ടായിരിക്കാം ഈ എഴുത്ത് എഴുതിയിട്ടുണ്ടാവുക എന്നാണ് ജീവചരിത്രകാരൻ അഭിപ്രായപ്പെടുന്നത്. ഡാർവിന്റെ തന്നെ പൗത്രിയുടെ ഓർമ്മകുറിപ്പുകളും ഇതിനെ പിന്തുണക്കുന്നുണ്ട്. കുട്ടിക്കാലത്ത് സഹോദരിയുമായി എന്തോ കളിയിൽ ഏർപ്പെട്ടിരുന്നപ്പോൾ M എന്ന അക്ഷരത്തിൽ തുടങ്ങുന്ന ഒരു വാക്ക് കണ്ട മാത്രയിൽ അത്തരമൊരു വാക്കില്ല എന്ന് പറഞ്ഞു തർക്കിച്ച സഹോദരനെയാണ് അവർ ഓർക്കുന്നത്.

ഇങ്ങനെ നോക്കിയാൽ നമ്മുടെ സദാചാര സങ്കൽപ്പങ്ങൾക്ക് വിത്ത് പാകിയതിൽ വിക്ടോറിയൻ കാലഘട്ടത്തിനുള്ള പങ്ക് വളരെ വലുതാണ്. ചരിത്രപൂർവ്വ കാലത്ത് സ്ത്രീയും പുരുഷനും തമ്മിൽ നിലനിന്ന ബന്ധങ്ങൾക്ക് ആധാരമായി വർത്തിച്ചത് ആ

കാലഘട്ടത്തിൽ നേരിട്ട ഭൗതികമായ വെല്ലുവിളികൾ തന്നെയായിരു ന്നു എന്ന് കരുതാവുന്നതാണ്. ഹെലൻ ഫിഷറും മറ്റും കണ്ടെത്തിയത് പോലെ നമ്മുടെ പൂർവ്വികരായ സ്ത്രീകൾ ആഹാരത്തിനും, സുരക്ഷിത ത്വത്തിനും വേണ്ടി ഒന്നിലധികം പുരുഷന്മാരുമായി ലൈംഗികബ ന്ധം പുലർത്തിയിരിക്കാം. ഒളിച്ചുവെക്കപ്പെട്ട അണ്ഡോൽപ്പാദനവും മറ്റും ഇതിനു അനുകൂലമായ സാഹചര്യം കൂടി സൃഷ്ടിച്ചിരിക്കാം. സ്വന്തം കുഞ്ഞിനെ നഷ്ടമാകാതെ സംരക്ഷിക്കുന്നതിന് ഉപകരി ക്കുന്ന രീതിയിലാണ് ഈ തരത്തിലുള്ള ബഹുഭർത്തൃത്വ സമ്പ്രദായം നിലനിന്നത് എന്നും അനുമാനിക്കാൻ കഴിയും.

ഇപ്രകാരം പരിശോധിച്ചാൽ മനുഷ്യരിലെ ലൈംഗികതയുടെ പൂർവചരിത്രത്തെ അടയാളപ്പെടുത്തുന്നത് വഞ്ചനയും, നിരാശയും, ദുഃഖവും എല്ലാം തന്നെയാണ്. ഇതനുസരിച്ച് നോക്കിയാൽ സ്ത്രീയും പുരുഷനും ഒരുപോലെ വിശ്വാസവഞ്ചന കാട്ടിയിട്ടുണ്ടാവണം. ഇരുവരും അതിജീവനവുമായി ബന്ധപ്പെട്ട വ്യത്യസ്ത ആവശ്യങ്ങൾ ക്ക് വേണ്ടിയാവണം ഇത്തരം പെരുമാറ്റങ്ങൾ അനുവർത്തിച്ചിരു ന്നത് എന്നും അനുമാനിക്കാവുന്നതേയുള്ളൂ. ആണുങ്ങൾ തങ്ങളുടെ ലൈംഗിക ആവശ്യത്തിന് വേണ്ടിയും സ്ത്രീകൾ സ്വന്തം തലമുറയെ സംരക്ഷിക്കുന്നതിനും ആയിരിക്കണം ഇപ്രകാരമുള്ള പെരുമാറ്റങ്ങൾ പിന്തുടർന്ന് പോന്നത്.

എതിർലിംഗ ലൈംഗിക രീതി അനുവർത്തിച്ചു പോരുന്ന സ്ത്രീയും, പുരുഷനും അവരുടെ നിലനിൽപ്പുമായി ബന്ധപ്പെട്ടുണ്ടാകു ന്ന പ്രശ്നങ്ങൾ നേരിടുന്നതിന്റെ ഭാഗമായി പരസ്പരം പറ്റിക്കാനുള്ള സാഹചര്യം കൂടി നിലനിൽക്കുന്നുണ്ട്. ശത്രുതാപരമായ ജനിതക പദ്ധതികൾ അനുസരിച്ചു കൊണ്ടാണ് സ്ത്രീയും പുരുഷനും ജീവിക്കേ ണ്ടി വരുന്നത് എന്നത് കൊണ്ട് കൂടിയാണ് ഇപ്രകാരം പെരുമാറാൻ നിർബന്ധിതമാകുന്നത്.

നമ്മുടെ ജനിതകപാരമ്പര്യത്തിൽപ്പെട്ട ഒട്ടുമിക്ക പ്രൈമേറ്റ് വിഭാഗത്തിലുള്ള ജീവികളും സമാനമായ ഒട്ടേറെ പെരുമാറ്റങ്ങൾ അനുവർത്തിച്ചുകൊണ്ടാണ് അവരുടെ ജീവിതം സുരക്ഷിതമാക്കു ന്നത്. എന്നാൽ, അവയ്ക്കിടയിലും പല വിധത്തിലുള്ള മാറ്റങ്ങൾ പ്രത്യുൽപ്പാദനവുമായി ബന്ധപ്പെട്ട കാര്യങ്ങളിൽ കാണാനാവും. ബോനോബോസിനെ പോലെയുള്ള ആൾക്കുരങ്ങുകൾ ക്രമരഹിത മായ ലൈംഗികതയാണ് അനുവർത്തിക്കുന്നതെങ്കിൽ ഗിബ്ബൺ കുരങ്ങുകളെ പോലുള്ളവ ഏക ഇണ സമ്പ്രദായമാണ് പിന്തുടരുന്നത്. ഗിബ്ബണുകൾ മിക്ക സമയങ്ങളിലും കാണപ്പെടുന്നത് മരങ്ങൾക്ക്

മുകളിൽ തന്നെയാണ്. അതിനാൽ ഇവക്കിടയിൽ മറ്റുള്ള മൃഗങ്ങളുമായുള്ള ബന്ധം തീരെ കുറവാണ് എന്നതുപോലെ ബുദ്ധിനിലവാരത്തിലും ഇവ മറ്റു പ്രൈമേറ്റുകളെ അപേക്ഷിച്ച് ഏറെ താഴെയായിട്ടാണ് പരിഗണിക്കപ്പെടാറുള്ളത്. ഇവയിൽ നിന്നും ഭിന്നമായി ചിമ്പാൻസികളുടെ പെരുമാറ്റത്തിൽ ഒട്ടേറെ വ്യത്യാസങ്ങൾ കാണാൻ കഴിയും. ഗോമ്പിയിലെയും മറ്റും കാടുകളിൽ താമസിക്കുന്ന ചിമ്പാൻസികൾക്കിടയിൽ പരസ്പരം സഹകരിച്ചുപെരുമാറുന്നത് കുറവാണെങ്കിലും തായ് കാടുകളിലെ ഇവരുടെ പെരുമാറ്റങ്ങൾ ഒരളവോളം പരസ്പരം സഹകരിച്ചുകൊണ്ടുള്ളതാണ്.

ലൈംഗികതയുടെ കാര്യത്തിൽ ബോനോബോസ് കുരങ്ങന്മാരും മനുഷ്യരും ഒട്ടേറെ പൊതു സ്വഭാവങ്ങൾ കാണിക്കാറുണ്ട്. ലൈംഗികതയുടെ അടിസ്ഥാനത്തിൽ ഉണ്ടാക്കിയെടുക്കുന്ന പരസ്പര ബന്ധങ്ങൾ നമ്മുടേതും അവരുടേതും ഏറെക്കുറെ സമാനമാണെന്ന് കരുതാവുന്നതാണ്. ഇത് കൂടാതെ, ആനന്ദത്തിനു മാത്രമായി രതിയിലേർപ്പെടുന്നതിലും നമ്മളും അവരും ഏറെക്കുറെ ഒരുപോലെയാണ് പെരുമാറുന്നത്. ഇതിൽ നിന്ന് വിപരീതമായി പ്രത്യുൽപ്പാദനത്തെ മാത്രം ലക്ഷ്യംവെച്ചുള്ള ലൈംഗികത സസ്തനികൾക്കിടയിലും ഏതാനും ചില മൃഗങ്ങളിലും മാത്രമാണ് കണ്ടുവരുന്നത്.

എന്നാൽ, ഇതിൽ നിന്നെല്ലാം വ്യത്യസ്തമായി മനുഷ്യർക്കിടയിൽ തീർത്തും വിഭിന്നമായ രതിസങ്കൽപ്പങ്ങളാണ് നിലനിൽക്കുന്നത്. പ്രാചീനകാലഘട്ടങ്ങളിൽ നിലവിലിരുന്ന പല തരത്തിലുള്ള വിശ്വാസങ്ങളും പരിമിതമായ അറിവുകളും എല്ലാം ഇത്തരം സങ്കൽപ്പങ്ങൾ വളർന്നു വരാൻ ഇടയാക്കിയിട്ടുണ്ടാവണം. രേതസ്സാണ് ഭ്രൂണമായി രൂപപ്പെടുന്നത് എന്നത് പോലുള്ള വിശ്വാസങ്ങൾ കാരണം ഭ്രൂണത്തിന് സ്വയം വളരുന്നതിന് തുടർച്ചയായി രേതസ്സ് ആവശ്യമാണെന്നും അതിനായി പല പുരുഷന്മാരുമായി ലൈംഗിക ബന്ധം പുലർത്തുക എന്നത് അനിവാര്യമാണെന്നുമാണ് പല ആദിമ ഗോത്രങ്ങളും വിശ്വസിച്ചു പോന്നത്. ഒന്നിലേറെ പുരുഷന്മാരുമായി രതിയിൽ ഏർപ്പെട്ടുകൊണ്ട് രേതസ്സ് സ്വീകരിക്കുന്ന പതിവ് പല ഗോത്രങ്ങൾക്കിടയിലും വ്യാപകമായത് ഇപ്രകാരമാണ്. ഇവരെ കുറിച്ച് പഠിച്ചിട്ടുള്ള സ്റ്റീഫൻ ബെക്കർമാൻ, പോൽ വാലെന്റൈൻ എന്നിവർ ഈ രീതിയെക്കുറിച്ചും അതുണ്ടാക്കിയ സാമൂഹ്യമൂല്യങ്ങളെ കുറിച്ചും വിശദമായി പ്രതിപാദിച്ചിട്ടുണ്ട്. ഇത്തരത്തിൽ ലൈംഗിക ബന്ധത്തിനായി തെരഞ്ഞെടുക്കപ്പെടുന്ന പുരുഷന്മാർ ഒന്നുകിൽ ഫലിതം പറയാൻ കഴിയുന്നവരോ, കഥയോ കവിതയോ ഒക്കെ ഉണ്ടാക്കാൻ

കഴിയുന്നവരോ അതുമല്ലെങ്കിൽ നല്ല വേട്ടക്കാരോ ആയിരിക്കണം എന്ന ഉപാധി മാത്രമാണ് ഇതിനുള്ള മുന്നുപാധിയായി ഉണ്ടായിരുന്നത് എന്നാണ് പഠനങ്ങളിലൂടെ വെളിപ്പെട്ടത്. തന്റെ ഗവേഷണ യാത്രകൾക്കിടയിൽ പോളിനേഷ്യയിൽ എത്തിയപ്പോൾ പരിചയപ്പെട്ട ഒരു ട്രക്ക് ഡ്രൈവറെക്കുറിച്ച് പ്രസിദ്ധ നരവംശശാസ്ത്രജ്ഞനായ ഡെസ്മണ്ട് മോറിസ് അദ്ദേഹത്തിന്റെ യാത്രാക്കുറിപ്പുകളിൽ പ്രതിപാദിക്കുന്നതായി കാണാം. 9 കുട്ടികൾ സ്വന്തമായി ഉണ്ടായിരുന്ന ആ ട്രക്ക് ഡ്രൈവർ തന്റെ രണ്ടു കുട്ടികളെ കുട്ടികളുണ്ടാവാൻ സാധ്യതയില്ലാതിരുന്ന സുഹൃത്തിനു കൊടുത്തതായാണ് അവർ പറഞ്ഞത്. ഇതുകൂടാതെ യാത്രക്കിടയിൽ തീർത്തും അപരിചിതരായ കുട്ടികളോടൊത്ത് അവരുടെ കളികളിൽ പങ്കുചേർന്നുകൊണ്ട് ഇതേ ട്രെക്ക് ഡ്രൈവർ സമയം ചെലവിട്ടതിനെ കുറിച്ചും മോറിസ് പരാമർശിക്കുന്നുണ്ട്. പോളിനേഷ്യൻ സമൂഹത്തിലെ മനുഷ്യർക്കിടയിൽ നിലനിൽക്കുന്ന പരസ്പര വിശ്വാസവും അടുപ്പവും അവരുടെ കുട്ടികളോടുള്ള സമീപനങ്ങളിലും മറ്റും എത്രമാത്രം പ്രതിഫലിച്ചു കാണുന്നുണ്ട് എന്നാണ് മോറിസ് വിശദീകരിക്കുന്നത്. പപ്പുവ ന്യൂഗിനിയിലെ പല ഗോത്രങ്ങളും ഇതിനു സമാനമായ സമീപനങ്ങൾ തന്നെയാണ് ഇന്നും ഏറിയോ കുറഞ്ഞോ സൂക്ഷിക്കുന്നത്.

ഇത്തരത്തിലുള്ള വിസ്തൃതവും, വിശാലവുമായ രക്ഷാകർത്വ സങ്കൽപ്പം വളർന്നു വരുന്നതിന്റെ ഭാഗമായി തന്നെയാവണം കുട്ടികളും മറ്റു വ്യക്തികളും തമ്മിലും സ്വതന്ത്രവും സന്തോഷകരവുമായ ബന്ധങ്ങൾ വരെ സാധ്യമാകുന്നത്. ഇത് നമ്മുടെ സ്വാഭാവിക പ്രകൃതിയിൽ തന്നെ ഉള്ളതാവാം. നമ്മൾ നേടിയെടുത്തിട്ടുള്ള സാംസ്കാരികമായ നേട്ടങ്ങൾ എന്ന് വിശേഷിപ്പിക്കപ്പെടുന്നവ പലപ്പോഴും മനുഷ്യന്റെ സ്വാഭാവിക പ്രകൃതത്തെ പൂർണമായി അവഗണിച്ചുകൊണ്ടുള്ളതാവുമ്പോൾ പലതരത്തിലുള്ള തിരിച്ചടികളും നമുക്ക് നേരിടേണ്ടതായി വരാറുണ്ട്. ആധുനിക കുടുംബസങ്കൽപ്പങ്ങൾ എപ്രകാരമാണ് മനുഷ്യപ്രകൃതത്തിനെതിരായി തീരുന്നത് എന്നത് കൂടുതൽ പഠനങ്ങൾക്ക് വിധേയമാക്കേണ്ടിയിരിക്കുന്നു.

ഇന്ന് നമ്മൾ അനുവർത്തിച്ചുകൊണ്ടിരിക്കുന്ന ഏകഭാര്യ ക്രമത്തിലൂന്നിയ അണുകുടുംബങ്ങൾ ഒരു പരിധിവരെ അത്തരത്തിലുള്ളതാണ്. നിയമങ്ങൾ നിർമ്മിച്ചുകൊണ്ടും അതിനിണങ്ങുന്ന മൂല്യങ്ങൾ നിർമ്മിച്ചുകൊണ്ടുമാണ് ഇത് ശാശ്വതീകരിക്കപ്പെട്ടത്. അമേരിക്കയിൽ മാത്രം എഴുപതുകൾ മുതൽ തന്നെ ഇത്തരം കുടുംബങ്ങൾ 45 ശതമാനത്തിൽ നിന്ന് 23.5 ശതമാനമായി കുറയുന്നതായാണ്

കണ്ടത്. 1930 വരെ 84 ശതമാനവും വിവാഹിതരായിരുന്നെങ്കിൽ സമീപകാല കണക്കുകൾ വെച്ച് നോക്കിയാൽ 2008 ആകുമ്പോഴേക്കും 10 ഇരട്ടിയോളം കുറയുകയാണുണ്ടായത് എന്ന് കാണാം.

വളരെ കുറഞ്ഞ ജനസംഖ്യയുമായാണ് മനുഷ്യ വംശം അതിന്റെ തുടക്കം കുറിച്ചിട്ടുള്ളത്. ഏതാണ്ട് ഒരു ലക്ഷത്തിൽ കുറഞ്ഞ ജനസംഖ്യ മാത്രമായിരുന്നു തുടക്കത്തിൽ ഉണ്ടായിരുന്നത്. നമ്മുടെ പാരമ്പര്യം നിലനിർത്തുന്നതിന് ആവശ്യമായ ജനസംഖ്യ വ്യാപിപ്പിക്കുന്നതിനും അതുവഴി ജനിതകമായ നിശ്ചലാവസ്ഥ മറികടക്കുന്നതിനും പുതുമയുള്ളവരോട് രതിയിലേർപ്പെടുക എന്നത് അക്കാലത്ത് അനിവാര്യമായിരിക്കണം. ഈ ആവശ്യത്തെ പൂരിപ്പിക്കുന്നതിന് ഇണങ്ങുന്ന തരത്തിലാണ് നമ്മളിലെ ലൈംഗിക താൽപ്പര്യം തന്നെ രൂപപ്പെട്ടു വന്നിട്ടുള്ളത്. നിത്യപരിചിതമായ ഇണയോട് വികർഷണം തോന്നുന്ന മനസികാവസ്ഥക്ക് ഹേതുവാകുന്നതിനും ഒരു പരിധിവരെ ഇത് തന്നെയാണ് കാരണമായി മാറുന്നത്. ഇതിന്റെ അനന്തരഫലം എന്ന നിലക്ക് കൂടിയാവണം ജനിതക വൈവിധ്യം സാധ്യമായത് എന്ന് കരുതുന്നതിലും തെറ്റില്ല.

വർഷങ്ങളോളം ഒരേ ജീവിതപങ്കാളികൾ ഒരുമിച്ച് താമസിക്കാൻ തുടങ്ങുന്നതോടെ അവർ ഒരേ ജനിതകം പങ്കുവെക്കുന്ന കുടുംബമായി തോന്നാൻ ഇടയാവാം. സ്ഥിരപങ്കാളികൾക്കിടയിൽ രതിബന്ധവും മറ്റും കുറഞ്ഞു വരുന്നതിനുള്ള സാഹചര്യവും ഇതിന്റെ ഭാഗമായി ഉടലെടുക്കാനിടയുണ്ട്. ഇതുകൊണ്ട് കൂടിയാവാം പുരുഷന്മാർ വിശേഷിച്ചും സ്ത്രീകൾ കുറഞ്ഞ അളവിലെങ്കിലും ദാമ്പത്യത്തിനു പുറത്തുള്ള ലൈംഗികബന്ധങ്ങളിൽ അകപ്പെടുന്നതിന് ഇടയാകുന്നത്. ഏക ഇണ സമ്പ്രദായത്തിൽ ജീവിക്കുന്ന പുരുഷന്മാരിലെ ലൈംഗിക ഹോർമോണായി പ്രവർത്തിക്കുന്ന ടെസ്റ്റോസ്റ്റിറോണിന്റെ അളവിൽ വരെ വലിയ തോതിലുള്ള കുറവ് കാണപ്പെടുന്നുണ്ട് എന്നതും ഇതിന് ബലം നൽകുന്ന ഒരു വസ്തുതയാണ്. നവജാത ശിശുക്കളുള്ള വിവാഹിതരായ പുരുഷന്മാരിലും ടെസ്റ്റോസ്റ്റിറോൺ പ്രഭാവം കുറയുന്നതും ഇതിനോട് ചേർത്ത് മനസ്സിലാക്കേണ്ടുന്ന മറ്റൊരു യാഥാർഥ്യമാണ്.

സാർവ്വദേശീയമായി ചിന്തിക്കാൻ കഴിയുന്ന രീതിയിൽ നാം വികസിച്ചിട്ടുണ്ട് എന്നത് ഒരു വസ്തുതയാണെങ്കിലും നമ്മൾ ഓരോരുത്തരും അനുവർത്തിക്കുന്ന സാംസ്കാരിക ജീവിത രീതികളും, വിശ്വാസങ്ങളും എല്ലാം നമ്മുടെ സാമൂഹ്യ ബന്ധങ്ങളിലും ദാമ്പത്യത്തിലും പ്രതിഫലിച്ചു കാണാൻ സാധിക്കും. നമ്മുടെ പരസ്പരമുള്ള

ഏതൊരു ബന്ധത്തിനും സാംസ്കാരികവും ജീവശാസ്ത്രപരവുമായ മാനങ്ങൾ ഉണ്ടെന്നുള്ളത് ഇന്ന് ഏവർക്കും അറിയാവുന്നതാണ്. അതിനാൽ ഓരോ സംസ്കാരത്തിലും വ്യക്തിയെക്കുറിച്ചും സമൂഹത്തെ കുറിച്ചുമുള്ള കാഴ്ചപ്പാടുകൾ എപ്രകാരമാണ് എന്നതിനെയും കൂടി ആശ്രയിച്ചുകൊണ്ടായിരിക്കും അത്തരം മൂല്യങ്ങൾ പിൻപറ്റുന്ന മനുഷ്യരുടെ സ്നേഹത്തെയും, പ്രേമത്തെയുംകുറിച്ചുള്ള സങ്കൽപ്പങ്ങളും രൂപപ്പെടുന്നത്.

ഏഷ്യ, ആഫ്രിക്ക, ലാറ്റിൻ അമേരിക്ക തുടങ്ങിയ സമൂഹങ്ങൾ പൊതുവിൽ അനുവർത്തിച്ചു വരുന്ന ജീവിതസങ്കൽപ്പങ്ങളെ നിറം പിടിപ്പിക്കുന്നത് അവിടങ്ങളിലെ കൂട്ടംകൂടിയുള്ള ജീവിത രീതിയാണ് എന്നതിൽ സംശയത്തിന് ഇടമില്ല. ഒന്നുകിൽ സമുദായമായോ, അതല്ലെങ്കിൽ ജാതി കൂട്ടങ്ങളായോ ഒക്കെയാണ് കേരളത്തിൽ ഉൾപ്പെടെ ആളുകൾ ജീവിതം കണ്ടെത്തുന്നത്. ഇതിൽ നിന്ന് തീർത്തും ഭിന്നമായാണ് സ്കാൻഡിനേവിയൻ രാജ്യങ്ങളും മറ്റു യൂറോപ്യൻ രാജ്യങ്ങളും അനുവർത്തിക്കുന്ന ജീവിതം. അവിടങ്ങളിൽ വ്യക്തിക്കും അയാളുടെ/അവളുടെ സ്വാതന്ത്ര്യ സങ്കൽപ്പത്തിനും മറ്റുമാണ് മുൻതൂക്കം നൽകപ്പെടുന്നത്. അതുകൊണ്ടുതന്നെ ഇത്തരം സമൂഹങ്ങളിൽ സ്വതന്ത്രമായ പ്രണയത്തിനും, ദാമ്പത്യ ജീവിതത്തിലെ വ്യക്തിപരമായ സംതൃപ്തിക്കും മറ്റെന്തിനെക്കാളും പ്രാധാന്യം നല്കപ്പെടുന്നുണ്ട്.

കൂട്ടുജീവിത പാരമ്പര്യങ്ങൾ അനുവർത്തിക്കുന്ന സമൂഹങ്ങളിലാവട്ടെ പരസ്പര ആദരവിനും, പരസ്പരം മനസ്സിലാക്കി ഒത്തുതീർപ്പുകളോടെ ജീവിച്ചുപോകുന്നതിനുമാണ് പ്രാധാന്യം ലഭിക്കുന്നത്. വ്യക്തിയുടെ ആനന്ദവും സംതൃപ്തിയുമെല്ലാം കുടുംബത്തിന്റെയും സമുദായത്തിന്റെയും കൽപ്പിതമായ അന്തസ്സിനും അഭിമാനത്തിനും വേണ്ടി അടിയറ വെക്കപ്പെടുന്ന അവസരങ്ങളും അനവധിയാണ്. അത്തരം അടഞ്ഞ കുടുംബസങ്കൽപ്പങ്ങൾ നിമിത്തം ജീവൻ ഒടുക്കേണ്ടി വരുന്നവരുടെയും, കടുത്ത മാനസിക സമ്മർദ്ദങ്ങൾക്കടിപ്പെട്ടു ജീവിക്കുന്നവരുടെയും എണ്ണവും ഒട്ടും കുറവല്ല. ഇത്തരം അനുഭവങ്ങൾക്ക് പൊതുവിൽ പുരുഷന്മാരെ അപേക്ഷിച്ച് സ്ത്രീകളാണ് വിധേയരാകാറുള്ളത് എന്നതാണ് യാഥാർഥ്യം. എന്നാൽ, സമീപകാലത്തായി ഇത്തരത്തിലുള്ള പ്രശ്നങ്ങൾ ഏറിയ അളവിൽ കണ്ടുവന്നിരുന്ന ഏഷ്യൻ രാജ്യങ്ങളിൽ പെടുന്ന ഇന്ത്യ, പാകിസ്ഥാൻ, ലാറ്റിനമേരിക്കൻ രാജ്യങ്ങൾ എന്നിവിടങ്ങളിലൊക്കെ ശക്തിപ്പെട്ടു വരുന്ന സ്ത്രീ വിമോചന ചിന്തകളുടെയും മറ്റു സാമൂഹ്യ മുന്നേറ്റങ്ങളുടെയും

ഭാഗമായി സ്ത്രീകൾ സ്വതന്ത്രമായി ചിന്തിക്കാൻ തുടങ്ങിയിട്ടുണ്ട്. സ്ത്രീകളുടെ മുൻകൈയിൽ നടക്കുന്ന കുടുംബങ്ങളിലും സമൂഹത്തിലും ഉള്ള ഇടപെടലുകളിലൂടെ പല വിധത്തിലുള്ള മാറ്റങ്ങളും കൊണ്ടുവരാൻ കഴിഞ്ഞിട്ടുണ്ട്. പ്രായപൂർത്തിയാകുന്നതിന് മുൻപ് തന്നെ പെൺകുട്ടികളെ വിവാഹം കഴിപ്പിച്ചു വിടുന്നതിനെതിരെ ഗ്രാമതലങ്ങളിൽ വരെ ജാഗ്രത സമിതികളും അതുമായി ബന്ധപ്പെട്ട പ്രവർത്തനങ്ങളും ആസൂത്രണം ചെയ്യുന്നതിനായി സർക്കാർ ഏജൻസികളും സ്ത്രീകളുടെ നേതൃത്വത്തിൽ പ്രവർത്തിക്കുന്ന എൻ.ജി.ഓകളും കൂട്ടായി പ്രവർത്തിച്ചു വരുന്നുണ്ട്.

മുൻകാലങ്ങളിൽ വിവാഹശേഷം ഭർത്താവിന്റെ കുടുംബത്തിലെ എല്ലാവിധത്തിലുമുള്ള പരിമിതികളുമായും സമരസപ്പെട്ട് ജീവിച്ചിരുന്നതിനു പകരം ഇന്ന് ദമ്പതികൾ സ്വന്തം വീടുവെച്ച് മാറി താമസിക്കുന്നതിനും മറ്റും തുടങ്ങിയതും ഇത്തരം സ്വതന്ത്ര ചിന്തകളുടെ അനന്തരഫലം കൂടിയാണെന്ന് അംഗീകരിച്ചേ തീരൂ. ഈ പുതിയ അവബോധത്തിന്റെ ഭാഗമായിട്ടാണ് ചൈന, തായ്‌വാൻ കൊറിയ, ജപ്പാൻ എന്നിവിടങ്ങളിലൊക്കെ സംഭവിച്ചുകൊണ്ടിരിക്കുന്ന മാറ്റങ്ങൾക്ക് തുടക്കമായത്. ഇസ്ലാമിക രാജ്യമായി കണക്കാക്കപ്പെടുന്ന ഇറാനിലെയും മറ്റും സ്ത്രീകളുടെ മുൻകൈയിൽ നടക്കുന്ന സ്വാതന്ത്ര്യത്തിനു വേണ്ടിയുള്ള ചെറുത്തുനിൽപ്പുകളും നേരെത്തെ സൂചിപ്പിച്ച വ്യക്തിയിൽ അധിഷ്ഠിതമായ ജീവിത മൂല്യങ്ങളുടെ പ്രാധാന്യത്തെ വിളിച്ചറിയിക്കുന്നവ തന്നെയാണ്. നാളിതുവരെ വീടിന്റെ അകത്തളങ്ങളിൽ കഴിയാൻ നിർബന്ധിക്കപ്പെട്ടിരുന്ന സ്ത്രീകളും പെൺകുട്ടികളും പൊതുസമൂഹത്തിലേക്ക് കടന്നുവരുകയും പല തരത്തിലുള്ള തൊഴിലുകളിലും ഏർപ്പെടാവുന്ന തരത്തിലുള്ള മാറ്റങ്ങളുമാണ് സൗദി അറേബ്യ പോലെയുള്ള രാജ്യങ്ങളിലും നടപ്പിലാക്കപ്പെട്ടുതുടങ്ങിയത് എന്നതും സ്വാഗതാർഹമാണ്.

ചരിത്രപരമായി നോക്കിയാൽ ഇത്തരം മാറ്റങ്ങൾക്കെല്ലാം തുടക്കം കുറിക്കുന്നതിന് പ്രേരണയായത് വളരെ മുൻപുതന്നെ പാശ്ചാത്യ രാജ്യങ്ങളിൽ നടന്ന സാംസ്കാരിക വിപ്ലവങ്ങളാണ്. ഇതിനെ തുടർന്നാണ് പാരമ്പര്യ കുടുംബസങ്കൽപ്പങ്ങൾക്ക് ഇളക്കം തട്ടി തുടങ്ങിയത്. അതിനെ തുടർന്നാണ് ദാമ്പത്യത്തെക്കുറിച്ചുള്ള പുതിയ സങ്കൽപ്പങ്ങൾ ചർച്ച ചെയ്യപ്പെട്ടു തുടങ്ങിയത്. പ്രത്യുൽപ്പാദന നിരക്കിൽ സാരമായ ഇടിവുണ്ടാകുന്നതിനും, ഉടനടി കുഞ്ഞുങ്ങളുണ്ടാവുക എന്നതിന് പകരം അത് അൽപ്പകാലത്തേക്കെങ്കിലും നീട്ടിവെക്കാനും മറ്റുമുള്ള സാഹചര്യങ്ങൾ ഉണ്ടായതുകൊണ്ടാണ്

പെൺകുട്ടികൾക്ക് വിവാഹിതരായ ശേഷവും തങ്ങളുടെ വിദ്യാഭ്യാസ ജീവിതവും തൊഴിലും നേരാംവണ്ണം നിർവ്വഹിക്കാൻ കഴിഞ്ഞത്. ചില അവസരങ്ങളിൽ വിവാഹം കഴിക്കാതെ തന്നെ കുട്ടികൾ ഉണ്ടാകാനുള്ള സാഹചര്യവും ഇതോടൊപ്പം സാധ്യമായിട്ടുണ്ട്. ഇന്ന് ചൈനയെ പോലും മറികടക്കുന്ന തരത്തിൽ നമ്മുടെ ജനസംഖ്യ യിൽ വലിയ വർദ്ധനയാണ് ഉണ്ടായിക്കൊണ്ടിരിക്കുന്നത് എന്ന വസ്തുത ഏവരെയും ഭയപ്പെടുത്തുന്നതാണ്. ഇത് നമ്മുടെ ജീവിതനി ലവാരത്തെയും ആരോഗ്യസ്ഥിതിയെയും എല്ലാം പ്രതികൂലമായി ബാധിക്കുന്നുണ്ട് എന്നതും തർക്കമറ്റ വസ്തുതയാണ്.

വിവാഹത്തിലൂടെ ഒരുമിച്ച് ജീവിക്കുക എന്നത് ഒരു സാമൂഹ്യ മായ നിർബന്ധം എന്നതിൽ നിന്നും അത് വ്യക്തിപരമായ തീരു മാനത്തിന്റെ കൂടി ഭാഗമായി അംഗീകരിക്കപ്പെടുന്നതും സമീപ കാലത്ത് മാത്രമാണ്. പിന്നീടുണ്ടായ മാറ്റങ്ങൾ സ്വാഭാവികമായും എത്തിനിന്നത് വ്യക്തിപരമായി ഉണ്ടാകുന്ന അതൃപ്തി കാരണമു ള്ള വിവാഹമോചനത്തിലും വിവാഹം ചെയ്യാതെ തന്നെ സ്ത്രീയും പുരുഷനും ഒരുമിച്ച് ജീവിക്കാൻ ആരംഭിക്കുന്നതിലുമൊക്കെയാണ്. ഇതിനോട് കൂടി തന്നെയാണ് ഒറ്റ രക്ഷിതാവിന്റെ കീഴിലുള്ള ശിശു പരിചരണ രീതികളും ബലപ്പെട്ടു വന്നിട്ടുള്ളത്. ഒറ്റയ്ക്ക് നിന്നുകൊണ്ട് ജീവിതം സന്തോഷകരമാക്കാം എന്ന് തിരിച്ചറിയാൻ തുടങ്ങുന്നതും ഇതിന്റെ ഭാഗമായിട്ടാണ്. വിവാഹം ചെയ്യാതെ തന്നെ ഉണ്ടാകുന്ന കുട്ടികളുടെ എണ്ണം കൂടിക്കൊണ്ടിരിക്കുകയാണ് എന്നതാണ് മറ്റൊരു യാഥാർത്ഥ്യം.

നമ്മുടെ നാട്ടിൽ പോലും രക്ഷിതാക്കൾ വഴി കണ്ടെത്തപ്പെടുന്ന പങ്കാളികളുടെ എണ്ണം വലിയ തോതിൽ കുറഞ്ഞിട്ടുണ്ട്. ചൈനയിലും, ഇന്ത്യയിലും എല്ലാം ഡേറ്റിംഗ് ആപ്പുകൾ ഇന്ന് സുലഭമായി ലഭ്യമായി തുടങ്ങിയിട്ടുണ്ട്. അവിവാഹിതരും വിവാഹിതരുമെല്ലാം ഡേറ്റിംഗ് ചെയ്യുന്നതും അസ്വാഭാവികമല്ല എന്ന് ഇതിനകം തിരിച്ചറിയപ്പെ ട്ടിട്ടുമുണ്ട്.

ദാമ്പത്യ ജീവിതത്തെ പ്രയാസകരമാക്കുന്നതിന് പിന്നിൽ ഒട്ടേറെ കാരണങ്ങൾ ഉണ്ടാകാമെങ്കിലും നമ്മൾ ഉൾപ്പെടുന്ന സമൂ ഹത്തിലെ കാലഹരണപ്പെട്ട മൂല്യങ്ങളും വിശ്വാസങ്ങളും ഇതിൽ മുഖ്യ വിലങ്ങുതടിയായി മാറാറുണ്ടെന്നത് പകൽ പോലെ വ്യക്ത മാണ്. മുൻകാലത്തെ അപേക്ഷിച്ച് സ്ത്രീകൾ കൂടുതൽ വിദ്യാസമ്പ ന്നകൾ ആയതിനാൽ അവർക്ക് അവരുടെ സ്വന്തം ആവശ്യങ്ങളെ സംബന്ധിച്ച് വ്യക്തമായ ധാരണകൾ ഉള്ളവരാണ്. അതുകൊണ്ട്

കൂടിയാണ് വിദേശ രാജ്യങ്ങളായ ഐസ് ലാൻഡ്, ഫിൻലൻഡ്, നോർവേ, സ്വീഡൻ എന്നിവിടങ്ങളിൽ ലിംഗപരമായ വിടവിന്റെ അടിസ്ഥാനത്തിലുള്ള വേർതിരിവ് വലിയ തോതിൽ കുറയ്ക്കാൻ കഴിഞ്ഞിട്ടുള്ളത്.

2018-ൽ പുറത്തു വന്ന വേൾഡ് എക്കണോമിക് ഫോറം (world economic forum) നടത്തിയ കണക്കെടുപ്പ് പ്രകാരം വിദ്യാസമ്പന്നരായ അമേരിക്കൻ സ്ത്രീകളിൽ ഏറെയും ഒന്നുകിൽ വിവാഹമോചനം നേടിക്കൊണ്ടോ അതല്ലെങ്കിൽ വിവാഹം ചെയ്യാതെ നിന്നുകൊണ്ടോ സ്വന്തം ജീവിതത്തെ ആനന്ദകരമാക്കി തീർക്കുന്നതിനാണ് ശ്രമിക്കുന്നത്. ജർമ്മനി, യു.കെ, ഡെൻമാർക്ക്, ബെൽജിയം എന്നിവിടങ്ങളിൽ ഏതാണ്ട് 44 ശതമാനം മാത്രമാണ് വിവാഹിതരായിട്ടുള്ളത്, 50 ശതമാനവും അവിവാഹിതരും മറ്റുള്ളവർ വിവാഹമോചിതരോ, ഭിന്നലിംഗ വിഭാഗങ്ങളോ ആണ്.

എന്റെ കുഞ്ഞ് എന്റേത് മാത്രമല്ല

ജീവിത പങ്കാളികൾക്ക് പാരമ്പര്യമായി ലഭിക്കാനിടയുള്ള വിഭവങ്ങൾ ഉറപ്പായതിന്റെ സാഹചര്യത്തിലാണ് ദമ്പതികൾ കൂട്ടായി ശിശു പരിപാലനത്തിൽ ഇടപെടുന്നതിന് പോലും തുടക്കമിട്ടത്. സ്വന്തം വിഭവങ്ങൾ മറ്റുള്ളവരുടെ കുഞ്ഞുങ്ങൾക്ക് വേണ്ടി നീക്കിവെക്കുന്നതിനു മുൻപായി സ്വന്തം കുഞ്ഞുങ്ങൾ ഉണ്ടാകാനുള്ള സാധ്യത ഉറപ്പാക്കുക എന്നത് ഇത്തരം സന്ദർഭങ്ങളിൽ ഒഴിച്ചുകൂടാനാവാത്തതാണ്. ആർത്തവ വിരാമമായതിനുശേഷവും വിഭവങ്ങൾ ബാക്കി വരുന്ന സാഹചര്യം ഉണ്ടാകുകയാണെങ്കിലും അത് തന്റെ സ്വന്തം കുടുംബത്തിൽ പെട്ടവർക്ക് തന്നെ പങ്കുവെക്കപ്പെടുന്നു എന്ന് ഉറപ്പിച്ചുകൊണ്ടാണ് ഒട്ടുമിക്ക ആളുകളും പെരുമാറുന്നത്. ഇത്തരത്തിലുള്ള സ്വാർത്ഥ പ്രേരിതമായ താൽപ്പര്യങ്ങൾ മുൻനിർത്തിയാണ് നമ്മുടെ പെരുമാറ്റങ്ങളിൽ ഏറെയും വികസിച്ചു വന്നിട്ടുള്ളത്. ഇതിനെ ഒരു തെറ്റായി കാണുന്നതിന് പകരം ഇതിനെ ഒരു ജീവശാസ്ത്രപരമായ അനിവാര്യത കൂടിയായി തിരിച്ചറിയേണ്ടതുണ്ട്. ഇതിന് ഏറെക്കുറെ സമാനമായ രീതിയിലാണ് കുടുംബത്തിലെ അവിവാഹിതരായ പുരുഷന്മാരും പെരുമാറുന്നത്. അവരുടെ സ്വത്ത് വകകൾ സ്വന്തം കുടുംബത്തിലെ അടുത്ത ബന്ധമുള്ളവരിലേക്കു തന്നെ പങ്കുവെക്കാനാണ് അത്തരം പുരുഷന്മാർ ശ്രമിക്കാറുള്ളത്. ചില വ്യക്തികൾ അവരുടെ സ്വത്ത് അനാഥാലയങ്ങൾക്കോ മറ്റു പൊതു സ്ഥാപനങ്ങൾക്കോ നീക്കിവെക്കുന്നതും അപൂർവ്വമായി സംഭവിക്കാറുണ്ട്.

മനുഷ്യരിൽ കാണുന്ന ഏതൊരു പെരുമാറ്റത്തിനും പ്രത്യുൽപ്പാദനപരവും, ഉത്പാദനപരവുമായ ധർമ്മങ്ങൾ അനുഷ്ഠിക്കാൻ കഴിയും. ഇവ രണ്ടും പാലിക്കപെട്ടാൽ മാത്രമാണ് നമ്മുടെ സ്വന്തം ആവശ്യങ്ങൾക്കെന്ന പോലെ മറ്റുള്ളവരുടെ ആവശ്യങ്ങൾക്ക് കൂടി നമ്മുടെ സമ്പത്ത് ഉചിതമായി ഉപയോഗിക്കാൻ സാധിക്കുകയുള്ളൂ. ഇതിന്റെ ഭാഗമായിട്ടാണ് ആണിനും, പെണ്ണിനും, കുടുംബത്തിലുള്ളവർക്കും എല്ലാം തന്നെ കുഞ്ഞിന്റെ പരിപാലനത്തിൽ പങ്കുകൊള്ളാൻ കഴിയുന്നത്.

നമ്മുടെ അറിവിന്റെ നിർമ്മിതിയിലും, വൈകാരികതയുടെ മേഖലകളിലും ഇത്തരത്തിലുള്ള മുൻനിശ്ചയങ്ങൾ(predispositions) ഉണ്ടായാൽ മാത്രമാണ് പെരുമാറ്റങ്ങളിൽ ആവശ്യമായ വഴക്കം നിലനിർത്തിക്കൊണ്ട് പരസ്പരം സഹകരിച്ചുപോകാൻ കഴിയുകയുള്ളൂ. ജീവശാസ്ത്രപരമായ അടിസ്ഥാനത്തിൽ നോക്കിയാൽ രക്ഷിതാക്കൾ അല്ലാത്തവർക്ക് കൂടി കുഞ്ഞുങ്ങളുടെ സംരക്ഷണം ഏറ്റെടുക്കാൻ കഴിയുന്നതും ഇതേ കാരണത്താൽ തന്നെയാണ്. നേരിട്ടുള്ള രക്ഷിതാക്കൾ അല്ലാത്തവരും ഇപ്രകാരം കുഞ്ഞിന്റെ ജീവിതത്തിൽ ഗുണകരമായി ഇടപെടാനുള്ള സാഹചര്യം ഉണ്ടായതിനാലാണ് മനുഷ്യവംശത്തിന് ഇത്രയേറെ പെറ്റുപെരുകാൻ കഴിഞ്ഞിട്ടുള്ളത്. നമ്മുടെ പൂർവികരായ ഹോമോഇറക്റ്റസ് ഏതാണ്ട് 1.8 മില്യൺ വർഷങ്ങൾക്ക് മുൻപ് ആഫ്രിക്കയിൽ നിന്നും യൂറേഷ്യയിലേക്കും മറ്റു ഭൂപ്രദേശങ്ങളിലേക്കും പുതിയ വാസസ്ഥലങ്ങൾ തേടി യാത്ര ചെയ്യാൻ സാധിച്ചതിലും ഇത്തരത്തിലുള്ള ശിശു പരിചരണ രീതികൾക്ക് കനത്ത സംഭാവനകൾ നല്കാൻ കഴിഞ്ഞിട്ടുണ്ടാവണം. സ്വന്തം കൂട്ടത്തിലുള്ള കുഞ്ഞുങ്ങളെ സ്നേഹപൂർവ്വം പരിഗണിക്കാൻ കഴിയാത്ത പക്ഷം സാമൂഹ്യജീവിതം അപ്രായോഗികമായി തീർന്നേക്കാം.

ഒരു പ്രത്യേക കൂട്ടായ്മയിൽ നിൽക്കുന്നതിന് എക്കാലത്തും നമ്മളെ പ്രേരിപ്പിച്ചത് ആ ഗ്രൂപ്പിൽ അനായാസേന ലഭ്യമാകാൻ ഇടയുള്ള വിഭവങ്ങളുടെ ലഭ്യത നിമിത്തമാണ്. മതം, ജാതി, രാഷ്ട്രീയ പാർട്ടികൾ എല്ലാം ഇതിൽ ഉൾപ്പെടുന്നുണ്ട്. ഇപ്രകാരം ചില കൂട്ടങ്ങളിൽ നില്ക്കാൻ കഴിയുന്നത് മൂലം ഒറ്റക്ക് നിൽക്കുന്നത് വഴി ഉണ്ടാകാൻ ഇടയുള്ള മാനസികപ്രശ്നങ്ങൾ, ആരോഗ്യപ്രശ്നങ്ങൾ, വിഭവ ലഭ്യത കുറവ് എന്നിവ ശരിയാം വണ്ണം പരിഹരിക്കാൻ കഴിയും. ഒട്ടുമിക്ക മനുഷ്യരും സ്വന്തം ജാതിയിലും മതത്തിലും എല്ലാം ഒതുങ്ങി നിൽക്കുന്നതിന് കാരണവും ഇതുകൂടിയാണ്. മനുഷ്യർക്കിടയിലെ

സാമൂഹ്യബന്ധങ്ങൾ നിലനിർത്താനുള്ള മാർഗ്ഗം എന്ന നിലയിലാവണം ഇന്ന് കാണുന്ന മതങ്ങളും ജാതികളും എല്ലാം രൂപപ്പെട്ടു വന്നിട്ടുള്ളത്. അതോടൊപ്പം അധികാര ശ്രേണിയിൽ സ്വയം ശ്രേഷ്ഠരെന്ന് കരുതിയവർ നിർമിച്ച അധികാരത്തിന്റെ ബലത്തിലും ജാതിയുടെയും മറ്റും അടിസ്ഥാനത്തിലുള്ള സാമൂഹ്യവിഭജനത്തിന് കാരണമായിട്ടുണ്ട്. ഓരോ ഗ്രൂപ്പും അവരവർക്കായുള്ള വിഭവങ്ങൾ സമാഹരിക്കുന്നതിന് യോജിച്ച തരത്തിലുള്ള അധികാര ബന്ധങ്ങളും ഇതിന്റെ ഭാഗമായി നിർമ്മിച്ചെടുത്തിട്ടുണ്ട്. ജാതിയുടെയും മതത്തിന്റെയും അടിസ്ഥാനത്തിൽ നടക്കുന്ന കിടമത്സരങ്ങളും സംഘർഷങ്ങളും എല്ലാം ഇതിനുള്ള ഭിന്ന മാർഗ്ഗങ്ങളാണ്. ഈയ്യിടെ കേരളത്തിലെ ചില മത വിഭാഗങ്ങൾ അവരുടെ കൂട്ടത്തിൽ പെട്ടവരുടെ ആളുകൾക്ക് കൂടുതൽ കുഞ്ഞുങ്ങൾ ഉണ്ടാവുകയാണെങ്കിൽ സാമ്പത്തിക പിന്തുണ ഉൾപ്പെടെ നൽകാമെന്ന വാഗ്ദാനം നൽകിയത് അധികമാരും മറന്നു കാണില്ല. ഒട്ടുമിക്ക മതവിഭാഗങ്ങളും അവരുടെ അനുയായികളെ സൃഷ്ടിക്കുന്നതിനായി വിഭവലഭ്യത ഉറപ്പാക്കുന്നത് ഇക്കാരണം കൊണ്ടുതന്നെയാവാം.

കുഞ്ഞുങ്ങളെ വളർത്തുന്നതുമായി ബന്ധപ്പെട്ട് ഉണ്ടാകുന്ന പിന്തുണയ്ക്ക് മറ്റെന്തിനേക്കാളും പ്രാധാന്യമുണ്ട്. കൂട്ടുകുടുംബ ബന്ധങ്ങളും മറ്റു സാമൂഹ്യബന്ധങ്ങളും ഉണ്ടാക്കിയെടുത്തുകൊണ്ട് മാത്രമേ ഇത് ഫലപ്രദമായി നിറവേറ്റാൻ കഴിയുകയുള്ളൂ. പ്രസവകാലത്ത് കിട്ടേണ്ടുന്ന ശാരീരികവും മാനസികവുമായ സുരക്ഷിതത്വം ഉറപ്പാക്കുന്നതിനും ഇത്തരത്തിലുള്ള ബന്ധങ്ങളുടെ പിൻബലം അത്യന്താപേക്ഷിതമാണ്. ഇതു കൂടാതെ, പെൺകുട്ടികൾക്ക് അമ്മമാരാകാനുള്ള പരിശീലനം കൊടുക്കുന്നതിലും കുടുംബത്തിലെ മുതിർന്ന സ്ത്രീകളുടെ പങ്കാളിത്തം ഒഴിച്ചുകൂടാൻ ആവാത്തതാണ്.

മനുഷ്യരിലെ മറ്റു പെരുമാറ്റങ്ങൾ പോലെത്തന്നെ കുഞ്ഞുങ്ങളെ പരിചരിക്കാനും കൂടെ കൊണ്ടുനടക്കാനും താൽപ്പര്യം കാണിക്കുന്ന ലംഗൂറുകൾ എന്നറിയപ്പെടുന്ന കുരങ്ങുകൾക്കും അതുപോലുള്ള മറ്റു ജീവികൾക്കും കഴിയും. നമ്മളെപ്പോലെ തന്നെയുള്ള ചില സ്വഭാവങ്ങൾ കാണിക്കുന്ന പെൺവിഭാഗത്തിലുള്ള കുരങ്ങുകൾ മറ്റു കുരങ്ങുകളുടെ കുഞ്ഞുങ്ങളെ തൊട്ടുനോക്കുന്നതിനും, അവയെ കൂടെ കൊണ്ടു നടക്കുന്നതിനും പ്രത്യേക താൽപ്പര്യം കാണിക്കുന്നത് പതിവാണ്. ലങ്കൂറുകൾ എന്നറിയപ്പെടുന്ന പ്രത്യേക ഇനം കുരങ്ങുകൾ ദിവസത്തിന്റെ പകുതിയോളം സമയത്തും അമ്മയുടെ ബന്ധത്തിലുള്ള കുഞ്ഞുങ്ങളെ കൂടെ കൊണ്ടു നടക്കുന്നതായി കാണാം. എങ്കിലും,

മനുഷ്യക്കുഞ്ഞുങ്ങളെ പോലെത്തന്നെ ലാങ്ഗർ കുഞ്ഞുങ്ങൾ അമ്മയുടെ അടുത്തു നിന്നും വിട്ടു പോകാൻ ഇഷ്ടപ്പെടാറില്ല. ചില മനുഷ്യക്കുഞ്ഞുങ്ങളും അവർക്ക് താൽപ്പര്യമില്ലാത്ത ആരെങ്കിലും തൊടുകയോ, എടുത്തുകൊണ്ടു പോകുകയോ ഒക്കെ ചെയ്യുമ്പോൾ കാണിക്കാറുള്ള അതേ പ്രതിഷേധ സ്വഭാവം തന്നെയാണ് ലങ്ഗുറുകളുടെ കുഞ്ഞുങ്ങളും കാണിക്കാറുള്ളത്.

എന്നാൽ, ഇതിൽ നിന്ന് വിപരീതമായി റീസെസ് കുരങ്ങുകളും, സാവന്നകളിൽ കണ്ടുവരുന്ന ബാബൂണുകളും, ഒറാങ്ങുട്ടാൻ, ചിമ്പാൻസി എന്നിവരും പ്രസവിച്ച് ആഴ്ചകളോളം ചില സാഹചര്യങ്ങളിൽ മാസങ്ങൾ കഴിഞ്ഞും മാത്രമേ അവരുടെ കുഞ്ഞുങ്ങളെ മറ്റുള്ളവർ തൊടുന്നതിനോ, എടുക്കുന്നതിനോ ഒക്കെ അനുവദിക്കാറുള്ളൂ. മാർമോസ്റ്റ് ഇനത്തിൽപ്പെട്ട ചെറിയ തരം കുരങ്ങുകൾക്കിടയിൽ ഇതിൽ നിന്നും വേറിട്ട രീതിയാണുള്ളത്. അച്ഛനും അമ്മയും പരിചരിക്കുന്ന പോലെ കൂട്ടത്തിലുള്ള മറ്റുള്ളവരും ഇവയുടെ കുഞ്ഞുങ്ങളെ പരിചരിക്കുന്നതിൽ പങ്കുകൊള്ളാറുണ്ട്.

കുഞ്ഞുങ്ങളെ പരിചരിക്കുന്നതിന് പ്രേരിപ്പിക്കുന്ന ചില ജൈവരാസ ഘടകങ്ങളുടെ അഭാവത്തിൽ ഈ സ്വഭാവം ഉണ്ടാവുന്നത് അപൂർവ്വമായിരിക്കും. ഉദാഹരണത്തിന്, പ്രൊലാക്റ്റിൻ പോലുള്ള രാസഘടകങ്ങളുടെ അളവ് കൂടുന്നതിന് അനുസരിച്ചായിരിക്കും ഈ സ്വഭാവം ഏറെയും പ്രകടമാകുന്നത്. മാർമോസ്റ്റ് കുരങ്ങുകളിൽ നടത്തിയ പഠനത്തിലൂടെ ഇതിനുള്ള തെളിവുകൾ ശേഖരിക്കാൻ കഴിഞ്ഞിട്ടുണ്ട്. പൊതുവിൽ മാതൃസ്വഭാവത്തെ പ്രകടമാക്കുന്നതിൽ മുഖ്യപങ്കുള്ള ഒന്നായാണ് ഏറെക്കാലം പ്രൊലാക്റ്റിൻ എന്ന ഹോർമോണിനെ കണ്ടിരുന്നത്. ഈ ഹോർമോണുമായി ബന്ധപ്പെടുത്തി നടന്ന പഠനങ്ങളിൽ നേരെത്തെ തന്നെ കുഞ്ഞുങ്ങളെ വളർത്തി പരിചയമുള്ളവരിൽ പ്രൊലാക്റ്റിന്റെ (prolactin) തോത് സാധാരണത്തേതിലും കൂടിയതായി കണ്ടതിനെ തുടർന്നാണ് കുഞ്ഞുങ്ങളെ പരിപാലിക്കുന്ന സ്വഭാവത്തെ ചില പ്രത്യേക ഇടപെടലുകളിലൂടെ സ്വരൂപിച്ചെടുക്കാൻ കഴിയും എന്ന് തെളിയിക്കാനായത്.

ഗർഭിണികളുടെയും തങ്ങളുടെ കുഞ്ഞുങ്ങളുടെ അമ്മമാരുടെയും കൂടെ താമസിക്കുന്നതിലൂടെ പുരുഷന്മാരിൽ ഉൾപ്പെടെ ഇത്തരം ഹോർമോണുകളുടെ പ്രവർത്തനത്തിൽ ഗുണപരമായ മാറ്റങ്ങൾ ഉണ്ടാക്കാൻ കഴിയുമെന്നും ഇതിനകം മനസ്സിലാക്കപ്പെട്ടിട്ടുണ്ട്. സ്വന്തം ഭാര്യമാർ ഗർഭിണികളാവുന്ന കാലയളവിലും, കുഞ്ഞു ജനിക്കുന്നതുമായി ബന്ധപ്പെട്ടുകൊണ്ടും ഭർത്താക്കന്മാരുടെ പ്രൊലാക്റ്റിന്റെ

അളവിലും പ്രവർത്തനത്തിലും വർദ്ധനവ് ഉണ്ടാകുന്നതായാണ് നിരീക്ഷിക്കപ്പെട്ടിട്ടുള്ളത്. ഇതിന്റെ പരിണതഫലമായി അവരിലെ ടെസ്റ്റോസ്റ്റിറോണിന്റെ അളവിൽ ഉൾപ്പെടെ സാരമായ കുറവ് സംഭ വിക്കുന്നതായും തെളിഞ്ഞിട്ടുണ്ട്. ഈ അവസരങ്ങളിൽ ലൈംഗിക താൽപ്പര്യം കുറക്കുക എന്നതിനെ സഹായിക്കുന്നതിന് ഇണങ്ങുന്ന ജീവശാസ്ത്രപരമായ ക്രമീകരണങ്ങളായി വേണം ഇത്തരം മാറ്റങ്ങളെ പരിഗണിക്കേണ്ടത്. കൂട്ടായ ശിശു പരിപാലന ശീലം കുറവായ മൃഗങ്ങൾക്കിടയിൽ പോലും ഈ സ്വഭാവം ഉണ്ടാക്കിയെടുക്കാൻ കഴിയുമെന്നാണ് ശാസ്ത്രലോകം കണ്ടെത്തിയിട്ടുള്ളത്.

കന്യകാത്വം (ഈ വാക്കിൽ ഉള്ളടങ്ങിയ സാംസ്കാരികവും രാഷ്ട്രീയവുമായ ധ്വനികൾ ഒഴിവാക്കി ഇതിന്റെ ശാസ്ത്രീയമാനം മാത്രം പരിഗണിച്ചാൽ മതി) നഷ്ടപ്പെടാത്ത സ്ത്രീകളെയും പുരുഷന്മാരെയു മെല്ലാം ഗർഭിണികളുമായും, കുഞ്ഞുങ്ങളുമായും നിരന്തരം ഇടപെടാനുള്ള സാഹചര്യങ്ങൾ ഒരുക്കിക്കൊണ്ട് ശിശു പരിചരണത്തിന് ഇണങ്ങുന്ന പെരുമാറ്റങ്ങൾ അവരിൽ ഉണ്ടാക്കി എടുക്കുന്നതിന് ഒരു പരിധിവരെ സാധിച്ചേക്കുമെന്നാണ് ഈ വഴിക്കുള്ള പഠനങ്ങൾ വഴി വ്യക്തമായിട്ടുള്ളത്.

ഏറെക്കുറെ ഒട്ടുമിക്ക സസ്തനികളിലും അമ്മയുടെ സാന്നിധ്യം ഇല്ലാതെ കുഞ്ഞിന് അതിജീവിക്കാൻ കഴിയാറില്ല. എന്നാൽ മനുഷ്യരുടെ കാര്യത്തിൽ അമ്മമാരുടെ സാമീപ്യവും സ്നേഹവും മാത്രം ലഭിച്ചാൽ കുഞ്ഞുങ്ങളുടെ വളർച്ചയും വികാസവും ശരിയായ രീതിയിൽ നടക്കണമെന്നില്ല. പ്രസവത്തിനു മുൻപും ശേഷവും തന്നെ പരിചരിക്കാനായി ആരൊക്കെ ഉണ്ടാകും എന്നതിനെക്കൂടി ആശ്രയിച്ചാണ് അമ്മയുടെ സുരക്ഷിതത്വവും, അമ്മക്ക് കുഞ്ഞിനോടുള്ള സമീപനവും ഉൾപ്പെടെ തീരുമാനിക്കപ്പെടുന്നത്. മറ്റാരുടെയും സഹായം ലഭിക്കില്ല എന്ന് ഉറപ്പുള്ള സന്ദർഭങ്ങളിൽ സ്വന്തം കുഞ്ഞുങ്ങളെ ഉപേക്ഷിക്കുന്ന സാഹചര്യങ്ങൾ കേരളത്തിലും വർദ്ധിച്ചുവരുന്നതായാണ് കാണപ്പെടുന്നത്. അമ്മക്ക് കുഞ്ഞിനോടുള്ള സമീപനത്തെ നിർണയിക്കുന്നതിൽ സ്വന്തം ജീവിതപങ്കാളിയുടെയും കുടുംബത്തിലെ മറ്റ് അംഗങ്ങളുടെയും പിന്തുണയ്ക്ക് വലിയ പ്രാധാന്യം തന്നെ ഉണ്ട് എന്ന് സ്ഥിരീകരിക്കുന്നതിന് ആവശ്യമായ തെളിവുകൾ ഞാനും മനഃശാസ്ത്രജ്ഞനായി പ്രവർത്തിക്കുന്ന എന്റെ സുഹൃത്തും ചേർന്ന് നടത്തിയ പഠനങ്ങളിലൂടെ ലഭിക്കുകയുണ്ടായി. മറ്റുള്ളവരുടെ മനസ്സിലിരുപ്പ് എന്താണ് എന്ന് മനസ്സിലാക്കി പെരുമാറുന്നതിനുള്ള കഴിവ് മറ്റേത് മൃഗത്തേക്കാളും നമ്മളിൽ ശക്തമാണ്

എന്നതിന് സംശയത്തിന് ഇടയില്ല. അമ്മയും കുഞ്ഞും തമ്മിലും, മറ്റു കുടുംബാംഗങ്ങളും എല്ലാം തമ്മിലുള്ള ബന്ധങ്ങളിൽ അത്യന്താപേക്ഷിതമായ ഒന്നായാണ് മനസ്സറിഞ്ഞു പെരുമാറാനുള്ള കഴിവ് എന്നതിൽ ആർക്കും സംശയം ഉണ്ടാകേണ്ടതില്ല. ഏതുതരം ബന്ധത്തിലും ഈ ശേഷി ഏറിയോ കുറഞ്ഞോ കൂടിയേ തീരൂ.

കുഞ്ഞും അമ്മയും തമ്മിലുള്ള ബന്ധത്തിനപ്പുറം മറ്റുള്ളവരുമായി ബന്ധം സ്ഥാപിക്കുന്നതിന് സഹായകരമായ ഒട്ടേറെ മാറ്റങ്ങൾ ശാരീരികമായും മാനസികമായും ഉണ്ടാകുന്നതുകൊണ്ടാണ് ഇത്തരത്തിൽ പലരുടെയും ശ്രദ്ധ പിടിച്ചുപറ്റാൻ കുഞ്ഞുങ്ങൾക്കും കഴിയുന്നത്. അതിൽ പ്രധാനമായ ഒരു മാറ്റമായി പരിഗണിക്കപ്പെടുന്നത് കുഞ്ഞുങ്ങളിലെ പാൽ പല്ലിന്റെ തുടക്കവും അതിന്റെ തുടർച്ചയായി ഉണ്ടാകുന്ന അസ്പഷ്ടമായ ശബ്ദോൽപ്പാദനവും തന്നെയാണ്.

ഏറെക്കുറെ നമ്മളെപോലെ തന്നെ പരസ്പരം സഹകരിച്ചു കൊണ്ട് കുഞ്ഞുങ്ങളെ വളർത്തുന്ന കാലിട്രിയ്ക്കിഡൈ (callitrichidae) എന്ന് വിളിക്കുന്ന മാർമൊസെറ്റുകളെ (marmoset monkeys) പോലെയുള്ള കുരങ്ങുകളിലും, മാർമൊസെറ്റുകളിലും ഇതിന് സമാനമായ മാറ്റങ്ങൾ സംഭവിക്കുന്നുണ്ട്. ഇവരുടെ കുഞ്ഞുങ്ങൾ മൂന്ന് ആഴ്ചകൾക്കുള്ളിൽ തന്നെ മനുഷ്യക്കുഞ്ഞുങ്ങളെ പോലെ അസ്പഷ്ട ശബ്ദങ്ങൾ പുറപ്പെടുവിച്ചു തുടങ്ങുക പതിവാണ്. ഇതോടുകൂടി തന്നെയാണ് ഈ കുഞ്ഞുങ്ങളും അമ്മമാരല്ലാത്ത കൂട്ടത്തിലെ മറ്റ് അംഗങ്ങളാൽ പരിചരിക്കപ്പെടാൻ തുടങ്ങുന്നത് എന്നതാണ് അതിശയകരമായിട്ടുള്ളത്. മാർമൊസെറ്റുകളിൽ എന്തിനാണോ ഇത്തരത്തിലുള്ള ശബ്ദം പുറപ്പെടുവിക്കാനുള്ള ശേഷി ആവിർഭവിച്ചിട്ടുള്ളത് അതേ ലക്ഷ്യം സാധിക്കുന്നതിനുതകുന്ന രീതിയിൽ തന്നെയാവണം കാലിട്രിയ്ക്കിഡൈകളിലും ഇത് വികസിച്ചുവന്നിട്ടുള്ളത്. ഇത്തരം ശബ്ദം പുറപ്പെടുവിക്കുന്നതോടൊപ്പം കുഞ്ഞിന് കയ്യും കാലും താളാത്മകമായി ചലിപ്പിക്കുന്നതിനുള്ള പ്രാപ്തിയും കൈവരിക്കാൻ സാധിക്കുന്നുണ്ട് എന്നതും അവിശ്വസനീയമായി തോന്നാം. കുഞ്ഞുങ്ങളുടെ ഇത്തരത്തിലുള്ള ശബ്ദത്തിനും കൈകാലുകളുടെ ചലനത്തിനും മറ്റുള്ളവരുടെ ശ്രദ്ധയും താൽപ്പര്യവും ജനിപ്പിക്കാൻ കഴിയും എന്നതാണ് ഇതിൽ ശ്രദ്ധേയമായത്. ഭാഷാനിർമ്മിതിയുടെ മുന്നുപാധി എന്ന നിലയിലുള്ള ധർമ്മം മാത്രമാണ് ഇത്തരം ശബ്ദോച്ചാരണങ്ങൾക്ക് ഉള്ളത് എന്നായിരുന്നു നാം ഏറെകാലം വിശ്വസിച്ചു പോന്നത്. എന്നാൽ, ഇതിനു വിപരീതമായി കുഞ്ഞുങ്ങളും മുതിർച്ചയെത്തിയവരും തമ്മിൽ രൂപപ്പെടുന്ന ബന്ധത്തിന് അടിത്തറയൊരുക്കുന്നതിൽ ഇതിന്റെ

സ്ഥാനം അത്യന്തം പ്രധാനമാണെന്ന് ഇന്ന് നാം തിരിച്ചറിഞ്ഞിട്ടുണ്ട്. നിങ്ങളുടെ കുഞ്ഞിന് നിങ്ങളിലൂടെ മാത്രമേ വളർച്ച നേടാൻ കഴിയുള്ളൂ എന്ന നില വന്നിരുന്നെങ്കിൽ മനുഷ്യ സമൂഹത്തിന് ഇന്ന് നാം വിലമതിക്കുന്ന പല നേട്ടങ്ങളും നേടിയെടുക്കാൻ കഴിയുമായിരുന്നില്ല എന്ന സത്യം ഉൾക്കൊള്ളാതെ വയ്യ.

പല കുടുംബങ്ങൾ
പല ജീവിതങ്ങൾ

മനുഷ്യർ എന്ന നിലയിൽ നമ്മൾ മറ്റുള്ളവരുമായി ഉണ്ടാക്കിയെടുക്കുന്ന പലതരത്തിലുള്ള ബന്ധങ്ങളെ നിശ്ചയിക്കുന്നതിൽ മനുഷ്യന്റെ ജൈവപ്രകൃതത്തിന്റെ അടിത്തറ എന്താണ് എന്നുകൂടി പരിശോധിക്കേണ്ടതാണ്. കുടുംബബന്ധങ്ങൾ നിലനിർത്തുന്നതിനായി നാം അനുവർത്തിച്ചുവരുന്ന വ്യത്യസ്തസമ്പ്രദായങ്ങളായ ബഹുഭാര്യത്വം, ഏകഭാര്യാത്വം എന്നിവയെയും ഇതിന്റെ ഭാഗമായി തന്നെ കാണേണ്ടി വരും.

മനുഷ്യരെ ഒന്നടങ്കം ഏകഭാര്യാ സമ്പ്രദായം പിന്തുടരുന്ന ജീവിവർഗ്ഗമായി പരിഗണിക്കുന്ന പക്ഷം ഇതുമായി ബന്ധപ്പെട്ട് പ്രസക്തമായ മറ്റു ചില പെരുമാറ്റങ്ങൾ കൂടി ഇതിൽ ഉൾപ്പെടുത്തേണ്ടതായും വന്നേക്കാം. ലൈംഗികതക്ക് വേണ്ടിയുള്ള ആഗ്രഹം പ്രകടിപ്പിക്കുന്നതിനായി അനുവർത്തിക്കപ്പെടുന്ന പെരുമാറ്റ രീതികൾ, പ്രത്യുൽപ്പാദന രീതികൾ, കൂടാതെ ശിശുക്കളെ വളർത്തിയെടുക്കുന്നതിനായി ഏതൊക്കെ തരത്തിലുള്ള വിഭവങ്ങളാണ് വിനിയോഗിക്കപ്പെടുന്നത് എന്നൊതൊക്കെ ഇവിടെ പ്രസക്തമാവാം.

നമ്മുടെ സംസ്കാരത്തിന്റെയും, സാമ്പത്തിക വ്യവസ്ഥയുടെയും മൂലക്കല്ലായി എതിർലിംഗ ലൈംഗികതയെയും, പ്രത്യുൽപ്പാദന രീതികളെയും അണുകുടുംബ വ്യവസ്ഥയെയും പരസ്പരം ബന്ധപ്പെടുത്തി വിശകലനം ചെയ്യുന്നതിലൂടെ മാത്രമേ ഇതിനെ സംബന്ധിച്ച സമഗ്രധാരണ രൂപപ്പെടുത്താൻ കഴിയുകയുള്ളൂ.

പല ചിന്തകരും ഏകഭാര്യാത്വത്തെ മനുഷ്യപ്രകൃതത്തിന് എതിരായതും അതോടൊപ്പം നമ്മുടെ ജൈവപ്രകൃതത്തിന്റെ തന്നെ വികലമായ ആവിഷ്കാരം എന്ന നിലയിലുമാണ് സമീപിക്കുന്നത്. ഈ കാഴ്ചപ്പാടിൽ നിന്ന് നോക്കുമ്പോൾ ഏകഭാര്യാത്വ രീതിയിലൂടെ നിറവേറ്റപ്പെടുന്ന ജീവശാസ്ത്രപരമായ ധർമ്മത്തെക്കാൾ മികച്ചു നിൽക്കുന്നത് അത് വഴി ലഭ്യമാകുന്ന സാംസ്കാരികമായ നേട്ടങ്ങളാണെന്നതിൽ സംശയിക്കേണ്ടതില്ല. എന്നാൽ പ്രകൃതി/സംസ്കാരം എന്നീ വിപരീതങ്ങൾക്കകത്ത് വെച്ച് മനുഷ്യബന്ധങ്ങളെ കാണുന്നതിന് പകരം മനുഷ്യർ ജൈവസാംസ്കാരിക അടിത്തറയുള്ള ഒരു ജീവിവർഗമാണെന്ന നിലപാടാണ് സ്ത്രീപക്ഷ ചിന്തകയായ ഡോണ ഹാരോവേയെ (Donna Haroway) പോലുള്ള ചിന്തകർ സ്ഥാപിക്കാൻ ശ്രമിക്കുന്നത്.

ബഹുഭാര്യത്വം, ബഹുഭർതൃത്വം, ബഹുത്വമാർന്ന പ്രണയസങ്കൽപ്പങ്ങൾ എന്നിവയെക്കുറിച്ച് സ്ത്രീപക്ഷചിന്തകർ പുലർത്തുന്ന സമീപനങ്ങൾ ഒട്ടേറെ അവ്യക്തതകളോട് കൂടിയതാണ്എന്ന വസ്തുതക്ക് നേരെയും കണ്ണടക്കാനാവില്ല. എതിർലിംഗ ലൈംഗികതയിൽ ഊന്നിയ ഏകഭാര്യ വ്യവസ്ഥ ഒരർത്ഥത്തിൽ പുരുഷന്മാരുടെ സാമൂഹ്യവും സാമ്പത്തികവുമായ മേൽക്കൈ സാധൂകരിക്കാനുള്ള അവസരങ്ങൾ ഉറപ്പാക്കുന്നുണ്ട് എന്നതും അവഗണിക്കാൻ കഴിയില്ല. ഇത്തരം പ്രശ്നങ്ങളിൽ സ്ത്രീപക്ഷ ചിന്തകർ ഉന്നയിക്കുന്ന വാദങ്ങൾ ഗൗരവമായ പരിഗണന അർഹിക്കുന്നവ തന്നെയാണ്.

ഒരു പ്രത്യേക വ്യക്തിയിൽ മാത്രം അമിതമായി ആശ്രയിക്കേണ്ടി വരുന്നതിനാൽ ഒറ്റ പങ്കാളിയെ ആശ്രയിച്ചു നിൽക്കുന്ന വ്യവസ്ഥയിൽ ജീവിതം അസന്തോഷകരമാണെങ്കിൽ പോലും അത് ഉപേക്ഷിക്കാൻ പ്രയാസമാണെന്ന കാര്യത്തിൽ സ്ത്രീപക്ഷചിന്തകർക്കും എതിരഭിപ്രായം ഉണ്ടാവാറില്ല. മാത്രമല്ല, ഒരു പുരുഷനെ ഭർത്താവായി സ്വീകരിച്ചുകൊണ്ട് ജീവിക്കേണ്ടി വരുന്ന സ്ത്രീകൾക്ക് വിവാഹം ചെയ്ത വ്യക്തി ഒഴികെയുള്ള മറ്റു പുരുഷന്മാരുമായുള്ള തുറന്ന സൗഹൃദങ്ങൾ ഉണ്ടാക്കുന്നതിനും മറ്റും തടസ്സം നിൽക്കുന്ന ഒന്നായി ഈ സമ്പ്രദായം പ്രവർത്തിക്കുന്നുണ്ട് എന്നതും ഒരു വസ്തുതയാണ്. മുൻകാലങ്ങളിൽ നിന്ന് വ്യത്യസ്തമായി ഇന്നത്തെ സാഹചര്യത്തിൽ വ്യക്തിപരമായത്/സ്വകാര്യമായത് എന്നൊക്കെ കരുതി മാറ്റിവെക്കപ്പെട്ടിരുന്ന പലതും അങ്ങനെയല്ല എന്ന് തിരിച്ചറിയപ്പെട്ടു തുടങ്ങിയ കാലത്താണ് നമ്മൾ ജീവിക്കുന്നത്. ഏകഭാര്യ സംവിധാനത്തിനകത്ത് വ്യക്തി ബന്ധങ്ങൾ ലിംഗാധിഷ്ഠിതമായി

ചുരുങ്ങിപ്പോകുന്നത് സ്വാഭാവികമാണ്. വിവാഹത്തിന് മുൻപ് സൂക്ഷിച്ചിരുന്ന ലിംഗവ്യത്യാസങ്ങൾ പരിഗണിക്കാതെയുള്ള പല സൗഹൃദങ്ങളും നിലച്ചുപോകുന്നത് സ്വാഭാവികമെന്ന രീതിയിൽ അംഗീകരിക്കപ്പെടാറാണ് പതിവ്.

ഇതിനുപരി, ഏക ഇണ സമ്പ്രദായം സ്ത്രീയെ പുരുഷന്റെ ഉപഭോഗ വസ്തുവായി കാണുന്നതിനുള്ള അവസരം ഒരുക്കുന്നുണ്ട് എന്നതും മറ്റൊരു വസ്തുതയാണ്. പുരുഷന്റെ രതിമോഹത്തിന്റെ ലിംഗവൽകൃത രൂപം കൂടിയായിട്ടാണ് ഈ വ്യവസ്ഥ പ്രവർത്തിക്കുന്നത് എന്ന് വാദിക്കുന്നവർ ഏറെയാണ്. പുരുഷന് മാത്രമാണ് ലൈംഗികതയും അതുമായി ബന്ധപ്പെട്ട മോഹങ്ങളും ഏറെ ഉള്ളതെന്നും സ്ത്രീകൾക്കാവട്ടെ പ്രധാനമായും പ്രണയവും അതുമായി ബന്ധപ്പെട്ട മാനസിക അടുപ്പവുമാണ് ശക്തമായിട്ടുള്ളത് എന്നുമാണ് ചില സ്ത്രീവാദ ചിന്തകർ ഉൾപ്പെടെ അഭിപ്രായപ്പെടാറുള്ളത്. ഇത്തരം വാദങ്ങൾ വാസ്തവത്തിൽ അശാസ്ത്രീയവും അത്യന്തം ന്യൂനീകൃതവും (reductive) ആണെന്നതിൽ സംശയമില്ല.

നേരത്തെ സൂചിപ്പിച്ചപ്രകാരം, സാമ്പത്തിക ഭദ്രത ഉറപ്പാക്കുന്നതിനും സാമൂഹ്യമായ സുരക്ഷ കിട്ടുന്നതിനും കൂടാതെ വ്യക്തിപരമായ പല നേട്ടങ്ങളും ആസ്വദിക്കാനുള്ള അവസരങ്ങൾ ഒരുക്കുന്നതിലും ഒറ്റ ഭാര്യാ സമ്പ്രദായം സ്ത്രീകൾക്ക് അനുകൂലമാണെന്നതിൽ തർക്കമില്ല.

നമ്മുടെ നാട്ടിലുള്ള കുടുംബങ്ങളും, ഒട്ടുമിക്ക സാമൂഹ്യ സംഘടനകളും പെൺകുട്ടികൾക്ക് നൽകുന്ന ഉപദേശ നിർദ്ദേശങ്ങളും, ശിക്ഷണങ്ങളും എല്ലാം തന്നെ ആൺകുട്ടികളുമായി ഇടപെടുമ്പോൾ അതീവ ജാഗ്രതയോടെ വേണം പെരുമാറേണ്ടത് എന്നതിൽ ഊന്നിക്കൊണ്ടുള്ളതാണ്. പെൺകുട്ടികൾക്കെതിരെ നടക്കുന്ന ലൈംഗിക പീഡന ശ്രമങ്ങളെ പെരുപ്പിച്ചു കാണിച്ചുകൊണ്ട് ഭീതി പടർത്തുന്ന കാഴ്ചപ്പാടുകൾ പ്രചരിപ്പിക്കുന്നതിൽ നേതൃത്വം നൽകുന്നതും ഏറിയ പങ്കും പുരുഷന്മാർ തന്നെയാകുന്നു എന്നതാണ് ഏറെ വിരോധാഭാസകരമാവുന്നത്. ലിംഗപരമായ വേർതിരിവുകൾ സ്ഥാപനവൽക്കരിക്കുന്നതിനുള്ള മൂല്യങ്ങൾ സ്വരൂപിക്കുന്നതിൽ ഇത്തരത്തിലുള്ള ഭീതി വ്യാപാരത്തിനു വലിയ പങ്കുണ്ട് എന്നതിന് നേരെ മുഖം തിരിക്കാൻ കഴിയില്ല. ശരീരത്തെ നിരന്തരം ലൈംഗികവൽക്കരിക്കാനും അത് വഴി സ്വന്തം ശരീരം തന്റെ ശത്രുവാണെന്ന തോന്നലിലേക്ക് പെൺകുട്ടികളെ തള്ളിവിടുന്നതിനുമാണ് ഇപ്രകാരമുള്ള ഇടപെടലുകൾ ഉപകരിക്കുന്നത്. എൻ.എസ് മാധവൻ തന്റെ 'എന്റെ മകൾ ഒരു സ്ത്രീ'

എന്ന കഥയിലൂടെ വരച്ചുകാട്ടാൻ ശ്രമിക്കുന്നതും ഇതിനു സമാനമായ അനുഭവമാണ്. ഒരച്ഛന് സ്വന്തം മകളോട് പോലും വാത്സല്യപൂർവ്വം പെരുമാറാനാവാതെ വരുന്നതിലുള്ളടങ്ങിയ വൈരുദ്ധ്യത്തെയാണ് ഈ കഥ അവതരിപ്പിക്കാൻ ശ്രമിക്കുന്നത്.

സ്ത്രീ ശരീരത്തിന്റെ മുകളിലുള്ള സുരക്ഷിതത്വം ഉറപ്പാക്കുന്നതിനായി മറ്റൊരു പുരുഷന്റെ മേലുള്ള ആശ്രിതത്വത്തിനാണ് പലപ്പോഴും മുൻഗണന കൊടുക്കപ്പെടാറുള്ളത്. ഇതാവട്ടെ ഓരോ സ്ത്രീക്കും അവളുടെ ശരീരം സ്വന്തം വിലക്കുകളുടെ ഉള്ളിൽ നിൽക്കേണ്ടുന്ന ഒന്നാണെന്ന ബോധം ബലപ്പെടുത്താൻ ഉപകരിക്കുന്നതുമാണ്. അപ്രകാരം നോക്കിയാൽ ലൈംഗികതയുടെ മേൽ അധികാര ബന്ധങ്ങൾ സാധുത നേടുന്ന ഒരു മണ്ഡലം കൂടിയായി ഏകഭാര്യ വ്യവസ്ഥ മാറുന്നുണ്ടെന്ന് പറഞ്ഞാൽ നിരാകരിക്കാനാവില്ല. പെൺകുട്ടികൾക്കും, സ്ത്രീകൾക്കുമെതിരെ നടക്കുന്ന ലൈംഗികമായ കടന്നാക്രമണങ്ങൾ ഉണ്ടാകുന്ന അവസരങ്ങളിൽ പോലും ഇരകളെ പ്രതിക്കൂട്ടിലാക്കിക്കൊണ്ടുള്ള സമീപനങ്ങൾക്കാണ് എളുപ്പം സ്വീകാര്യത കിട്ടാറുള്ളത്. ഒന്നുകിൽ അവരുടെ വസ്ത്രധാരണത്തെ, പെരുമാറ്റത്തെ അതുമല്ലെങ്കിൽ അവരുടെ ശരീരഭാഷകളെ അടിസ്ഥാനപ്പെടുത്തിയായിരിക്കും ഇത്തരം സമീപനങ്ങൾ സാധുത നേടുന്നത്.

ക്രമരഹിതമായ ലൈംഗികതക്ക് കടിഞ്ഞാണിടുന്നതിനും, സ്വലിംഗ ലൈംഗികതയിൽ നിന്ന് സ്ത്രീകളെയും, പെൺകുട്ടികളെയും സംരക്ഷിക്കുന്നതിനും ഒറ്റ പുരുഷനുമായുള്ള പങ്കാളിത്ത ജീവിതമാണ് സ്വീകാര്യമായിട്ടുള്ളത് എന്നാണ് പല സാമൂഹ്യശാസ്ത്രജ്ഞരും അഭിപ്രായപ്പെടുന്നത്. പലയിടങ്ങളിലായി സൂചിപ്പിച്ച പോലെ ഓരോ വ്യക്തിയും സ്വീകരിക്കുന്ന പങ്കാളിത്തജീവിതവും കുടുംബരൂപങ്ങളുമെല്ലാം ഒട്ടേറെ ഘടകങ്ങളാൽ തീരുമാനിക്കപ്പെടുന്നതായതിനാൽ ഇതിൽ എല്ലാവർക്കും സ്വീകാര്യമായ ഒരു രീതിയും നിർദ്ദേശിക്കുക വിഷമമായിരിക്കും. എല്ലാ രീതികൾക്കും അതിന്റേതായ സാദ്ധ്യതകൾ എന്നപോലെ പരിമിതികളും ഉണ്ടായിരിക്കും.

മനുഷ്യരുൾപ്പെടെയുള്ള പല മൃഗങ്ങളും ഒരേ സമയം ജനിതക സമ്മർദ്ദങ്ങൾക്ക് വിധേയരായിക്കൊണ്ട് ഒന്നിലധികം ഇണയുമായി ബന്ധപ്പെട്ടുകൊണ്ട് തങ്ങളുടെ പ്രത്യുൽപ്പാദനശേഷി പരമാവധി പ്രകടമാക്കുകയും അതോടൊപ്പം തങ്ങളുടേതല്ലാത്ത കുഞ്ഞുങ്ങൾക്ക് വേണ്ടി സമയവും വിഭവങ്ങളും ചെലവിടാതെ ഇരിക്കാനുമുള്ള സ്വാർത്ഥ താൽപ്പര്യം കാണിക്കുകയും ചെയ്യാറുണ്ട്. ഇത് ഒരുതരത്തിൽ നോക്കിയാൽ ഒരു വിരോധാഭാസമായി തോന്നാവുന്നതാണ്.

എന്നാൽ, പരിണാമ പ്രക്രിയ മുന്നോട്ടുപോകുന്നത് ഏതെങ്കിലും ഒരു ലക്ഷ്യത്തെ മുൻനിർത്തി അല്ലാത്തതിനാൽ നിയതമായ രീതിയിലുള്ള ഒരു ക്രമവും മനുഷ്യരുടെ പ്രത്യുൽപ്പാദന ബന്ധങ്ങളിലും കാണാൻ കഴിയില്ല.

അതുകൊണ്ടു തന്നെ ഒരേസമയം ഒന്നിലധികം ഇണയുമായി രതിബന്ധത്തിലേർപ്പെടുകയും അതേസമയം തന്റേതല്ലാത്ത കുഞ്ഞുങ്ങൾക്ക് വേണ്ടി സമയമോ വിഭവങ്ങളോ ചെലവിടാതിരിക്കുക എന്ന വെല്ലുവിളിയെയും ഏറ്റെടുത്തുകൊണ്ട് മാത്രമേ ഏതൊരു പുരുഷനും തന്റെ പ്രത്യുൽപ്പാദന ധർമ്മം അനുഷ്ഠിക്കാൻ കഴിയുകയുള്ളൂ.

ഇക്കാരണങ്ങൾ കൊണ്ട് തന്നെ, ഏകഭാര്യ സമ്പ്രദായം എന്നത് ഒരു ശാശ്വത സത്യമായി കാണാൻ കഴിയില്ല എന്നതാണ് ഇതിൽ നിന്ന് വെളിവാകുന്നത്. ആവർത്തനവിരസമായ രതിയും, മാനസിക ബന്ധങ്ങളും എല്ലാം മുറിച്ചു കടക്കാനുള്ള പ്രേരണ മനുഷ്യരിൽ അന്തർലീനമാണ് എന്നത് ഒരു ജീവശാസ്ത്രപരമായ യാഥാർഥ്യമാണ്.

എന്നാൽ, ഏകഭാര്യ രീതിയെ സാധൂകരിക്കാനുതകുന്ന പഠനങ്ങളും ഈ മേഖലയിൽ നടന്നിട്ടുണ്ട്. മയക്കമരുന്നുപയോഗവുമായി ബന്ധപ്പെട്ട് നടന്നിട്ടുള്ള പഠനം ഇതിൽ പ്രധാനമായ ഒന്നുതന്നെയാണ്. മയക്കമരുന്നിന്റെ ഉപയോഗവും മറ്റും വഴി ഉണ്ടാകുന്ന ആസക്തിയിൽ കേന്ദ്രീകരിച്ചാണ് ഈ ഗവേഷണം നടന്നിട്ടുള്ളത്. ഈ പരീക്ഷണങ്ങളിൽ ലഭിച്ച തെളിവുകളുടെ അടിസ്ഥാനത്തിൽ ഏകഭാര്യ രീതിയെ ഒരളവോളം സാധൂകരിക്കാൻ കഴിയും. ഏകഭാര്യ ജീവിതരീതി അനുഷ്ഠിച്ചുകൊണ്ട് തന്നെ ലഭിക്കുന്ന ആനന്ദകരമായ ജീവിതത്തെ മനസ്സിലാക്കുന്നതിനും ഇത്തരം പഠനങ്ങൾ ഉപകരിച്ചിട്ടുണ്ട്.

ആഹ്ലാദ അനുഭവങ്ങളെ ഉണ്ടാക്കി എടുക്കുന്നതിൽ പ്രധാന പങ്കുവഹിക്കുന്ന ന്യൂക്ലിയസ് ആകുമ്പൻസിനകത്തുള്ള (Neucleus Accumbens) ഓക്സിടോസിൻ, ഡോപ്പാമിൻ എന്നീ ഹോർമോണുകൾ കൂട്ടുചേർന്നുകൊണ്ട് പതിവായുള്ള അനുഭവങ്ങളുടെ വിരസത അകറ്റി ആനന്ദം ഉറപ്പിക്കുന്നതായി കാണപ്പെട്ടിട്ടുണ്ട്. ഇതേകാരണം കൊണ്ട് തന്നെയാവണം മദ്യവും മയക്ക മരുന്നുകളും ഉപയോഗിക്കുന്നവർക്ക് ഇവയുടെ തുടർച്ചയായ ഉപയോഗമുണ്ടായിട്ടും ഇതുമൂലം കിട്ടുന്ന ആനന്ദത്തിന് വലിയ തോതിലുള്ള മാറ്റം വരാതെ തുടരാൻ കഴിയുന്നത്. ഇതിനു സമാനമായ രീതിയിൽ തന്നെയാവണം ഒരു ഇണയുമായി ദീർഘകാലം ബന്ധം തുടരുന്നത് വഴി കിട്ടുന്ന

ആനന്ദവും ഉറപ്പാക്കപ്പെടുന്നത് എന്നാണ് ഈ പഠനത്തിലൂടെ നിരീക്ഷിക്കപ്പെട്ടത്.

പുരുഷന്മാരെ അപേക്ഷിച്ച് സ്ത്രീകളാണ് പ്രത്യുൽപ്പാദനത്തിൽ അധിഷ്ഠിതമായ ബന്ധങ്ങളിൽ കൂടുതൽ കരുതലും കഷ്ടപ്പാടുകളും നേരിടേണ്ടി വരുന്നത്. ഗർഭധാരണം ഉൾപ്പെടെയുള്ള ഒട്ടനവധി ശാരീരികവും മാനസികവുമായ ഊർജ്ജവും സമയവും ആവശ്യപ്പെടുന്ന പ്രവൃത്തികളുമായി ബന്ധപ്പെട്ടുകൊണ്ടാണ് സ്ത്രീകൾ പുരുഷനുമായി ഉണ്ടാക്കുന്ന ബന്ധങ്ങളെ സമീപിക്കേണ്ടിവരുന്നത്. ഇതിന്റെ ഭാഗമായുണ്ടാവാനിടയുള്ള ഒട്ടനവധി ആശങ്കകളും, വേവലാതികളും മാറ്റിവെച്ചുകൊണ്ടുള്ള ആനന്ദം ഇവർക്ക് അപ്രാപ്യമാണെന്ന് തന്നെ പറയാവുന്നതാണ്. ബ്രിട്ടീഷ് കൊളംബിയ സർവകലാശാലയിലെ സൈക്യാട്രിസ്റ്റായ റോസ് മേരി ബാസ്സൺ തന്റെ ഗവേഷണങ്ങളുടെ ഭാഗമായി ലൈംഗിക ആനന്ദത്തെ പറ്റി തീർത്തും വ്യത്യസ്തമായ ഒരു മാതൃക നിർദ്ദേശിക്കുകയുണ്ടായി. പഴയ ലിംഗാധിഷ്ഠിത മാതൃകയുടെ ബദൽ എന്ന രീതിയിലാണ് ഇത് ചർച്ച ചെയ്യപ്പെടുന്നത്. സ്ത്രീ ലൈംഗികത പ്രവർത്തിക്കുന്നത് ചില അനുഭവസഞ്ചയങ്ങളെ അടിസ്ഥാനപ്പെടുത്തിയാണ് എന്നത് തന്നെയാണ് ഇക്കാര്യത്തിൽ ഇവർ പുരുഷന്മാരിൽ നിന്നും വേറിട്ടു നിൽക്കാനുള്ള മുഖ്യ കാരണം എന്നാണ് ഇവർ വാദിക്കുന്നത്.

മുൻകാലങ്ങളിൽ അനുഭവിച്ച ബന്ധങ്ങളുടെ ഓർമ്മകൾ, അത് വഴി കിട്ടിയ സംതൃപ്തിയും സന്തോഷവും എല്ലാം ഇപ്പോഴുള്ള ബന്ധത്തിന്റെ ആഴത്തെയും ആനന്ദത്തെയും നിർണയിക്കുന്നതിൽ സുപ്രധാനമാവാം എന്നാണ് മേൽസൂചിപ്പിച്ച മാതൃകയിലൂടെ വെളിവാക്കപ്പെടുന്നത്. സ്ത്രീകളുടെ ലൈംഗിക ആനന്ദത്തെ തീരുമാനിക്കുന്നതിൽ ഇത്തരത്തിലുള്ള എല്ലാ മുന്നനുഭവങ്ങൾക്കും സ്വാധീനം ചെലുത്താൻ കഴിയും. എന്നാൽ പുരുഷന്മാരുടെ ലൈംഗിക ആഹ്ലാദവും അതുമായി ബന്ധപ്പെട്ട പെരുമാറ്റങ്ങളും ഇതിൽ നിന്നും ഏറെ വ്യത്യസ്തമാണ്.

ഭിന്ന ലൈംഗികതയുടെ വർത്തമാനം

ഓരോ സംസ്കാരവും അതിന്റെ മൂല്യ സംവിധാനങ്ങൾ, അറിവുകൾ, വിശ്വാസങ്ങൾ എന്നിവയിലൂടെ രൂപപ്പെട്ടുത്തുന്ന ആഗ്രഹങ്ങളെ അടിസ്ഥാനമാക്കിയാണ് ഓരോ സമൂഹത്തിലേയും വ്യക്തികൾ അവരവരെക്കുറിച്ചുള്ള തന്മബോധം (sense of identity) സ്ഥാപിച്ചെടുക്കുന്നത്. സ്ത്രീ/പുരുഷൻ എന്നീ ലിംഗവിഭജനങ്ങളെ മറികടന്നുകൊണ്ട് പലതരത്തിലുള്ള ലിംഗവിഭാഗങ്ങൾ ഉണ്ടാകുന്നത് ഇപ്രകാരമാണ്.

സമാനലിംഗത്തോടുള്ള താൽപ്പര്യം ഉടലെടുക്കുന്നതിന് കാരണമായി വർത്തിക്കുന്നത് മാനസികവും, ശാരീരികവുമായി സംഭവിക്കുന്ന ചില അനഭലഷണീയമായ പ്രക്രിയയുടെ ഫലമായിട്ടാവാം എന്നായിരുന്നു ഏറെ കാലത്തോളം ഫ്രോയിഡിനെ പോലുള്ള ചിന്തകർ ഉൾപ്പെടെ കരുതിയിരുന്നത്. കുട്ടിക്കാലത്ത് പിതാവിന്റെ സാന്നിധ്യം ഇല്ലാതെ വളരേണ്ടി വരുന്ന ആൺകുട്ടികളിലും മറ്റും ഈ പെരുമാറ്റം കണ്ടേക്കാം എന്നാണ് അദ്ദേഹം വിശ്വസിച്ചത്. തന്റെ 'ലൈംഗികതയെ കുറിച്ചുള്ള സിദ്ധാന്തം' (theory of sexuality)എന്ന കൃതിയിൽ അദ്ദേഹം ഇത് വിശദമാക്കാൻ ശ്രമിക്കുന്നുണ്ട്.

വ്യാവസായിക സമൂഹങ്ങളിൽ അച്ഛന്മാർ പുലരുന്നതിനു മുൻപ് തന്നെ ജോലിക്കായി പോകുകയും രാത്രികാലമാകുമ്പോൾ മാത്രം തിരിച്ചെത്തുകയും ചെയ്യുന്നതിനാൽ ആൺകുട്ടികൾക്ക് അച്ഛന്മാരുമായി നേരിട്ട് ഇടപെടാൻ കഴിയാതെ വരുന്നതുമൂലം അമ്മയെ കേന്ദ്രീകരിച്ച് മാത്രം വളർച്ച പൂർത്തീകരിക്കേണ്ടി വരുന്നതിനാലാവണം

ഇങ്ങനെ സംഭവിക്കുന്നത് എന്നാണ് അദ്ദേഹം വിവരിക്കാൻ ശ്രമിക്കുന്നത്. ഇത് കാരണം പുരുഷൻ എന്ന സ്വയംബോധം (self consciousness) ദുർബലപ്പെടാനുള്ള സാഹചര്യം ഉണ്ടാവാമെന്നാണ് ഇദ്ദേഹത്തിന്റെ പക്ഷം. എന്നാൽ, അത്രയൊന്നും വ്യവസായവൽക്കരണത്തിലൂടെ കടന്നു പോയിട്ടില്ലാത്ത നമ്മുടേത് പോലെയുള്ള സമൂഹങ്ങളിൽ ഇത് ബാധകമല്ല എന്ന് തിരിച്ചറിയുന്നതിൽ അദ്ദേഹം പരാജയപ്പെട്ടെന്നു വേണം കരുതാൻ.

സ്വയം ഒരു ഭിന്ന ലൈംഗിക കർതൃത്വമായി ജീവിക്കുന്ന റഫ് ഗാർഡൻ പ്രകൃതിയിൽ കണ്ടു വരുന്ന ലൈംഗിക വൈവിധ്യങ്ങളെ സംബന്ധിച്ച് പരാമർശിക്കുന്നുണ്ട്. മത്സ്യങ്ങൾ, പക്ഷികൾ, പ്രൈമേറ്റുകൾ എന്നിവയിലെല്ലാം ഇത്തരം വൈവിധ്യങ്ങൾ കാണാൻ കഴിയുമെന്നാണ് അവർ സ്ഥാപിക്കുന്നത്. ജീവിതാന്ത്യം വരെ ഒരു ലിംഗപദവി തന്നെ ശാശ്വതമാവണമെന്നുള്ള പാരമ്പര്യ സങ്കൽപ്പങ്ങളെ അവർ തള്ളിക്കളയുകയാണ് ചെയ്യുന്നത്. മാത്രമല്ല, ലൈംഗികത എന്നത് ജീവസന്ധാരണത്തിന് മാത്രമുള്ളതാണെന്ന ധാരണ കേവലം സദാചാരപരമായ വാദമെന്നതിലപ്പുറം ശാസ്ത്രീയ അടിത്തറ ഇല്ലാത്തതാണെന്നും റഫ് ഗാർഡൻ വിശദമാക്കുന്നുണ്ട്. ഭിന്ന ലൈംഗികതയുടെ ചരിത്രം വളരെ പഴക്കം ചെന്നതാണെന്നാണ് ചരിത്ര രേഖകളിൽ നിന്നും തെളിഞ്ഞിട്ടുള്ളത്. ഇന്ത്യയിൽ ഹിജഡകൾ എന്നറിയപ്പെടുന്ന ജനവിഭാഗം തന്നെ ഏതാണ്ട് 10 ലക്ഷത്തോളം വരുമെന്നാണ് കണക്കുകൾ കാണിക്കുന്നത്. പൗരാണിക റോമൻ സമൂഹത്തിലും അറേബ്യയിലും എല്ലാം ഇത്തരത്തിലുള്ള ലൈംഗികവിഭാഗങ്ങൾ ഇന്നും അനവധിയുണ്ട്. മുൻകാലങ്ങളിൽ ഇവരുടെ സ്വത്വത്തെ വിലമതിക്കാതിരുന്നതിനാൽ ഇവരുടെ യഥാർത്ഥത്തിലുള്ള കണക്ക് ലഭ്യമായിരുന്നില്ല. എന്നാൽ, സമീപകാലത്ത് ഭിന്നലൈംഗികത ഉള്ളവർക്ക് ഇന്ത്യയിൽ ഉൾപ്പെടെ നിയമം അനുശാസിക്കുന്ന സുരക്ഷിതത്വം ഉറപ്പാക്കപ്പെട്ടിട്ടുണ്ട് എന്നത് വലിയ ആശ്വാസമായിട്ടുണ്ട്. എന്നാൽ, ഇത്തരം പെരുമാറ്റങ്ങൾക്കു പിന്നിൽ കേവലം സാമൂഹ്യശാസ്ത്രപരമായ കാരണങ്ങളെ കൂടാതെ ജീവശാസ്ത്രപരമായ കാരണങ്ങൾ കൂടി ഉണ്ടെന്നാണ് ആധുനിക ശാസ്ത്രം കണ്ടെത്തിയിട്ടുള്ളത്. കൂടുതൽ അന്വേഷണങ്ങൾ ആവശ്യപ്പെടുന്ന ഒരു മേഖലയായി ഇത് ഇന്നും തുടരുകയാണ്.

ഭിന്നലിംഗ വിഭാഗങ്ങൾ അവർക്കിഷ്ടപ്പെട്ടവരുമായി വിവാഹത്തിലേർപ്പെടുന്നതും ഒരു കുടുംബമായി ജീവിക്കുന്നതും ഇന്ന് സാധാരണമായി മാറിയിട്ടുണ്ട്. അതുകൊണ്ടു തന്നെ, കുടുംബത്തെക്കുറിച്ചുള്ള

നമ്മുടെ പാരമ്പര്യ സങ്കൽപ്പങ്ങൾ ഇന്ന് തീർത്തും അപ്രസക്തമായിട്ടുണ്ട്.

ഒരു പുരുഷനെ മാത്രം പ്രണയിക്കുന്നതിനെ ആദർശവത്കരിച്ചുകൊണ്ടുള്ള കാഴ്ചപ്പാടുകളുടെ പിൻബലത്തിലാണ് സ്ത്രീകളുടെ വ്യത്യസ്തങ്ങളായ മോഹസാധ്യതകളെ നിഷ്പ്രഭമാക്കുന്ന സമീപനങ്ങൾ ബലപ്പെടുന്നത് എന്ന് ചിന്തിക്കുന്ന അനേകം ചിന്തകരുടെ കൂട്ടത്തിൽ സ്ത്രീപക്ഷ ചിന്തകരും ഇല്ലാതില്ല. സ്ത്രീകളുടെ വ്യക്തിജീവിതം വിവാഹത്തോടെ ഏറെക്കുറെ അവസാനിക്കുന്നുണ്ടെങ്കിലും പുരുഷന്മാരുടെ കാര്യത്തിൽ ഇത് അപ്രസക്തമാണെന്നതാണ് യാഥാർഥ്യം. വിവാഹത്തിന് മുൻപുണ്ടായിരുന്ന സാധ്യതകൾക്കൊന്നും മങ്ങലേൽക്കാതെ ജീവിക്കുന്നതിൽ യാതൊരു ബുദ്ധിമുട്ടുകളും കൂടാതെ മുന്നോട്ടുപോവാൻ ഇവർക്ക് എളുപ്പമായിരിക്കും. എന്നാൽ, വിവാഹിതകളായ സ്ത്രീകൾ അവരുടെ വിവാഹപൂർവ്വഘട്ടത്തിലുണ്ടായിരുന്ന ജീവിതത്തോട് പൂർണ്ണമായും വിട്ടുതിനേടിക്കൊണ്ട് മാത്രമേ വിവാഹജീവിതം സമാധാനപരമായി കൊണ്ടുപോവാൻ കഴിയുകയുള്ളൂ.

എല്ലാതരത്തിലുമുള്ള ഏകഭാര്യ സമ്പ്രദായത്തിലും വിവാഹാനന്തരം സ്ത്രീകൾക്ക് അവരുടെ സ്വന്തം കുടുംബത്തിൽ നിന്ന് വേറിട്ടുകൊണ്ട് ഭർത്താവിന്റെ വീട്ടിലേക്ക് മാറേണ്ട സാഹചര്യമാണ് കേരളം പോലുള്ള സ്ഥലങ്ങളിൽ വരെ കൂടുതലായും കണ്ടുവരുന്നത്. ഭർത്താവിന്റെ കുടുംബത്തിലെ ഏതു പ്രശ്നവും തന്റെ കൂടി പ്രശ്നമാണ് എന്ന് ചിന്തിക്കാൻ നിർബന്ധിക്കുന്ന തരത്തിലുള്ള ബന്ധങ്ങളാണ് ഇപ്രകാരം പ്രോത്സാഹിപ്പിക്കപ്പെടുന്നത്. ഇങ്ങനെ തന്റെ എല്ലാ പ്രശ്നങ്ങൾക്കും ഭർത്താവും അയാളുമായി ബന്ധപ്പെട്ടവരും പരിഹാരം കാണുമെന്ന വ്യാജബോധത്തിന് അടിപ്പെട്ടുകൊണ്ട് സ്വന്തം കുടുംബത്തോടും, തനിക്ക് വിവാഹകാലം വരെ പ്രിയപ്പെട്ടവരായിരുന്ന ആൺപെൺ സുഹൃത്തുക്കളോടും വരെ അകലം പാലിച്ച് ജീവിക്കാനായിട്ടാണ് ഒട്ടു മിക്ക സ്ത്രീകളും പ്രേരിപ്പിക്കപ്പെടാറുള്ളത്.

ഹസ്സൻ, ഷേറെർ, ബെൽസ്കി, റോസാ എന്നീ സാമൂഹ്യ ശാസ്ത്രജ്ഞരുടെ അഭിപ്രായത്തിൽ ഏകഭാര്യ വ്യവസ്ഥ ഇപ്പോഴും ചില ലളിതമായ വിഭജനങ്ങളെ ആശ്രയിച്ചുകൊണ്ടുള്ള മൂല്യ സങ്കൽപ്പങ്ങൾ ഉണ്ടാക്കുകയാണ് ചെയ്യുന്നത്. പ്രണയത്തെ ലൈംഗികം/ കാൽപ്പനികം എന്നൊക്കെയുള്ള തരംതിരുവുകളിൽ നിർത്തി അവതരിപ്പിക്കുന്നത് ഇത്തരത്തിലുള്ള വിഭജന യുക്തിയുടെ തുടർച്ചയായാണ്.

സ്വന്തം ജനിതകത്തെ തനിക്ക് ശേഷവും ബാക്കി വെക്കുന്നതിനുള്ള ഒരു മാർഗ്ഗം എന്നതിൽ കവിഞ്ഞ പ്രാധാന്യമൊന്നും ഏകഭാര്യ വ്യവസ്ഥക്ക് പോലും അവകാശപ്പെടാൻ കഴിയില്ല. ഏതൊരു പ്രത്യുൽപ്പാദന രീതിയായാലും അത് അനുവർത്തിച്ചുവരുന്ന ജീവിവർഗ്ഗത്തിന്റെ ജീവസന്ധാരണവുമായി ബന്ധപ്പെട്ടു മാത്രമാണ് പ്രബലപ്പെടാറുള്ളത്.

എന്നാൽ, മനുഷ്യരുടെ കാര്യത്തിൽ പുരുഷനും സ്ത്രീയും ഏറെക്കുറെ തുല്യമായ തോതിൽ തങ്ങളുടെ വിഭവങ്ങൾ വിനിയോഗിച്ചാൽ മാത്രമേ കുഞ്ഞുങ്ങളുടെ അതിജീവനത്തിനും ആരോഗ്യകരമായ വളർച്ചക്കും വികാസത്തിനും ഗുണകരമായി തീരുകയുള്ളൂ.

എങ്കിലും, ഏകഭാര്യാ വ്യവസ്ഥയിലൂടെ മാത്രമേ കുഞ്ഞുങ്ങളുടെ വളർച്ചയും വികാസവും യുക്തമായ രീതിയിൽ പൂർത്തീകരിക്കാൻ കഴിയുള്ളൂ എന്ന് വാദിക്കുന്നത് ഒരർത്ഥത്തിൽ നോക്കിയാൽ യുക്തിരഹിതമായ ലളിതവത്കരണം മാത്രമാണ്. ഏകഭാര്യ ക്രമത്തെ പലപ്പോഴും പിന്തുണയ്ക്കേണ്ടി വരുന്നത് അതിന്റെ ധാർമ്മികത മാത്രം പരിഗണിച്ചുകൊണ്ടായി മാറുന്നതിനാൽ അതിനെ ശാസ്ത്രീയമായി പരിശോധിക്കാനുള്ള അവസരം പലപ്പോഴും ലഭിക്കാറില്ല. അതുകൊണ്ടു കൂടിയാവാം പുരുഷന്മാരിൽ ഏറിയ പങ്കും ഈ വ്യവസ്ഥയെ തത്വത്തിൽ അംഗീകരിക്കുന്നവരും എന്നാൽ ഫലത്തിൽ ഇത് നിഷേധിക്കുന്നവരും ആയിത്തീരുന്നത്. ഇത്തരത്തിലുള്ള ഇരട്ട മാനസികാവസ്ഥ സൃഷ്ടിക്കുക വഴി ഈ വ്യവസ്ഥയെ അടിസ്ഥാനമാക്കിയുള്ള മൂല്യങ്ങൾ ഇതിന് വിധേയരായവരെ മാനസിക സംഘർഷങ്ങൾക്ക് അടിപ്പെടുത്തുകയാണ് ചെയ്യുന്നത് എന്ന് കരുതുന്നതിലും തെറ്റില്ല.

ഈ ഇരട്ട സമീപനത്തിന്റെ ഭാഗമായാണ് പങ്കാളിയോടുള്ള സ്നേഹം നിലനിർത്തികൊണ്ട് തന്നെ മറ്റൊരാളോട് രതി ബന്ധം പുലർത്തുന്നതിൽ അപാകതയില്ലെന്ന് ചിലരെങ്കിലും വിശ്വസിക്കാൻ ഇട വരുന്നത്. ഇനി അതല്ല പങ്കാളിയോട് മാത്രമേ രതിബന്ധം പുലർത്താൻ പാടുള്ളൂ എന്നാണ് വാദമെങ്കിൽ അത് പങ്കാളിയെ കേവലം രതിപൂർത്തിക്കുള്ള ഉപാധിയായി മാത്രം ചുരുക്കുന്നതിന് തുല്യമാണെന്ന് കരുതേണ്ടി വരും. സ്ത്രീകളെ അപേക്ഷിച്ച് പുരുഷന്മാർക്ക് ഈ വിഭജന യുക്തിയനുസരിച്ച് ജീവിക്കാൻ പ്രയാസം നേരിടുന്നത് സ്വാഭാവികമാണ്. പുരുഷന്റെ ശരീരം ആവശ്യപ്പെടുന്ന ആഗ്രഹങ്ങളെ അവഗണിക്കാനുള്ള ശേഷി പുരുഷന്മാർക്ക് താരതമ്യേന കുറവാണെന്നു തന്നെയാണെന്നതാണ് യാഥാർത്ഥ്യം.

പുരുഷന്മാരുടെ ലൈംഗികതയുമായി ബന്ധപ്പെട്ട ആഗ്രഹങ്ങൾ ഇത്തരത്തിലുള്ളവയാണ്. ഈ വസ്തുതയെ കൂടി പരിഗണിച്ചു കൊണ്ട് മാത്രമേ ഇത്തരം പ്രശ്നങ്ങളെ വിശകലനം ചെയ്യാൻ കഴിയുകയുള്ളൂ. ഇപ്രകാരം ശരീരത്തിന്റെ സാധ്യതകൾ ഒരു വശത്തും സാമൂഹ്യമായി സ്വാംശീകരിച്ച മൂല്യങ്ങൾ മറുവശത്തും എന്ന രീതിയിൽ നടക്കുന്ന ഏറ്റുമുട്ടലിൽ ചലപ്പോൾ ശരീരത്തിന്റെ സമ്മർദ്ദങ്ങളായിരിക്കും വിജയം നേടുന്നത്. മനസ്സ് എന്ന് പേരിട്ടു വിളിക്കുന്ന പ്രതിഭാസവും ശരീരത്തിന്റെ പ്രവർത്തനത്തിൽ നിന്ന് ആവിർഭവിക്കുന്ന അനുഭൂതി തലം മാത്രമാണ് എന്ന യാഥാർഥ്യം അധികം പേരും വിസ്മരിച്ചു പോകുന്നത് സ്വാഭാവികമാണ്. ഇത് പലപ്പോഴും മറന്നു പോകുന്നതിനാലാണ് മനസ്സെന്ന പ്രതിഭാസത്തെ ശരീരത്തിനപ്പുറത്തുള്ള വിശദീകരിക്കാനാവാത്ത ഒന്നായി കാണാൻ ഇടവരുന്നത്. അതുകൊണ്ട് കൂടിയാവണം ഏകഭാര്യ സമ്പ്രദായത്തിൽ ജീവിക്കുന്ന പുരുഷന്മാർക്കും സ്ത്രീകൾക്കും ഇടയിൽ അനഭലഷണീയവും അക്രമാസക്തവുമായ പെരുമാറ്റങ്ങളും കലഹങ്ങളും മറ്റും ഉണ്ടാകുന്നത്. തന്റെ പങ്കാളിയാണ് തന്റെ മോഹസാക്ഷാത്കാരത്തിന് തടസ്സം നിൽക്കുന്നത് എന്ന തരത്തിലുള്ള ലളിതവൽക്കരണം നിമിത്തം അവളോട്/അവനോടു കടുത്ത അമർഷവും പ്രതിഷേധവും ഒക്കെ പ്രകടിപ്പിക്കാനും പരസ്പരം കലഹിക്കാനും വരെ പലരും ശ്രമിക്കാറുണ്ട്. വിശ്വാസവഞ്ചന എന്ന് വിളിക്കപ്പെടുന്ന തരത്തിലുള്ള പെരുമാറ്റം പ്രകടിപ്പിക്കുന്നതിന് സ്ത്രീയെയും പുരുഷനെയും പ്രേരിപ്പിക്കുന്ന ഒന്ന് കൂടിയാണ് ഏകഭാര്യ വ്യവസ്ഥ എന്ന് കരുതുന്നതും ഒരു പരിധി വരെ ശരിയാണ്. വിശ്വാസവഞ്ചനക്ക് എതിരായിട്ടാണ് സാമൂഹ്യമായി ശരിവെക്കപ്പെട്ട മൂല്യങ്ങൾ എല്ലാം തന്നെ പ്രവർത്തിക്കുന്നത്. എന്നാൽ, ഇതിനു പ്രതികൂലമെന്ന പോലെ അനുകൂലമായ ഒട്ടേറെ വാദങ്ങളും പ്രബലമാണ്.

ഓരോ പുരുഷനും സ്ത്രീക്കും അവരിഷ്ടപെടുന്ന വ്യക്തിയുമായി ശാരീരികബന്ധം പുലർത്താൻ കഴിയുന്നു എന്നതിനപ്പുറം പുരുഷന്മാരിലും സ്ത്രീയിലും ഏറിയോ കുറഞ്ഞോ കണ്ടുവരുന്ന ലൈംഗികതയിൽ ഊന്നിയ അസൂയയെയും മറ്റും ഒരളവോളം തടയുന്നതിനും സമാന്തര രഹസ്യബന്ധങ്ങൾ വഴി സാധിച്ചേക്കും എന്നാണ് പല ചിന്തകരും അഭിപ്രായപ്പെടുന്നത്. എന്നാൽ, അതോടൊപ്പം ഏകഭാര്യ വ്യവസ്ഥക്ക് ഊനം തട്ടാതെ ഇത്തരം ബന്ധങ്ങൾ തുടരുകയും ചെയ്യാം എന്നാണ് ഇവർ വാദിക്കുന്നത്. കണ്ടെത്തപ്പെടാത്ത സമാന്തര രഹസ്യബന്ധങ്ങൾക്ക് ദാമ്പത്യ ബന്ധത്തെ ഒരു

പരിധിവരെ സംരക്ഷിച്ച് നിർത്താൻ സാധിച്ചേക്കും എന്ന് വാദിക്കു ന്നവരും കുറവല്ല.

എന്നാൽ, ഇതിന് ഒരു ഇരുണ്ടവശം കൂടിയുണ്ടെന്ന് സമ്മതിച്ചേ പറ്റൂ. ഇപ്രകാരമുള്ള ബന്ധങ്ങൾ നിലനിർത്തിക്കൊണ്ട് ജീവിക്കാനി ടവരുന്ന വ്യക്തിക്ക് അതിനിണങ്ങുന്ന തരത്തിലുള്ള ജ്ഞാനപരമായ ഉയർച്ചയും, പാരമ്പര്യ സങ്കൽപ്പങ്ങളോട് മൂല്യപരമായി തന്നെ സ്വയം വിച്ഛേദിക്കാനുള്ള കരുത്തും ആത്മവിശ്വാസവും ഇല്ലാത്ത പക്ഷം ഇത്തരക്കാരിൽ കടുത്ത കുറ്റബോധവും അനുബന്ധ മാനസിക പ്രശ്ന ങ്ങളും ഉണ്ടാകാനുള്ള സാധ്യതകളെയും തള്ളിക്കളയാൻ കഴിയില്ല.

ധാർമികവും സദാചാരപരവുമായ വ്യാഖ്യാനത്തിലൂടെ ഏകഭാര്യാ ത്വത്തെ മഹത്വീകരിക്കുന്നതിനപ്പുറം ഇതിനെ പിന്തുണക്കാനാവശ്യ മായ വസ്തുനിഷ്ഠമായ വിവരങ്ങളൊന്നും മനുഷ്യന്റെ ജൈവപ്രകൃതി യിൽ ലഭ്യമല്ല എന്നതും ഗൗരവമായ പരിഗണന അർഹിക്കുന്നുണ്ട്.

നമ്മൾ ഒരു സ്ത്രീയെ/പുരുഷനെ ആത്മാർത്ഥമായി പ്രണയി ക്കുകയാണെങ്കിൽ നമുക്ക് ആ വ്യക്തിയുമായല്ലാതെ മറ്റാരുമായും ലൈംഗിക ബന്ധം പുലർത്താൻ സാധിക്കില്ല എന്ന വാദമാണ് ഏകഭാര്യത്വത്തിന് അനുകൂലമായി ഉന്നയിക്കപ്പെടാറുള്ള സാമാ ന്യമായ ഒരു വാദം. എന്നാൽ, ഇത് കുറഞ്ഞ കാലത്തേക്ക് ഫലവ ത്താണെന്ന് തോന്നാമെങ്കിലും അധികം താമസിയാതെ തന്നെ അതിലുള്ളടങ്ങിയ വൈരുദ്ധ്യം മറനീക്കി പുറത്തുവരാറുണ്ട് എന്നതും സ്വാഭാവികമാണ്. ഇതിനു കാരണമാകുന്നതാവട്ടെ ഒരു പരിധിവരെ നമ്മുടെ ജീവശാസ്ത്രപരമായ അടിത്തറ തന്നെയാണ്. സമൂഹത്തിൽ ദിനം പ്രതി ഉണ്ടാകുന്ന കുടുംബ ബന്ധങ്ങളിലുള്ള പ്രശ്നങ്ങളെക്കുറിച്ച് ഗൗരവമായി പരിശോധിച്ചാൽ തന്നെ ഇത് വ്യക്തമാകാവുന്നതേ ഉള്ളൂ. നിത്യ പരിചയത്തിലൂടെ ഒരു വ്യക്തിയുമായി സ്ഥാപിച്ചെടുക്കു ന്ന ബന്ധത്തിന് എന്തൊക്കെ സാദ്ധ്യതകൾ ഉണ്ടെന്ന് വ്യാഖ്യാനി ച്ചാലും മനുഷ്യന്റെ ജൈവപ്രകൃതിക്ക് ഇണങ്ങാത്ത ഒന്നായി ഇത് മാറുന്നുണ്ട് എന്നതിൽ സംശയത്തിനിടമില്ല. മനുഷ്യരിലെ ഏതൊരു പെരുമാറ്റമെടുത്താലും അതിന് ഒരു കാരണം മാത്രം കണ്ടെത്തുക പ്രയാസമായിരിക്കും. മനുഷ്യമനസ്സിന്റെ മൂലതത്വം തന്നെ പുതുമയാർ ന്ന വിവരങ്ങളിലേക്കു കൂടുതൽ മാനസിക ഊർജ്ജം വിനിയോഗിച്ചു കൊണ്ട് അതിൽ ശ്രദ്ധയൂന്നുക എന്നതാണ്. മറ്റ് കാര്യങ്ങളിലെല്ലാം ഇത് പ്രസക്തമാണെന്നിരിക്കെ ലൈംഗികതയുമായി ബന്ധപ്പെട്ട കാര്യത്തിൽ മാത്രം എങ്ങനെയാണ് ഇതിനെ ഒഴിച്ച് നിർത്താൻ കഴി യുന്നത് എന്ന ചോദ്യത്തിന് മുൻപിൽ നിശ്ശബ്ദരാവാൻ കഴിയുകയില്ല.

എന്നാൽ, ഇത്തരത്തിലുള്ള പെരുമാറ്റങ്ങൾ പ്രകടിപ്പിക്കുന്നവരെ പ്രതികളാക്കിക്കൊണ്ട് മാത്രം ഏകഭാര്യവ്യവസ്ഥയിൽ ഉള്ളടങ്ങിയ വൈരുദ്ധ്യങ്ങളെ പരിഹരിക്കാൻ കഴിയുമെന്ന അന്ധവിശ്വാസമാണ് പൊതുസമൂഹത്തെ മുന്നോട്ടു നയിക്കുന്നത്.

കുടുംബവും പരിണാമചരിത്രവും

ചരിത്രം പരിശോധിച്ചാൽ ഏതാണ്ട് 19-ാം നൂറ്റാണ്ടോടു കൂടിയാണ് കുടുംബത്തെ കുറിച്ചുള്ള ഗൗരവമായ പഠനങ്ങൾ നരവംശശാസ്ത്രത്തിലും അനുബന്ധ മേഖലകളിലും നടക്കുന്നത്. ട്രൂബ്രായെന്റേഴ്സ് (Trobrianders) എന്ന ആദിമ നിവാസികൾക്കിടയിൽ മലിനോവ്സ്കി നടത്തിയ പഠനങ്ങളാണ് ഇതിൽ ഏറെ ചർച്ചകൾക്കും വിവാദങ്ങൾക്കും തുടക്കം കുറിച്ചത്. ഫ്രോയിഡിനെ പോലുള്ള മനഃശാസ്ത്രകാരന്മാരും ഈ വഴിക്കുള്ള പല നിരീക്ഷണങ്ങളും പങ്കുവെക്കുകയുണ്ടായി. 'ടോറ്റം ആൻഡ് ടാബൂ' (Totem and Taboo)എന്ന കൃതിയിൽ ബഹുഭാര്യത്വത്തിൽ നിന്ന് എങ്ങനെയാണ് ഏകഭാര്യത്വത്തിലേക്ക് വഴി മാറിയത് എന്ന് ഇദ്ദേഹം വിവരിക്കുന്നുണ്ട്. വേട്ടയാടി ജീവിച്ചിരുന്ന കാലങ്ങളിൽ തന്നെ ഏക ഇണ സമ്പ്രദായത്തിന് സമാനമായ പ്രാചീന കുടുംബ രൂപങ്ങൾ നിലനിന്നതായും ചില പഠനങ്ങൾ സൂചിപ്പിക്കുന്നുണ്ട്.

ഏതാണ്ട് 10,000/15,000 വർഷങ്ങൾക്ക് മുൻപ് മാത്രമാണ് സ്വത്തു സമ്പാദനത്തിനും സ്വത്ത് സമാഹരിക്കുന്നതിനും ഉള്ള സാഹചര്യം ഉണ്ടാകുന്നത്. ഇത് തന്നെയാണ് ഒന്നിൽ കൂടുതൽ സ്ത്രീകളെ ഭാര്യമാരായി വെക്കുന്നതിനുള്ള സാധ്യതകളും തുറന്നിട്ടത്. താരതമ്യേന സമ്പത്തും, മികവും ഉള്ളവർക്ക് മാത്രമാണ് ഇത്തരത്തിൽ ഒന്നിൽ കൂടുതൽ ഭാര്യമാരെയും സ്വന്തമാക്കാൻ കഴിഞ്ഞിരുന്നുള്ളൂ. വേട്ടയാടി ജീവിച്ച കാലത്ത് ഒന്നിലധികം ഭാര്യമാരെ സ്വന്തമാക്കുന്ന പതിവില്ലായിരുന്നു എന്നാണ് റാഡിക്കലൈഫ്

ബ്രൗൺ എന്ന നരവംശശാസ്ത്രജ്ഞൻ അഭിപ്രായപ്പെട്ടത്, അത് കാർഷിക സമൂഹത്തിൽ മാത്രം സാധ്യമായ ഒന്നാണെന്നുമാണ് ഇദ്ദേഹം കരുതുന്നത്.

കൊളംബിയ യൂണിവേഴ്സിറ്റിയിൽ ഫ്രാൻസ്ബോസ് തുടങ്ങിവെച്ച സാംസ്കാരിക ആപേക്ഷികതാ വാദം (cultural relativism) അനുസരിച്ച് മനുഷ്യർ അവരുടെ മൃഗതുല്യമായ ജീവിതത്തിന് അന്ത്യം കുറിക്കുകയും സാംസ്കാരികമായ മൂല്യങ്ങൾ നിർമ്മിച്ചുകൊണ്ട് പുനർനിർമ്മിക്കപ്പെടുകയും ചെയ്യുകയാണുണ്ടായത്. ഓരോരോ ചുറ്റുപാടിന്റെയും ആവശ്യങ്ങൾക്കും, മറ്റു സമ്മർദ്ദങ്ങൾക്കും ഇണങ്ങുന്ന രീതിയിൽ പ്രവർത്തിച്ചുകൊണ്ടാണ് സംസ്കാരം നിർമ്മിക്കപ്പെടുന്നത് എന്നാണ് ഇദ്ദേഹം കരുതിയത്. അതുകൊണ്ടു തന്നെ ഒരു സംസ്കാരം മറ്റൊന്നിനേക്കാൾ വലുതാണെന്നോ, ചെറുതാണെന്നോ പറയുന്നതിൽ യാതൊരു അർത്ഥവുമില്ലെന്നും, മനുഷ്യ പ്രകൃതം എന്നത് തീർത്തും വഴക്കമാർന്ന ഒന്നാണെന്നുമാണ് ഇദ്ദേഹം അഭിപ്രായപ്പെടുന്നത്.

ഫ്രാൻസ് ബോസിന്റെ തന്നെ വിദ്യാർത്ഥിയായിരുന്ന മാർഗരറ്റ് മീഡ് 1921-ൽ സമോവ ദ്വീപിൽ നടത്തിയ പഠനത്തിൽ അവിടെ സ്വതന്ത്ര രതിയും അതുമായി ബന്ധപ്പെട്ട കുടുംബ ബന്ധങ്ങളും സാമൂഹ്യ ബന്ധങ്ങളും നിലനിൽക്കുന്നതായി രേഖപ്പെടുത്തുന്നുണ്ട്. ലൈംഗികതയെ അടിസ്ഥാനമാക്കിയുള്ള അസൂയ പോലുള്ള പ്രശ്നങ്ങളും അവിടെയുള്ള സമൂഹത്തെ അലട്ടുന്നില്ല എന്ന് കൂടി അവർ വിശദീകരിക്കുന്നുണ്ട്. മീഡിന്റെ വാദങ്ങൾ ഭാഗികമായ വിവരങ്ങളെ അടിസ്ഥാനപ്പെടുത്തിയുള്ളതാണെന്ന വിമർശനവും അവരുടെ നിരീക്ഷണങ്ങൾക്കെതിരെ ഉയർന്നു വന്നിട്ടുണ്ട് എന്നതും ഈ സന്ദർഭത്തിൽ ഓർക്കേണ്ടതാണ്.

1957-ൽ ലീക്കി ഫൗണ്ടേഷന്റെ തലവനായിരുന്ന ജോൺ ലീക്കിയുടെ സെക്രട്ടറിയായി ജോലി നോക്കാൻ തയ്യാറായ ജെയിൻ ഗുഡാൽ ചിമ്പാൻസികളെ കുറിച്ച് തുടങ്ങിവെച്ച പഠനത്തിലൂടെയാണ് ഈ മേഖലയിൽ വമ്പിച്ച മുന്നേറ്റങ്ങൾ കൈവരിക്കാൻ കഴിഞ്ഞിട്ടുള്ളത്. പരസ്പര ബന്ധങ്ങളുടെ അടിസ്ഥാനത്തിൽ ജീവിക്കാൻ കഴിയുന്ന മനുഷ്യരുൾപ്പെടെയുള്ള ജീവികളിൽ ബന്ധുത്വത്തിന്റെ ആധാരശിലയായി വർത്തിക്കുന്നത് അമ്മ തന്നെയാണ് എന്നാണ് ഗുഡാൽ നിരീക്ഷിക്കുന്നത്. ചിമ്പാൻസികളുടെ കൂട്ടത്തിൽ നായകനായി പെരുമാറുന്ന ആണങ്ങൾ സ്വന്തം കൂട്ടത്തിൽ നിന്ന് തെറ്റി മറ്റു കൂട്ടങ്ങളിലേക്ക് പോകുന്നത് പതിവാണെന്നാണ് ഇവർ

നിരീക്ഷിക്കുന്നത്. ഇളം പ്രായത്തിലുള്ള ആണങ്ങളെ പ്രായപൂർത്തി യാകുന്നതോടെ കൂട്ടത്തിൽ നിന്ന് പുറത്താക്കുന്നതും അവക്കിടയിൽ വിരളമല്ല. ഒരു കൂട്ടത്തിൽ നിന്നും അതിലെ പെണ്ണിനങ്ങളും കൂട്ടം തെറ്റി പോകുന്നത് പതിവാണ്. സ്വന്തം ബന്ധത്തിൽപെട്ടവരുമായി ലൈംഗിക ബന്ധം ഉണ്ടാകാതിരിക്കാനുള്ള ഒരു മുൻകരുതൽ എന്ന നിലയിൽ കൂടിയാവണം ഇങ്ങനെ കൂട്ടത്തിൽ നിന്നും മറ്റു കൂട്ടങ്ങളി ലേക്ക് മാറി പോകുന്നതിന് ഇടയാക്കുന്നതെന്നും അനുമാനിക്കാ വുന്നതാണ്. ചിമ്പാൻസികൾക്കിടയിൽ ഇത്തരം രീതികൾ പ്രബ ലമാണ്. പെൺകുട്ടങ്ങളുടെ അതിർത്തി കാക്കുന്നതിനായി ആൺ ചിമ്പാൻസികൾ സ്വയം നിയോഗിതരാകുന്നതും ഇവർക്കിടയിൽ പതിവ് കാഴ്ചയാണ്.

ഒരു പ്രത്യേക കൂട്ടത്തിനകത്ത് ആധിപത്യം സ്ഥാപിക്കുന്നതി നായി നേർക്കുനേരെയുള്ള സംഘട്ടനങ്ങൾ ഒഴിവാക്കിക്കൊണ്ട് ആൺ ചിമ്പാൻസികൾ പരസ്പരം പൊരുതുന്നതിനു സമാനമായ ശാരീരിക പ്രകടനങ്ങൾ നടത്തുന്നതും കാണാറുണ്ടെന്നാണ് ഗുഡാൽ രേഖപ്പെടുത്തുന്നത്. മനുഷ്യർക്കിടയിൽ നിലനിൽക്കുന്ന പലതരം പെരുമാറ്റങ്ങളും ഇത്തരം സ്വഭാവങ്ങളുടെ വിപുലീകൃതമോ അതല്ലെ ങ്കിൽ പരിഷ്ക്കരിക്കപ്പെട്ടതോ ആയ പെരുമാറ്റങ്ങളാണെന്ന് മനസി ലാക്കുക എളുപ്പമായിരിക്കും.

ഗുഡാൽ താമസിച്ചിരുന്ന ടെന്റിലേക്ക് ഭക്ഷണസാധനങ്ങൾ കൊണ്ടുവന്നിരുന്ന ഒരു ഡ്രം തട്ടി തെറിപ്പിച്ചുകൊണ്ട് ശാരീരിക അഭ്യാസം കാണിച്ച് പെരുമാറിയ ചിമ്പാൻസികളെ കുറിച്ച് അവർ മനോഹരമായി വിശദീകരിക്കുന്നുണ്ട്. ചിമ്പാൻസികൾക്കിടയിൽ ഏത് ആണിനും ഏതു പെണ്ണുമായും ഇണ ചേരാവുന്നതാണ്. എന്നാൽ ഗൊറില്ലകൾക്കിടയിൽ നിലനിൽക്കുന്ന ഇണകളുടെ സ്വഭാവങ്ങളും നമ്മുടെ പെരുമാറ്റ രീതികളും തമ്മിൽ ചില സാമ്യതകൾ കാണാൻ കഴിയും. നമ്മുടെ ഇടയിലുള്ള ഏക ഇണ സമ്പ്രദായത്തോട് തുലനം ചെയ്യാവുന്ന ഒന്നാണ് അവർക്കിടയിൽ നിലനിൽക്കുന്ന ബന്ധങ്ങൾ എന്ന് തോന്നിപ്പോകാം.

സെൻട്രൽ ആഫ്രിക്കയുടെ നടുക്കാടുകളിൽ താമസിക്കുന്നതിനാൽ ഇവർക്ക് ശത്രുക്കളുടെ സാന്നിധ്യം വളരെ കുറവാണെന്നു തന്നെ പറയാം. ഇവയുടെ ഓരോ കൂട്ടത്തിലും എട്ടോളം പെണ്ണിനങ്ങൾ ഉണ്ടായിരിക്കും. കൂടാതെ ഒന്നോ രണ്ടോ അധികാര പദവിയിൽ താഴ്ന്നു നിൽക്കുന്ന ആണിനങ്ങളും ഇവക്കിടയിൽ ഉണ്ടാകാറുണ്ട്. ഈ ആണിനങ്ങളുമായി പെൺഗോറില്ലകൾ രഹസ്യമായി രതി

വേഴ്ച്ചക്ക് വഴങ്ങാറുണ്ട്. തെക്കുകിഴക്കൻ ഏഷ്യയിൽ കണ്ടുവരുന്ന ഒറാങ്ങുട്ടാനുകൾക്ക് (orangutan) ഇടയിലും ഏറെക്കുറെ ഇതിനു സമാനമായ ബന്ധങ്ങൾ തന്നെയാണ് നിലനിൽക്കുന്നത്. ഒറാങ്ങുട്ടാൻ എന്ന പേരുകൊണ്ട് അർത്ഥമാക്കുന്നത് 'കാട്ടിലെ മനുഷ്യൻ' എന്ന് തന്നെയാണ്. നമ്മളുമായി അവർക്കുള്ള സമാനതകളെ കുറിച്ച് അറിയാൻ ഇടയായപ്പോൾ വിക്ടോറിയ റാണി പോലും അമ്പരന്നു പോയതായാണ് രേഖപ്പെടുത്തപ്പെട്ടിട്ടുള്ളത്. ഇവയ്ക്കു നമ്മളെ പോലെ തന്നെ വടിയും ചുള്ളിക്കമ്പുകളും മറ്റും ഉപയോഗിച്ചുകൊണ്ട് പലതരം ആയുധങ്ങൾ വരെ നിർമ്മിക്കാൻ കഴിയും.

സുമാത്രയിലെ കാടുകളിലും മറ്റും ധാരാളമായി പുലികൾ ഉൾപ്പെടെയുള്ള ശത്രു ജീവികൾ ഉള്ളതിനാലാവണം ഇവർ അധിക സമയവും വൃക്ഷതലപ്പുകളിൽ തന്നെയാണ് താമസിക്കാറുള്ളത്. എന്നാൽ ബോർണിയോയിലും മറ്റും ശത്രുക്കളുടെ ശല്യം നന്നേ കുറവായ കാരണം അവർ തറയിലിറങ്ങി നടക്കുന്നതും പതിവാണ്.

അവരുടെയിടയിൽ താൽക്കാലികമായി നിലനിൽക്കുന്ന ബന്ധങ്ങൾ മാത്രമാണ് ഇണകൾക്കിടയിൽ കാണുന്നത്. ആണിനങ്ങളും പെണ്ണിനങ്ങളും വെവ്വേറെ സഞ്ചരിക്കാറുള്ളതും അതുകൊണ്ട് തന്നെയാവണം. ഏതെങ്കിലും യുവതിയായ ഗൊറില്ല ലൈംഗിക സന്നദ്ധത കാണിക്കുന്ന തരത്തിൽ ഈസ്ട്രസ് പുറത്തു കാണിക്കുന്നതിന് ഇടയായാൽ ആൺ ഗൊറില്ലകൾ ലൈംഗികബന്ധത്തിനായി അവരെ അൽപ്പം ബലം പ്രയോഗിച്ച് തന്നെ നിർബന്ധിക്കുന്നതാണ് ഏറെയും കണ്ടു വരുന്നത്. എന്നാൽ, പെണ്ണിനങ്ങൾക്ക് ഇത്തരത്തിലുള്ള ബലപ്രയോഗം ഇഷ്ടമല്ലാതെ വരുമ്പോൾ രക്ഷക്കായി അവർ കൂട്ടത്തിൽ കരുത്തരായ ആണുങ്ങളെ ആശ്രയിക്കുകയാണ് പതിവ്. മനുഷ്യർക്കിടയിലും പാട്ടും, ഭാഷയും എല്ലാം പരസ്പര ആകർഷണത്തിനുള്ള ഇന്ധനമായി മാറിയത് എങ്ങനെയെന്ന് മനസ്സിലാക്കുന്നതിന് ഗൊറില്ലകളുടെയും ഗിബ്ബണുകളുടെയും മറ്റും ഇത്തരം സന്ദർഭങ്ങളിലുള്ള പെരുമാറ്റങ്ങളെ നിരീക്ഷിച്ചാൽ മതിയാവും.

ആണുങ്ങൾക്കിടയിൽ കരുത്തുള്ളവരെ കണ്ടെത്തുന്നതിനായി ഇവരെ സഹായിക്കുന്നതാവട്ടെ ജീവശാസ്ത്രപരമായ ചില അടയാളങ്ങൾ മാത്രമാണെന്ന് കാണാൻ കഴിയും. ഇരുകവിളുകളിലും പുറത്തേക്കു തള്ളിനിൽക്കുന്ന മാംസളമായ ഭാഗം ഇത്തരമൊരു അടയാളമായി കരുതപ്പെടുന്നുണ്ട്. ഇത് നിമിത്തം അവയുടെ തല മറ്റുള്ളവയെ അപേക്ഷിച്ച് വലുതായി തോന്നാവുന്നതാണ്. കവിളത്തുള്ള ഈ മാംസളഭാഗം ഏറെ വലുതായി കാണുന്നത് കൂട്ടത്തിലെ

മേൽക്കോയ്മയുള്ള ആണങ്ങൾക്കായിരിക്കും എന്നതാണ് ആരെയും അതിശയിപ്പിക്കുന്നത്.

ഇവരുടെ ഇടയിലുള്ള ആണിനങ്ങൾ പെണ്ണുങ്ങളെ ആകർഷിക്കുന്നതിനായി പാട്ടുപാടുകയാണ് പതിവ്. ആണും പെണ്ണും അടുത്ത് കഴിഞ്ഞാൽ അവ ആഴ്ചകളോളം ഒരുമിച്ച് നടക്കുകയും അപ്പോഴൊക്കെ ഇണ ചേരുകയും ചെയ്യുന്നത് സാധാരണമാണ്. ഈ കാലയളവ് കഴിയുന്നതോടെ അവർക്കിടയിലുള്ള ബന്ധം ദുർബലപ്പെടുകയും ചെയ്യാം. ഇവയുടെ കുഞ്ഞുങ്ങളാവട്ടെ ഏതാണ്ട് 5 വയസ്സ് വരെ അമ്മയുടെ കൂടെ തന്നെയാണ് കണ്ടു വരുന്നത്. ആൺ വിഭാഗങ്ങൾ കുഞ്ഞുങ്ങളെ വളർത്തുന്നതിൽ എടുത്തുപറയത്തക്ക പങ്കൊന്നും നിറവേറ്റുന്നതായി അറിവില്ല. ബാബൂണുകളിൽ നിന്നും ഒട്ടേറെ വ്യത്യാസങ്ങളുള്ള ഗിബ്ബണുകളാണ് ഇത്തരം പല കാര്യത്തിലും നമ്മളോട് ഏറെ സമാനത പുലർത്തുന്ന പ്രൈമേറ്റ് വിഭാഗമായി കണക്കാക്കപ്പെടുന്നത്.

ഏകദേശം മൂന്ന് അടി നീളം മാത്രമുള്ള ഇവർ ഏകഭാര്യത്വം പിന്തുടരുന്നവരാണ് എന്നതാണ് വിചിത്രം. ആൺ ഗിബ്ബണുകൾ പെണ്ണുങ്ങളെ ആകർഷിക്കുന്നതിനായി പാട്ടുപാടുകയാണ് പതിവ്. അര മൈലിന് അപ്പുറത്തുള്ള ഇണയെപ്പോലും ഇങ്ങനെ പാട്ടിലൂടെ ആകർഷിക്കാൻ ഇവർക്ക് പ്രയാസമില്ല. ഇത്രയും ദൂരത്തുള്ളവരെ ആകർഷിക്കുന്നതിനായി ഇവർ ഉയർന്ന പിച്ചുള്ള ശബ്ദത്തിലാണ് പാട്ടു പാടാറുള്ളത് എന്ന് മാത്രം. ഇങ്ങനെ പാടുന്ന പാട്ടുകൾ ആണിനും പെണ്ണിനും പരസ്പരം ഇഷ്ടപ്പെടുകയാണെങ്കിൽ വനമധ്യത്തിൽ വെച്ച് തന്നെ അവർ സംഗമിക്കുകയും ഇണ ചേരുകയുമാണ് പതിവ്. തുടർന്നുള്ള രണ്ടുദിവസങ്ങൾക്കകത്തും അഞ്ഞൂറിലേറെ തവണ ഇവർ രതിയിൽ ഏർപ്പെടാറുണ്ട് എന്നത് മനുഷ്യരെ സംബന്ധിച്ചിടത്തോളം തീർത്തും അവിശ്വസനീയമായേക്കാം.

മറ്റു ദമ്പതികളുടെ കൂടെ താമസിക്കുന്ന ശീലം ഇവർക്കിടയിൽ വിരളമാണ് എന്ന് തന്നെ പറയാം. കുഞ്ഞുങ്ങളെ വളർത്തുന്നതിനായി ആണും പെണ്ണും ഒരുമിച്ച ചേരുന്നത് ഇവർക്കിടയിൽ പതിവുള്ള കാര്യമാണ്. ഈ കാലയളവിൽ ഇവർ ആലപിക്കുന്ന പാട്ടുകൾ യുഗ്മഗാനങ്ങളായിരിക്കും എന്നതാണ് വിസ്മയകരമായി തോന്നുന്നത്. മറ്റുള്ള ആൺ പെൺ ഗിബ്ബണുകൾ തങ്ങളുടെ പരിസര പ്രദേശത്തു നിന്ന് മാറി നിൽക്കാനുള്ള ഒരു മുന്നറിയിപ്പെന്ന രീതിയിലാണ് യുഗ്മഗാനം ആലപിക്കാറുള്ളത് എന്നതും ശ്രദ്ധേയമാണ്. ഇവർക്കിടയിൽ ചെറിയ തോതിലുള്ള ലൈംഗിക ജന്യമായ അസൂയ ഇല്ലെന്നു

പറയാൻ കഴിയില്ല. തന്റെ ഇണയെ മറ്റൊരു പെണ്ണ് കൊണ്ടു പോകുന്നത് പെൺ ഗിബ്ബണിന് ഇഷ്ടമല്ലാത്ത പോലെ തന്നെയാണ് തിരിച്ചും സംഭവിക്കുന്നത്.

ഏതാണ്ട് 5 മില്യൺ വർഷങ്ങൾക്ക് മുൻപാണ് കിഴക്കൻ ആഫ്രിക്കയിലെ കാലാവസ്ഥയിൽ വൻ തോതിലുള്ള മാറ്റം വരുന്നതിനെ തുടർന്ന് കാടുകൾ നശിക്കുകയും അവയത്രയും തുറന്ന സാവന്നകളായി മാറുകയും ചെയ്യുന്നത്. ഈ തുറന്ന പ്രദേശങ്ങളിലാണ് നമ്മുടെ പൂർവികർ ഒന്നടങ്കം സഞ്ചരിച്ചെത്തിയത്. ഓവൻ ലോവ്ജോയ് എന്ന നരവംശശാസ്ത്രജ്ഞൻ പുനർനിർമ്മിച്ചെടുത്ത ലൂസി എന്ന സ്ത്രീ ഈ കാലഘട്ടത്തിൽ ജീവിച്ച മൂന്ന് അടിയോളം നീളമുള്ള നമ്മുടെ പൂർവികയായാണ് കണക്കാക്കപ്പെടുന്നത്. 1977-ൽ ഡൊണാൾഡ് ജോഹാൻസനാണ് ലൂസിയുടെ അവശിഷ്ടങ്ങൾ കണ്ടെത്തിയിട്ടുള്ളത്. ഇതിനെ അവലംബിച്ച് ലോവ്ജോയ് നടത്തിയ പഠനങ്ങൾ മനുഷ്യർക്കിടയിൽ നിലനിന്ന ഇണചേരൽ രീതികളുമായി ബന്ധപ്പെട്ട ഒട്ടേറെ കാര്യങ്ങൾ വെളിച്ചത്തു കൊണ്ടുവരികയുണ്ടായി.

മനുഷ്യ പരിണാമത്തിന്റെ തുടക്കത്തിൽ തന്നെ ഏക ഇണ സമ്പ്രദായം ഉണ്ടായിരുന്നതായാണ് ലോവ്ജോയ് സ്ഥാപിക്കാൻ ശ്രമിക്കുന്നത്. ഇത് സ്ഥാപിച്ചെടുക്കുന്നതിനായി ഇദ്ദേഹം മുന്നോട്ടുവെക്കുന്ന തെളിവുകളിൽ പ്രധാനമായത് ഉളിപ്പല്ലുകളുടെ ആകൃതി, വലുപ്പം എന്നിവയാണ്. പെണ്ണിനെ കിട്ടുന്നതിനായി ആണങ്ങൾക്കിടയിൽ മാരകമായ സംഘർഷങ്ങൾ നടക്കുന്ന പക്ഷം ആ ജീവി വർഗത്തെ തന്നെ അത് അപകടത്തിലാക്കിയേക്കാം. ചിലയിനം വിഷ സർപ്പങ്ങൾ പോലും പരസ്പരം പൊരുതേണ്ടി വരുമ്പോൾ വിഷപ്പല്ലുകൾ ഉപയോഗിക്കാത്ത പോലെ തന്നെ ചിമ്പാൻസികളും, ബാബൂണുകളും മറ്റു പ്രൈമേറ്റുകളും കലഹം തുടങ്ങുന്നതും അവസാനിപ്പിക്കുന്നതും ഉളിപ്പല്ലുകൾ പുറത്തു കാണിച്ചുകൊണ്ടായിരിക്കും. എന്നാൽ സൗത്ത് ആഫ്രിക്കയിൽ നിന്നും കണ്ടെടുക്കപ്പെട്ട ആസ്ട്രലോപിത്തേക്സിന്റെ ആദ്യകാല ഫോസിലുകളിലുള്ള ഉളിപ്പല്ലുകൾ ഇന്നത്തെ മനുഷ്യരുടെ അത്രപോലും വലുപ്പം ഉണ്ടായിരുന്നില്ല. ഇതുകൊണ്ട് തന്നെ 4 മില്യൺ വർഷങ്ങൾക്ക് മുൻപ് തന്നെ പെണ്ണുങ്ങൾക്കായി നടക്കുന്ന യുദ്ധങ്ങൾ നിലച്ചിട്ടുണ്ടാകാം എന്നും ഇതിനുപകരം ഇണകളായി ജീവിക്കാനായിരിക്കണം ഇവർ താൽപ്പര്യം കാണിച്ചിട്ടുണ്ടാവുക എന്നാണ് ലോവെജോയിയുടെ നിരീക്ഷണം.

ലോവെജോയിയുടെ നിരീക്ഷണങ്ങൾക്ക് പ്രാധാന്യം കിട്ടിത്തുടങ്ങിയത് 1978-ൽ മേരി ലീക്കി കണ്ടെത്തിയ 3.5 മില്യൺ വർഷങ്ങൾ

പഴക്കമുള്ള മൂന്നപേരുടെ കാലടിപ്പാടുകൾ നിമിത്തമാണ്. അഗ്നി പർവത ലാവയിൽ ഉറച്ചുപോയ മൂന്ന പേരുടെ കാലടിപ്പാടുകളാണ് ഇവർക്ക് കണ്ടെത്താനായത്. ഒരു ദമ്പതികളുടെയും അവരുടെ കുട്ടിയുടെയും കാലടികളാണ് അതെന്നാണ് വിശദീകരിക്കപ്പെട്ടത്. ഇദ്ദേഹത്തിന്റെ പഠനങ്ങൾക്ക് പൂർണമായ പൊതു സമ്മതി നേടിയെടുക്കാൻ കഴിഞ്ഞിട്ടില്ല എന്നത് ഇന്നും യാഥാർത്ഥ്യമായി തുടരുകയാണ്.

നമ്മുടെയും ചിമ്പാൻസികളുടെയും പൊതു പൂർവികർ എന്ന് വിളിക്കപ്പെടുന്ന പ്രക്ചിമ്പാൻസികൾ മാംസാഹാരം സമ്പാദിച്ചു കൊണ്ട് പെണ്ണുങ്ങൾക്കായി പങ്കുവെക്കുകയും അതിനു പകരമായി ലൈംഗിക ബന്ധം സ്ഥാപിക്കുകയും ചെയ്തിരിക്കാം എന്നാണ് കരുതപ്പെടുന്നത്.

ഭക്ഷണം ശേഖരിക്കുന്നതിനായി ആണുങ്ങൾ തമ്മിൽ പരസ്പരം സഹകരിക്കുകയും ലൈംഗിക പങ്കാളിക്കും കുഞ്ഞുങ്ങൾക്കും വേണ്ടി വിഭവങ്ങൾ മാറ്റിവെക്കുകയും ചെയ്യുന്നത് ഉൾപ്പെടെയുള്ള പെരുമാറ്റങ്ങൾ പരസ്പരം ബന്ധപ്പെട്ടുകൊണ്ട് വികസിച്ചു വന്നതാണ് എന്നാണ് ചില നരവംശശാസ്ത്രജ്ഞർ നിരീക്ഷിക്കുന്നത്.

തെക്കേ അമേരിക്കയിൽ അധിവസിക്കുന്ന ഗോത്രങ്ങൾക്കിടയിൽ ഈ രീതി ഏറെക്കുറെ പഴയപടി തന്നെ നിലനിൽക്കുന്നതായി കാണാൻ കഴിയുന്നുണ്ട് എന്നതും ഇത്തരം നിരീക്ഷണങ്ങൾക്ക് ശക്തി പകരുന്നുണ്ട്. ഓരോ സ്ത്രീയും അവർക്കിഷ്ടപ്പെട്ട പുരുഷനെ തിരഞ്ഞെടുത്ത് വേട്ടക്ക് പോകാൻ നിർബന്ധിക്കുകയും തുടർന്ന് വേട്ട കഴിഞ്ഞു തിരികെ എത്തുമ്പോൾ അവർ കൊണ്ടുവരുന്ന മാംസം ആഹാരമായി സ്വീകരിച്ചുകൊണ്ട് പകരമായി ലൈംഗികബന്ധത്തിനുള്ള സന്നദ്ധത പ്രകടിപ്പിക്കുകയുമാണ് ഈ ഗോത്രത്തിൽപ്പെട്ട സ്ത്രീകൾ ചെയ്തു പോന്നിരുന്നത്.

ജനിതകമായി നോക്കിയാൽ നമ്മളോട് ഏറെ അടുപ്പം പുലർത്തുന്ന ചിമ്പാൻസികളുടെ ലൈംഗിക ബന്ധങ്ങൾ നമ്മുടേതിൽ നിന്നും ഏറെ വിഭിന്നമാണെന്ന് തോന്നാമെങ്കിലും ചില സാമ്യതകൾ അവരിലും കാണാൻ കഴിയുന്നുണ്ട്. ഇവർ അവരുടെ കൂട്ടത്തിൽ പെട്ട എല്ലാ ആൺ ചിമ്പാൻസികളുമായി ഇണ ചേരുന്നതായി കാണാമെങ്കിലും ഇവരിൽ ഉയർന്ന പദവിയുള്ള ആണുങ്ങളിലേക്കു തന്നെയാണ് പെൺ ചിമ്പാൻസികൾ ഏറെയും ആകർഷിക്കപ്പെടാറുള്ളത്. അത്തരം സന്ദർഭങ്ങളിൽ തങ്ങൾ തെരഞ്ഞെടുക്കുന്ന ഉയർന്ന പദവിയിലുള്ള ആണിന്റെ കൂടെ മറ്റുള്ളവരുടെ കണ്ണിൽ

പെടാതെ രഹസ്യമായി കാടിനുള്ളിലേക്ക് പോകുകയും 2/3 ദിവസത്തോളം അവിടെ ഒളിച്ചു താസിച്ചുകൊണ്ട് വൃക്ഷത്തലപ്പിൽ ശയനതൽപ്പം നിർമ്മിച്ച് രതിയിൽ ഏർപ്പെട്ടു തിരിച്ചുപോകുക എന്ന രീതിയും കാണാറുണ്ട് എന്ന് ഗുഡാൽ അവരുടെ പഠന കുറിപ്പുകളിൽ വിശദീകരിക്കുന്നുണ്ട്. മനുഷ്യർക്കിടയിൽ നിലനിൽക്കുന്ന മധുവിധു യാത്രയോട് ഇതിനെ ഉപമിക്കാവുന്നതാണ്.

പെൺചിമ്പാൻസികൾ ലൈംഗിക നിർദ്ധാരണത്തിന്റെ ചുക്കാൻ പിടിക്കുന്നുണ്ടെന്ന് മനസ്സിലാക്കാൻ ഇത് ധാരാളം മതിയാവും. എന്തുകൊണ്ടെന്നാൽ പെൺചിമ്പാൻസികൾ ക്രമരഹിതമായ രീതിയിൽ പല ആൺചിമ്പാൻസികളോടും ഇണ ചേരുമ്പോൾ അണ്ഡോൽപ്പാദനം താമസിപ്പിക്കാൻ ശ്രമിക്കാറുള്ളതായി ചില പഠനങ്ങൾ ഇതിനകം തന്നെ തെളിയിച്ചിട്ടുണ്ട്. പ്രിയപ്പെട്ടവരുമായി രതിയിൽ ഏർപ്പെടുമ്പോൾ മാത്രം അണ്ഡോൽപ്പാദനം നടക്കുന്ന രീതിയിൽ അവരുടെ ഹോർമോണുകൾ പ്രവർത്തിക്കുന്നതായാണ് ഇത്തരം പഠനങ്ങൾ സാക്ഷ്യപ്പെടുത്തുന്നത്. അവർക്ക് ഇഷ്ടപ്പെട്ടവനിൽ നിന്ന് മാത്രം ഗർഭം ധരിക്കുക എന്ന് വരുന്നതോടെ ലൈംഗികമായ തെരഞ്ഞെടുപ്പിൽ മുൻകൈ ലഭിക്കുന്നത് പെണ്ണിനാണ് എന്ന യാഥാർത്ഥ്യവും ഇതുവഴി ബലപ്പെടുന്നുണ്ട്. അങ്ങിനെയാണെങ്കിൽ പദവിയിൽ താഴെക്കിടയിലുള്ള ആണുങ്ങളെ പറ്റിക്കാനുള്ള ഒരു തന്ത്രം എന്ന നിലയിലായിരിക്കണം പല പുരുഷൻമാരുമായി ഇണ ചേരാനുള്ള പെൺചിമ്പാൻസികളുടെ സന്നദ്ധത എന്ന് കരുതേണ്ടി വരും. ഇപ്രകാരം ചിമ്പാൻസികൾക്കുണ്ടാകുന്ന പകുതിയിലേറെ കുഞ്ഞുങ്ങൾ നേരെത്തെ സൂചിപ്പിച്ച തരത്തിലുള്ള രഹസ്യ ബന്ധങ്ങൾ വഴി ഉണ്ടാകുന്നതാണ് എന്ന് ഇതിനകം നടന്ന ജനിതക പരിശോധനകളിലൂടെ തെളിയിക്കാൻ കഴിഞ്ഞിട്ടുണ്ട്. ഗുഡാലിന് ഏറെ പ്രിയപ്പെട്ട ഫ്ലോ എന്ന പെൺ ചിമ്പാൻസിക്ക് പല ആണുങ്ങളോടും രതിയിലേർപ്പെടേണ്ടി വന്നതിനെ തുടർന്ന് എത്രമാത്രം മുറിവുകളും, പരിക്കുകളും ഏറ്റെടുക്കേണ്ടി വന്നു എന്ന് വളരെ വേദനയോടെ തന്നെ ഗുഡാൽ വിവരിക്കുന്നുണ്ട്.

ഓരോ ഗർഭധാരണത്തിനും മുൻപായി ഏകദേശം മുന്നൂറോളം തവണയാണ് പെൺ ചിമ്പാൻസികൾ ഇണ ചേരേണ്ടി വരാറുള്ളത്. സാധാരണയായി ചിമ്പാൻസി പെണ്ണുങ്ങൾക്ക് ഈസ്ട്രസ് കണ്ടു തുടങ്ങുന്നതോടെ ആണുങ്ങളുള്ള ഇടങ്ങളിലേക്ക് പെൺകുട്ടികൾ പോകാൻ കൂട്ടാക്കാറില്ലെന്നും മുതിർന്ന പെൺചിമ്പാൻസികളുടെ നിർബന്ധത്തിന് വഴങ്ങിക്കൊണ്ടാണ് ഇത്തരം അവസരങ്ങളിൽ

പെൺകുട്ടികൾ ആൺസാന്നിധ്യമുള്ള സ്ഥലങ്ങളിലേക്ക് പോകാറുള്ളതെന്നും ഗ്രൂഡാൽ വിശദമാക്കുന്നുണ്ട്. പെണ്ണുങ്ങൾക്കുള്ള നാണം സാർവ്വലൗകികമായതിനാലാണ് ചിമ്പ പെണ്ണുങ്ങൾ പോലും ഇങ്ങനെ പെരുമാറുന്നത് എന്ന് സംശയിക്കുന്ന ഹാർദിയെ പോലുള്ള നരവംശശാസ്ത്രജ്ഞരുടെ എണ്ണവും കുറവല്ല.

ഇതിനകം സൂചിപ്പിച്ചപോലെ പെൺവിഭാഗങ്ങൾക്ക് കാവൽ നിൽക്കുക എന്നത് ഒന്നിലേറെ ഇണകളുമായി ഇണ ചേരുന്ന ചിമ്പാൻസികൾക്കിടയിൽ വ്യാപകമാണ്. ഇങ്ങനെ ഒന്നിലേറെ ഇണകളുമായി ബന്ധപ്പെടാനുള്ള സാഹചര്യം നിലനിൽക്കുമ്പോൾ മാത്രമേ താഴ്ന്നപദവിയിൽ ഉള്ളവരെ കൂടി ഗ്രൂപ്പിനകത്ത് ഉറപ്പിച്ചു നിർത്താൻ കഴിയുകയുള്ളൂ. ഈ രീതി ഇപ്പോഴും നിലനിൽക്കുന്നുണ്ടെന്ന പ്രതീതിയെങ്കിലും എല്ലാ അംഗങ്ങളിലും ജനിപ്പിച്ചുകൊണ്ട് മാത്രമേ ഓരോ ഗ്രൂപ്പിനും അവയുടെ കെട്ടുറപ്പ് നിലനിർത്താൻ കഴിയുകയുള്ളൂ.

രഹസ്യബന്ധത്തിനായി ഉൾക്കാടുകളിൽ പോയി തിരികെ വരുമ്പോൾ പോയ വഴിയിൽ നിന്നും മാറി പുതിയ വഴി തേടാൻ ഇട വരുന്നതും ഇക്കാരണത്താൽ തന്നെയാവണം. മറ്റുള്ള അംഗങ്ങളാൽ കണ്ടുപിടിക്കപ്പെടുന്ന പക്ഷം ആൺചിമ്പാൻസിക്ക് പോലും ചില അവസരങ്ങളിൽ മർദ്ദനം ഏൽക്കേണ്ടി വരുന്നതും അപൂർവ്വമല്ല. നമ്മളുൾപ്പെടെയുള്ള ഏതൊരു ജീവിയും അത് അധിവസിക്കേണ്ടി വരുന്ന ഭൗതിക ചുറ്റുപാടുകളുടെയും വിഭവങ്ങളുടെ ലഭ്യതയുടേയുമെല്ലാം അടിസ്ഥാനത്തിലായിരിക്കും ഒട്ടുമിക്ക പെരുമാറ്റ രീതികളും പരിഷ്കരിച്ചെടുക്കുന്നത്. ഇത്തരത്തിൽ ഒന്നിലേറെ ഇണകളുമായി ബന്ധം പുലർത്തുന്ന ചിമ്പാൻസികളും അതുപോലുള്ള മറ്റു സമാന ജീവികളും കൂടുതൽ തുറസ്സായ ഇടങ്ങളിലേക്ക് സഞ്ചരിക്കുമ്പോൾ എന്ത് സംഭവിക്കും എന്നത് ഊഹിക്കാവുന്നതേ ഉള്ളൂ. തുറസ്സായ ഇടങ്ങളിൽ ശത്രുക്കൾക്ക് എളുപ്പത്തിൽ ഇവരെ കണ്ടു പിടിക്കുന്നതിനും കീഴ്പെടുത്തുന്നതിനും കഴിയും എന്നതിനാൽ പരസ്പരം അടുത്ത് ഇടപഴകി ഒന്നിച്ചു നിൽക്കുക എന്നത് ഒരു അനിവാര്യതയായി തീരാം. ഇപ്രകാരം ഒരുമിച്ചു നിക്കാൻ ഇടവരുന്നതോടെ ലൈംഗിക ജീവിതത്തിന്റെ ബലതന്ത്രം പാടെ മാറിപോകുന്നതിനുള്ള സാധ്യതകളും അനവധിയാണ്.

മുൻകാലങ്ങളിൽ കാട്ടിലായിരുന്നപ്പോൾ പെണ്ണിന് ഈസ്ട്രസ് വന്നു തുടങ്ങുമ്പോഴേക്കും പെണ്ണിന് പിന്നാലെ ചെന്ന് വേഴ്ചയിൽ ഏർപ്പെടാൻ നിർബന്ധബുദ്ധി കാണിച്ചിരുന്ന ആണിന് ഇവിടെ

അത് സാധ്യമാകാതെ വരാം. ചുറ്റിലുമുണ്ടാവാനിടയുള്ള ശത്രുക്കളുടെ സാന്നിധ്യവും, കൂടാതെ ആഹാര ദൗർലഭ്യവും ഇതിനു പ്രധാന കാരണങ്ങളായി മാറിയിട്ടുണ്ടാവാം. രഹസ്യമായി നടക്കമായിരുന്ന പങ്കാളിത്ത ജീവിതവും ഈ സാഹചര്യത്തിൽ അസാധ്യമാകാം. ഇനി ഒരു വേള ഇങ്ങനെ ഒളിച്ചു പോകാനായി മുതിർന്നാൽ തന്നെ ശത്രുക്കളാൽ വളയപ്പെടാനുള്ള സാധ്യതകളും കൂടുതലായിരിക്കും. ഇത്തരം ഘട്ടങ്ങളിൽ ആണങ്ങളുടെയും പെണ്ണുങ്ങളുടെയും എണ്ണം ഏറെക്കുറെ തുല്യമാണെന്ന് കാണുകയാണെങ്കിൽ നിർദ്ദിഷ്ട വിഭാഗങ്ങൾ ഇതിനെ ഫലപ്രദമായി നേരിടുന്നതിനായി ചില നിശബ്ദനിയമങ്ങൾ നിർമ്മിക്കുക എന്നത് മാത്രമാണ് ഏക മാർഗ്ഗം. ഇത്തരം ചില നിശബ്ദനിയമങ്ങൾ ആദ്യകാല ഹോമിനിഡുകൾക്കിടയിലും നിലനിന്നിട്ടുണ്ടാവണം.

1990-ലാണ് വാൻ ഷേക്കെയും, dunbar എന്നിവർ സഹകരിച്ചു കൊണ്ട് ഇണകളായി ജീവിക്കുന്ന ഗിബ്ബണുകൾക്കിടയിൽ നടത്തിയ ഒരു പഠനപ്രകാരം അത്തരത്തിൽ ജീവിക്കുന്നത് മൂലം അവർക്ക് ഉണ്ടാകാനിടയുള്ള നേട്ടങ്ങളെ കുറിച്ച് വിശദമായി മനസ്സിലാക്കാൻ കഴിഞ്ഞിട്ടുണ്ട്. ഇവരുടെ പെരുമാറ്റ രീതികൾക്ക് മനുഷ്യരുടെ പെരുമാറ്റങ്ങളുമായുള്ള ബന്ധങ്ങളെക്കുറിച്ച് പഠിക്കുന്നതിനും ഇത് വഴി സാധിക്കുകയുണ്ടായി. The evolution of monogamy in primates' എന്ന പ്രബന്ധവും ഇതിന്റെ ഭാഗമായി പുറത്തുവന്നിട്ടുള്ളതാണ്.

ഓരോ ആൺ ഗിബ്ബണും തന്റെ ഇണയുടെ കൂടെത്തന്നെയാണ് താമസിക്കാറുള്ളത്. ഇതുമൂലം അവരുടെ കുഞ്ഞുങ്ങളെ ശത്രുക്കളിൽ നിന്ന് സംരക്ഷിക്കുന്നതിനും, ശത്രു മൃഗങ്ങളിൽ നിന്ന് സ്വയം രക്ഷ ഉറപ്പുവരുത്തുന്നതിനും പെൺ ഗിബ്ബണുകൾക്ക് എളുപ്പമാകുന്നുണ്ട്. ഇവരുടെ പൊതുശത്രുക്കളായി വരുന്നത് അധികവും പുള്ളിപ്പുലി, വലിയ ഇനം പാമ്പുകൾ, കൂടാതെ കഴുകൻ പോലുള്ള വലിയ പക്ഷികൾ എന്നിവയാണ്.

ഇവക്കിടയിൽ വ്യാപകമായി കേട്ടുവരുന്ന പാട്ടുകൾക്ക് പ്രത്യുൽപ്പാദനപരമായ പങ്കിനോടൊപ്പം സാമൂഹ്യമായ പ്രാധാന്യവും ഉള്ളതായി നിരീക്ഷിക്കപ്പെട്ടിട്ടുണ്ട്. സ്വന്തം കൂട്ടത്തിൽ പെടാത്ത ഗിബ്ബണുകളെ തങ്ങളുടെ പ്രദേശത്തു നിന്നും അകറ്റി നിർത്തുക എന്നതും അതോടൊപ്പം തനിക്ക് ഇഷ്ടപ്പെട്ട ഇണയെ തന്റെ ഇഷ്ടം അറിയിക്കുക എന്ന ധർമവും ഈ പാട്ടുകൾ അനുഷ്ഠിക്കുന്നുണ്ട്. ആൺ ഗിബ്ബണുകൾ തങ്ങളുടെ ഇണകളെ മറ്റു ആണങ്ങൾ തട്ടിക്കൊണ്ടു പോകാതിരിക്കുന്നതിൽ കനത്ത ജാഗ്രത പുലർത്തുന്നവരാണ്.

പെൺ ഗിബ്ബണുകൾ തങ്ങളുടെ ഇണ മരണപ്പെടുകയോ മറ്റോ ചെയ്യുന്നതോടെ പാട്ടുപാടുന്ന രീതി അവസാനിപ്പിക്കുകയാണ് പതിവ്. ഇവർ ഇത്തരം അവസരങ്ങളിൽ സോളോ ആയി പാടാൻ തുനിഞ്ഞാൽ തനിക്ക് ആൺതുണ ഇല്ലെന്നു കരുതി മറ്റു ആൺ ഗിബ്ബണുകൾ ഇവരിലേക്ക് ആകർഷിക്കപ്പെടാനുള്ള അവസരങ്ങൾ ഇല്ലാതാക്കുന്നതിന് വേണ്ടിയായിരിക്കാം ഇത്തരം പെരുമാറ്റങ്ങൾ കാണിക്കുന്നത് എന്ന് കരുതാവുന്നതാണ്. ഇത് കൂടാതെ, ഇതിനകം തന്നെ കുഞ്ഞുങ്ങൾ ഉള്ള ഗിബ്ബണുകളാണെങ്കിൽ തെറ്റിദ്ധരിക്കപ്പെട്ടു വരുന്ന ആൺ ഗിബ്ബണുകൾ ഇവരുടെ കുഞ്ഞുങ്ങളെ ഇല്ലാതാക്കാനുള്ള സാധ്യതകളെയും കൂടി മുന്നിൽ കണ്ടിട്ടു തന്നെയാവണം ഈ രീതിയിൽ പെരുമാറാൻ ഇവർ പ്രേരിപ്പിക്കപ്പെടുന്നത്. അതുകൊണ്ട് കൂടിയാണ് ഇത്തരം അവസരങ്ങളിൽ പെൺ ഗിബ്ബണുകൾ നിശ്ശബ്ദരായിരിക്കാൻ ഇഷ്ടപ്പെടുന്നത്. ശിശുഹത്യയെ കുറിച്ച് പെൺ ഗിബ്ബണുകൾക്കുള്ള ആധി കൂടിയാവാം ഏക ഇണ സമ്പ്രദായത്തിനും വഴിവെച്ചിട്ടുള്ളത് എന്നാണ് ഡൻബർ അഭിപ്രായപ്പെടുന്നത്.

തെക്കു കിഴക്കൻ ഏഷ്യയുടെ വനമധ്യത്തിലുള്ള ഗിബ്ബണുകളുടെ സ്ഥിതി ഇതാണെങ്കിൽ ആഫ്രിക്കൻ സാവന്നയിൽ പെട്ടുപോയ പ്രാക് മനുഷ്യരുടെ സ്ഥിതി എന്തായിരിക്കും എന്ന് സങ്കൽപ്പിക്കാവുന്നതേ ഉള്ളൂ.

ഭൂമിയിലുള്ള 95 ശതമാനം ജീവികളും ഒരേ സമയം ഒന്നിൽ കൂടുതൽ ഇണകളെ നിലനിർത്തുന്നവ തന്നെയാണ് എന്നതാണ് യാഥാർഥ്യം. കുഞ്ഞുങ്ങളുടെ വളർച്ചക്കും അതിജീവനത്തിനും കൂട്ടായ ശ്രദ്ധയും പരിചരണവും ആവശ്യമായി വരുന്ന ചുറ്റുപാടുകളിലാണ് സാധാരണയായി ഏക ഇണ സമ്പ്രദായം വികസിച്ചു വന്നിട്ടുള്ളത്. ഉദാഹരണത്തിന്, പക്ഷികളിൽ ഏറിയ പങ്കും ഈ രീതി അനുവർത്തിച്ചുകൊണ്ടാണ് അവയുടെ കുഞ്ഞുങ്ങളെ സംരക്ഷിക്കുന്നത്. മുട്ടകൾ ഒരിടത്തു നിന്നും മറ്റൊരിടത്തേക്ക് വഹിച്ചുകൊണ്ടുപോകുന്നത് പ്രയാസമായതുകൊണ്ടുകൂടിയാവാം അവർ ഈ രീതി അവലംബിക്കുന്നത്. പെൺ പക്ഷിക്ക് ഇര തേടാൻ പോകുന്നതിന് വേണ്ടി ഒന്നുകിൽ ആൺപക്ഷി കാവലിരിക്കണം അതല്ലെങ്കിൽ ആൺപക്ഷി തന്നെ പെണ്ണിനുള്ള ആഹാരവും കൂടി ഉറപ്പാക്കേണ്ടി വരും. കുഞ്ഞുങ്ങളെ സംരക്ഷിക്കുക എന്നതിന് തന്നെയാണ് ഇവിടെയും പ്രാധാന്യം കൈവരുന്നത്.

അമേരിക്കയിലെ സമതലങ്ങളിൽ കണ്ടുവരുന്ന രണ്ടു തരം പ്രൈമേറ്റിനത്തിൽപെട്ട പ്രയറി വോൾ കരങ്ങന്മാരും (prairie vol), മീഡോ

വോൾ കുരങ്ങന്മാരും (meadow voles) അനുവർത്തിക്കുന്ന പ്രത്യുൽപ്പാദന രീതിയും ഇതിനു മറ്റൊരു ദൃഷ്ടാന്തമാണ്. ഇതിൽ രണ്ടാമത്തെ ഇനം കുരങ്ങന്മാർ പച്ച പിടിച്ച ചെടികളും, വള്ളിപ്പടർപ്പുകളും, മരങ്ങളും ഒക്കെയുള്ള പുൽത്തകിടികളിലാണ് അധിവസിക്കുന്നത്. അക്കാരണത്താൽ ശത്രുക്കളുടെ കണ്ണിൽ പെടാത്ത ഇടതൂർന്ന പുല്ലുകൾക്കും, ചെടികൾക്കും ഇടയിൽ കൂട്ടുകൂട്ടാൻ ഇവയ്ക്ക് എളുപ്പമാണ്. ഇവയുടെ കുഞ്ഞുങ്ങളെ സംരക്ഷിക്കുന്നതിനും, ആഹാരം ശേഖരിക്കുന്നതിനും ഉള്ള വെല്ലുവിളികളും വളരെ വിരളമാണെന്നു തന്നെ പറയാവുന്നതാണ്.

എന്നാൽ, പ്രയേറി കുരങ്ങന്മാരാകട്ടെ തുറന്ന പ്രദേശങ്ങളിൽ വ്യത്യസ്ത ഇടങ്ങളിലായിട്ടാണ് താമസിക്കാറുള്ളത്. അതിനാൽ, അവർ എപ്പോഴും ശത്രുക്കളുടെ ഭീഷണിക്കുള്ളിലാണ് ജീവിക്കേണ്ടി വരുന്നത്. അവരുടെ ഇടയിൽ കാണുന്ന പരസ്പര വിശ്വാസത്തിലും അടുപ്പത്തിലും ഉള്ള ജീവിതത്തിന് കാരണമാകുന്നതും ഒരു വലിയ പരിധിവരെ ഇത് തന്നെയാവാം. അവർക്കിടയിലുള്ള ആൺവിഭാഗങ്ങൾ അവരുടെ കുഞ്ഞുങ്ങളുടെ സംരക്ഷണത്തിനും, അവർക്കു ലഭിക്കുന്ന ഭക്ഷണവും മറ്റു വിഭവങ്ങളും അവർക്കായി നീക്കി വെക്കുന്നതിനും പ്രത്യേകം ശ്രദ്ധാലുക്കളാണ്. ഇത്തരത്തിലുള്ള പെരുമാറ്റത്തിന് ഇണങ്ങുന്ന തരത്തിൽ ഇവയുടെ മസ്തിഷ്കത്തിലെ ന്യൂക്ലിയസ് അകുമ്പൻസിനകത്തുള്ള (neucleus accumbens) ഓക്സിടോസിന്റെയും, വാസോപ്രെസിന്റെയും സാന്നിധ്യവും മതിയായ തോതിൽ പ്രവർത്തനക്ഷമമാണ് എന്നതും ഇതിനു കാരണമായിരിക്കാം.

2004-ൽ യോർകേസ് നാഷണൽ പ്രൈമേറ്റ് റിസർച്ച് സെന്ററിലെയും (Yorkes National Primate research center) അറ്റ്ലാണ്ട സെന്റർ ഓഫ് ബിഹേവിയർ സയൻസിലേയും (Atlanta Center of Behavioural Science) ശാസ്ത്രകാരന്മാർ ഒന്നിൽ കൂടുതൽ ഇണകളുള്ള മീഡോ വോൾസിൽ ഒറ്റ ഇണയോട് മാത്രം അടുപ്പം പുലർത്തുന്നതിനു പ്രേരിപ്പിക്കുന്ന ഒരു പരീക്ഷണം തന്നെ നടത്തുകയുണ്ടായി. ഇപ്രകാരം ഒറ്റ ഇണയോട് അടുക്കുന്നതിന് പ്രേരിപ്പിക്കുന്ന വാസോപ്രസിൻ റെസീപ്റ്റേഴ്സിനെ (vasopressin receptors) വർധിപ്പിക്കുന്നതിൽ മുഖ്യപങ്കുള്ള ഒരു ജീനിനെ മാറ്റി സ്ഥാപിച്ചുകൊണ്ടാണ് ഈ പരീക്ഷണം നടന്നിട്ടുള്ളത്. ആൾക്കുരങ്ങു വിഭാഗത്തിലുള്ള എല്ലാ ജീവികളുടെയും മസ്തിഷ്കത്തിലെ സന്തോഷം ജനിപ്പിക്കുന്നതിൽ മുഖ്യപങ്കുള്ള ന്യൂക്ലിയസ് ആകുംബിൻസിനകത്താണ് ഈ ജീനിനെ പ്രതിഷ്ഠിച്ചത്. ഈ പഠനത്തിലൂടെയാണ് ഏക ഇണ സമ്പ്രദായം

പിൻപറ്റുന്നതിൽ ജനിതകമായ പങ്കു കൂടി നിർണായകമാണെന്ന് തിരിച്ചറിയാൻ കഴിഞ്ഞത്.

ഒറ്റ ഇണയെ മാത്രം അടിസ്ഥാനപ്പെടുത്തിയുള്ള പെരുമാറ്റങ്ങൾക്കു പിറകിൽ ചില ഘട്ടങ്ങളിൽ ജനിതകമായ കാരണങ്ങൾ കൂടി ഉണ്ടാകാവുന്നതാണ്. ഒന്നുകിൽ ചില ജീനുകൾക്ക് ഉൽപ്പരിവർത്തനം (mutation) സംഭവിക്കുകയോ അതല്ലെങ്കിൽ ചില ജീനുകളിൽ അവയുടെ സ്വഭാവ വിശേഷങ്ങൾ സ്വയം പിൻവാങ്ങുന്നതിന് ഇടയാക്കുന്ന മാറ്റങ്ങൾ ഉണ്ടാവുകയാണെങ്കിലും ഇത്തരം സ്വഭാവങ്ങൾ പ്രകടമായേക്കും. വോൾസ് കുരങ്ങന്മാരിൽ ഇത് എപ്രകാരമാണോ സംഭവിച്ചത് അതിന് ഏറെക്കുറെ സമാനമായ മാറ്റങ്ങൾ തന്നെയാവണം ആദ്യകാല ഹോമിനിഡുകളിലും സംഭവിച്ചിരിക്കുക എന്നും അനുമാനിക്കാവുന്നതാണ്.

ആഫ്രിക്കയിൽ നിന്നും ഏതാണ്ട് 75000-വർഷങ്ങൾക്ക് മുൻപ് സൗദിഅറേബ്യയിലേക്ക് കുടിയേറി പാർത്ത ക്രോമാഗ്നൺ മനുഷ്യർ ഒടുക്കം ഏഷ്യ, യൂറോപ്പ്, വടക്കേ അമേരിക്ക എന്നിവിടങ്ങളിലേക്ക് എത്തിയപ്പോഴേക്കും കേവലം 50-നും 100-നും ഇടയ്ക്ക് അംഗങ്ങൾ മാത്രമുള്ള ഗ്രൂപ്പുകൾ ആയിട്ടായിരുന്നു അവർ ജീവിച്ചു വന്നിരുന്നത്. അതുകൊണ്ടു തന്നെ അവർക്കിടയിലുള്ള പരസ്പര സഹകരണവും വളരെ ശക്തമായിരിക്കണം. അവർക്കിടയിലെ പ്രത്യുൽപ്പാദന ബന്ധങ്ങൾ സാമൂഹ്യമായി അംഗീകരിക്കപ്പെട്ട ഏക ഇണ സമ്പ്രദായം തന്നെയാവാം എന്നാണ് കരുതപ്പെടുന്നത്. ഇതിന് ഉപോദ്ഫലകമായ ഒട്ടേറെ തെളിവുകൾ നരവംശ ശാസ്ത്ര പഠനങ്ങളിൽ കാണാൻ കഴിയും.

ഡെസ്മണ്ട് മോറിസ് തന്റെ 'നഗ്നവാനരൻ' (The Naked Ape) എന്ന പ്രഖ്യാതമായ ഗ്രന്ഥത്തിൽ ആദ്യകാല മനുഷ്യർക്കിടയിൽ നഗ്നത ഒരു പ്രശ്നം തന്നെയായിരുന്നു എന്നാണ് വിശദീകരിക്കുന്നത്. ജനനേന്ദ്രിയങ്ങൾ മറച്ചു പിടിക്കാനുള്ള അവരുടെ താൽപ്പര്യം ഒരർത്ഥത്തിൽ എല്ലാ ആണുങ്ങൾക്കും എല്ലാ പെണ്ണുങ്ങളുമായി രതിയിലേർപ്പെടാൻ സാധ്യമായിരുന്നില്ല എന്നതിന്റെ സൂചന കൂടിയാണെന്നാണ് ഇദ്ദേഹം വാദിക്കുന്നത്. എന്നാൽ ഇത് ദുർബലമായ ഒരു വാദം മാത്രമാകാനേ തരമുള്ളൂ. ശരീരത്തെ സംബന്ധിച്ച അവബോധം വേര് പൊട്ടുന്നതുമായി ബന്ധപ്പെട്ടുകൊണ്ടാണ് നഗ്നത മറച്ചു പിടിക്കാനുള്ള ശ്രമം മനുഷ്യരിൽ പ്രകടമാകുന്നത്. അതുകൊണ്ട് കൂടിയാണ് കുട്ടികൾ ഏതാണ്ട് രണ്ടു വയസ്സ് വരെയെങ്കിലും നഗ്നതയെ വലിയ കാര്യമായി എടുക്കാതിരിക്കുന്നത്.

സ്വത്വസങ്കൽപ്പം ഉറച്ചുവരുന്നതിന്റെ ഭാഗമായി മാത്രമാണ് കുട്ടിക ളിൽ നാണം ഉടലെടുക്കുന്നത്. എന്നാൽ, ആധുനിക സംസ്കാരത്തി ന്റെ ഭാഗമായി രക്ഷിതാക്കളും മറ്റുള്ളവരും നിരന്തരം നഗ്നതയെ മറച്ചു പിടിക്കാൻ പ്രോത്സാഹിപ്പിക്കുന്ന തരത്തിലുള്ള ശിക്ഷണങ്ങൾ ഏർപ്പെടുത്തുന്നതിനാൽ ഇത് അൽപ്പം നേരത്തേ സംഭവിച്ചേക്കാം എന്ന് മാത്രം.

1966-ൽ നരവംശശാസ്ത്രജ്ഞനായ റിച്ചാർഡ് ലീ, ഇർവിൻ ഡിവോർ (Richard Lee, Irwin Dewor) എന്നിവർ വിവിധ രാജ്യങ്ങ ളിലെ ഗവേഷകരെ വിളിച്ചുചേർത്തുകൊണ്ട് വേട്ടയാടി ജീവിക്കുന്ന ഗോത്രങ്ങളെ കുറിച്ച് ഒരു അന്താരാഷ്ട്ര സിമ്പോസിയം തന്നെ നടത്തു കയുണ്ടായി. ഈ സിംപോസിയത്തിനകത്താണ് ജീൻ പിയറി ഹാലെറ്റ് (Jean Pieriie Hallet) ഹഡ്സ (Hudza tribe) സമുദായത്തി നകത്തെ പ്രത്യുൽപ്പാദന രീതികളെക്കുറിച്ച് പഠിച്ചതിന്റെ അടിസ്ഥാ നത്തിൽ അവർ എത്രമാത്രം ഏക ഇണ സമ്പ്രദായത്തിൽ ഉറച്ചു നിൽക്കുന്നു എന്ന് വിശദീകരിച്ചിട്ടുള്ളത്. പരിമിതമായ വിഭവങ്ങളെ ആശ്രയിച്ച് ജീവിക്കേണ്ടി വരുന്നത് കാരണമാണ് ഇത്തരം പ്രാകൃത ഗോത്രങ്ങൾ ഏകഭാര്യ രീതി പിന്തുടർന്ന് പോരുന്നത് എന്നും ഇതിനോട് അനുബന്ധിച്ചുകൊണ്ട് പരാമർശിക്കപ്പെടുകയുണ്ടായി. കൂടാതെ, വേട്ടയാടി ജീവിക്കുന്ന ഗോത്രങ്ങൾക്കിടയിൽ കാണുന്ന സമത്വതാൽപ്പര്യങ്ങൾ പോലും സഹകരണ മനോഭാവത്തോടെ ജീവിക്കേണ്ടി വരുന്നതിനാൽ രൂപപ്പെട്ടിട്ടുള്ള പെരുമാറ്റരീതി തന്നെയാണ് എന്നും കരുതാവുന്നതാണ്. ഇത്തരം പ്രത്യുൽപ്പാദന ബന്ധങ്ങൾ അവർക്കിടയിൽ ബലപ്പെട്ടു വന്നതിന് മൂല കാരണമായി മാറിയതും ഇത് തന്നെയാവാം.

ഓരോ ഗോത്രവും അവരുടെ ഭാര്യമാരെ പരസ്പരം കൈമാറുന്ന രീതി വഴിയാണ് ഏകഭാര്യാത്വം അതിന്റെ വേരുറപ്പിച്ചത് എന്നാണ് പ്രസിദ്ധ നരവംശശാസ്ത്രജ്ഞനായ ലെവിസ്ട്രൗസ് നിരീക്ഷിക്കുന്നത്. ഇതിന് തെളിവായി ലഡാക്കിൽ മൂന്നു ഗ്രാമങ്ങളിലായി അധിവസി ക്കുന്ന ഡാർഡ്സ്, ബ്രോഹപാസ് എന്നീ പേരിലറിയപ്പെടുന്നവർ അനുവർത്തിച്ചു വരുന്ന രീതികൾ മനസ്സിലാക്കിയാൽ മതിയാവും. ആര്യന്മാരുടെ പിന്മുറക്കാരായാണ് ഇവർ സ്വയം അവകാശപ്പെടാറു ള്ളത്. ബഹുഭാര്യത്വം, ബഹുഭർത്തൃത്വം, വിവാഹ പൂർവ്വ രതിബന്ധ ങ്ങൾ, വിവാഹേതര ബന്ധങ്ങൾ എന്നിവയൊക്കെ ഇവർക്കിടയിൽ നിലനിൽക്കുന്നതായി കാണാം. ലഡാക്കിലെ പൊതു സമൂഹത്തി ലേക്കാൾ ശരീര സൗന്ദര്യവും ഇവർക്കുണ്ടെന്നാണ് പറയപ്പെടുന്നത്.

അതുകൊണ്ട് തന്നെ ഇവർ മറ്റുഗോത്രത്തിൽ നിന്നോ മറ്റുവിഭാഗ ങ്ങളിൽ നിന്നോ ഒന്നും തന്നെ വിവാഹ ബന്ധങ്ങൾ ഉണ്ടാക്കാൻ ശ്രമിക്കാറില്ല. ഇവരെക്കുറിച്ച് ഏറെ പഠിച്ചിട്ടുള്ള നോർബുവിന്റെ അഭിപ്രായത്തിൽ ഭാഷാപരമായും ശാരീരികമായും, സാംസ്കാരി കമായും ഇവർ മറ്റുള്ളവരിൽ നിന്ന് തീർത്തും വ്യത്യസ്തരായാണ് കാണപ്പെടുന്നത്. ഇവരിൽ ഏറെ പേരും ബുദ്ധമതം സ്വീകരിച്ചി ട്ടുണ്ടെങ്കിലും ഇവരുടെ ആചാര രീതികൾ ബ്രാഹ്മണന്മാരുടേതിന് സമാനമാണ്.

1981-ൽ നോബൽ സമ്മാനം നേടിയ ഗാരി ബേക്കർ എന്ന സാമ്പ ത്തിക ശാസ്ത്രജ്ഞൻ തന്റെ ട്രീറ്റൈസ് ഓൺ ദി ഫാമിലി (Treatise on the Family) എന്ന കൃതിയിൽ പറയുന്നത് പ്രകാരം കൂടുതൽ യുവതികളുള്ള കുടുംബങ്ങൾ ബഹുഭാര്യത്വത്തിന് അനുകൂലമായ സമീപനം സ്വീകരിക്കുകയാണുണ്ടായത്. ഇത്തരം കുടുംബങ്ങളിൽ ഉണ്ടാവാറുള്ള വിഭവദൗർലഭ്യം തന്നെയാണ് ഇതിനു കാരണമായി അദ്ദേഹം ചൂണ്ടിക്കാട്ടുന്നത്.

ഇത്തരത്തിലുള്ള കുടുംബങ്ങളിലെ പെൺകുട്ടികൾ ആൺകുട്ടിക ളുമായി പ്രണയബന്ധം സ്ഥാപിക്കുന്നതും, മറ്റു രഹസ്യ ബന്ധങ്ങൾ സൂക്ഷിക്കുന്നതും ഇതിന്റെ ഭാഗമായി വിലക്കപ്പെട്ടിരുന്നു. വിവാഹം ചെയ്തു കൊടുക്കപ്പെടുന്ന പെൺകുട്ടികളിലൂടെ കിട്ടാനിടയുള്ള സമ്പത്ത് നഷ്ടപ്പെട്ടേക്കാം എന്നതുകൊണ്ടാവാം ഇത്തരം ബന്ധ ങ്ങൾ കർശനമായി വിലക്കപ്പെട്ടിരുന്നത് എന്നാണ് നിരീക്ഷിക്ക പ്പെടുന്നത്. ഇതിനായി പെൺകുട്ടികളെ പുരുഷന്റെ കൺവെട്ടത്തു നിന്ന് മാറ്റിനിർത്തുന്നതോടൊപ്പം ഏതെങ്കിലും സന്ദർഭങ്ങളിൽ ആണുങ്ങളുടെ സാമീപ്യത്തിൽ വരേണ്ടിവന്നാൽ അവർക്കു ധരിക്കാ നായി മുഖം മറയ്ക്കുന്ന വസ്ത്രങ്ങളും മറ്റും നൽകുന്നതും പതിവായിരുന്നു. പെൺകുട്ടിയുടെ കുടുംബത്തിൽ മതിയായ തോതിലുള്ള വിഭവങ്ങൾ ഇല്ലാതിരിക്കുമ്പോൾ പ്രായക്കൂടുതലുള്ള ആണുങ്ങൾക്ക് പോലും യുവതികളെ വിവാഹം ചെയ്തു കൊടുക്കുന്നതും സർവ്വസാധാരണ മായിരുന്നു.

ഇന്നും ഇത്തരം രീതികൾ നമ്മുടെ സമൂഹത്തിൽ നിലനിൽ ക്കുന്നില്ല എന്ന് തീർത്തു പറയാറായിട്ടില്ല. ഇതിന്റെ ഭാഗമായി തന്നെയാവണം ശൈശവവിവാഹം ഉൾപ്പെടെ വ്യാപകമായി മാറിയത് എന്നും ഊഹിക്കാവുന്നതാണ്. ജോസെഫ് ഹെൻറിക് എന്ന യൂണിവേഴ്സിറ്റി ഓഫ് കൊളംബിയയിലെ നരവംശശാസ്ത്രജ്ഞ നും കൂട്ടരും പ്രസിദ്ധീകരിച്ച 'ഏകഭാര്യാത്വമെന്ന പ്രഹേളിക' (The puzzle of Monogamous marriage) എന്ന കൃതിയിൽ പറയുന്നത് ഏതാണ്ട് 80 ശതമാനത്തിലധികം സമൂഹങ്ങളിലും ബഹുഭാര്യത്വം അനുവദിക്കപ്പെട്ടിട്ടുണ്ട് എന്ന് തന്നെയാണ്. സമ്പത്തിന്റെ വിതരണത്തിലുള്ള അസമത്വം ഇതിലേക്ക് വഴിവെച്ചിരിക്കാം എന്നാണ് ഇവർ അഭിപ്രായപ്പെടുന്നത്.

ഏകഭാര്യത്വത്തിന്റെ പിന്നാമ്പുറങ്ങൾ

സ്വന്തം ഭാര്യ/ഭർത്താവ് എന്നിവരുമായല്ലാതെ മറ്റു വ്യക്തികളുമായി ബന്ധം പുലർത്തുന്ന രീതി ഏറിയോ കുറഞ്ഞോ എല്ലാ സംസ്കാരങ്ങൾക്കകത്തും കാണാൻ കഴിയും എന്നതാണ് സത്യം. അമേരിക്ക പോലുള്ള രാജ്യങ്ങളിൽ ഇത് 20-നും 50-നും ശതമാനത്തിലുമേറെയാണ് എന്ന് മാത്രം. ഒറ്റ പങ്കാളിയുടെ കൂടെ ജീവിക്കുന്നുണ്ടെങ്കിലും ഇവരിൽ 20 ശതമാനത്തിൽ അധികം പേർക്കുമിടയിൽ രതിബന്ധം അത്യപൂർവമായി മാത്രമേ നടക്കാറുള്ളൂ എന്നതും പ്രത്യേക പരാമർശം അർഹിക്കുന്നുണ്ട്. ബാക്കി വരുന്നവരിലാണെങ്കിൽ രതിജീവിതം തീർത്തും ദരിദ്രമോ അതൃപ്തികരമോ ആയി തീർന്നിട്ടുണ്ട് എന്ന് തന്നെ പറയാം.

ഏകഭാര്യ സംവിധാനത്തെ കേട്ടുകൂടാതെ നിലനിർത്തുന്നതിനായി എണ്ണമറ്റ നിയമങ്ങളും മൂല്യങ്ങളും സൃഷ്ടിച്ചുകൊണ്ടിരിക്കുമ്പോഴും വിവാഹമോചന കണക്കുകൾ കുതിച്ചുയരുകയാണെന്ന യാഥാർഥ്യത്തിനു നേരെ കണ്ണടക്കാൻ കഴിയില്ല. പ്രത്യക്ഷത്തിൽ പരസ്പരം വേർപെടാതെ ജീവിക്കുന്ന ദമ്പതികളുടെ കണക്കെടുത്താൽ അവരിൽ ഭൂരിഭാഗവും ഒരുമിച്ചു ജീവിച്ചുപോകുന്നു എന്നല്ലാതെ അത്തരമൊരു ജീവിതംകൊണ്ട് പ്രത്യേക ആനന്ദമൊന്നും കിട്ടാതെ തന്നെ ജീവിക്കുന്നവരാണ് അവരിൽ ഏറിയ പങ്കും എന്നതാണ് മറ്റൊരു വസ്തുത. ഒന്നുകിൽ കുട്ടികൾക്ക് വേണ്ടി അതല്ലെങ്കിൽ സാമ്പത്തിക

സുരക്ഷിതത്വം ഇല്ലാത്തതിനാൽ ഒക്കെയായിരിക്കും ഇത്തരം ബന്ധങ്ങൾ തുടർന്ന് പോകുന്നത്.

വിവാഹം ചെയ്യുന്നതിന് മുൻപോ പിൻപോ താൻ എന്തിനാണ് വിവാഹം ചെയ്യുന്നത് എന്ന ചോദ്യം ഉന്നയിക്കാൻ ശ്രമിക്കുന്നവരുടെ എണ്ണം വിരലിൽ എണ്ണാവുന്നത് മാത്രമായിരിക്കും. കുടുംബത്തിന്റെ താൽപ്പര്യങ്ങൾക്കനുസരിച്ച് ആസൂത്രണം ചെയ്ത് വിവാഹം ചെയ്യുന്നവർ സാധാരണയായി അവരുടെ വ്യക്തിപരമായ ചിന്തകൾ പരമാവധി പരിമിതപ്പെടുത്തുകയാണ് ചെയ്യാറുള്ളത്.

സാർവ്വദേശീയമായ കണക്കുകൾ പരിശോധിച്ചാൽ 16 ശതമാനത്തിലും താഴെയുള്ള സമൂഹങ്ങളിൽ മാത്രമാണ് പൂർണ്ണമായ അർത്ഥത്തിലുള്ള ഏകഭാര്യാത്വം നിലനിൽക്കുന്നത്. ഏകഭാര്യാത്വം അതിന്റെ തുടക്ക കാലങ്ങളിൽ അതിലുള്ളടങ്ങിയ വൈരുദ്ധ്യങ്ങൾ വെളിവാക്കാറില്ല. അതുകൊണ്ട് തന്നെ ഒരു ചെറിയ കാലയളവിനുള്ളിൽ ഏകഭാര്യാത്വം എന്ന ആശയം മെച്ചപ്പെട്ട ഒന്നാണെന്നതിൽ സംശയിക്കേണ്ടതില്ല. പ്രസവാനന്തരം കുഞ്ഞുങ്ങളെ പരിരക്ഷിക്കുകയും, ആഹാരം ശേഖരിക്കുകയും ഒരേപോലെ നടപ്പിലാക്കാൻ കഴിയാത്ത നമ്മൾ ഉൾപ്പെടെയുള്ള ജീവികൾക്ക് ഇണയുടെ പ്രത്യക്ഷമോ പരോക്ഷമോ ആയ പിന്തുണ അത്യന്താപേക്ഷിതമാണ്. ഒരുവേള കുഞ്ഞുങ്ങൾ അതിജീവിക്കാതെ വരുകയാണെങ്കിൽ നിർദ്ദിഷ്ട ജീവിവർഗം അപ്പാടെ നാമാവശേഷമാകാനുള്ള സാധ്യത കൂടി ഇത് ബാക്കിവെക്കുന്നുണ്ട്. ഏറെക്കുറെ എല്ലാ മൃഗങ്ങളും സ്വന്തം സുരക്ഷയെപ്പോലെ തന്നെ കുഞ്ഞുങ്ങളുടെ സുരക്ഷിതത്വത്തിനും പ്രാധാന്യം കൽപ്പിക്കുന്നത് മൂലമാണ് ഏതൊരു ജീവിവർഗ്ഗവും സ്വയം അതിജീവനക്ഷമത കൈവരിക്കുന്നത്.

തന്റെ കുഞ്ഞിന്റെ അമ്മയോടടുത്ത് നിന്നുകൊണ്ട് കുഞ്ഞിനും അമ്മയ്ക്കും സംരക്ഷണം കൊടുക്കുക എന്നത് നമ്മുടെ വംശപരമായ അനിവാര്യതയായി കണക്കാക്കാവുന്നതാണ്. ഏക ഇണയെ ലക്ഷ്യംവെച്ചുള്ള ദാമ്പത്യത്തിന് തുടക്കമിടുന്നത്പോലും ഈ പെരുമാറ്റ രീതി ഒന്നുകൊണ്ട് മാത്രമാണ്. കുഞ്ഞുങ്ങളുടെ വളർച്ച പൂർത്തീകരിച്ചു കഴിഞ്ഞാൽ ലൈംഗിക പങ്കാളിയുമായി വേർപിരിഞ്ഞു ജീവിക്കുക എന്നത് പ്രകൃതിയുടെ നിയമം ആണെങ്കിലും നമുക്ക് മറ്റു മൃഗങ്ങളെ അപേക്ഷിച്ച് വ്യത്യസ്തമായ ബുദ്ധിശക്തിയും, അനുകമ്പയും, സ്നേഹവും ഒക്കെ ഉള്ളതിനാൽ അവയുടേതിൽ നിന്ന് ഭിന്നമായി പെരുമാറുക എന്നതും സ്വാഭാവികമാണ്. ഇത് കാരണമാവാം നമ്മുടെ

ഭാര്യയോട്/ഭർത്താവിനോട് ദാമ്പത്യത്തിന്റെ തുടക്കകാലങ്ങളിൽ ഉണ്ടായിരുന്ന സ്നേഹമോ, രതിയോ ഒന്നും ഇല്ലെങ്കിൽ പോലും നാം നീണ്ട കാലത്തെ ഒരുമിച്ചുള്ള ജീവിതത്തിലൂടെ നേടിയെടുത്ത സാംസ്കാരികമായ അവബോധത്തിന്റെ ഭാഗമായി ഈ ബന്ധത്തിന് ഇളക്കം തട്ടാതെ നിലനിന്ന് പോകുന്നത് എന്ന് അനുമാനിക്കേണ്ടി വരും. മുൻകാലങ്ങളെ അപേക്ഷിച്ച് ഒട്ടേറെ സങ്കീർണതകൾ ഉള്ളടങ്ങിയ ഒന്നായി വർത്തമാനകാല ജീവിതം മാറിയിട്ടുണ്ട്. ഇന്ന് നമ്മുടെ ജീവിതം കൃഷിയെ മാത്രം ആശ്രയിച്ചുകൊണ്ടല്ല പുരോഗമിക്കുന്നത്. കൂടാതെ പുരുഷന്മാരെപ്പോലെ തന്നെ സ്ത്രീകളും വിവിധ ജോലികൾ ചെയ്യാൻ തുടങ്ങിയിട്ടുണ്ട്. അതുകൊണ്ട് തന്നെ പുരുഷന്റെ സംരക്ഷണം എന്നത് ഭൂരിഭാഗം ആളുകളെ സംബന്ധിച്ചിടത്തോളവും ഒരു പഴങ്കഥയായി മാറിയിട്ടുണ്ട് എന്നതിൽ തർക്കമില്ല.

എന്നാൽ, മനുഷ്യർ എന്ന നിലയിൽ നമ്മളിൽ രൂഢമൂലമായ സഹജ പ്രേരണകളിൽ നിന്നും പൂർണമായും പുറത്തു കടക്കാൻ നമുക്ക് കഴിഞ്ഞിട്ടുണ്ടോ എന്നതും ചിന്താർഹമാണ്. സഹജ പ്രേരണകളുടെ ചരിത്രം വളരെ വലുതാണ് എന്ന് മാത്രമല്ല അവ ഓരോരോ തലമുറയിലൂടെയും കൈമാറ്റം ചെയ്യപ്പെട്ടു പോരുന്നവ കൂടിയാണ്. ആധുനിക ജീവിതത്തിന്റെ മേൽപ്പരപ്പിൽ കുമിളകൾ കണക്കെ അവ പല സന്ദർഭങ്ങളിലും പ്രത്യക്ഷമാകുന്നുണ്ട്. ഭക്ഷണ സാധനങ്ങളോട് നമ്മൾ പുലർത്തുന്ന താൽപ്പര്യങ്ങളിലും, നമ്മുടെ ഉറക്ക ശീലത്തിലും രതിജന്യമായ വികാരങ്ങളിലും എല്ലാം തന്നെ ഇത്തരം സഹജപ്രേരണകൾ ശക്തമായി പ്രകടമാകാറുണ്ട്. മനുഷ്യർ എന്ന നിലയിൽ നമ്മൾ എത്രമേൽ സാംസ്കാരികമായി ഉയർച്ച നേടുന്നുവോ അതിന് അനുസൃതമായി നമ്മുടെ ജൈവപ്രേരണകൾക്കുപരി വികസിക്കാൻ കഴിയുന്നതിനാലാണ് ഒട്ടുമിക്ക പെരുമാറ്റങ്ങളും സാമൂഹ്യമായ അംഗീകാരം നേടുന്നത്. എന്നിരുന്നാലും, നമ്മുടെ സഹജ പ്രേരണകൾ തീർത്തും അവഗണിച്ചുകൊണ്ട് ജീവിക്കുക അസാധ്യമാണ്. ഇതിൽ ചില നീക്കുപോക്കുകൾ നടത്താൻ കഴിയും എന്നല്ലാതെ അവയെ നമ്മുടെ പെരുമാറ്റങ്ങളിൽ നിന്നും പൂർണ്ണമായി ഉപേക്ഷിക്കുക സാധ്യമല്ല.

എന്നാൽ, അതേപോലെ തന്നെ നമ്മുടെ ബോധമനസ്സ് എപ്പോഴും നമ്മളിലെ സഹജപ്രേരണകളുമായി നിരന്തരം കലഹിച്ചുകൊണ്ടാണ് അതിന്റെ ആവിഷ്ക്കാരം നടത്തുന്നത്. ബോധപൂർവ്വം നമ്മൾ ചിന്തിക്കാതെ ചെയ്യുന്ന പല പ്രവർത്തികളും നമ്മുടെ ജീവിതത്തിൽ നിർണായകമായ മാറ്റങ്ങൾ തന്നെ ഉണ്ടാക്കാറുണ്ട്. ചില

സമയങ്ങളിൽ ഇവയെ പണിപ്പെട്ട് അമർത്തിവെക്കാൻ ശ്രമിച്ചാലും ഏതെങ്കിലും രൂപത്തിൽ അത് പുറത്തുവരാതിരിക്കില്ല. ബോധവും അബോധവും ഇപ്രകാരം നിരന്തരം കലഹിച്ചുകൊണ്ടിരിക്കുമ്പോൾ പോലും അവക്കിടയിൽ ചില ഒത്തുതീർപ്പുകൾ നടക്കുന്നതിനാലാണ് ഓരോ വ്യക്തിക്കും അവളുടെ/അവന്റ ജീവിതം സുഖകരമാക്കി തീർക്കാൻ കഴിയുന്നത്. ചില തരത്തിലുള്ള അബോധപ്രേരണകൾ നിഷേധിക്കപ്പെടുന്നത് മൂലം അതുവഴി കിട്ടാനിടയുള്ള ചില നേട്ടങ്ങൾ ലഭിക്കാതിരിക്കുകയും ചെയ്യാം. ഉദാഹരണത്തിന്, പ്രണയവും രതിയുമായി ബന്ധപ്പെട്ട നമ്മളിൽ രൂഢമൂലമായ ചില പ്രേരണകൾ അവഗണിച്ചുകൊണ്ട് ഭാര്യയുടെ/ഭർത്താവിലൂടെ മാത്രം എല്ലാ ആവശ്യങ്ങളും പരിഹരിക്കാൻ കഴിയും എന്ന് കരുതുന്നത് നമ്മുടെ ആനന്ദകരമായ ജീവിതത്തെ പ്രതികൂലമായി ബാധിച്ചേക്കാം.

രതി അടിസ്ഥാനപരമായി ഉടലെടുത്തിട്ടുള്ളത് നമ്മുടെ ഏറെ പഴക്കം ചെന്ന മൃഗസഹജമായ പ്രേരണകളിൽ നിന്ന് തന്നെയാണ് എന്നതിൽ തർക്കമില്ല. മനസ്സിന്റെ അതി പ്രാചീനമായ മേഖലയായി വേണം ഇതിനെ കാണേണ്ടത്. എത്രയേറെ കഠിനമായി പരിശ്രമിച്ചാലും ഏക ഇണ സമ്പ്രദായത്തിലൂടെ നമ്മുടെ ലൈംഗിക പ്രേരണകൾ ശരിയായ രീതിയിൽ പരിഹരിക്കാൻ കഴിയണമെന്നില്ല. സാമൂഹ്യ ജീവിതത്തിലൂടെ നമ്മൾ നിർമ്മിച്ചെടുത്ത മൂല്യങ്ങൾ വഴി ഇതിനെ പ്രതിരോധിക്കാൻ ശ്രമിക്കുന്നതിൽ തെറ്റില്ല. അത് ഓരോ വ്യക്തിയുടെയും തിരിച്ചറിവിനും യുക്തിബോധത്തിനും അനുസരിച്ച് മാത്രം നടപ്പിലാക്കപ്പെടേണ്ടതാണ്. നമ്മുടെ പെരുമാറ്റങ്ങളെ നമ്മൾ സ്നേഹിക്കുന്നവരുടേതുമായി പൊരുത്തപ്പെടുത്തി എത്രമാത്രം നമ്മുടെ അബോധ പ്രേരണകളെ വരുതിയിലാക്കാൻ ശ്രമിച്ചാലും എപ്പോഴും അത് വിജയം നേടണമെന്നില്ല. ചില യാഥാർത്ഥ്യങ്ങളെ നമ്മുടെ സങ്കൽപ്പങ്ങൾകൊണ്ട് മറികടക്കാൻ കഴിയില്ലെന്നതും അംഗീകരിക്കേണ്ടതുണ്ട്.

ഒട്ടുമിക്ക ദമ്പതികൾക്കും അവരുടെ ലൈംഗിക ജീവിതം കേവലം മതാനുഷ്ഠാനം പോലെ ആയിട്ടുണ്ട് എന്നതാണ് യാഥാർത്ഥ്യം. വിവാഹത്തിന്റെ ഗുണമേന്മയെ കുറിച്ചുള്ള ചർച്ചകൾക്ക് രണ്ടോ മൂന്നോ ദശാബ്ദങ്ങളുടെ പഴക്കം മാത്രമേ അവകാശപ്പെടാൻ കഴിയുകയുള്ളൂ. അക്കാരണത്താൽ തന്നെയാവണം മുൻകാലങ്ങളിൽ വിവാഹ മോചനവും അപൂർവ്വമാവാൻ ഇടയായത്. നമ്മുടെ സമൂഹത്തിൽ ഇപ്പോഴും വിവാഹബന്ധത്തിൽ ഉണ്ടാകുന്ന യഥാർഥ പ്രശ്നങ്ങളെ കുറിച്ചുള്ള ചർച്ചകൾ കൗൺസിലിംഗ് സെഷനുകളിൽ മാത്രം

ഒതുക്കപ്പെട്ടിരിക്കയാണ്. പങ്കാളികൾക്കിടയിൽ പോലും അത്തരം വിഷയങ്ങൾ അത്യപൂർവ്വമായി മാത്രമാണ് ചർച്ചക്ക് വരാറുള്ളത്. ഇതിന്റെ സ്വാഭാവിക പരിണതിയായാണ് വിവാഹജീവിതവുമായി ബന്ധപ്പെട്ട ഭൂരിഭാഗം പ്രശ്നങ്ങളും വിവാഹമോചനത്തിൽ കലാശിക്കുന്നത്. 2016-ലെ കണക്കനുസരിച്ചുപോലും ഓരോ മണിക്കൂറിലും അഞ്ചോളം വിവാഹമോചന കേസുകളാണ് കോടതികളുടെ പരിഗണനക്കെത്തുന്നത്.

മുൻകാലങ്ങളിൽ പുരുഷന്മാർ പുറത്തു പോയി ജോലി ചെയ്യുകയും, സ്ത്രീകൾ വീട്ടുജോലികൾ നിറവേറ്റുകയും ചെയ്യുക എന്ന രീതിയിലുള്ള തൊഴിൽ വിഭജനമാണ് നിലനിന്നത്. രതി വിവാഹത്തിന്റ ഭാഗമായി നടക്കേണ്ടതാണ് എന്നറിയാം എന്നല്ലാതെ അത് എത്രയേറെ ആസ്വാദ്യമായിരിക്കണം എന്നുള്ളതിനെ സംബന്ധിച്ചുള്ള ആധികളൊന്നും സാധാരണ ജനങ്ങളെ അലട്ടിയിരുന്നില്ല. ഇത്തരമൊരു സാമൂഹ്യ സാഹചര്യത്തിൽ ഏകഭാര്യാത്വം എന്നത് ഏറെ സുസ്ഥിരവും സുരക്ഷിതവുമായ ജീവിതം ഇരു കൂട്ടർക്കും ഉറപ്പു ചെയ്തിട്ടുണ്ടായിരിക്കണം.

എന്നാൽ, ഏതൊരു സമൂഹവും എന്ന പോലെ നമ്മുടെ സമൂഹവും കഴിഞ്ഞ ഒന്നു-രണ്ടു ദശാബ്ദങ്ങൾക്കുള്ളിൽ വലിയ തോതിലുള്ള മാറ്റങ്ങൾക്ക് വിധേയമായിട്ടുണ്ട്. നമുക്ക് ചുറ്റിലുമുള്ള വാർത്താ വിതരണ മാധ്യമങ്ങൾ, സിനിമകൾ, പരസ്യങ്ങൾ എന്നിവയെല്ലാം ലൈംഗിക ധ്വനിയുള്ള ദൃശ്യങ്ങളാലും, ശബ്ദങ്ങളാലും നിറഞ്ഞുകൊണ്ടിരിക്കുകയാണ്. ഇത്തരമൊരു സാഹചര്യത്തിൽ നമ്മുടെ അബോധത്തിലെ ഉൾപ്രേരണകൾ മുൻപത്തേക്കാളും സജീവമാകുന്നതിൽ അത്ഭുതപ്പെടാനില്ല.

ഇന്നത്തെ കാലത്ത് സ്ത്രീകൾക്കും പുരുഷന്മാർക്കും ഒരുമിച്ച് ജോലി ചെയ്യുന്നതിനും സാമൂഹ്യസേവന മേഖലകളിലും മറ്റും സഹകരിച്ച് പ്രവർത്തിക്കുന്നതിനുമുള്ള അവസരങ്ങൾ അനവധിയാണ്. ഇതുമൂലം എല്ലാവർക്കും അവരവരുടെ ലൈംഗിക തൃഷ്ണകൾ പരസ്പരം അറിയിക്കുന്നതിനും വേണ്ടിവന്നാൽ അത് പൂർത്തീകരിക്കുന്നതിനും ഉള്ള അവസരങ്ങളും സുലഭമാണ്. പുരുഷന്മാർക്കും സ്ത്രീകൾക്കും എന്നപോലെ വിഭിന്ന ലൈംഗിക വിഭാഗങ്ങൾക്കും അവരവരുടെ ലൈംഗിക താൽപ്പര്യങ്ങളെ അവരുടെ തന്മ ബോധവുമായി (sense of identity) കൂട്ടിയിണക്കി അവതരിപ്പിക്കുന്നതിനുള്ള സാഹചര്യവും ഇതോടൊപ്പം ലഭ്യമായിട്ടുണ്ട്. സാമാന്യ ജനങ്ങൾക്ക് പോലും എളുപ്പം ഉപയോഗപ്പെടുത്താവുന്ന club house പോലുള്ള ഡിജിറ്റൽ

വേദികളിൽ ഓരോരുത്തരും സധൈര്യം അവരുടെ ലൈംഗിക അനുഭവങ്ങളെക്കുറിച്ചും താൽപ്പര്യങ്ങളെക്കുറിച്ചുമെല്ലാം തുറന്നു ചർച്ച ചെയ്യുന്നതിനുള്ള അവസരങ്ങളും ഇന്ന് ലഭ്യമായി കഴിഞ്ഞിട്ടുണ്ട്.

പാരമ്പര്യ സദാചാര സങ്കൽപ്പങ്ങൾ സ്ഥാപിച്ചെടുക്കാൻ ശ്രമിക്കുന്ന പോലെ മനുഷ്യരിലെ രതി പ്രത്യുൽപ്പാദനത്തെ മാത്രം ലക്ഷ്യം വെച്ചുള്ളതായിരുന്നെങ്കിൽ സ്ത്രീകൾ പ്രത്യുൽപ്പാദനത്തിന് തയ്യാറാകുന്ന സമയമാകുമ്പോൾ അവരിലെ ശാരീരിക മാറ്റങ്ങൾ ചിമ്പാൻസി, ഗൊറില്ല എന്നീ ജീവികളിലെന്നപോലെ പുരുഷന്മാർക്ക് മനസ്സിലാക്കാൻ കഴിയേണ്ടതായിരുന്നു. ഒരുവേള അങ്ങനെ സംഭവിച്ചിരുന്നെങ്കിൽ ഇത്തരത്തിൽ സന്നദ്ധത ഇല്ലാത്ത സന്ദർഭങ്ങളിൽ രതിയിൽ ഏർപ്പെടുന്നതിനായി അവരുടെ വിലപ്പെട്ട സമയവും ഊർജ്ജവും ചെലവിടാനായി സ്ത്രീകൾ തയ്യാറാകുമായിരുന്നില്ല.

മറ്റു മൃഗങ്ങളിൽ നിന്ന് വ്യത്യസ്തമായി നമ്മൾ രതിയിൽ ഏർപ്പെടുന്നതിന് പ്രേരണയായി മാറുന്ന പലവിധത്തിലുള്ള കാരണങ്ങൾ കണ്ടെത്താൻ കഴിയും. സ്വന്തം ശാരീരികവും മാനസികവുമായ സന്തോഷത്തിനും, പങ്കാളിയുടെ മനസ്സിൽ ഇടം പിടിക്കുന്നതിനും, പരസ്പരമുള്ള വൈകാരിക അടുപ്പം ഉറപ്പിക്കുന്നതിനും എല്ലാം രതി ഉപകരിച്ചേക്കും. പങ്കാളികൾക്കിടക്ക് ഉണ്ടാകാനിടയുള്ള അഭിപ്രായപരമായ ഐക്യം ഇല്ലാതെ വരുമ്പോൾ പോലും രതിയിൽ ഏർപ്പെടാൻ കഴിഞ്ഞാൽ ഒരളവോളം അത്തരം പ്രശ്നങ്ങളെ മറികടക്കാൻ കഴിയാറുണ്ട്. വ്യക്തിപരവും, സാമൂഹ്യവുമായ ജീവിതം കൂടുതൽ സങ്കീർണത ആർജിക്കുന്നതിനനുസരിച്ച് നമ്മുടെ രതിസങ്കൽപ്പങ്ങളും, പ്രണയസങ്കൽപ്പങ്ങളും എല്ലാം വലിയ തോതിലുള്ള മാറ്റങ്ങൾക്കു വിധേയമായിട്ടുണ്ട്.

ഈ ഒരു പശ്ചാത്തലത്തിൽ വെച്ച് നോക്കിയാൽ ഏകഭാര്യാത്വം മുഖേന ഇത്തരത്തിലുള്ള സങ്കീർണതകൾ ഉന്നയിക്കുന്ന പ്രശ്നങ്ങളെ പൂർണമായി പരിഹരിക്കാനാവും എന്ന് വിശ്വസിക്കാനാവില്ല. എന്നാൽ, ഈ വ്യവസ്ഥ മൂലം വളരെയധികം നേട്ടങ്ങൾ കിട്ടുന്നത് ഈ വിധത്തിലുള്ള ബന്ധങ്ങളിലൂടെ ഉണ്ടാവുന്ന കുഞ്ഞുങ്ങൾക്ക് തന്നെയാണ്. രണ്ടു കുടുംബങ്ങൾ വഴി ലഭിക്കുന്ന മാനസിക പിൻബലവും, സാമൂഹ്യ പിന്തുണയും ഇതിൽ എടുത്തു പറയത്തക്ക നേട്ടങ്ങൾ തന്നെയാണ് എന്നതിൽ സംശയിക്കേണ്ടതില്ല. ഇവയുടെ അഭാവത്തിൽ വളരാൻ ഇടവരുന്ന കുട്ടികളുടെ ശാരീരിക വളർച്ചയിലും, മാനസിക വികാസത്തിലും വൻതോതിലുള്ള പ്രതികൂലമായ മാറ്റങ്ങൾ കണ്ടുവരാറുണ്ട്. ഇത് കൂടാതെ, കുഞ്ഞുങ്ങളുടെ

രക്ഷിതാക്കൾക്കും അവരുടെ മെച്ചപ്പെട്ട ജീവിതത്തിന് അനുകൂലമായ പല നേട്ടങ്ങളും കൈവരിക്കാനായി കഴിയും എന്നതാണ് മറ്റൊരു വസ്തുത. കേവലം രതിയുമായി ബന്ധപ്പെടുത്തി മാത്രമാണ് ഏകഭാര്യ സംവിധാനത്തെ സമീപിക്കുന്നതെങ്കിൽ ഇതിലുള്ളടങ്ങിയ വൈരുദ്ധ്യങ്ങളെ പരിഹരിക്കുക ഏറെ പ്രയാസകരം തന്നെയായിരിക്കും എന്നാണ് ഇതിലൂടെ തെളിയുന്നത്.

നമ്മുടെ സമൂഹത്തിൽ ഒട്ടു മിക്ക ആളുകളും സാധാരണ ജീവിതം നയിച്ച് മുന്നോട്ടുപോകുന്നവർ ആയതിനാൽ അവരിൽ ഭൂരിഭാഗം ആളുകൾക്കും ഏകഭാര്യാ സംവിധാനം തൃപ്തികരമായി തന്നെയാണ് അനുഭവപ്പെടുന്നത് എന്ന് തോന്നാം. എന്നാൽ, ഇത്തരത്തിൽ തൃപ്തികരമായ ജീവിതം നയിക്കാൻ കഴിയുന്നവരുടെ വ്യക്തിജീവിതത്തെ അവരുടെ സ്വന്തം കുടുംബത്തിലെ അനുഭവങ്ങളുമായി ബന്ധപ്പെടുത്തി കാണുമ്പോൾ മാത്രമായിരിക്കും ഇതിന്റെ യഥാർത്ഥ കാരണം മനസ്സിലാക്കാൻ കഴിയുന്നത്.

ഓരോ വ്യക്തിയും അയാളുടെ കുട്ടിക്കാല ജീവിതത്തിൽ നേരിട്ട പലതരത്തിലുള്ള അനുഭവങ്ങളെ കൂടി ഇവിടെ പരിഗണിക്കേണ്ടതായി വരും. അമ്മയും കുഞ്ഞും തമ്മിലുള്ള ബന്ധത്തിൽ തുടങ്ങി കുടുംബാംഗങ്ങളോടും, അയൽപക്കത്തുള്ളവരോടും എല്ലാം പുലർത്തിയ ബന്ധങ്ങളുടെ ആകെത്തുകയായാണ് ഓരോ വ്യക്തിയും രൂപപ്പെടുന്നത്. നമുക്കുള്ള ജീവിത സമീപനവും, മറ്റുള്ളവരോടുള്ള കാഴചപ്പാടുകളും ഉൾപ്പെടെ രൂപപ്പെടുത്തുന്നതിൽ മേൽ സൂചിപ്പിച്ച കുട്ടിക്കാല അനുഭവങ്ങൾക്കുള്ള പങ്ക് വളരെ വലുതാണെന്നത് ഇതിനകം തിരിച്ചറിഞ്ഞിട്ടുള്ളതാണ്. തന്നോട് അനുഭാവപൂർവം പെരുമാറുന്നവരോട് അടുക്കുകയും അല്ലാത്തവരോട് ഒന്നുകിൽ അകലുക അതല്ലെങ്കിൽ സംശയം തീരും വരെ മാറി നിൽക്കുക എന്നത് മാത്രമേ ഇത്തരം സന്ദർഭങ്ങളിൽ സ്വീകാര്യമാവുകയുള്ളൂ. പ്രതീക്ഷിച്ച രീതിയിലുള്ള സ്നേഹവും സുരക്ഷിതത്വവും ലഭിക്കാതിരിക്കുമ്പോൾ ആ വ്യക്തിയിൽ നിന്നും അകലുക എന്ന പ്രവണതയാണ് കുട്ടികൾ പൊതുവിൽ കാണിക്കാറുള്ളത്. മുതിർന്ന വ്യക്തികളും നിത്യജീവിതത്തിൽ ഏറിയോ കുറഞ്ഞോ ഇതേ തത്വം തന്നെയാണ് പ്രയോഗിക്കുന്നത്. ചില സമയങ്ങളിൽ പൂർണമായി അകലുക എന്നതിന് പകരം തന്റെ രക്ഷിതാവാണ് എന്ന് തിരിച്ചറിയപ്പെട്ട വ്യക്തിയെ ചൊടിപ്പിക്കാതിരിക്കുകയും അതുവഴി കിട്ടാനിടയുള്ള സഹായവും ശ്രദ്ധയും ഉറപ്പിക്കുക എന്ന ലക്ഷ്യത്തോടെയുള്ള പിൻവാങ്ങലുമായി വേണം ഈ രീതിയിലുള്ള പെരുമാറ്റങ്ങളെ കാണേണ്ടത്. ഇതിന്

സമാനമായ രീതിയിൽ തന്നെയാണ് മുതിർന്നവർ കുടുംബത്തിലെ പ്രായം കൊണ്ടോ അറിവുകൊണ്ടോ സവിശേഷ വ്യക്തിത്വമുള്ളവരോട് ഒത്തു തീർപ്പുകൾക്ക് തയ്യാറാകാറുള്ളത്.

ഇപ്രകാരം വളർന്നുവരാനിടയായ വ്യക്തികൾ അവരുടെ പങ്കാളിയോടൊത്തുള്ള ജീവിതത്തിൽ കാണിക്കുന്ന പെരുമാറ്റങ്ങളിലും അതിനനുസൃതമായ സവിശേഷതകൾ ഉണ്ടായിരിക്കും. ഉദാഹരണത്തിന്, പങ്കാളിയുമായുള്ള ലൈംഗികബന്ധത്തിൽ താൽപ്പര്യം ഉണ്ടാവാമെങ്കിലും അവരുമായി വൈകാരികമായി അടുപ്പത്തോടെ പെരുമാറുന്നതിൽ ഇത്തരക്കാർ വളരെ പിറകിലായിരിക്കാം. ഇതിനകം സൂചിപ്പിച്ചപോലെ ഓരോ വ്യക്തിയും അവളുടെ/അവന്റെ സ്വന്തം കുടുംബത്തിൽ നിന്നും അനുഭവിച്ചിട്ടുള്ള പ്രശ്നങ്ങളെ തന്റെ പങ്കാളിയിലേക്ക് പ്രതിഫലിപ്പിക്കാനുള്ള സാധ്യതകളും തള്ളിക്കളയാൻ കഴിയില്ല എന്നാണ് പരസ്പര അടുപ്പത്തെക്കുറിച്ച് നിർമ്മിക്കപ്പെട്ട ബൗൽബിയുടെയും മറ്റും പഠനങ്ങളിൽ ഊന്നി പറയുന്നത്.

ചില ഘട്ടങ്ങളിൽ മറ്റുള്ളവരോട് അധികമൊന്നും അടുപ്പം കാട്ടാതെ നിൽക്കുകയും അതോടൊപ്പം അവരോട് സ്നേഹത്തോടെയും കരുതലോടെയും പെരുമാറാനും കഴിയുന്നവർക്കും ഏകഭാര്യ വ്യവസ്ഥ പ്രശ്നങ്ങൾ സൃഷ്ടിക്കാനുള്ള സാദ്ധ്യതകൾ വളരെ കുറവാണെന്നാണ് ഈ വഴിക്കുള്ള പഠനങ്ങൾ ചൂണ്ടിക്കാട്ടുന്നത്.

എന്നാൽ, കനത്ത ഉത്കണ്ഠയും ആശങ്കകളും ഉള്ളിൽ കൊണ്ടു നടക്കുന്നവർ ഏകഭാര്യ സംവിധാനത്തിൽ ഒതുങ്ങി ജീവിച്ചേക്കാമെങ്കിലും ഇവർ ഇതിന് പുറമെ മറ്റു വിരുദ്ധലിംഗത്തിൽപെട്ടവരോടുള്ള രഹസ്യ ബന്ധങ്ങൾക്കും ശ്രമിച്ചേക്കാം. ഇത്തരത്തിലുള്ള സമാന്തര ബന്ധങ്ങളിലൂടെ അവർക്ക് മറ്റുള്ള ഒരു സ്ത്രീ/പുരുഷന്റെ കൂടി അംഗീകാരം നേടിക്കൊണ്ട് സ്വയമുള്ള മതിപ്പ് വർധിപ്പിക്കുന്നതിന് കൂടി സഹായിച്ചേക്കാം എന്ന് വാദിക്കുന്നവരും ഉണ്ട്. ഇങ്ങനെ നോക്കിയാൽ, ഓരോ വ്യക്തികളും ഏകഭാര്യ രീതി ഇഷ്ടപ്പെടുന്നതിനും, ഇഷ്ടപ്പെടാതിരിക്കുന്നതിനും വ്യത്യസ്ത കാരണങ്ങൾ ഉണ്ടായിരിക്കാം എന്ന് തന്നെയാണ് മനസ്സിലാക്കേണ്ടത്. എല്ലാവർക്കും സ്വീകാര്യമായ ഒരു രീതിയും ഒരു സമൂഹത്തിലും കാണാൻ കഴിയില്ല എന്ന ശാസ്ത്രീയ വസ്തുതയെ ഒരു തരത്തിലും അവഗണിക്കാനാവില്ല.

നമ്മളെല്ലാം തന്നെ ഓരോ കാലത്തും ഓരോ രീതിയിലാണ് ചിന്തിക്കാൻ ഇടവരുന്നത്. അക്കാരണത്താൽ തന്നെ അതാതു സമയത്ത് ലഭ്യമായ അറിവുകളുടെയും അനുഭവങ്ങളുടേയുമെല്ലാം പിൻബലത്തിലാണ് ഓരോ കാഴ്ചപ്പാടും രൂപപ്പെട്ടു വരുന്നത്.

നിരന്തരം പുനസ്വരൂപിക്കപ്പെടുന്ന വ്യക്തികളായിട്ടാണ് നമ്മുടെ ഏവരുടെയും ജീവിതം പുരോഗമിക്കുന്നത്.

നമ്മുടെ ഏതൊരു പെരുമാറ്റത്തെക്കുറിച്ചും ആലോചിക്കുമ്പോഴും മുഖ്യ പരിഗണന അർഹിക്കുന്നത് മനുഷ്യ മസ്തിഷ്കത്തിന്റെ ചരിത്രം തന്നെയാണ് എന്നതിൽ സംശയമില്ല. പ്രണയവുമായും രതിയുമായും ബന്ധപ്പെട്ട പെരുമാറ്റങ്ങളിലും മുൻനിരയിൽ വരുന്നതും ഇത് തന്നെയാണ്.

നമ്മുടെ മസ്തിഷ്കത്തിൽ മറ്റു ജീവികളുടേതിനെ അപേക്ഷിച്ച് ഉണ്ടായിട്ടുള്ള വൻതോതിലുള്ള മാറ്റങ്ങളെ അംഗീകരിക്കുമ്പോൾ തന്നെ ലൈംഗികതയുമായി ബന്ധപ്പെട്ട മസ്തിഷ്കപ്രവർത്തനങ്ങളിൽ അത്രയേറെ മാറ്റങ്ങൾ സംഭവിച്ചിട്ടുണ്ടോ എന്നത് പരിശോധിക്കുന്നത് നന്നായിരിക്കും. നമ്മളും ചിമ്പാൻസിയും എല്ലാം ഒരേ പൊതുപൂർവികന്റെ മസ്തിഷകത്തിന്റെ അടിസ്ഥാന വ്യാകരണം പിൻപറ്റുന്നവരാണെന്നത് ഏവർക്കും അറിയാവുന്നതാണ്. അതുകൊണ്ട് തന്നെ രതി പോലെയുള്ള അടിസ്ഥാന വികാരങ്ങളെ നിയന്ത്രിക്കുന്ന മസ്തിഷ്ക ഭാഗങ്ങളിൽ എടുത്തു പറയത്തക്ക മാറ്റങ്ങളൊന്നും ഉണ്ടായിട്ടില്ല എന്നത് കൂടി ഓർക്കേണ്ടതാണ്.

പോൾ മക്ലീൻ എന്ന ചിന്തകൻ മനുഷ്യമസ്തിഷ്കത്തിന്റെ ഘടനയെ പ്രധാനമായും മൂന്നായി വിഭജിക്കുകയുണ്ടായി. അടിസ്ഥാന മസ്തിഷ്ക ഘടന (reptilian brain), വികാരോത്തേജന ഘടന (Limbic System), പുതുമസ്തിഷ്കഘടന (neo cortex) എന്ന രീതിയിലാണ് ഈ വിഭജനം നടന്നിട്ടുള്ളത്. ഇവക്കിടയിൽ പരസ്പരമുള്ള ബന്ധങ്ങൾ നിലനിൽക്കുന്നുണ്ടെങ്കിലും ഇവക്കോരോന്നിനും ആപേക്ഷികമായ സ്വാച്ഛന്ദ്യവും ഉണ്ടെന്നതാണ് വസ്തുത. പല അവസരങ്ങളിലും ഇവ തമ്മിൽ പരസ്പരം സഹകരിച്ചുകൊണ്ടാണ് പ്രവർത്തിക്കുന്നതെങ്കിലും എല്ലായ്പ്പോഴും അങ്ങനെ സംഭവിക്കാറില്ല. ചില സന്ദർഭങ്ങളിൽ ഇവയിൽ ഏതെങ്കിലും ഒന്ന് സ്വയം തീരുമാനം കൈകൊണ്ടുകൊണ്ട് പ്രവർത്തിക്കുന്നതും സാധാരണമാണ്. ഉദാഹരണത്തിന്, ഒരു ഭാഗം ഏക ഇണ രീതിയെ പിന്തുണക്കുകയും മറ്റൊന്ന് അതിനോട് വിയോജിപ്പ് കാട്ടിക്കൊണ്ട് കലഹിക്കുകയും ചെയ്തെന്നു വരാം. ഇത്തരത്തിലുള്ള കലഹങ്ങൾ ലഘൂകരിച്ച് എടുക്കുന്നതിലാണ് നമ്മൾ പരസ്പരം സ്ഥാപിച്ചെടുക്കുന്ന ബന്ധങ്ങളിലൂടെ നിർമ്മിക്കപ്പെടുന്ന മൂല്യങ്ങളും, അറിവുകളും എല്ലാം പ്രയോജനപ്പെടുന്നത്. ഇപ്രകാരം മാത്രമേ രതിയുമായി ബന്ധപ്പെട്ട കാര്യങ്ങളിൽ ഉൾപ്പെടെ

യുക്തിപൂർവം വിശകലനം ചെയ്ത് തീരുമാനങ്ങൾ എടുക്കാൻ കഴിയുകയുള്ളൂ.

ഇത് കൂടാതെ, നമ്മുടെ ലൈംഗിക താൽപ്പര്യങ്ങളെയും അതുമായി ബന്ധപ്പെട്ട പെരുമാറ്റങ്ങളെയും നിർണയിക്കുന്നതിൽ ശരീരഘടനയിലുള്ള പ്രത്യേകതകൾക്കും കാര്യമായ പങ്കുള്ളതായി കാണാം. ലൈംഗികമായി ദ്വിരൂപമുള്ള (sexually dimorphic) മൃഗങ്ങളിൽ ഏറിയ പങ്കും ഓരോ ആണും ഒന്നിലധികം പെൺ ഇനങ്ങളുമായി ഇണചേരുന്ന രീതിയാണ് അവലംബിക്കാറുള്ളത്. ഇങ്ങനെയുള്ള മൃഗങ്ങളിൽ പെണ്ണിനെ അപേക്ഷിച്ച് ആണുങ്ങൾക്കാണ് ശരീര വലുപ്പം ഏറെയുള്ളത്. ഇത്തരത്തിൽ രൂപപരമായ ദ്വിരൂപതക്ക് ചില ധർമ്മങ്ങൾ അനുഷ്ഠിക്കാൻ കഴിയും എന്നതാണ് ഇതിനെ പ്രസക്തമാക്കുന്നത്. പ്രാചീന ചുറ്റുപാടുകളിൽ ഇണയെ സമ്പാദിക്കുന്നതിനായുള്ള മത്സരങ്ങളിൽ വലുപ്പവും, ശരീര ബലവും ഉള്ള ആണിനാണ് ഇണകളെ കിട്ടാനുള്ള സാദ്ധ്യതകൾ കൂടുതൽ ഉണ്ടായിരുന്നത് എന്ന വസ്തുതയുടെ വെളിച്ചത്തിൽ വേണം ഇത് മനസ്സിലാക്കപ്പെടേണ്ടത്.

ഏക ഇണയെ ആശ്രയിച്ച് ജീവിക്കുന്ന ജീവികളിൽ ഏറെയും ഇത്തരത്തിൽ രൂപപരമായി ആണിനേയും പെണ്ണിനേയും കാഴ്ച്ചയിൽ വേർതിരിച്ചെടുക്കാൻ പറ്റുന്ന രീതിയിലല്ല വളർച്ച നേടുന്നത്. ഇത്തരം ജീവികൾക്കിടയിൽ ഏതെങ്കിലും ഒരു ഇണയെ വശീകരിക്കാനുള്ള സാധ്യത കൂട്ടത്തിലുള്ള എല്ലാ ആണുങ്ങൾക്കും ഏറെക്കുറെ ഒരേപോലെയാണ്. അതുകൊണ്ട് തന്നെ ഇണയെ സമ്പാദിക്കുന്നതിനായി വലിയ തോതിലുള്ള മത്സരവും അനിവാര്യമല്ല.

എന്നാൽ, മനുഷ്യരുടെ കാര്യം അങ്ങനെയല്ല. ശരീരപരമായ ഏതൊരു മാറ്റവും ചെറിയ തോതിലും, ഏറെ കാലമെടുത്തും മാത്രമാണ് ഓരോ ജീവിയിലും സംഭവിക്കാറുള്ളത്. മനുഷ്യരെപ്പോലെ ഇത്രയേറെ സങ്കീർണതകൾ ഉള്ള ജീവിവർഗ്ഗത്തെ സംബന്ധിച്ചിടത്തോളം അത് വളരെ ചെറിയ തോതിൽ മാത്രമേ പ്രകടമാകുകയുള്ളൂ. എങ്കിലും ഒട്ടനവധി വർഷങ്ങളായി നടക്കുന്ന സാംസ്കാരിക സംവിധാനങ്ങളിലൂടെയും, സാമൂഹ്യ സംവിധാനങ്ങളിലൂടെയും മറ്റും നമ്മൾ നിർമ്മിച്ചെടുത്ത ഏക ഇണ സമ്പ്രദായം നമ്മുടെ ശരീരത്തിൽ ഉൾപ്പെടെ പല മാറ്റങ്ങളും വരുത്തിയിട്ടുള്ളതായി കാണാം.

വേട്ടയാടിയും, കൃഷി ചെയ്തും ജീവിച്ച സമൂഹത്തിൽ നിന്നും വേറിട്ടു കൊണ്ട് കൂടുതൽ സങ്കീർണമായ സാങ്കേതിക വിജ്ഞാനവും, മികവും ആവശ്യമായ ജോലികളാണ് ഇന്ന് പുരുഷന്മാരും സ്ത്രീകളും

ചെയ്യേണ്ടി വരുന്നത് എന്നതിനാൽ ഇത്തരത്തിലുള്ള ദ്വിരൂപ വിഭജനം അത്ര കടുത്ത രീതിയിൽ പ്രയോജനപ്പെടുന്നില്ല. ശരീര ബലത്തിൽ പോലും ഇത്തരത്തിലുള്ള ചില മാറ്റങ്ങൾ കണ്ടുതുടങ്ങുന്നുണ്ടോ എന്ന് സംശയിക്കാവുന്നതാണ്. ഇത് കൂടാതെ നമ്മുടെ ജനനേന്ദ്രിയങ്ങൾക്കു പോലും പല വിധത്തിലുള്ള മാറ്റങ്ങൾ സംഭവിക്കുന്നതായി ഈ മേഖലയിലുള്ള പഠനങ്ങൾ വെളിവാക്കുന്നുണ്ട്. പുരുഷന്മാരുടെ വൃഷണത്തിന്റെ വലുപ്പവും ശരീര വലുപ്പവും തമ്മിലുള്ള അനുപാതത്തിലുള്ള മാറ്റം ഇതിൽ എടുത്തു പറയത്തക്ക ഒരു മാറ്റം തന്നെയാണ്. ഇരട്ട കുളമ്പുള്ള മൃഗങ്ങളിൽ വ്യത്യസ്ത അറകളായി പ്രവർത്തിക്കുന്ന ഉദരവും തേട്ടി അരക്കുന്ന സ്വഭാവവും തമ്മിലുള്ള പരസ്പര ബന്ധത്തെക്കുറിച്ച് ഡാർവിൻ പരാമർശിച്ചതിന് ഏറെക്കുറെ സമാനമായ രീതിയിലാണ് ഇതും സംഭവിക്കുന്നത്. വൃഷണവും ശരീര വലുപ്പവും തമ്മിലുള്ള നിശ്ചിത അനുപാതത്തിനകത്താണ് പുരുഷന്റെ പ്രത്യുൽപ്പാദന ശേഷിയും തീവ്രതയും എല്ലാം നിശ്ചയിക്കപ്പെടുന്നത്. ഒന്നിലധികം ഇണയുമായി ലൈംഗിക ബന്ധം പുലർത്തുന്ന ജീവികളുടെ വൃഷണത്തിന് മറ്റുള്ളവയുടേതിനെ അപേക്ഷിച്ച് വലുപ്പം കൂടുന്നതിനുള്ള കാരണവും മറ്റൊന്നല്ല എന്നാണ് ഗവേഷകർ നിരീക്ഷിക്കുന്നത്. ഒന്നിലേറെ സമാന ലിംഗത്തിലുള്ള ആണങ്ങളുമായി നിലനിൽക്കുന്ന മത്സരത്തിന്റെ ഭാഗമായിട്ടാവണം കൂടിയ അളവിൽ ബീജം ഉത്പാദിപ്പിക്കാവുന്ന തരത്തിലുള്ള മാറ്റങ്ങൾ പുരുഷന്മാരുടെ വൃഷണത്തിന് സംഭവിച്ചിട്ടുള്ളത്. സമൃദ്ധമായ ശുക്ലം സൂക്ഷിക്കുന്നതിന് ഇണങ്ങുന്ന തരത്തിലുള്ള വൃഷണം ഉണ്ടെങ്കിൽ മാത്രമേ കുറഞ്ഞ കാലത്തിനുള്ളിൽ തന്നെ കൂടുതൽ സ്ത്രീകളിലൂടെ കൂടുതൽ കുഞ്ഞുങ്ങളെ ഉണ്ടാക്കിയെടുക്കാൻ കഴിയുകയുള്ളൂ. ഏക ഇണയെ ആശ്രയിച്ച് ജീവിക്കുന്ന ജീവികൾക്ക് ഇത്തരത്തിലുള്ള വെല്ലുവിളികൾ നേരിടേണ്ടതില്ല എന്നതാണ് അവരെ നമ്മളിൽ നിന്നും വേർതിരിക്കുന്ന ഒരു പ്രധാനപ്പെട്ട കാര്യം. ഇതോടനുബന്ധിച്ചു തന്നെ മനസ്സിലാക്കേണ്ടുന്ന കാര്യമാണ് സ്ത്രീകളുടെ ലൈംഗിക ആസ്വാദന ശേഷിയിൽ ഉണ്ടായിട്ടുള്ള സവിശേഷത. ആർത്തവ കാലത്തിന്റെ എല്ലാ ഘട്ടങ്ങളിലും രതിസുഖം അനുഭവിക്കാൻ സ്ത്രീകൾക്ക് സാധിക്കുന്നതിനാലാണ് ഇത്തരം പ്രത്യേകതകൾ വികസിച്ചു വന്നിട്ടുള്ളത്. അതിനാൽ, പുരുഷന്മാർക്ക് ഏതു സമയത്തും രതിയിൽ ഏർപ്പെടാനുള്ള സാഹചര്യവും ഇത് മൂലം സൃഷ്ടിക്കപ്പെട്ടിട്ടുണ്ട്. മറ്റു ജീവികളുമായി താരതമ്യം ചെയ്യുമ്പോൾ മനുഷ്യർ ഓരോ ചുറ്റുപാടിനും അനുസരിച്ച് തങ്ങളുടെ പെരുമാറ്റത്തിലും ജീവിതരീതിയിലും എളുപ്പം മാറ്റങ്ങൾ വരുത്താൻ കഴിയുന്നവരാണ്. പ്രത്യുൽപ്പാദന തന്ത്രങ്ങളുടെ

കാര്യത്തിലും ഇതേ തത്വം ബാധകമാണ്. ഓരോ സാഹചര്യത്തിനും ഇണങ്ങുന്ന വിധത്തിൽ തങ്ങളുടെ സ്വന്തം അതിജീവനക്ഷമതക്കും തങ്ങൾക്ക് ഉണ്ടാവാനിടയുള്ള കുഞ്ഞുങ്ങളുടെ നിലനിൽപ്പിനും തടസ്സമുണ്ടാക്കാത്ത തരത്തിലുള്ള പ്രാത്യുൽപ്പാദന രീതികൾ അവലംബിച്ചു കൊണ്ടാണ് മനുഷ്യരാശി അതിന്റെ പ്രയാണം തുടരുന്നത്.

ദീർഘകാലത്തേക്ക് നിലനിൽക്കാനിടയുള്ള വൈകാരിക ബന്ധങ്ങൾ ഇണയുമായി സ്ഥാപിച്ചുകൊണ്ട് തങ്ങളുടെ പ്രത്യുൽപ്പാദന ലക്ഷ്യങ്ങൾ നിറവേറ്റാൻ കഴിയുന്ന സാഹചര്യങ്ങളിൽ ഒറ്റ പങ്കാളിയുമായുള്ള ഗാഢബന്ധം പുലർത്തുക എന്ന മാർഗമാണ് പൊതുവിൽ സ്വീകരിക്കപ്പെടാറുള്ളത്.

എന്നാൽ കുഞ്ഞുങ്ങൾ പിറക്കുകയും, ദാമ്പത്യ ജീവിതത്തിന്റെ ആദ്യഘട്ടം പൂർത്തിയാവുകയും ചെയ്യുന്നതോടെയാണ് പല ദമ്പതികൾക്കിടയിലും വൈകാരികമായ പൊരുത്തക്കേടുകൾ തല നീട്ടി തുടങ്ങാറുള്ളത്. അത്തരം കലഹങ്ങൾ പലപ്പോഴും ദാമ്പത്യ ബന്ധം സുഗമമായി മുന്നോട്ടു കൊണ്ടുപോകുന്നതിന് തടസ്സമാകുന്ന സന്ദർഭങ്ങളും വിരളമല്ല. ഇത്തരത്തിലുള്ള അസ്വാരസ്യങ്ങൾ തുടങ്ങിവെക്കുന്നത് പലപ്പോഴും പുരുഷന്മാർ ആയിരിക്കുമെങ്കിലും ഇതിൽ സ്ത്രീകളുടെ പങ്കും നിഷേധിക്കാനാവില്ല.

ലോകത്തുള്ള ഏതു സംസ്കാരത്തിനിടയിലും ഇത്തരത്തിലുള്ള പൊരുത്തക്കേടുകൾ മിതമായ തോതിലെങ്കിലും ഉണ്ടെന്നാണ് കണക്കുകൾ കാണിക്കുന്നത്. ഇത്തരത്തിലുള്ള കലഹങ്ങളും പൊരുത്തക്കേടുകളും ഉണ്ടായിരുന്നാൽ പോലും ദാമ്പത്യബന്ധം തുടരുന്ന സാഹചര്യവും ഉണ്ടാവാറുണ്ട്. ചില സന്ദർഭങ്ങളിൽ ഇപ്രകാരം സംഘർഷപൂരിതമായ ജീവിതം നയിക്കുന്നവർ ഇതിൽ നിന്നും ആശ്വാസം ലഭിക്കുന്നതിനായി സമാന്തരമായ രഹസ്യ ബന്ധങ്ങൾ നിലനിർത്തുന്ന സാഹചര്യങ്ങളും വിരളമല്ല. എന്നാൽ ഇത്തരത്തിലുണ്ടാവുന്ന രഹസ്യ ബന്ധങ്ങൾ മൂലം ജീവിതം വീണ്ടും ദുസ്സഹമാകുന്ന സന്ദർഭങ്ങളും അപൂർവമല്ല. ഇരുവർക്കും ഇത്തരം രഹസ്യ ബന്ധങ്ങളിലൂടെ ആശ്വാസം കണ്ടെത്താൻ കഴിയുന്നുണ്ടെങ്കിൽ ഇവരുടെ ദാമ്പത്യ ജീവിതം നാമമാത്രമായെങ്കിലും സമാധാനപരമായി തുടർന്നേക്കാം. എന്നാൽ, ഇതിലൊരു വ്യക്തിക്ക് മാത്രമാണ് സമാന്തര ബന്ധം സാധ്യമാകുന്നതെങ്കിൽ ദാമ്പത്യ ബന്ധം വീണ്ടും സംഘർഷപൂർണമായി തീരാം. ഇത്തരത്തിൽ ദാമ്പത്യത്തിന്റെ അതിരുകൾക്കപ്പുറത്ത് മറ്റുള്ളവരുമായി പ്രണയമോ, രതിബന്ധമോ സ്ഥാപിക്കാൻ ഒരുങ്ങുന്നവരോടുള്ള അസൂയയും പകയും അതിനെ

തുടർന്നുള്ള ആക്രമണ വാസനയും ഏറിയോ കുറഞ്ഞോ എല്ലാ സമൂഹങ്ങളിലും ഉള്ളതായാണ് രേഖപ്പെടുത്തപ്പെടുന്നത്. സമാന്തര രഹസ്യ ബന്ധങ്ങൾ ഉണ്ടാക്കുന്നവരെ ശിക്ഷിക്കുന്നതിനായി കർശനമായ നിയമങ്ങൾ നിർമ്മിച്ചുകൊണ്ടാണ് ചില സമൂഹങ്ങൾ ഇത്തരം പ്രശ്നങ്ങളെ നേരിടാൻ ശ്രമിക്കുന്നത്.

സമാന്തര രഹസ്യ ബന്ധങ്ങൾ ഉണ്ടാകുന്നതുകൊണ്ട് മാത്രമല്ല ഇതിന്റെ അടിസ്ഥാനത്തിലുള്ള പ്രശ്നങ്ങൾ ഉടലെടുക്കുന്നത്. ഇത്തരം ബന്ധങ്ങളെക്കുറിച്ച് സമൂഹം വെച്ചുപുലർത്തുന്ന സമീപനങ്ങളും മൂല്യ ധാരണകളും, വിശ്വാസങ്ങളും എല്ലാം ഇങ്ങനെയുള്ള വ്യക്തികളുടെ കാഴ്ചപ്പാടുകളെ സ്വാധീനിക്കാറുണ്ട് എന്നതാണ് യാഥാർഥ്യം. ഏതു പെരുമാറ്റത്തിന്റെ കാര്യമെടുത്താലും അവയൊക്കെ നേട്ട ങ്ങളെ പോലെ തന്നെ കോട്ടങ്ങളും കൂടി ഉള്ളവയാണ് എന്നതും അംഗീകരിക്കാതെ വയ്യ. ഓരോ സാഹചര്യത്തിലും ഉണ്ടാകുന്ന പ്രതിസന്ധികളെ നേരിടുന്നതിൽ നിശ്ചിത പെരുമാറ്റം എത്രമാ ത്രം ഫലപ്രദമാണ് എന്നതിന്റെ കൂടി അടിസ്ഥാനത്തിലായിരിക്കും ഇത് തീരുമാനിക്കപ്പെടുന്നത്. ഉദാഹരണത്തിന്, ഗൊറില്ലകൾ അവയുടെ പ്രത്യുൽപ്പാദനം സുഗമമായി നടത്തുന്നതിനായി അവരിൽ ശക്തരായ ആൺ ഗൊറില്ലകൾ അവർക്കായി ഒരുക്കുന്ന പ്രത്യേക താവളങ്ങളിൽ ഗൊറില്ല പെണ്ണുങ്ങളെ കൂട്ടത്തോടെ താമസിപ്പിക്കു കയും അവക്ക് കാവൽ നിൽക്കുകയുമാണ് പതിവ്.

മുൻകാലങ്ങളിൽ നമുക്കിടയിലും വിശേഷിച്ച് മെഡിറ്ററേനിയൻ മധ്യകിഴക്കൻ നാഗരികതകളിലും ഇതിന് സമാനമായ പെൺതാവ ളങ്ങൾ പരിപാലിക്കപ്പെട്ടിരുന്നതായി ചരിത്രം സാക്ഷ്യപ്പെടുത്തു ന്നുണ്ട്. ഭാര്യമാരെയും, വെപ്പാട്ടിമാരായി ഉപയോഗിക്കപ്പെട്ടിരുന്ന അടിമ സ്ത്രീകളെയും കൂടാതെ അവിവാഹിതകളായ സ്വന്തം കൂട്ട ത്തിലെ പെൺകുട്ടികളെയും വേലക്കാരികളെയും ഇത്തരം താവളങ്ങ ളിൽ താമസിപ്പിച്ചിരുന്നതായാണ് രേഖപ്പെടുത്തപ്പെട്ടത്. പേർഷ്യ, ഈജിപ്ത്, മൊറോക്കോ എന്നിവിടങ്ങളിലും ഈ രീതി നിലനിന്നി രുന്നതായാണ് ചരിത്ര രേഖകളിൽ കാണാൻ കഴിയുന്നത്.

എന്നാൽ, ചിമ്പൻസികൾക്കിടയിൽ ഇത്തരമൊരു രീതി കാണാൻ കഴിയാറില്ല. ആണുങ്ങളുടെ ലഭ്യത കുറയുന്ന അവസര ങ്ങളിൽ കിട്ടുന്ന ആണുങ്ങളുമായി ബന്ധപ്പെടുക മാത്രമാണ് അവർ സ്വീകരിച്ചു വരുന്ന രീതി. പ്രത്യുൽപ്പാദന വിജയം ഉറപ്പിക്കുന്നതി നായി പരമാവധി അപകടമില്ലാത്തതും, സൗകര്യപ്രദവുമായ രീതി

അവലംബിക്കുക എന്നത് മാത്രമാണ് ഇവരുടെ ജീവിതത്തിന്റെ പൊതു തത്വമായി മാറുന്നത്.

പല വിധത്തിലുള്ള മാർഗ്ഗങ്ങൾ അവലംബിച്ചു കൊണ്ടാണ് നമ്മൾ ലൈംഗിക ബന്ധങ്ങളുൾപ്പെടെയുള്ള എല്ലാ ബന്ധങ്ങളും അനുവർത്തിക്കപ്പെടാറുള്ളത്. ചില സാഹചര്യങ്ങളിൽ സാമൂഹ്യവും, സാംസ്കാരികവുമായ മൂല്യങ്ങളും, വിശ്വാസങ്ങളും അനുകൂലമായി വരുകയാണെങ്കിൽ അവയെ പിൻപറ്റി പോകുന്നതിനാണ് ഓരോ വ്യക്തിയും ശ്രമിക്കുന്നത്. എന്നാൽ, ഇതുപോലെ തന്നെ മറ്റു ചില സാഹചര്യങ്ങളിൽ സാമൂഹ്യമായി പൊതു സമ്മതി നേടിയ മൂല്യങ്ങൾ ലംഘിക്കുന്നതിനും നാം മടിക്കാറില്ല.

ഓരോ സമൂഹവും രതിയുമായി ബന്ധപ്പെട്ടു നിർമ്മിക്കുന്ന ധാർമ്മിക മൂല്യങ്ങൾ സദാചാര സങ്കൽപ്പങ്ങൾ എന്നിവയെല്ലാം ഇത്തരത്തിലുള്ള ശാസനകൾ നിർമ്മിക്കുന്നവരുടെ പ്രത്യുൽപ്പാദനവുമായി ബന്ധപ്പെട്ടു നിലനിൽക്കുന്ന സ്വാർത്ഥ താൽപ്പര്യങ്ങളുടെയും ലക്ഷ്യങ്ങളുടെയും പ്രതിഫലനമായിക്കൂടി കാണേണ്ടതുണ്ട്. ഉദാഹരണത്തിന്, ഏകഭാര്യ സങ്കൽപ്പത്തിൽ ഉറച്ചു വിശ്വസിക്കുന്നവർക്ക് അതിന്റെ ബലത്തിലുള്ള അതിജീവന സാധ്യത ഉറപ്പായതുകൊണ്ട് കൂടിയാണ് അവർ അതിനായി വാദിക്കുകയും നിയമങ്ങൾ നിർമ്മിക്കുകയും ചെയ്യുന്നതിന് തയ്യാറാകുന്നത്. ഏതെങ്കിലും തരത്തിൽ നമ്മുടെ നിലനിൽപ്പിന് ഭീഷണിയാകാനിടയുള്ള ഒന്നിനെയും പിന്തുണയ്ക്കാൻ ആരും തയ്യാറാവുകയില്ല. രാഷ്ട്രീയ പാർട്ടികൾ തമ്മിലുള്ള സംഘർഷങ്ങൾ, ജാതീയമായ പ്രശ്നങ്ങൾ, എന്തിനേറെ കുടുംബ കലഹങ്ങൾ വരെ നടക്കുന്നതും ഇതിന്റെ ഭാഗമായിട്ടാണ്. മറ്റുള്ളവർക്കായുള്ള നമ്മുടെ കരുതലും ശ്രദ്ധയുമെല്ലാം നമുക്ക് നമ്മളോട് തന്നെയുള്ള സ്നേഹത്തിന്റെയും കരുതലിന്റെയും തുടർച്ച മാത്രമാണെന്നതാണ് വാസ്തവം. ഈ അർത്ഥത്തിൽ നോക്കിയാൽ സ്വാർത്ഥത എന്നത് ഒരു പരിധി വരെ നമ്മുടെ ജൈവപ്രകൃതിയിൽ തന്നെയുള്ളതാണെന്ന് സമ്മതിക്കേണ്ടി വരും.

എന്നാൽ, ആണുങ്ങൾക്ക് ഉന്നത മൂല്യം കൽപ്പിക്കപ്പെടുന്ന സമൂഹങ്ങളിൽ ലൈംഗികതയുമായി ബന്ധപ്പെട്ട വിഷയങ്ങളിലും, സ്വത്തു സംരക്ഷണവുമായി ബന്ധപ്പെട്ട കാര്യങ്ങളിലും പുരുഷന്റെ താൽപ്പര്യങ്ങൾക്കിണങ്ങുന്ന വിധത്തിൽ നിയമം നിർമ്മിക്കുന്നതിനായിരിക്കും മുൻഗണന ലഭിക്കുന്നത്. ആണിന്റെ നിരുപാധികമായ അധികാരം ചോദ്യം ചെയ്യപ്പെട്ടതിന്റെ വെളിച്ചത്തിലാണ് പെണ്ണിന്റെ ലൈംഗിക താൽപ്പര്യങ്ങൾക്കും ഭിന്ന ലൈംഗികതയുള്ളവരുടെ

താൽപ്പര്യങ്ങൾക്കും ഇണങ്ങുന്ന തരത്തിലുള്ള നിയമങ്ങൾ നമ്മുടെ രാജ്യത്തുൾപ്പെടെ നടപ്പിലായിക്കൊണ്ടിരിക്കുന്നത്.

പ്രത്യുൽപ്പാദനവുമായി ബന്ധപ്പെട്ട കാര്യങ്ങളിൽ പല സമൂഹങ്ങളിലും പല തരത്തിലുള്ള സങ്കൽപ്പങ്ങളാണ് നിലനിൽക്കുന്നത്. ഓരോ സമൂഹത്തിന്റെയും വിഭവലഭ്യത എത്രമാത്രം ഉണ്ട് എന്നതിന്റെ അടിസ്ഥാനത്തിലായിരിക്കും ഓരോ വ്യക്തിക്കും എത്ര കുട്ടികൾ ആവാം എന്നും മറ്റുമുള്ള ചിന്തകൾ ഉണ്ടാകുന്നത്. കൂടാതെ, കുഞ്ഞുങ്ങളുടെ വളർച്ചയ്ക്കു വേണ്ടി എത്ര സമയം നീക്കിവെക്കാൻ കഴിയും എന്നതും ഇവിടെ പ്രസക്തമാണ്. ഇന്നത്തെ സാഹചര്യത്തിൽ പുരുഷന്മാരും സ്ത്രീകളും ഒരുപോലെ വിദ്യാഭ്യാസത്തിനും ജോലിക്കും വേണ്ടി ഏറെ സമയം നീക്കിവെക്കേണ്ടി വരുന്നതിനാൽ മുൻപത്തെ പോലെ കൂടുതൽ കുഞ്ഞുങ്ങൾ ഉണ്ടാകുക എന്നത് വ്യക്തിജീവിതത്തിനും സാമൂഹ്യജീവിതത്തിനും വലിയ തടസ്സമായി തീരുന്നു എന്നതിനാലാണ് കുഞ്ഞുങ്ങൾ കുറഞ്ഞു മാത്രം ഉണ്ടാകുക എന്ന മൂല്യബോധത്തിലേക്ക് നമുക്ക് വളരാൻ കഴിഞ്ഞത്. ഇന്നത്തെ സാഹചര്യത്തിൽ കുഞ്ഞുങ്ങൾക്ക് നല്ല വിദ്യാഭ്യാസം കൊടുക്കുക, അവരുടെ ആധുനികമായ പല ആവശ്യങ്ങളെയും തൃപ്തികരമായി പരിഹരിക്കുക എന്നതിനൊക്കെ കൂടുതൽ പണവും സൗകര്യങ്ങളും അനിവാര്യമായതും ഇത്തരം ചിന്തകളെ സാധ്യമാക്കിയിട്ടുണ്ട്.

മതിയായ തോതിൽ വിഭവങ്ങൾ ഉള്ള സമൂഹങ്ങളിൽ പോലും കുറഞ്ഞ എണ്ണം കുട്ടികൾക്ക് കൂടുതൽ മെച്ചപ്പെട്ട ഗുണനിലവാരം ഉറപ്പാക്കുക എന്നതിനാണ് പ്രാധാന്യം നൽകപ്പെടുന്നത്. ജനസംഖ്യ കൂടുന്നതിന്റെ തോതനുസരിച്ചാണ് ഓരോ രാജ്യത്തിന്റെയും സാമ്പത്തിക സാമൂഹ്യപുരോഗതി നിശ്ചയിക്കപ്പെടുന്നത്. ചൈന, ഇന്ത്യ തുടങ്ങിയ രാജ്യങ്ങൾക്ക് സാമൂഹ്യസാമ്പത്തിക പുരോഗതി കൈവരിക്കുന്നതിന് തടസ്സം സൃഷ്ടിക്കുന്നതിൽ വൻതോതിലുള്ള ജനസംഖ്യാവർദ്ധനവ് ഒരു മുഖ്യ ഘടകമാണെന്നതിൽ സംശയിക്കേണ്ടതില്ല. ചൈന ഇന്ന് നേടിയെടുത്തുകൊണ്ടിരിക്കുന്ന നേട്ടങ്ങൾക്കെല്ലാം കാരണം ജനസംഖ്യാനിയന്ത്രണമാണ് എന്ന ലളിതവൽക്കരണത്തെ ഒഴിവാക്കിക്കൊണ്ട് വേണം ഈ സാഹചര്യത്തെയും വിശകലനം ചെയ്യേണ്ടത്.

കൂടുതൽ സമയം വിനിയോഗിച്ചുകൊണ്ട് കുഞ്ഞുങ്ങളെ വളർത്തേണ്ട ഒരു ജീവിവർഗ്ഗമായതിനാൽ കൂടുതൽ കുഞ്ഞുങ്ങൾ ഉണ്ടാകുക എന്നത് നമ്മുടെ സുരക്ഷിതമായ നിലനിൽപ്പിന് അനുകൂലമാവില്ല. ഉദാഹരണത്തിന്, മത്സ്യങ്ങളും ചിലയിനം കീടങ്ങളും എല്ലാം

ആയിരക്കണക്കിന് അണ്ഡമാണ് പുറത്തു വിടുന്നത്. മൽസ്യക്കുഞ്ഞുങ്ങൾ സ്വയം തന്നെ അതിജീവന ക്ഷമത കൈവരിച്ച് അടുത്ത തലമുറയിലേക്കുള്ള കുഞ്ഞുങ്ങളെ പുറത്തു വിടാനുള്ള പ്രാപ്തി സ്വയം കൈവരിക്കുകയാണ് ചെയ്യാറുള്ളത്.

ഗുണമേന്മയുള്ള കുഞ്ഞുങ്ങളെ ലക്ഷ്യം വെക്കുകയും അവരെ പ്രായപൂർത്തിയാകുംവരെ ആരോഗ്യകരമായി വളർത്തിയെടുക്കുക എന്നതിനുമാവണം മുഖ്യ പരിഗണന നല്കപ്പെടേണ്ടത്. ഒട്ടുമിക്ക പ്രൈമേറ്റുകൾക്കും വിശേഷിച്ച് മനുഷ്യർക്ക് ഒരു പ്രസവത്തിൽ ഒരു കുട്ടി എന്നത് മൂലമാണ് ഇത്തരം രീതികൾ സാധ്യമായത്. മനുഷ്യ സ്ത്രീകൾ 20 /25 വയസാകുമ്പോഴേക്കും പ്രസവിക്കുകയും കുഞ്ഞുങ്ങൾ ഉണ്ടാകുകയും ചെയ്യുറുണ്ട്. ഈ കുട്ടികൾ അമ്മമാർക്ക് അധികം പ്രായമാകുന്നതിന് മുൻപ് തന്നെ പ്രായപൂർത്തിയാകുകയും അവരുടെ കുഞ്ഞുങ്ങൾക്ക് ജന്മം കൊടുക്കാൻ സാധിക്കുകയും ചെയ്യുന്നതിനാൽ അമ്മൂമ്മ/അച്ഛമ്മ വഴി കിട്ടുന്ന ശ്രദ്ധയും പരിചരണവും കൂടി കുഞ്ഞുങ്ങൾക്ക് നല്കാൻ കഴിയാറുണ്ട്. അച്ഛന്റെ ഭാഗത്തു നിന്നുള്ള പങ്കാളിത്തം കൂടി കുഞ്ഞുങ്ങളെ വളർത്തുന്നതിൽ ഉണ്ടായതു മൂലമാണ് അപ്പൂപ്പൻ എന്ന സങ്കൽപ്പം ഉൾപ്പെടെ ഉണ്ടായിട്ടുള്ളത്.

ഓരോരോ സാമൂഹ്യ ചുറ്റുപാടുകളും മാറുന്നതിനനുസരിച്ചാണ് ഓരോ രീതിയും ശരിയോ തെറ്റോ ഒക്കെ ആകുന്നത്. നേരത്തെ സൂചിപ്പിച്ച പോലെ കൂടുതൽ കുഞ്ഞുങ്ങളെ ഉണ്ടാക്കിക്കൊണ്ട് അവയിൽ ഏതെങ്കിലും ഒന്നിന്റെ നേട്ടങ്ങളെ ലക്ഷ്യം വെക്കുന്നതാണ് ചില അവസരങ്ങളിൽ നല്ലതെങ്കിൽ മറ്റു ചില സന്ദർഭങ്ങളിൽ ഇത് അപകടകരമാകാനുള്ള സാധ്യതയേയും തള്ളിക്കളയാൻ കഴിയില്ല. ആകെ ഉള്ള ഒരു കുഞ്ഞിന് ജന്മനാ എന്തെകിലും പരിമിതികൾ ഉണ്ടാകുന്ന പക്ഷം അവന്/അവൾക്ക് വേണ്ടി വിനിയോഗിക്കുന്ന വിഭവങ്ങൾ ഫലവത്താകാതെ വരാം. ഉദാഹരണത്തിന്, പഠന ശേഷിയിൽ ജന്മനാ തന്നെ ചില പരിമിതികൾ ഉള്ള കുട്ടികളുടെ വിദ്യാഭ്യാസത്തിനും മറ്റുമായി കൂടുതൽ വിഭവങ്ങൾ നീക്കിവെക്കേണ്ടി വരുകയും മറ്റു കുട്ടികൾ ഇല്ലാതിരിക്കുകയും ചെയ്യുന്ന സാഹചര്യം വരുകയാണെങ്കിൽ നീക്കി വെക്കപ്പെട്ട വിഭവങ്ങളത്രയും പാഴായി പോകുകയും അടുത്ത തലമുറയിൽ ഉണ്ടാവാനിടയുള്ള വിഭവശേഷിയെപ്പോലും അത് പ്രതികൂലമായി ബാധിക്കുകയും ചെയ്തേക്കാം. കൂടുതൽ കുഞ്ഞുങ്ങൾ ഉണ്ടാകുന്ന സാഹചര്യത്തിൽ ഏതെങ്കിലും ഒരു കുട്ടിയെങ്കിലും മെച്ചപ്പെട്ട നേട്ടങ്ങൾ കൈവരിക്കാനുള്ള സാധ്യതയും അവഗണിക്കാനാവില്ല.

വേറിട്ട ജീവിതങ്ങൾ

ഓരോ രാജ്യത്തും പല തരത്തിലുള്ള വിവാഹ സമ്പ്രദായങ്ങളും കുടുംബ രൂപങ്ങളുമാണ് നിലനിൽക്കുന്നത്. സാമൂഹ്യ സമ്പ്രദായങ്ങൾ അതാതു സമൂഹങ്ങളിലെ മനുഷ്യരുടെ ജീവശാസ്ത്രത്തെ നിർണ്ണയിക്കുന്നതിൽ പോലും വലിയ സ്വാധീനം ചെലുത്തിയേക്കും. ശാരീരികവും മാനസികവുമായ പലതരം മാറ്റങ്ങളും ഇതിന്റെ ഭാഗമായി ഉണ്ടാവാം. ഉദാഹരണത്തിന്, അമ്മാവന്റെ മകളെ, അല്ലെങ്കിൽ അമ്മയുടെ അനുജത്തിയുടെ മകളെ വിവാഹം ചെയ്യുന്നത് വഴി അതിലുണ്ടാകുന്ന കുട്ടികൾക്ക് പല വിധത്തിലുള്ള ശാരീരികവും മാനസികവുമായ പരിമിതികൾ ഉണ്ടാകുന്നതായി കണ്ടെത്തപ്പെട്ടിട്ടുണ്ട്. ഇന്ത്യ-പാക് അതിർത്തിയിലുള്ള ചില പ്രദേശങ്ങളിൽ ഏറെക്കാലം വ്യാപകമായി തന്നെ ഇത്തരത്തിലുള്ള വിവാഹ ബന്ധങ്ങൾ ഉണ്ടാകുന്നതിനാൽ അവിടങ്ങളിൽ ഒട്ടേറെ മാനസിക വൈകല്യങ്ങൾ ഉള്ള അനവധി കുട്ടികൾ ഉള്ളതായി രേഖപ്പെടുത്തപ്പെട്ടിട്ടുണ്ട്. വൈദ്യശാസ്ത്രജ്ഞരും സാമൂഹ്യ പ്രവർത്തകരും കൂട്ട് ചേർന്ന് നടത്തിയിട്ടുള്ള ബോധവത്കരണ പരിപാടികളും മറ്റും മൂലമാണ് ഈയിടെയായി ഈ രീതികൾക്ക് അൽപ്പം മാറ്റം വന്നു തുടങ്ങിയത്. എങ്കിലും, ഇന്നും ഇന്ത്യയിലെയും പാകിസ്ഥാനിലെയും മറ്റും ഉൾഗ്രാമങ്ങളിലുള്ള സമൂഹങ്ങളിൽ ഇത്തരം രീതികൾക്ക് പൂർണമായ മാറ്റം വന്നിട്ടില്ല എന്നത് അൽപ്പം ആശങ്ക ബാക്കി വെക്കുന്നുണ്ട്.

വിവാഹ രീതികളും മനുഷ്യന്റെ മറ്റു പെരുമാറ്റ രീതികളെപ്പോലെ തന്നെ ചില പൊതു തത്വങ്ങളെ ആശ്രയിച്ചുകൊണ്ടാണ് വികസിച്ച്

വരുന്നത്. നമ്മുടെ ഏതൊരു പെരുമാറ്റ രീതിയും ഒന്നുകിൽ പൊതു പൂർവ്വികരായിട്ടുള്ളവർ വഴിയോ അതല്ലെങ്കിൽ നമ്മളുൾപ്പെടുന്ന ഗ്രൂപ്പിനകത്തുള്ളവർ അനുവർത്തിക്കുന്ന രീതികൾ അനുകരിച്ചു കൊണ്ടോ ആയിരിക്കും വികസിച്ചു വരുന്നത്. കുടുംബ മൂല്യങ്ങളും അനുബന്ധ സമ്പ്രദായങ്ങളുമെല്ലാം ഇപ്രകാരം രൂപം കൊള്ളുന്നവ തന്നെയാണ്. ഏതാണ്ട് 80 ശതമാനം സമൂഹങ്ങളിലും ഒരു സ്ത്രീയെ വിവാഹം ചെയ്ത് കുറച്ചു കാലം ഒരുമിച്ച് നിൽക്കുകയും പിന്നീട് ആ ബന്ധം ഉപേക്ഷിക്കപ്പെടുകയും അതിനെ തുടർന്ന് മറ്റൊരു സ്ത്രീയുമായി സമാനമായ ബന്ധം ഉണ്ടാക്കിയെടുക്കുകയും ചെയ്യുന്ന രീതിയാണ് നിലവിലുള്ളത്. എങ്കിലും, ദേശരാഷ്ട്രങ്ങൾ സ്ഥാപിക്കപ്പെടുന്നതിന് എത്രയോ മുൻപ് തന്നെ ഏകഭാര്യാത്വം എന്ന വിവാഹ സമ്പ്രദായം നിലനിന്നിട്ടുണ്ട്. എന്നാൽ, അതിന്റെ വ്യാപനം എളുപ്പമാക്കപ്പെട്ടത് ക്രിസ്തുമതത്തിന്റെ വരവോടെ ആണെന്ന് മാത്രം. പൗരാണിക ബാബിലോണിയയിൽ പോലും ബഹുഭാര്യത്വം അനുവദിക്കപ്പെട്ടിരുന്നത് ചില ഉപാധികളോട് കൂടിയായിരുന്നു. അതും ചില അടിയന്തര ഘട്ടങ്ങളിൽ മാത്രമായിരുന്നു എന്നതാണ് വാസ്തവം. ഒന്നുകിൽ കുഞ്ഞുങ്ങൾ ഉണ്ടാകുന്നതിന് ശാരീരികമായ വിഷമതകൾ ഉണ്ടാവുകയാണെങ്കിലോ അല്ലാത്ത പക്ഷം മറ്റെന്തെങ്കിലും രോഗ സാഹചര്യങ്ങളും മറ്റും ഉണ്ടാവുകയോ ചെയ്താൽ മാത്രമേ ഇത് അനുവദിക്കപ്പെട്ടിരുന്നുള്ളൂ എന്നാണ് ഹമ്മുറാബിയുടെ നിയമ രേഖകളിൽ ഉൾപ്പെടെ പ്രതിപാദിച്ചിട്ടുള്ളത്.

പഴയ കുടുംബ സങ്കൽപ്പങ്ങൾക്ക് ഇളക്കം തട്ടിച്ചതിൽ രണ്ടാം ലോക യുദ്ധത്തിനും അതിനെ തുടർന്നുണ്ടായ സാമൂഹ്യ സാമ്പത്തിക മാറ്റങ്ങൾക്കും വലിയ സ്വാധീനം ചെലുത്താൻ കഴിഞ്ഞിട്ടുണ്ട്. യുദ്ധ പൂർവ്വ കാലഘട്ടം വരെ ഏതാണ്ട് എല്ലാ സമൂഹങ്ങളിലും ഏറിയോ കുറഞ്ഞോ കൂട്ടുകുടുംബ സംവിധാനം തന്നെയാണ് പ്രബലമായിരുന്നത്. എന്നാൽ യുദ്ധാനന്തരം ഉണ്ടായ ഭരണപരമായ പരിഷ്ക്കാരങ്ങൾ ഈ സംവിധാനത്തിന്റെ അടിത്തറയെ സാരമായി ബാധിക്കുകയുണ്ടായി. വ്യക്തിക്ക് കൈവന്ന പ്രധാന്യവും ആധുനീകരണ പ്രക്രിയകളും വഴിയാണ് പഴയ രൂപത്തിലുള്ള കുടുംബസങ്കൽപ്പങ്ങൾക്ക് ഇളക്കം തട്ടിയത്. എന്നാൽ, കുടുംബം അതിന്റെ വൈകാരിക ധർമ്മം നിറവേറ്റുന്നതിൽ ഏറെക്കുറെ പഴയപടി തന്നെ നിലകൊള്ളുകയും ചെയ്തിട്ടുണ്ട്. കുടുംബത്തിൽ കുഞ്ഞുങ്ങളുടെ വളർച്ചയിൽ മുഖ്യ പങ്കു നിറവേറ്റിയിരുന്ന അമ്മൂമ്മ, അപ്പൂപ്പൻ എന്നിവരുടെ പ്രാധാന്യം ഇന്നും നമ്മുടെ സമൂഹത്തിൽ നിലനിൽക്കുന്നത് പോലെ തന്നെ പല

ഏഷ്യൻ കുടുംബങ്ങളിലും ചെറിയ മാറ്റങ്ങളോടെയെങ്കിലും ഇന്നും നിലനിൽക്കുന്നുണ്ട്.

മനുഷ്യവംശത്തിൽ ഉള്ളതിന് ഏറെക്കുറെ സമാനമായ രീതിയിലുള്ള ശിശു പരിചരണ രീതികൾ നമ്മളുമായി പല കാര്യത്തിലും സമാനതകളുള്ള ചിമ്പാൻസി, ബാബൂനുകൾ, ആന, ഡോൾഫിൻ എന്നീ ജീവികൾക്കിടയിലും കണ്ടുവരുന്നുണ്ട്. പക്ഷെ ഇവക്കിടയിലെല്ലാം ഇത്തരം രീതികൾ അനുവർത്തിക്കപ്പെടുന്നത് ചില അവസരങ്ങളിൽ മാത്രമാണ് എന്നതാണ് മറ്റൊരു സവിശേഷത.

ആർത്തവ വിരാമത്തിന് ശേഷവും നീണ്ട കാലത്തെ ആയുർദൈർഘ്യം കാരണവും കൂടിയാവണം അമ്മൂമ്മയുടെ പങ്ക് ശിശു പരിചരണത്തിൽ ഇത്രയേറെ എളുപ്പമായി മാറിയത്. ഈ കാലയളവിൽ തന്റെ മക്കളുടെ കുഞ്ഞുങ്ങളെ പരിചരിക്കാനുള്ള സമയവും സൗകര്യവും ഒത്തുവന്നതും ഇപ്രകാരമായിരിക്കണം. നമ്മളെപ്പോലെ തന്നെ ആർത്തവ വിരാമമുള്ള കൊലയാളി തിമിംഗലം (killer whale) എന്നറിയപ്പെടുന്ന തിമിംഗലങ്ങളും ഡോൾഫിനുകളും എല്ലാം ആർത്തവ വിരാമത്തിന് ശേഷവും നീണ്ട കാലം ആയുർദൈർഘ്യം ഉള്ള ജീവികൾ തന്നെയാണ് എന്നത് ഏറെ ശ്രദ്ധേയമാണ്. ഇവരും ഏറെക്കുറെ നമ്മളെപ്പോലെ കൂട്ടത്തിലുള്ള മറ്റുള്ളവരുടെ കുഞ്ഞുങ്ങളെ പരിചരിക്കുന്നതിനും ചില അവസരങ്ങളിൽ മുലയൂട്ടിക്കൊണ്ടു പോലും കുഞ്ഞുങ്ങളെ സംരക്ഷിക്കുന്നതിനും മുതിരാറുണ്ട്. സ്വന്തം മക്കളുടെ കുഞ്ഞുങ്ങളെ പരിചരിക്കാൻ അവസരം കിട്ടുക വഴി അമ്മൂമ്മമാർക്ക് അവരുടെ ആരോഗ്യത്തോടെയുള്ള ജീവിതകാലം നേടാൻ വരെ കഴിയുമെന്നാണ് ഡോക്ടർ റൊണാൾഡ് ലീയുടെയും മറ്റും ഗവേഷണങ്ങൾ തെളിയിച്ചിട്ടുള്ളത്.

മനുഷ്യരിൽ കാണുന്ന ഏതൊരു പെരുമാറ്റത്തിനും സാധ്യതകളെന്ന പോലെ അതിന്റേതായ പരിമിതികളും ഉണ്ട് എന്നത് ഒരു അംഗീകൃത സത്യമാണ്. മനുഷ്യർ എന്ന നിലയിൽ നമ്മൾ ഏതു കാര്യത്തിലും നല്ലതു മാത്രം സംഭവിക്കണമെന്നും, നമ്മൾ നല്ലതെന്ന് വിചാരിക്കുന്ന എന്തും എപ്പോഴും നല്ലതായിരിക്കും എന്ന ശുഭാപ്തിവിശ്വാസവും സൂക്ഷിക്കുന്നവരാണ്. അതുകൊണ്ടാണ് ഒട്ടുമിക്ക മതവിശ്വാസങ്ങളും മനുഷ്യർക്ക് മരണാനന്തരവും മറ്റൊരു രൂപത്തിൽ ജീവിക്കാൻ കഴിയുമെന്നും ഇവിടെ ലഭിക്കുന്നതിനേക്കാൾ സ്വാദിഷ്ടമായ വിഭവങ്ങളും മറ്റു ഭൗതിക സൗകര്യങ്ങളും അവിടെ ലഭിക്കുമെന്നും മറ്റുമുള്ള മോഹചിന്തകൾ താലോലിക്കുന്നത്.

മുൻകാലങ്ങളിൽ നമ്മുടേതുൾപ്പെടെയുള്ള പല സമൂഹങ്ങളിലും പ്രണയം അനുവദിക്കപ്പെട്ടിരുന്നില്ല. അതുകൊണ്ടുതന്നെ അക്കാലങ്ങളിൽ കാമുകീ കാമുകന്മാർ ഒറ്റക്കും കൂട്ടായും ആത്മഹത്യ ചെയ്യുന്നതും പതിവായിരുന്നു. ഒരാൾ മറ്റൊരു വ്യക്തിയെ പ്രേമിക്കുകയും എന്നാൽ ആ പ്രേമം തിരിച്ചു കിട്ടില്ല എന്ന് കരുതാൻ ഇടവരുമ്പോഴും ഇത്തരത്തിലുള്ള ആത്മഹത്യകളും കൊലപാതകങ്ങളും നടക്കാറുണ്ട്. വിഖ്യാതമായ സാഹിത്യകൃതികൾ എടുത്താലും ചരിത്ര ഗ്രന്ഥങ്ങളിലൂടെ കണ്ണോടിച്ചാലും ഇത് വ്യക്തമാകാവുന്നതേ ഉള്ളൂ. റോമിയോ ജൂലിയറ്റ്, ദിവാകരൻ, ലീല എന്നീ കഥാപാത്രങ്ങളൊക്കെ ഇതിന് ദൃഷ്ടാന്തങ്ങളാണ്.

ഇത്തരം അവസരങ്ങളിൽ പലരും അവരവരുടെ വ്യക്തിത്വത്തിന് യോജിച്ച രീതിയിലുള്ള പ്രതികാരങ്ങളാവും കാഴ്ചവെക്കുന്നത്. ചിലരാവട്ടെ ഇത്തരം അവസരങ്ങളിൽ വേദനയോടെ പിൻവാങ്ങിക്കൊണ്ട് ശേഷിക്കുന്ന കാലം കടുത്ത വിഷാദരോഗത്തിന് പോലും അടിപ്പെട്ടേക്കാം. എന്നാൽ, മറ്റു ചിലരാവട്ടെ താൻ പ്രണയിക്കുന്ന വ്യക്തിക്ക് തന്നോട് തിരിച്ചും പ്രേമമില്ല എന്നറിയുമ്പോഴും ബലം പ്രയാഗിച്ചുകൊണ്ടോ അതല്ലെങ്കിൽ വല്ല ഭീഷണിയും മുഴക്കിക്കൊണ്ടോ അത് നേടിയെടുക്കാൻ ശ്രമിക്കുന്നതും വിരളമല്ല. അതല്ലെങ്കിൽ അവളെ/അവനെ ഇല്ലാതാക്കാൻ ശ്രമിച്ചെന്നും വരാം. ഇതിന്റെ ഉത്തമ ദൃഷ്ടാന്തങ്ങളാണ് കേരളത്തിൽ ഈയിടെ നടന്ന മൂന്നോളം കൊലപാതകങ്ങൾ. ഇതിലൊന്ന് പെൺകുട്ടി ആൺകുട്ടിക്ക് നേരെ നടത്തിയ ആക്രമണമാണ് എന്നുകൂടി ഓർക്കേണ്ടതാണ്. വേറെ ചിലരാവട്ടെ ഒരാളിൽ നിന്നും പ്രണയം നിഷേധിക്കപ്പെട്ടാലും അധികം താമസിയാതെ മറ്റൊരാളോട് പ്രണയബന്ധം ഉണ്ടാക്കുന്നതും സ്വാഭാവികമാണ്.

ലോക ചരിത്രത്തിൽ ലൈല, മജ്നു, ആന്റണി, ക്ലിയോപാട്ര എന്നിവരെല്ലാം സാഹിത്യസൃഷ്ടികളായിരുന്നു എന്നാൽ റഷ്യയിലെ അവസാന ചക്രവർത്തിയായിരുന്ന നിക്കോളാസും ഇംഗ്ലണ്ടിലെ അലക്സാന്ദ്രാ രാജകുമാരിയും തമ്മിൽ നടന്ന പ്രണയ ബന്ധമായിരിക്കും ചരിത്രത്തെ അടയാളപ്പെടുത്താനുള്ള യോഗ്യതയുള്ളത് എന്ന് പറഞ്ഞാൽ അധികമാരും വിശ്വസിക്കാനിടയില്ല.

പത്തൊൻപതാം നൂറ്റാണ്ടിന്റെ അന്ത്യത്തോടെ റഷ്യൻ ചക്രവർത്തി പദം ലഭിച്ച നിക്കോളാസ് പതിനാറാം വയസ്സ് മുതൽ ഇംഗ്ലണ്ടിലെ വിക്ടോറിയ റാണിയുടെ പൗത്രിയും സുന്ദരിയുമായിരുന്ന അലക്സാൻന്ദ്രയെ പ്രണയിച്ചു തുടങ്ങിയിരുന്നു. പക്ഷെ, തുടർച്ചയായി

നടത്തിയ പ്രണയാഭ്യർത്ഥനകൾ അലക്സാന്ദ്ര തള്ളിക്കളയുകയു ണ്ടായത്. 1892-ൽ 24 വയസ്സ് തികഞ്ഞതോടെ നിക്കോളാസിന്റെ പ്രണയം മൂർച്ഛിക്കുകയാണുണ്ടായത്. തുടർന്ന്, തന്റെ ജന്മനാട് വിട്ടു കൊണ്ട് കടുത്ത പ്രതികൂല കാലാവസ്ഥകളെ എല്ലാം അഭിമുഖീകരിച്ചു കൊണ്ട് ആയിരക്കണക്കിന് മൈലുകൾ താണ്ടി ഇംഗ്ലണ്ടിലെത്തു കയും അലക്സാന്ദ്രയെ നേരിൽ കണ്ടു പ്രണയം അറിയിക്കുകയും ചെയ്തതോടെ അലക്സാന്ദ്ര അദ്ദേഹത്തിന്റെ അതിരില്ലാത്ത പ്രണ യത്തിനു മുൻപിൽ വഴങ്ങുകയാണുണ്ടായത്. ഈ ദമ്പതികൾക്ക് പിന്നീട് 5 കുട്ടികൾ ഉണ്ടാകുകയും വളരെ സന്തോഷത്തോടെ ജീവിക്കുകയും ചെയ്തു. റഷ്യൻ വിപ്ലവകാരികൾ ഇരുവരെയും കൊലപ്പെടുത്തുന്നത് വരെ ഇരുവരും സ്നേഹത്തോടെ തന്നെ ഒരുമിച്ചു നിൽക്കുകയാണുണ്ടായത്. പ്രണയത്തിൽ ഒരേസമയം യുക്തിയും യുക്തിരാഹിത്യവും ഉണ്ടെന്നു പറയുമ്പോൾ അവിശ്വസനീയമായി തോന്നാമെങ്കിലും അതാണ് യാഥാർത്ഥ്യം.

ഹെയ്ദി ഗ്രില്ലിങ്, ഡേവിഡ് ബസ് എന്നിവർ നടത്തിയ നീണ്ട കാലത്തെ പഠനഫലങ്ങൾ അനുസരിച്ച് ജീവിതത്തിന്റെ എല്ലാ തുറകളിലുമുള്ള സ്ത്രീകളും പുരുഷന്മാരും വിവാഹേതര ബന്ധങ്ങൾക്ക് തയ്യാറാകാറുണ്ട് എന്ന് തന്നെയാണ് തെളിഞ്ഞിട്ടുള്ളത്. നമ്മുടെ പൂർവികർ ജീവിച്ച കാലത്ത് ഭക്ഷണത്തിനും, സുരക്ഷിതത്വത്തിനും തന്നെയായിരുന്നു മുഖ്യ പ്രാധാന്യം നൽകിയിരുന്നത്. അക്കാര ണത്താൽ തന്നെയാവണം സമൃദ്ധമായി ഭക്ഷണവും, മതിയായ തോതിലുള്ള സുരക്ഷിതത്വവും നൽകിയിരുന്ന പുരുഷന്മാരുമായി ബന്ധത്തിൽ ഏർപ്പെടാൻ സ്ത്രീകൾ ഒരുങ്ങിയിട്ടുള്ളത് എന്നാണ് ഈ പഠനങ്ങളിലൂടെ മനസ്സിലാക്കാൻ കഴിഞ്ഞത്. അവരുടെ സ്ഥിരപങ്കാ ളിയിൽ നിന്ന് കിട്ടുന്നതിനേക്കാൾ കൂടിയ അളവിലും ഗുണത്തിലും ആഹാരം കിട്ടുന്നത് അതിന്റെ ഉപഭോക്താക്കളായ സ്ത്രീകൾക്ക് മെച്ചപ്പെട്ട ജീവിതം ഉറപ്പാക്കാൻ ഉപകരിച്ചിട്ടുണ്ടായിരിക്കണം.

ഇന്നത്തെ ആധുനിക ജീവിതത്തിലും ഇതിന് സമാനമായ ഒട്ടേറെ കാര്യങ്ങൾ കാണാൻ കഴിയും. സ്ഥിര പങ്കാളിയിൽ നിന്ന് ലഭിക്കുന്ന വിഭവങ്ങൾക്കപ്പുറം വലിയ ഹോട്ടലുകളിൽ നിന്നും കിട്ടുന്ന ആഹാരം, അപരിചിത സ്ഥലങ്ങളിലേക്കുള്ള യാത്രകൾ, ആകർഷണീയമായ ഉപഹാരങ്ങൾ ഒക്കെ തന്നെ ഇങ്ങനെയുള്ള വിവാഹേതര ബന്ധങ്ങളിൽ പതിവുള്ള കാര്യങ്ങൾ തന്നെയാണ്. സ്റ്റീവ് ഗാംഗ്സ്റ്റഡ്, റാന്ഡി, തോൺഹിൽ എന്നിവരുടെ പഠനങ്ങൾ ഇതിലേക്ക് കൂടുതൽ വെളിച്ചം വീശുന്നുണ്ട്.

നമ്മുടെ വംശ വഴികളിൽ വേട്ടയാടി ജീവിച്ചിരുന്ന കാലങ്ങളിൽ പുരുഷപങ്കാളിയുടെ ജീവൻ എപ്പോഴും അപകടങ്ങൾ നിറഞ്ഞതായിരിക്കും എന്നത് സ്വാഭാവികമാണ്. ഒന്നുകിൽ വേട്ടമൃഗങ്ങളുടെ ആക്രമണം അതല്ലെങ്കിൽ കാടിന്റെ വന്യതയിൽ നിന്നും ഉണ്ടാകാനിടയുള്ള ഏതെങ്കിലും കടുത്ത രോഗങ്ങൾ ഉൾപ്പെടെ പങ്കാളിയുടെ ജീവൻ അപകടത്തിലാക്കാം എന്നത് ഒരു നിത്യജീവിത യാഥാർഥ്യം തന്നെയായിരിക്കണം. അത്തരമൊരു സാഹചര്യത്തിൽ തന്റെയും കുഞ്ഞുങ്ങളുടെയും സുരക്ഷിതത്വം ഉറപ്പിക്കുന്നതിന് മറ്റു ശക്തരായ പുരുഷന്മാരുടെ സഹായം കൂടിയേ തീരൂ. നിലനിൽപ്പിനെ സംബന്ധിച്ച ഈ ഭീതി ആധുനിക കാലത്തും അബോധ തലത്തിൽ നിലനിൽക്കുന്നില്ലെന്ന് ഉറപ്പിച്ച് പറയാൻ കഴിയില്ല. കൂടെ ജീവിക്കുന്ന പങ്കാളി തന്നെ ഉപേക്ഷിച്ച് മറ്റാരെയെങ്കിലും തേടി പോകാനുള്ള അവസരങ്ങൾ മുൻപത്തേക്കാളും ഇന്ന് കൂടുതലാണ് എന്ന് ഏതൊരാൾക്കും മനസ്സിലാക്കാവുന്നതേ ഉള്ളൂ.

ഇന്നത്തെ ദാമ്പത്യ ജീവിതത്തിലും ചില പുരുഷന്മാർ അവരുടെ പങ്കാളിയുമായി അനാവശ്യമായി കലഹിക്കുകയും അകാരണമായി കുറ്റപ്പെടുത്തുകയും മറ്റുള്ളവരുടെ മുൻപിൽ വെച്ച് പോലും അപമാനിക്കുകയും, എന്തിനേറെ ചില അവസരങ്ങളിൽ ശാരീരികമായി ആക്രമിക്കുകയും ചെയ്യുന്നതും അപൂർവമല്ല. ഇത്തരത്തിൽ ജീവിതം അരക്ഷിതമാണെന്ന് ഉറപ്പാകുമ്പോൾ തമ്മിൽ ഭേദമായ മറ്റു പുരുഷന്മാരെ രഹസ്യമായി ബന്ധപ്പെടുന്നത് സ്വാഭാവികമാണെന്ന് കരുതേണ്ടി വരും. പങ്കാളികൾക്കിടക്കുള്ള ബന്ധം നിലനിൽക്കുന്നതിനായി ആവിർഭവിച്ചിട്ടുള്ള അസൂയ ആ ബന്ധം ഇല്ലാതാക്കുന്നതിൽ കലാശിക്കുന്നു എന്നത് ഒരു വിരോധാഭാസം ആയി തോന്നാവുന്നതാണ്. സെയ്ന്റ് അഗസ്റ്റിൻ (st Augustine) ഒരിക്കൽ പറഞ്ഞത്, “പങ്കാളികൾക്കിടയിൽ പരസ്പരമുള്ള അസൂയ കലർന്ന ഉടമസ്ഥതാബോധം ഇല്ലാതിരിക്കുകയാണെങ്കിൽ അവർക്കിടയിൽ യഥാർത്ഥ സ്നേഹം ഇല്ല” എന്നാണ്. ഒരിക്കൽ എന്റെ തന്നെ ഒരു കൂട്ടുകാരി അവളുടെ ഭർത്താവിന് തന്നിൽ വേണ്ടത്ര ഉടമസ്ഥതാബോധം ഇല്ല എന്ന് പരാതിപ്പെടുക പതിവായിരുന്നു, എന്നാൽ അവൾക്ക് ഒരു പുരുഷ സുഹൃത്തിനെ ലഭിച്ചപ്പോൾ അയാളുടെ ഉടമസ്ഥത ബോധം കൊണ്ട് വീർപ്പുമുട്ടുന്നതായാണ് അവൾ പിന്നീട് പരാതിപ്പെട്ടത്.

ലണ്ടനിലെ ഇൻസ്റ്റിറ്റ്യൂട്ട് ഓഫ് സൈക്ക്യാട്രിയിലെ (Institute of Psychiatry) ദിനേശ് ബുഗ്രിയുടെ അഭിപ്രായത്തിൽ

പങ്കാളികൾക്കിടയിലുള്ള അസൂയ മുതലാളിത്ത സമൂഹത്തിന്റെ സൃഷ്ടിയാണ്. അത്തരം സമൂഹങ്ങളിൽ മറ്റു വസ്തുക്കളെ പോലെ തന്നെ മനുഷ്യനും ഒരു ചരക്കായി പരിഗണിക്കപ്പെടുന്നതിനാൽ അതിന്റെ മുകളിലുള്ള ഉടമസ്ഥതയെ സംബന്ധിച്ച യുക്തിരഹിതമായ ആധി അസൂയയായി മാറുക മാത്രമാണ് എന്നാണ് ഇദ്ദേഹത്തിന്റെ വാദം. ഇത്തരം സമീപനങ്ങൾ യുക്തിരഹിതവും അശാസ്ത്രീയവും ആയി കാണാൻ മാത്രമേ കഴിയുകയുള്ളൂ. ഏഴു പതിറ്റാണ്ടിലേറെ സോഷ്യലിസ്റ്റ് സമൂഹമായി നിലകൊണ്ട സോവിയറ്റ് റഷ്യ, ചൈന തുടങ്ങിയ രാജ്യങ്ങളിലും ഇത്തരത്തിലുള്ള അസൂയയും അതുണ്ടാക്കിയ പ്രശ്നങ്ങളും കുറവല്ല എന്നതും ഇതിനോട് ചേർത്ത് വായിക്കേണ്ടതാണ്.

പരാഗ്വ പോലെയുള്ള പ്രദേശങ്ങളിൽ ഇത്തരത്തിലുള്ള പങ്കാളിയെച്ചൊല്ലിയുള്ള അസൂയ ഉണ്ടാകുന്ന പക്ഷം പൊതുസ്ഥലത്തു നടക്കുന്ന ധ്വന്ദ്വ യുദ്ധങ്ങളിലൂടെയാണ് ഇതിന് പരിഹാരം കണ്ടുവരുന്നത്. കെനിയയിലെ കിപ്സിസ് എന്ന ഗോത്രത്തിലാണെങ്കിൽ വധുവിന് കൊടുക്കുന്ന സ്ത്രീധനം തിരികെ നൽകുക എന്നതാണ് വിധി. ഗ്രീൻലാന്റിലെ അമ്മസാലിക് എസ്കിമോകൾക്കിടയിൽ പല ദുഷിച്ച സ്വഭാവങ്ങളും കാണാറില്ലെങ്കിലും ഇത്തരത്തിലുള്ള അസൂയക്ക് കുറവൊന്നുമില്ല എന്നാണ് അവർക്കിടയിൽ നടന്ന പഠനങ്ങളിലൂടെ മനസ്സിലാക്കാൻ കഴിഞ്ഞിട്ടുള്ളത്. ഒരാളുടെ ഭാര്യയുടെ കൂടെ മറ്റാരെങ്കിലും കിടക്ക പങ്കിടുന്നത് കാണാനിടയായാൽ അങ്ങനെ ചെയ്യുന്ന പുരുഷനെ കൊല്ലുകയാണ് ഇവർക്കിടയിൽ പൊതുവിൽ സ്വീകരിക്കപ്പെട്ടിട്ടുള്ള കീഴ്വഴക്കം.

അസൂയയും ആധിയും പെരുകുന്ന സന്ദർഭങ്ങളിൽ ആരും എളുപ്പത്തിൽ അകാരണമായ കോപത്തിനും ആക്രമണത്തിനും മുതിരുന്നത് സ്വാഭാവികമാണ്. പങ്കാളികൾക്കിടയിലുള്ള ഇത്തരം മനസികാവസ്ഥകൾ മറ്റുള്ളവർക്കിടയിൽ ഉണ്ടാകുന്നതിനേക്കാൾ ഗുരുതരമായി തീർന്നേക്കാം എന്നാണ് പഠനങ്ങൾ വെളിപ്പെടുത്തുന്നത്. തെക്കൻ സിയോൾ ദേശീയ സർവ്വകലാശാലയിലെയും, ടോളിയോ സർവ്വകലാശാലയിലെയും വിദ്യാർത്ഥി വിദ്യാർത്ഥിനികൾക്കിടയിൽ നടന്ന പഠനങ്ങൾ ഒട്ടേറെ വസ്തുതകൾ ഇതുമായി ബന്ധപ്പെട്ടു വെളിപ്പെടുത്തുകയുണ്ടായി. ചൈന, ജർമനി, ജപ്പാൻ, നെതെർലാൻഡ്, കൊറിയ, സ്വീഡൻ എന്നിവിടങ്ങളിലൊക്കെ സമാനമായ ഒട്ടേറെ പഠനങ്ങൾ നടന്നതായി കാണാം. ഇതിൽ സ്വീഡൻ പോലുള്ള രാജ്യങ്ങളിൽ വിവാഹപൂർവ ബന്ധങ്ങളും വിവാഹേതര ബന്ധങ്ങളും ഒക്കെ തന്നെ നിലനിൽക്കുന്ന സമൂഹങ്ങൾ ആണെന്നതും ഓർക്കേണ്ടതാണ്.

എന്നാൽ, ചൈനയെ പോലുള്ള രാജ്യങ്ങളിൽ ഇത്തരം ബന്ധങ്ങളൊന്നും സാമൂഹ്യമായ സ്വീകാര്യത ഉള്ളവയല്ല എന്ന് മാത്രം.

സമാന്തര പ്രണയ/ലൈംഗിക ബന്ധങ്ങളുള്ള രക്ഷിതാക്കളുടെ കുട്ടികൾ കൗമാരത്തിൽ എത്തുന്നതോടെ അവരുടെ പങ്കാളിയിലും/ പ്രണയിനികളിലും അസൂയ, സംശയം എന്നിവ ഉള്ളവരാകാനുള്ള സാദ്ധ്യതകൾ കൂടുതലാണെന്നാണ് ഇത്തരം ഗവേഷണങ്ങളിലൂടെ സ്ഥാപിക്കപ്പെട്ടത്. സ്വന്തം കുട്ടികളുള്ള രക്ഷിതാക്കൾ അവർക്കുണ്ടാകുന്ന രഹസ്യ ബന്ധങ്ങളെ സ്വയം കാര്യങ്ങൾ തിരിച്ചറിയാനുള്ള പക്വത ആർജ്ജിക്കുന്നതിനു മുൻപ് കുട്ടികളെ അറിയിക്കാതിരിക്കുന്നതാണ് നല്ലത് എന്നാണ് ഈ മേഖലയിലുള്ള കണ്ടെത്തലുകൾ നമ്മളെ ബോധ്യപ്പെടുത്തുന്നത്.

1989-ൽ ഓ.ജെ സിംപ്സൺ എന്ന അമേരിക്കയിലെ ദേശീയ ഫുട്ബാൾ കളിക്കാരൻ തന്റെ ഭാര്യയെയും അവരുടെ പുരുഷ സുഹൃത്തിനെയും ക്രൂരമായി കൊലപ്പെടുത്താനിടയായതും ഒരു പരിധി വരെ അദ്ദേഹത്തിൽ കനത്തു നിന്ന പ്രണയപ്പകയും ഉടമസ്ഥതാബോധവും കാരണമാണ്. സിംപ്സന്റെ രക്ഷിതാക്കൾ അയാൾ കുട്ടിയായിരുന്നപ്പോൾ തന്നെ പരസ്പരം വേർപിരിഞ്ഞിരുന്നു. തുടർന്ന് അദ്ദേഹത്തിന്റെ അമ്മയാണ് അയാളെ വളർത്തിയത്. തന്റെ പതിമൂന്നാമത്തെ വയസ്സിൽ തന്നെ ഒരു അക്രമി സംഘത്തിൽ ചേർന്ന് പല അക്രമപ്രവർത്തനങ്ങളും നടത്തിയതിനെ തുടർന്ന് ഇയാളെ ഒരു ദുർഗുണപരിഹാര പാഠശാലയിൽ ചേർക്കുകയാണുണ്ടായത്. പ്രശ്നസങ്കീർണമായ കുട്ടിക്കാലമുള്ള സിംപ്സണെ പോലുള്ള വ്യക്തികൾ അവിശ്വസനീയമായ ഇത്തരം ക്രൂരകൃത്യങ്ങൾ ചെയ്യുന്നതിൽ വല്ലാതെ അത്ഭുതപ്പെടേണ്ടതില്ല. ഇത്തരത്തിലുള്ള സംഭവങ്ങൾ ഒറ്റപ്പെട്ടതല്ല എന്ന് ബോധ്യപ്പെടുത്തുന്ന കണക്കുകൾ ഇന്ന് സുലഭമായി ലഭ്യമാണ്.

മനുഷ്യ മനസ്സിന്റെ പ്രവർത്തനങ്ങൾ പ്രധാനമായും രണ്ടുവിധത്തിലാണ് നടക്കുന്നത്. ഇതിൽ ആദ്യത്തേത് ഉപമസ്തിഷ്ക ഭാഗങ്ങളെ ആശ്രയിച്ചുള്ള അബോധപരമായ പ്രവർത്തനങ്ങളാണെങ്കിൽ മറ്റൊന്ന് ഉയർന്ന മസ്തിഷ ഭാഗങ്ങളെ ആശ്രയിച്ചുള്ള ബോധപൂർവ്വമുള്ള പ്രവർത്തനങ്ങളായാണ് നടക്കുന്നത്. ഭാഷ, യുക്തിചിന്ത എന്നിവ രണ്ടാമത്തെ വിഭാഗത്തിൽ പെടുന്നവയാണ്. നമുക്ക് സ്വന്തമായുള്ള ഒട്ടുമിക്ക വൈകാരിക അനുഭവങ്ങളും സാധ്യമാക്കുന്നതിൽ മുൻപന്തിയിൽ നിൽക്കുന്നത് ഉപമസ്തിഷ്ക പ്രവർത്തനങ്ങൾ തന്നെയാണ്. ഒരു മൃഗം എന്ന നിലയിൽ നാം സ്വന്തമാക്കിയിട്ടുള്ള ഇത്തരത്തിലുള്ള

വൈകാരികതകൾ ചിലപ്പോഴൊക്കെ സ്വന്തം ജീവനും മറ്റുള്ളവരുടേതിനും അപകടമായി മാറാനുള്ള സാധ്യതകൾ ഏറെയാണ്. പ്രാചീനമായ മനസ്സിന്റെ ഇത്തരം പ്രേരണകൾക്ക് ഇരകളായിക്കൊണ്ടാണ് ഇപ്രകാരത്തിലുള്ള ക്രൂരമായ പെരുമാറ്റങ്ങൾക്കു നാം വിധേയരാവുന്നത്.

രതിയുടെ സാധ്യതകൾ

ഇന്ന് നമുക്ക് സ്വന്തമായുള്ള എല്ലാ മാനസിക പ്രവർത്തനങ്ങളും ഒരു വശത്ത് ലക്ഷക്കണക്കിന് വർഷങ്ങൾക്കുള്ളിൽ നടന്ന പരിണാമ പ്രക്രിയകളുടെയും അതോടൊപ്പം ഏതാണ്ട് എഴുപതിനായിരം വർഷങ്ങൾക്കുള്ളിൽ വികാസം പ്രാപിച്ച സാംസ്കാരിക ജീവിതത്തിന്റെയും സൃഷ്ടിയാണ്. ഈ രണ്ടുചരിത്രങ്ങളും പരസ്പരം സ്വാധീനിച്ചുകൊണ്ടാണ് നമ്മൾ ഇന്നത്തെ മനുഷ്യരായി തീർന്നിട്ടുള്ളത്. ഇന്നും ആ പ്രക്രിയ തുടർന്നുകൊണ്ടിരിക്കുകയാണ്. മനുഷ്യർക്കിടയിൽ ഉണ്ടായിവരുന്ന പരസ്പര ബന്ധങ്ങൾ ഫലവത്താക്കിയെടുക്കുന്നതിന് സഹായകരമായ മാനസിക പ്രവർത്തനങ്ങളുമായി ബന്ധപ്പെട്ടുകൊണ്ടാണ് ഈ പ്രക്രിയ പുരോഗമിക്കുന്നത്. ഇതാണെങ്കിൽ ജ്ഞാനോൽപ്പാദന മേഖലയെ അപേക്ഷിച്ച് ആഴത്തിൽ വേരോട്ടമുള്ള ഒന്ന് കൂടിയാണ്. പ്രത്യുൽപ്പാദനവുമായി ബന്ധപ്പെട്ട പലതരം മാറ്റങ്ങൾ ചില ജീവികളിൽ വളരെ വിചിത്രമായ രീതിയിലാണ് വികസിച്ചു വന്നിട്ടുള്ളത്. ഉദാഹരണത്തിന്, ചിലയിനം തുമ്പികളുടെ ലിംഗത്തിന് അമ്പിന്റെ മുന പോലെയുള്ള ആകൃതിയാണുള്ളത്. മറ്റ് ആൺ ഈച്ചകൾ/തുമ്പികൾ നിക്ഷേപിച്ച ബീജത്തെ നീക്കം ചെയ്യുന്നതിന് വേണ്ടി ഈ ലിംഗാകൃതി ഉപകരിക്കുന്ന തരത്തിലുള്ള മാറ്റമായാണ് ഇത് പ്രത്യക്ഷപ്പെട്ടത്.

പങ്കാളികളോടൊത്തുള്ള ജീവിതം ഉണ്ടായിരിക്കുമ്പോൾ തന്നെ അമേരിക്ക, ഫ്രാൻസ് എന്നിവിടങ്ങളിൽ 14 ശതമാനത്തിലേറെ സ്ത്രീകൾ മറ്റ് പുരുഷന്മാരോട് ബന്ധം പുലർത്തുന്നവരാണെന്നാണ്

ആർതർ സിമോൻസിനെ പോലെയുള്ള ഗവേഷകർ അഭിപ്രായപ്പെടുന്നത്. സമാന്തര ബന്ധങ്ങളിലൂടെ ഉണ്ടാകുന്ന കുഞ്ഞുങ്ങളുടെ എണ്ണം താരതമ്യേന കുറയാൻ ഇടയായത് ആധുനിക ഗർഭനിരോധന മാർഗങ്ങൾ ഉണ്ടായതോടെയാവാം എന്നാണ് ഇദ്ദേഹം അഭിപ്രായപ്പെടുന്നത്. Golden Gallup-ന്റെ അഭിപ്രായത്തിൽ ആണങ്ങളുടെ ലിംഗം താരതമ്യേന വലുതും, ലിംഗാഗ്രം നല്ല തോതിൽ വികാസം പ്രാപിച്ചിട്ടുള്ളതിനാലുമാണ് ബീജ മത്സരത്തിന് (sperm competition) അനുയോജ്യമായ തരത്തിൽ ഇതിന് പ്രവർത്തിക്കാനും കൂടി കഴിയുന്നത്.

കൃത്രിമ ലിംഗം ഉപയോഗിച്ച് ഗാലപ് (Gallup) നടത്തിയ പരീക്ഷണങ്ങളിൽ സ്ത്രീയുടെ ഗർഭാശയത്തിൽ നിന്നും മറ്റ് പുരുഷന്മാരുടെ ബീജത്തെ തുടച്ചു നീക്കാൻ കഴിയും എന്ന് തെളിയിക്കുകയുണ്ടായി. ആഴത്തിൽ ലിംഗം പ്രവേശിപ്പിക്കാൻ കഴിഞ്ഞാൽ മാത്രമാണ് ഇത് സാധിക്കുന്നത്. കാലിഫോർണിയ സ്റ്റേറ്റ് സർവകലാശാലയിലെ ഗോയ്റ്റ്സ് (Goetz) പറയുന്നത് കൂടുതൽ വൈകാരിക അടുപ്പമുള്ള പങ്കാളികൾക്കിടയിൽ വിശേഷിച്ച് സ്ത്രീ സുന്ദരി കൂടിയാണെങ്കിൽ പുരുഷന് വളരെ ആഴത്തിൽ ലിംഗം പ്രവേശിപ്പിക്കാൻ കഴിയും എന്ന് തന്നെയാണ്. കൂടുതൽ ആഴത്തിൽ എന്ന പോലെ കൂടുതൽ സമയമെടുത്ത് രതിയിലേർപ്പെടാനും ഇത്തരം മാനസിക അടുപ്പവും മാത്സര്യബോധവും പ്രേരണയാവാം. ലൈംഗിക പെരുമാറ്റങ്ങളിൽ അന്തർഭവിച്ച ഇത്തരം പ്രത്യേകതകൾ കാരണം ശത്രുക്കളായി വരാനിടയുള്ള പ്രതിയോഗികളായ ബീജങ്ങളെ പകരം വെക്കാൻ ഇത് ഉപകരിച്ചേക്കാം എന്നത് കൂടിയാണ് ഇതിന്റെ നേട്ടം.

പുരുഷന്മാരുടെ ലിംഗത്തിന് ഇത്രയേറെ നീളവും, വണ്ണവും ഉണ്ടാകുന്നതിനിടയായത് ഏതാനും മില്യൺ വർഷങ്ങൾക്കുള്ളിൽ മാത്രമാണ്. സ്ത്രീകളുടെ യോനിയുടെ വർധിച്ചു വരുന്ന നീളവും വീതിയുമായി ഇണങ്ങുന്ന വിധത്തിലായിരിക്കണം ഇപ്രകാരത്തിലുള്ള മാറ്റങ്ങൾ ഉണ്ടായിത്തുടങ്ങിയത് എന്നാണ് കണക്കാക്കപ്പെടുന്നത്. ഇതാവട്ടെ മനുഷ്യ ശിശുവിന്റെ വലിയ തലയ്ക്കു പുറത്തു വരുന്നതിനായി വികസിച്ചു വന്നത് കൂടിയാണ് എന്നതും ഇതിനോട് ചേർത്ത് മനസ്സിലാക്കപ്പെടേണ്ടതാണ്.

ചിമ്പാൻസിയുടെ ലിംഗത്തെ അപേക്ഷിച്ച് മനുഷ്യ വിഭാഗത്തിലെ പുരുഷ ലിംഗം ഏറെ മൃദുവായതും നനുത്തതുമാണ്. ചിമ്പാൻസിയുടേതാണെങ്കിൽ കട്ടിയുള്ള മീനിന്റെ മുതുകത്തെ മുള്ളു പോലെയുള്ളതാണ്. ചിമ്പാൻസികൾക്കിടയിൽ ഒന്നിലധികം ആണുങ്ങളുമായി

രതിയിൽ ഏർപ്പെടുന്ന രീതിയായതിനാൽ അവയുടെ ബീജം കൂടി നീക്കം ചെയ്യുക എന്ന ധർമ്മം ഇത്തരത്തിലുള്ള കട്ടിയുള്ള ലിംഗം വഴി നിറവേറ്റാൻ കഴിയും. ചിമ്പാൻസികൾക്കിടയിൽ ഒരു നിയന്ത്രണ ജീൻ (regulatory jean) പ്രവർത്തിക്കുന്നത് മൂലമാണ് അവയുടെ ലിംഗത്തിന് ഇത്രയേറെ വ്യത്യാസങ്ങൾ വന്നിട്ടുള്ളത് എന്നും ഇതിനകം കണ്ടെത്തപ്പെട്ടിട്ടുണ്ട്. ആൻഡ്രോജൻ റിസെപ്റ്റർ ജീനിൽ (AR3) വന്നിട്ടുള്ള ഏതാനും മാറ്റങ്ങളെ തുടർന്നാണ് നമ്മുടെ തന്നെ പാരമ്പര്യത്തിൽപ്പെട്ട നിയാണ്ടർത്താൽ, ഡെനിസോവൻ വിഭാഗത്തിലുള്ളവരിലും ചിമ്പാൻസികളിൽ ഉള്ളത് പോലെ ഇത്തരത്തിലുള്ള മാറ്റങ്ങൾ ഉണ്ടാകാതിരുന്നത്.

പുരുഷന്റെ ലൈംഗിക അവയവങ്ങളുടെ നിർമ്മിതിക്ക് സമാനമായ പല പ്രത്യേകതകളും സ്ത്രീകളിലും കാണാൻ കഴിയും. ഡെസ്മണ്ട് സൈമോൺസ് (Desmond Symons- 1974) സ്ത്രീകളിലെ ഭഗശ്നികയെ (clitoris) കുറിച്ച് നടത്തിയ നിരീക്ഷണം ഇത്തരത്തിലുള്ള ഒന്നാണ്. പുരുഷലിംഗത്തിന്റെ അനുരൂപതയുള്ള ഒന്ന് മാത്രമാണ് ഭഗശ്നിക/കൃസരി എന്നാണ് ഇദ്ദേഹം നിരീക്ഷിക്കുന്നത്. പുരുഷന്മാരുടെ സ്തനഞെട്ടുകൾക്ക് സമാനമായ ഒന്ന് മാത്രം. ഭ്രൂണത്തിന് XY ക്രോമോസോം ആണെങ്കിൽ മാത്രമേ കൂടിയ അളവിൽ ടെസ്റ്റോസ്റ്റിറോൺ ഉൽപ്പാദിപ്പിക്കുകയുള്ളൂ. അതിനെ തുടർന്നാണ് ആൺകുട്ടിയായി മാറുന്നത്. ഇരു ലിംഗങ്ങളും ഒരേ ശരീര മാതൃകയിലാണ് അവയുടെ രൂപീകരണ ഘട്ടം പിന്നിടുന്നത്. ഇരുലിംഗ വിഭാഗങ്ങൾക്കുമുള്ള ഒട്ടുമിക്ക അവയവങ്ങളും ഭ്രൂണത്തിൽ സൂക്ഷ്മരൂപത്തിൽ ഉണ്ടായിരിക്കും. ഒരേ ലൈംഗികാവയവ ഭിത്തിയിൽ (genital ridge) നിന്നാണ് ആൺകുട്ടിയും, പെൺകുട്ടിയും രൂപപ്പെട്ടുവരുന്നത്. പുരുഷന്റെ സ്തനഞെട്ടുകൾ ഇപ്രകാരം നോക്കിയാൽ ജീവശാസ്ത്രപരമായ ഒരു ബാക്കിപത്രം കൂടിയായി കാണാവുന്നതാണ്. പരിണാമ ചരിത്രത്തിൽ അപ്പന്റിക്സ് എങ്ങനെയാണോ മനുഷ്യരിൽ അവശേഷിച്ചത് അതിനു സമാനമായ രീതിയിലാണ് സ്തനമുകുളങ്ങളും ബാക്കിയായത്.

പ്രത്യുൽപ്പാദനത്തിനുള്ള ഒരു മാർഗ്ഗം എന്ന നിലയിൽ മാത്രം ലൈംഗികതയെ കാണാൻ ഇടവന്നതിനാലാണ് സ്ത്രീകളിലെ ഭഗശ്നികയുടെ ധർമ്മത്തെ സംബന്ധിച്ച് ഏറെയൊന്നും മനസ്സിലാക്കുന്നതിന് ജീവ ശാസ്ത്രജ്ഞർ പോലും ഏറെക്കാലം മടി കാട്ടിയിട്ടുള്ളത് എന്നതാണ് വസ്തുത. പുരുഷന്മാരുടെ രതിമൂർച്ഛ രേതസ്സ് പുറത്തു വരുന്നതോടെ അവസാനിക്കുന്നുണ്ടെങ്കിലും സ്ത്രീകളിൽ ഇത്

ഏറെ സമയം നീണ്ടുനിൽക്കുന്ന വൈകാരിക അനുഭൂതിയായാണ് അനുഭവപ്പെടാറുള്ളത് എന്നാണ് മാസ്റ്റേഴ്സ് ജോൺസ് എന്നിവരുടെ പഠനങ്ങളിൽ പരാമർശിക്കുന്നത്. പങ്കാളികൾക്കിടയിലുള്ള പരസ്പര ബന്ധം ഉറപ്പിക്കുന്നതിൽ ഇതിനുള്ള പങ്കും വളരെ വലുതാണ്.

നമുക്ക് നമ്മുടെ ശരീരത്തെയും മനസ്സിനെയും കുറിച്ചുള്ള ധാരണകൾ തീർത്തും ഏകപക്ഷീയമാണ്. എല്ലാം തികഞ്ഞ ഒന്നായാണ് ഇവ രണ്ടിനെയും നമ്മൾ കാണുന്നത്. എന്നാൽ, ഇത് അങ്ങനെയല്ല എന്നത് നാം സൗകര്യപൂർവം വിസ്മരിക്കുകയാണ് പതിവ്. നമ്മുടെ പല പെരുമാറ്റങ്ങളും ഇതുപോലെ തന്നെ ചില ഉദ്ദേശ്യങ്ങൾ നിറവേറാൻ വേണ്ടിയുള്ളവ മാത്രമല്ല. നമ്മുടെ ശരീരവും മനസ്സുമെല്ലാം എന്തോ ചില ലക്ഷ്യങ്ങൾ നിറവേറ്റുന്നതിന് വേണ്ടി തയ്യാറാക്കപ്പെട്ട ഒന്നാണെന്ന അന്ധവിശ്വാസമാണ് നമ്മളിൽ ഏറെ പേരും ഉള്ളിൽ സൂക്ഷിക്കുന്നത്.

ചില വൈകാരികതകളും, ശാരീരിക സവിശേഷതകളും നമ്മുടെ ആവിർഭാവ ചരിത്രവുമായി ബന്ധപ്പെട്ടുണ്ടായ ശേഷിപ്പുകൾ മാത്ര മാണെന്ന് പറയാൻ കഴിയില്ല. അതിലൊന്നാണ് സ്ത്രീകളിൽ ഉണ്ടാകുന്ന രതിമൂർച്ഛ. ചിമ്പാൻസികൾക്കിടയിലും ഇതിന് സമാനമായ രീതിയിലുള്ള രതിമൂർച്ഛ (orgasm) ഉണ്ടാകാറുണ്ട്. പുരുഷന്റെ ലിംഗത്തിൽ ഉള്ളതിനേക്കാൾ നാഡീകോശ സമ്പർക്കങ്ങൾ സ്ത്രീകളുടെ ഭഗശ്നികയിൽ (clitoris) കാണുന്നുണ്ട് എന്നതാണ് ഇതിന് ശരീരശാസ്ത്രപരമായ അടിസ്ഥാനമായി കരുതപ്പെടുന്നത്. ഏതാണ്ട് എണ്ണായിരത്തിനടുത്തുള്ള നാഡീകോശസമ്പർക്കങ്ങളാണ് ഭഗശ്നികയിൽ കാണപ്പെടുന്നത്. ലൈംഗിക വേഴ്ചയിൽ ഭഗശ്നികക്കുണ്ടാകുന്ന ഉത്തേജനം മറ്റ് പല ശരീരശാസ്ത്ര പ്രവർത്തനങ്ങളുമായി ചേർന്നു കൊണ്ടാണ് നിൽക്കുന്നത്. യോനിയിലേക്ക് മതിയായ അളവിലുള്ള രക്തപ്രവാഹം സാധ്യമാക്കുക, രതിവേഴ്ച സമയത്ത് യോനിയിൽ വഴവഴപ്പ് ഉണ്ടാക്കാനാവശ്യമായ ദ്രവം ഉൽപ്പാദിപ്പിക്കുക എന്നിവയൊക്കെ രതിമൂർച്ഛയുടെ കൂടി അനുബന്ധ പ്രവർത്തനങ്ങളാണ്. ചിമ്പാൻസികളിലും മറ്റും ഇത്തരത്തിൽ രതിമൂർച്ഛ ആവിർഭവിച്ചു വന്നത് മൂലം തുടർച്ചയായുള്ള രതിബന്ധത്തിന് ഒരുപരിധി വരെ അത് സഹായകരമായിട്ടുണ്ടായിരിക്കാം.

നാളെയുടെ കുടുംബങ്ങൾ

കുടുംബം എന്ന സങ്കൽപ്പം ഏറെക്കുറെ എല്ലാ സംസ്കാരങ്ങളിലും കാണാൻ കഴിയും. അടിസ്ഥാനപരമായി നോക്കിയാൽ വംശവർദ്ധനവിനുള്ള സ്വകാര്യസ്ഥാപനവും മനുഷ്യവംശത്തിന്റെ നിലനിൽപ്പിന് ആവശ്യമായ സൂക്ഷ്മഘടന നിർമ്മിക്കുന്നതിനുള്ള സംവിധാനവും കൂടിയായാണ് ഏതൊരു സംസ്കാരത്തിലും കുടുംബം എന്ന സ്ഥാപനം പ്രവർത്തിക്കുന്നത്.

ആദ്യകാലങ്ങളിൽ പിതൃമേധാവിത്വത്തിന്റെയും മറ്റു മേൽക്കോയ്മാ സങ്കൽപ്പങ്ങളുടെയും അടിസ്ഥാനത്തിലാണ് ഒട്ടുമിക്ക സമൂഹങ്ങളിലും കുടുംബം നിലനിന്നു പോയത്. എന്നാൽ, കേന്ദ്രീകൃതമായ ഉൽപ്പാദനരീതിയും മുതലാളിത്വത്തിന്റെ വ്യാപനവും മൂലമുണ്ടായ വൻതോതിലുള്ള മാറ്റങ്ങൾ സമ്പത്തിന്റെ ഉൽപ്പാദനത്തിലും സാമൂഹ്യബന്ധങ്ങളിലും വലിയ തോതിലുള്ള മുന്നേറ്റങ്ങൾ ഉണ്ടാക്കിയിട്ടുണ്ടെന്ന കാര്യത്തിൽ ആർക്കും തന്നെ സംശയം ഉണ്ടാവാനിടയില്ല.

എന്നാൽ, ഇന്നത്തെ സാഹചര്യത്തിൽ ഓരോ സമൂഹവും സ്വന്തം രാജ്യാതിർത്തികൾക്ക് പുറത്തേക്കും വ്യാപിച്ചു നിൽക്കുന്നതിനാൽ കുടുംബം എന്ന സംവിധാനവും സമൂലമായ മാറ്റങ്ങൾക്ക് വിധേയമായിട്ടുണ്ട്. നേരത്തേ ഉണ്ടായിരുന്ന കൂട്ടുകുടുംബ സങ്കൽപ്പങ്ങൾ ഇല്ലാതാവുകയും അണുകുടുംബങ്ങൾ ഉയർന്നു വരുകയും ചെയ്തതിനെ തുടർന്നാണ് ഇത്തരത്തിലുള്ള മാറ്റങ്ങൾക്ക് തുടക്കമായത്. ഇന്ന് കുടുംബങ്ങൾ തീർത്തും വ്യത്യസ്തമായ രീതികളിലാണ് അതിന്റെ ഘടനയും പ്രവർത്തനവും വികസിപ്പിച്ചെടുക്കുന്നത്.

ബഹുഭാര്യത്വം, ഏകഭാര്യാത്വം എന്നീ പാരമ്പര്യ രൂപങ്ങൾക്കുപരി സ്വതന്ത്ര ലൈംഗികതയിൽ ഊന്നിയ കുടുംബങ്ങളും അതോടൊപ്പം ഭിന്ന ലൈംഗിക വിഭാഗങ്ങൾക്കിടയിൽ രൂപപ്പെട്ടു വന്നിട്ടുള്ള കുടുംബങ്ങളും നമ്മുടെ നാട്ടിൽ ഉൾപ്പെടെ വ്യാപകമായി തുടങ്ങുന്നുണ്ട്. ഇവയെല്ലാം ഒരുപരിധി വരെ സാമൂഹ്യരാഷ്ട്രീയ രംഗങ്ങളിൽ ഉണ്ടായിട്ടുള്ള മാറ്റങ്ങളുടെ പ്രതിഫലനമായി കാണാമെങ്കിലും മറുവശത്ത് മനുഷ്യരിലെ പ്രത്യുൽപ്പാദനവും രതിയുമായി ബന്ധപ്പെട്ടുണ്ടായ കാഴ്ചപ്പാടുകളിൽ വന്നിട്ടുള്ള മാറ്റങ്ങളുടെ ഭാഗം കൂടിയാണ്. ഇതിലേതെങ്കിലും ഒന്ന് തീർത്തും കുറ്റമറ്റതാണെന്നും അല്ലാത്തതൊക്കെ കുറ്റകരമാണെന്നും പറയാൻ കഴിയില്ല.

ഓരോരോ കുടുംബരൂപങ്ങളും അതിൽ ഉൾപ്പെടുന്ന വ്യക്തികൾ, അവരുടെ വിഭവശേഷി, ചുറ്റുപാടുകൾ എന്നിവയെ ആധാരമാക്കി ശരിവെച്ച് പോരുന്ന മൂല്യങ്ങളുടെ പ്രകട രൂപങ്ങൾ കൂടിയാണ്. മനുഷ്യപ്രകൃതി എന്നത് നമ്മുടെ ആഗ്രഹങ്ങൾക്കപ്പുറം പരിണമിച്ചു വന്നിട്ടുള്ളത് കൂടിയായതിനാൽ മാറി വരുന്ന സാമൂഹ്യ സാംസ്കാരിക യാഥാർത്ഥ്യങ്ങളുമായി അതിനെ പൊരുത്തപ്പെടുത്തിയെടുക്കുക എന്നത് തികച്ചും ശ്രമകരമായ ഒന്നാണ്.

മനുഷ്യ ശരീരവും മനസ്സും ഇത്തരത്തിലുള്ള ഒട്ടേറെ അപൂർണതകളും കുറവുകളും ഉള്ളത് തന്നെയാണ്. സമൂഹങ്ങൾക്കിടയിലും വ്യക്തികൾക്കിടയിലും ഇതിൽ പല വ്യത്യാസങ്ങളും കണ്ടേക്കാം എന്ന് മാത്രം. ഓരോ സംസ്കാരങ്ങളിലെയും വ്യക്തികൾ അവരുടെ ചുറ്റുപാടുകളുമായി ബന്ധപ്പെട്ട് നിർമ്മിച്ചെടുക്കുന്ന ജീവിതത്തെയാണ് വിലമതിക്കുന്നത്. ഉദാഹരണത്തിന്, പല യൂറോപ്യൻ രാജ്യങ്ങളിലും 18 വയസ്സ് പൂർത്തീകരിക്കുന്നതോടെ കുട്ടികൾ വീട് ഉപേക്ഷിച്ച് ഒറ്റക്ക് ജീവിക്കാൻ തുടങ്ങുകയും അത്യാവശ്യ സന്ദർഭങ്ങളിൽ മാത്രം വീട്ടിലേക്കു വരുകയും മാത്രമേ ചെയ്യാറുള്ളൂ. ഈ രീതി നമ്മുടേത് പോലുള്ള സമൂഹങ്ങളിൽ പ്രവർത്തിച്ചു തുടങ്ങിയിട്ടില്ല. രക്ഷിതാക്കളുടെ ജീവിതത്തിൽ കുട്ടികൾ നടത്തേണ്ടുന്ന വിഭവനിക്ഷേപം കൂടി പ്രസക്തമാക്കുന്ന പാരമ്പര്യ സങ്കൽപ്പങ്ങളും ഇവിടെ നിലനിൽക്കുന്ന സ്വത്തുടമാ ബന്ധങ്ങളും മൂലമാണ് ഇപ്രകാരമുള്ള കുടുംബസങ്കൽപ്പങ്ങൾക്ക് ഇവിടെ വേര് പിടിക്കാൻ കഴിയാതെ വരുന്നത്. രക്ഷിതാക്കളുടെ അമിതമായ നിയന്ത്രണങ്ങളില്ലാതെ സ്വതന്ത്രമായി ചിന്തിച്ചു പ്രവർത്തിക്കാനുള്ള അവസരങ്ങൾ നമ്മുടെ കുട്ടികളെ അപേക്ഷിച്ച് യൂറോപ്യൻ സാഹചര്യങ്ങളിലുള്ള കുട്ടികൾക്ക് ലഭിക്കുന്നുണ്ട്

എന്നത് ഇതിന്റെ നേട്ടമാണെങ്കിലും ഇതിന് പരിമിതികളും ഇല്ലെന്നു പറയാൻ കഴിയില്ല.

കുഞ്ഞുങ്ങളെ ആരോഗ്യകരമായി വളർത്തുക എന്ന പ്രാഥമിക പരിഗണനയാണ് ഏതൊരു കുടുംബസങ്കൽപ്പത്തിന്റെയും അടിസ്ഥാനതത്വം. ഇത് നമ്മുടെ വംശത്തിന്റെ നിലനിൽപ്പിന് തന്നെ അത്യന്താപേക്ഷിതമാണ്. അതിനാവശ്യമായ രീതിയിലാണ് ദാമ്പത്യബന്ധങ്ങൾ വികസിച്ച് വന്നിട്ടുള്ളത്. ഔപചാരിക വിവാഹത്തിലൂടെയായാലും അല്ലെങ്കിലും ഇത് സാധ്യമാണ്. ഇരുകൂട്ടർക്കും അതിനുള്ള ബാധ്യതകൾ നിറവേറ്റേണ്ടതുണ്ട്. ഇതോടൊപ്പം കുട്ടികൾ ഇല്ലാതെ ജീവിക്കുന്നതിനും തടസ്സങ്ങളില്ല. മനുഷ്യർ തമ്മിൽ ഉണ്ടാക്കി എടുക്കുന്ന ഏതൊരു പരസ്പരബന്ധത്തിലും പാലിക്കേണ്ടുന്ന അടിസ്ഥാന മൂല്യങ്ങൾ സംരക്ഷിക്കപ്പെടേണ്ടതുണ്ട് എന്ന് മാത്രം. ജീവിത പങ്കാളികൾക്കിടയിലുള്ള ബന്ധം നിലനിൽക്കുമ്പോൾ പരസ്പരം ബഹുമാനിക്കുകയും, സ്നേഹിക്കുകയും ചെയ്യുക എന്നത് ഇതിന്റെ മുഖ്യ മാനദണ്ഡം ആകേണ്ടതാണ്. ഈ മൂല്യങ്ങൾ നിറവേറ്റപ്പെടുന്നില്ല എന്ന് ആർക്കെങ്കിലും തോന്നുന്ന പക്ഷം ഒരുമിച്ചു നിന്നപ്പോൾ പാലിച്ച അതേ ബഹുമാനത്തോടെ തന്നെ ഇരുവരും ബന്ധത്തിൽ നിന്നും സ്വതന്ത്രരാവുക എന്നതും ആരോഗ്യകരമായി കാണേണ്ടതാണ്. ഇപ്രകാരത്തിലുള്ള വേർപിരിയൽ സാമൂഹികമായ ആരോഗ്യത്തിന്റെ ലക്ഷണമായി കാണുന്നതിൽ അപാകതയില്ല. അതാവട്ടെ അതുവരെ ആസ്വദിച്ച സന്തോഷത്തെയും സുരക്ഷിതത്വത്തെയും ഉപേക്ഷിച്ചുകൊണ്ടാവാതിരുന്നാൽ മാത്രമേ നാം സ്വയം വിലമതിക്കുന്ന മൂല്യങ്ങളെ സംരക്ഷിക്കുന്നതിന് കഴിയുകയുള്ളൂ. പല വ്യക്തികളും അവരുടെ ദാമ്പത്യ ബന്ധം അവസാനിപ്പിക്കുന്നതോടെ പങ്കാളിയുടെ ഭാഗത്തു നിന്ന് നേരിടേണ്ടി വന്ന കഷ്ടപാടുകളെയും ദുരിതങ്ങളെയും അമിതമായി പെരുപ്പിച്ചു കാണിക്കാൻ ശ്രമിക്കുന്നതിന്റെ ഭാഗമായി അവരുടെ ബന്ധം നല്ല രീതിയിൽ നിലനിന്ന കാലത്തുണ്ടായിരുന്ന സന്തോഷകരമായ അനുഭവങ്ങളെയാകെ വിസ്മരിക്കുകയാണ് പതിവ്. ജീവിതത്തെ ഒരു ആദ്യന്തപൊരുത്തമുള്ള ആഖ്യാനമായി കാണാനുള്ള അബോധപരമായ ആഗ്രഹത്തിന്റെ പ്രതിഫലനമായാവാം ഇങ്ങനെ സംഭവിക്കുന്നത്.

ഏതൊരു വ്യക്തിയുടെയും ജീവിത ചരിത്രം പരിശോധിച്ചാലും പല ഘട്ടങ്ങളിലും പലരോടായി സ്ഥാപിച്ചിട്ടുള്ള ബന്ധങ്ങളും അത് വഴി ലഭിച്ചിട്ടുള്ള നേട്ടങ്ങളും സ്വരൂപിച്ചുകൊണ്ട് തന്നെയാണ് പിന്നീടുള്ള ജീവിതത്തെ നെയ്തെടുക്കപ്പെടുന്നതെന്ന് മനസ്സിലാക്കാൻ

കഴിയും. ഒരു വസ്ത്രം നെയ്യുമ്പോൾ ഓരോ ഇഴയും പ്രധാനമാണെങ്കിലും വസ്ത്രമാകുന്നതോടെ നമ്മൾ വസ്ത്രത്തെ മാത്രമേ കാണാറുള്ളൂ എന്നതിന് സമാനമാണ് ജീവിതത്തിൽ നമ്മൾ പിന്നിടുന്ന ഓരോ ഘട്ടവും എന്ന തിരിച്ചറിവാണ് പ്രസക്തമായത്.

നമ്മൾ മറ്റുള്ളവരുമായി സ്ഥാപിക്കുന്ന ബന്ധങ്ങൾ ആത്യന്തികമായി ലക്ഷ്യം വെക്കുന്നത് നമ്മുടെ വൈകാരികമായ തലത്തിലുള്ളതോ ഭൗതികമായതോ ആയ സുരക്ഷിതത്വത്തെ തന്നെയാണ്. മനുഷ്യമസ്തിഷ്കത്തിന്റെ പ്രവർത്തനരീതികൾ അപ്രകാരമുള്ള നേട്ടങ്ങൾ കൈവരിക്കാൻ ഉതകുന്ന തരത്തിൽ വികാസം പ്രാപിച്ചത് കൂടിയാണ്. ചില സമയങ്ങളിൽ മറ്റു മനുഷ്യരുമായി അടുക്കുന്നതിന് പ്രേരിപ്പിക്കുന്ന രീതിയിലും മറ്റു ചിലപ്പോൾ ചില വ്യക്തികളിൽ നിന്ന് അകലം പാലിക്കുന്നതിനും പ്രേരിപ്പിക്കുന്ന വിധത്തിലാണ് ഇത് പ്രവർത്തിക്കുന്നത്.

ദൈനംദിന ജീവിതത്തിൽ നമുക്ക് നേരിടേണ്ടി വരുന്ന വെല്ലുവിളികളോട് പൊരുതി നിൽക്കുന്നതിനോ അതല്ലെങ്കിൽ അത്തരം ചുറ്റുപാടുകളെ ഉപേക്ഷിച്ച് മറ്റിടങ്ങളിലേക്ക് വഴി മാറുന്നതിനോ ആയിരിക്കും നമ്മളിൽ ഭൂരിപക്ഷം പേരും താൽപര്യപ്പെടുന്നത്. ഇത്തരത്തിലുള്ള ഒട്ടേറെ പരിമിതികൾ ഒരു ജീവിവർഗം എന്ന നിലയിൽ നേരിടേണ്ടി വരുന്നതിനാലാണ് നമ്മുടെ കുഞ്ഞുങ്ങളുടെ ശാരീരികവും മാനസികവുമായ ആരോഗ്യത്തിന് മറ്റെന്തിനെക്കാളും പ്രാധാന്യം നൽകിക്കൊണ്ട് വളർത്തി എടുക്കുക എന്നത് അനിവാര്യമായി തീരുന്നത്. എന്നാൽ ഇതെല്ലാം വിസ്മരിച്ചുകൊണ്ട് ഏതെങ്കിലും പുസ്തകങ്ങളിൽ എഴുതിവെച്ച കാര്യങ്ങൾ ഉരുവിട്ട് പഠിക്കുന്നതിനും പരീക്ഷകളിൽ മറ്റു കുട്ടികളെക്കാൾ ഗ്രേഡുകൾ വാങ്ങിക്കൂട്ടുന്നതിനും മാത്രം പ്രാധാന്യം നൽകിക്കൊണ്ടാണ് ഒട്ടുമിക്ക ഇടത്തരം കുടുംബങ്ങളിലുള്ള രക്ഷിതാക്കളും വരെ കുഞ്ഞുങ്ങളെ വളർത്തിയെടുക്കുന്നത്. ഇത്തരം കുട്ടികൾ വളർന്നു വരുമ്പോൾ വിദ്യാഭ്യാസപരവും തൊഴിൽപരവുമായ ഉയർച്ചയിൽ എത്തിപ്പെടാൻ കഴിഞ്ഞാലും വ്യക്തിജീവിതം അത്രമേൽ മെച്ചപ്പെടുമെന്നതിനു യാതൊരു ഉറപ്പുമില്ല. നല്ല വരുമാനം കിട്ടുന്ന ജോലിയും ഇഷ്ടപ്പെട്ട വ്യക്തിയെ വിവാഹം ചെയ്യാനും കഴിഞ്ഞിട്ടും പാതി വഴിയിൽ വെച്ച് നിസ്സാരമായ പ്രശ്നങ്ങളെച്ചൊല്ലി ജീവിതം അവസാനിപ്പിച്ചിട്ടുള്ള പലരും നമ്മുടെ സമൂഹത്തിൽ ഉണ്ടായിട്ടുണ്ട്. ഇനിയും അത് എത്രമാത്രം വർധിക്കുമെന്ന് പ്രവചിക്കാനും കഴിയില്ല.

കുഞ്ഞുങ്ങളുടെ മസ്തിഷ്കത്തിലെ പ്രാചീന ഘടനകളെയും, പ്രവർത്തനങ്ങളെയും ഉയർന്ന മസ്തിഷ്കഭാഗങ്ങളുമായി കൂട്ടിയിണക്കിക്കൊണ്ട് പ്രവർത്തിക്കാൻ പ്രാപ്തമാക്കുന്നതിൽ രക്ഷാകർത്താക്കളുടെയും കുടുംബങ്ങളുടെയും പങ്ക് വളരെ വലുതാണ്. ഇത്തരം ഇടപെടലുകളിലൂടെ മാത്രമേ കുഞ്ഞിന്റെ മസ്തിഷ്കത്തിലെ താഴെക്കിടയിലുള്ള പ്രവർത്തനങ്ങളെയും ഉയർന്ന തരത്തിലുള്ള പ്രവർത്തനങ്ങളെയും സാമൂഹ്യജീവിതത്തിന് ഉതകുന്ന രീതിയിൽ പുനഃക്രമീകരിക്കാൻ കഴിയുകയുള്ളൂ.

നമ്മുടെ മസ്തിഷ്കത്തിന്റെ ഏറ്റവും താഴെയുള്ള നാഡീകോശങ്ങൾക്ക് ഏതാണ്ട് 300 മില്യൺ വർഷങ്ങളുടെ പഴക്കമുണ്ടെങ്കിൽ എല്ലാ സസ്തനികൾക്കും പൊതുവായി കിട്ടിയിട്ടുള്ള മസ്തിഷ്കത്തിന്റെ പ്രായം ഏതാണ്ട് 200 മില്യൺ വർഷങ്ങൾ മാത്രമാണ്.

കുഞ്ഞുങ്ങളായിരിക്കുമ്പോൾ മുതൽ മസ്തിഷ്കത്തിലെ ഏതു ഭാഗമാണോ കൂടുതലായി വിനിയോഗിക്കപ്പെടുന്നത് എന്നതിനനുസരിച്ചാണ് ഈ ഭാഗങ്ങളുടെ പ്രവർത്തനങ്ങൾ ഓരോരുത്തരുടെയും വ്യക്തിത്വത്തിന്റെ ഭാഗമായി തീരുന്നത്. ഏതു രീതിയിലാണ് നമ്മൾ കുഞ്ഞുങ്ങളെ വളർത്തിയെടുക്കുന്നത് എന്നതിനെ അടിസ്ഥാനമാക്കിയായിരിക്കും ഇവയിൽ ഏത് മസ്തിഷ്ക കോശങ്ങളാണ് മുൻനിരയിൽ എത്തുന്നത് എന്നത് നിശ്ചയിക്കപ്പെടുന്നത്. ഉദാഹരണത്തിന്, മാനസികസുഖവും, സമാധാനവും ഉറപ്പാക്കുന്നതിലും ചുറ്റിലുമുള്ള സാഹചര്യങ്ങളെയും വ്യക്തികളെയും മറ്റും ശ്രദ്ധയോടെ പരിഗണിക്കുന്നതിനും കാരണമായ ആന്റീരിയർ സിംഗുലേറ്റ് കോർടെക്സ് (anterior cingulate cortex) പോലെയുള്ള ഭാഗങ്ങൾക്ക് മുൻകൈ കിട്ടുന്നതിന് ദുഃഖവും, സംഭ്രാന്തിയും ജനിപ്പിക്കുന്ന ചുറ്റുപാടുകൾ തടസ്സം സൃഷ്ടിച്ചേക്കാം. നിരന്തരമായ ഭീതിയും, അനിയന്ത്രിതമായ കോപവും ഉണ്ടാക്കുന്ന സാഹചര്യങ്ങളിൽ അമിഗ്ദലയെ പോലുള്ള ഭാഗങ്ങളായിരിക്കും മുൻനിര പ്രവർത്തനങ്ങൾ ഏറ്റെടുക്കുന്നത്. ആന്റീരിയർ സിംഗുലേറ്റ് കോർടക്സ്, അമിഗ്ദല എന്നീ മസ്തിഷ്ക ഭാഗങ്ങൾ നമ്മളെപ്പോലെ തന്നെ മറ്റു സസ്തനികളായ പൂച്ച, പട്ടി എന്നിവയിലും പൊതുവായി ഉള്ളവയാണെന്ന് മുൻ അധ്യായങ്ങളിൽ പ്രതിപാദിച്ചിട്ടുണ്ട്.

ഏതൊരു കുഞ്ഞിന്റെയും ജനനത്തെ തുടർന്നുള്ള 5 വർഷം മസ്തിഷ്ക വളർച്ചയെ ആരോഗ്യകരമാക്കി മാറ്റുന്നതിൽ അതിനിർണായകമാണ്. വൈകാരിക സാക്ഷരത നേടിയെടുക്കുന്നതിനും മറ്റു മനുഷ്യരിലുള്ള വിശ്വാസം ഉണ്ടാക്കി എടുക്കുന്നതിലും, കൂടാതെ

കുഞ്ഞുങ്ങളുടെ ഭാഷാവികാസത്തിലും ഈ കാലയളവ് ഏറെ സുപ്ര ദാനമാണ്. ഇതുകൊണ്ടു കൂടിയാണ് കുട്ടികൾ 5 വർഷം പൂർത്തീകരിക്കുന്നത് വരെയെങ്കിലും ദമ്പതികൾ ഒരുമിച്ച് നിൽക്കുകയും പരസ്പരം കരുതുകയും ചെയ്യേണ്ടത് അനിവാര്യമായി തീരുന്നത്.

ഏഴ് വർഷം തികയുന്നതോടെ മസ്തിഷ്കകോശങ്ങൾ പെറ്റുപെരുകുന്ന പ്രക്രിയ നിലച്ചു തുടങ്ങുന്നതിനാൽ ഈ കാലയളവിലുള്ള ഏതൊരു പഠനാനുഭവവും ഒരു വ്യക്തിയുടെ ആയുഷ്കാല ജീവിതത്തിൽ ഏറെ പ്രസക്തിയുള്ളതാണ്. ഏറിയ പങ്ക് മസ്തിഷ്ക കോശങ്ങളും പരസ്പരം സമ്പർക്കങ്ങളിൽ ഏർപ്പെട്ടുകൊണ്ട് മാലിയെനെറ്റിഡ് ആവുകയും ചെയ്യുന്നത് ഈ കാലയളവിലാണ്. ഇത് മൂലമാണ് കൊഴുപ്പിന്റെയും, പ്രോട്ടീനിന്റെയും ഒരു നേർത്ത ആവരണം ഓരോ മസ്തിഷ്ക കോശത്തിനും ഉണ്ടാകുന്നത്. മസ്തിഷ്ക കോശങ്ങൾക്കിടയിലുള്ള വിവര വിനിമയം ഫലപ്രദമായ രീതിയിൽ നടക്കുന്നതിലും ഇവ കാര്യക്ഷമമായ രീതിയിൽ പ്രവർത്തിക്കുന്നതിനും ഈ മിയലിൻ ആവരണത്തിന്റെ പ്രാധാന്യം വളരെ വലുതാണ്.

രക്ഷാകർത്താക്കളുടെയും മറ്റു വേണ്ടപ്പെട്ടവരുടെയും സൗഹൃദപരവും സ്നേഹസമ്പൂർണവുമായ ഇടപെടലുകളിലൂടെ അതാത് ചുറ്റുപാടിനിണങ്ങുന്ന തരത്തിൽ സ്വയം വളർന്നു വികസിക്കാനുള്ള ശേഷി ഇത്തരം കോശങ്ങൾക്ക് നേടിയെടുക്കാൻ കഴിയും.

എന്നാൽ, ഇപ്രകാരം ചുറ്റുപാടുകൾക്ക് ഇണങ്ങുന്ന രീതിയിൽ സ്വയം പുനഃക്രമീകരിക്കുന്നതിനുള്ള മസ്തിഷ്ക കോശങ്ങളുടെ സാധ്യത വാസ്തവത്തിൽ ഗുണകരമാവാമെന്ന പോലെത്തന്നെ ദോഷകരവുമാകാവുന്നതാണ്. ഇത് പല സന്ദർഭങ്ങളിലും പ്രയോജനകരമാവാം എന്നതുപോലെ ചില സന്ദർഭങ്ങളിൽ നമ്മുടെ സുഖകരമായ ജീവിതത്തെ തടയുന്നതിനും കാരണമാവാം. ഉദാഹരണത്തിന്, കുട്ടികളെ നിരന്തരം ശല്യം ചെയ്യുന്ന രക്ഷിതാവിന്റെ സാന്നിധ്യത്തിൽ വളരാൻ ഇടയായാൽ ഇത്തരം ചുറ്റുപാടുകളോട് പ്രതിരോധം ഉയർത്തുന്നതിനായി അമിതമായ തോതിൽ ജാഗ്രതയോടെയും അക്രമാസക്തമായും പെരുമാറുന്നതിന് ഇതിനിരയാകുന്ന കുട്ടികൾ മുതിർന്നേക്കാം. നേരെത്തെ പരാമർശിച്ച പോലെ ഇങ്ങനെയുള്ള കുട്ടികളുടെ മസ്തിഷ്കത്തിലെ താഴെതട്ടിലുള്ള ഭാഗങ്ങൾ അസാധാരണമായ രീതിയിൽ ഉത്തേജിതമാകുന്നതിനാലാണ് ഇത്തരം പെരുമാറ്റങ്ങൾ പ്രകടമാകുന്നത്. ഇതിനു വിരുദ്ധമായി, രക്ഷിതാക്കൾ കുട്ടികളോടൊത്തു കളിക്കുന്നതിനും അവളുടെ/അവന്റെ വൈകാരിക നിമിഷങ്ങളിൽ പങ്കുകൊള്ളുകയും, കൂടാതെ അവർക്കു വല്ല മാനസിക

പ്രയാസവും വരുമ്പോൾ തക്കതായ രീതിയിൽ സാന്ത്വനിപ്പിക്കുകയും മറ്റും ചെയ്യുകയാണെങ്കിൽ കുട്ടികളിൽ സുരക്ഷിതമായ മാനസികാവസ്ഥയായിരിക്കും രൂപംകൊള്ളുന്നത്. കുഞ്ഞുങ്ങളുടെ ഓരോരോ വളർച്ചാഘട്ടങ്ങളിലും ഉണ്ടാകുന്ന ശാരീരികവും മാനസികവുമായ ആവശ്യങ്ങളെ തിരിച്ചറിഞ്ഞുകൊണ്ട് പെരുമാറാൻ കഴിയുന്ന രക്ഷിതാക്കൾക്ക് അവരുടെ ഭാവിജീവിതത്തിന് ഇണങ്ങുന്ന കാര്യങ്ങൾ ചെയ്യാൻ കഴിയും.

ചില രക്ഷിതാക്കൾ അവരുടെ കുഞ്ഞുങ്ങൾ എത്ര കലശലായി കരഞ്ഞുവിളിച്ചാലും ചെവി കൊടുക്കാതെ പോകുന്ന സന്ദർഭങ്ങളും ഉണ്ടാകാറുണ്ട്. ഇത്തരക്കാരായ രക്ഷിതാക്കൾ പിന്നീടൊരു സന്ദർഭത്തിൽ കുഞ്ഞിനോട് അടുക്കാൻ ശ്രമിക്കുകയാണെങ്കിൽ അവൾ/അവൻ അതിനോട് പ്രതികരിക്കാതെ മാനസികമായി സ്വയം വേർതിരിഞ്ഞു നിൽക്കാൻ ശ്രമിച്ചേക്കാം. ഒരു തരത്തിലുള്ള മരവിപ്പായിരിക്കും അത്തരം അവസരങ്ങളിൽ കുഞ്ഞിന്റെ മനസ്സിൽ ഉണ്ടാകുന്നത്. വികാരത്തള്ളിച്ചയിൽ കരയേണ്ടി വരുമ്പോൾ ഉണ്ടാവുന്നതിനേക്കാൾ കൂടിയ അളവിലുള്ള മനോസംഘർഷം ജനിപ്പിക്കുന്ന ഹോർമോണുകളായിരിക്കും ഈ സാഹചര്യത്തിൽ ഉണ്ടാകുന്നത്. ഭൂരിഭാഗം രക്ഷിതാക്കളും അവരുടെ കുഞ്ഞുങ്ങളിലുണ്ടാകുന്ന മാനസിക പ്രയാസങ്ങളുടെ തീവ്രത തിരിച്ചറിയുന്നതിൽ പരാജയപ്പെടുന്നതായാണ് കണ്ടുവരുന്നത്. പരസ്യമായി കുട്ടികളെ അപമാനിക്കുന്ന തരത്തിലുള്ള പരാമർശങ്ങളിലൂടെയും അകാരണമായ ശകാരങ്ങളും, ശിക്ഷാ നടപടികളും നടപ്പിലാക്കിക്കൊണ്ടും ഇടപെടുന്ന രക്ഷിതാക്കളുടെ എണ്ണം നമ്മുടെ കേരളത്തിൽ പോലും വളരെ കൂടുതലാണെന്നു മനസ്സിലാക്കാൻ നിത്യേനയെന്നോണം ചാനലുകളിൽ വരുന്ന വാർത്തകൾ മാത്രം ശ്രദ്ധിച്ചാൽ മതിയാവും.

മുതിർന്നവരും കുട്ടികളും ഏതാണ്ട് ഒരേപോലെ ഇത്തരം പ്രശ്നങ്ങൾക്ക് ഇരകളാകാറുണ്ട്; വികാരങ്ങൾ പുറത്തറിയിക്കാതെ പെരുമാറേണ്ടി വരുന്ന പലർക്കും ഇതിന്റെ ഭാഗമായി ശാരീരികമായ പല അസുഖങ്ങളും ഉണ്ടാകാറുണ്ട്. ഇത്തരം സന്ദർഭങ്ങളിൽ പ്രവർത്തനനിരതമാകുന്ന ഹോർമോണുകൾ കുട്ടികളിലും മുതിർന്നവരിലും ഏറെക്കുറെ ഒന്നുതന്നെയായതിനാലാണ് ഇത്തരത്തിലുള്ള സാഹചര്യങ്ങൾ ഉണ്ടാവുന്നത്. രക്ഷിതാക്കളുടെ ഭാഗത്തു നിന്നും ഉത്തരവാദിത്തപൂർണമായ ഇടപെടലുകൾ ഉണ്ടായാൽ മാത്രമാണ് കുട്ടികളിലെ സംഘർഷ ലഘൂകരണവ്യവസ്ഥ (HPA system) ഫലപ്രദമായി പ്രവർത്തിക്കുകയുള്ളൂ. സ്കൂൾ കാലമാകുമ്പോഴേക്കും

ഉണ്ടാകേണ്ടതായ ധൈഷണിക ശേഷിയും, വൈകാരികപക്വതയും എല്ലാം സുസ്ഥിരമായി വികസിച്ച് വരുന്നതിന് ഇത് ഒഴിച്ചുകൂടാനാവാത്തതാണ്.

സമൂഹത്തിൽ വ്യാപകമായി കണ്ടുവരുന്ന ഒട്ടുമിക്ക മാനസിക രോഗങ്ങളുടെയും അക്രമാസക്തമായ പെരുമാറ്റങ്ങളുടെയും കാരണമായി തീരുന്നത് ഈ സംഘർഷ ലഘൂകരണ വ്യവസ്ഥയുടെ ദുർബലമായ പ്രവർത്തനം മൂലമാണെന്ന് പല പഠനങ്ങളും സാക്ഷ്യപ്പെടുത്തുന്നുണ്ട്.

അകാരണമായ ഉത്കണ്ഠകൾ ശമിപ്പിക്കുന്നതിനും, ആക്രമണ സ്വഭാവം നിയന്ത്രിക്കുന്നതിനും ഉപകരിക്കുന്ന ഓക്സിടോസിൻ, പ്രൊലാക്ടിൻ തുടങ്ങിയ ഒപിയോയിടുകൾ (opioids) മതിയായ അളവിൽ ഉൽപ്പാദിപ്പിക്കുന്നതിനും അവ സുഗമമായി പ്രവർത്തിക്കുന്നതിലും സുരക്ഷിതമായ രീതിയിലുള്ള രക്ഷകർത്താക്കളുടെ ഇടപെടലുകൾക്ക് മുഖ്യ പങ്കുനിർവഹിക്കാൻ കഴിയും. മേൽ സൂചിപ്പിച്ച ഒപിയോയിടുകളുടെ തോത് മതിയായ അളവിൽ മസ്തിഷ്കത്തിൽ ഉണ്ടായാൽ മാത്രമേ ഓരോ സന്ദർഭത്തിനും യോജിച്ച രീതിയിൽ പെരുമാറ്റങ്ങളെ നിജപ്പെടുത്തിയെടുക്കാൻ കഴിയുകയുള്ളൂ.

പല അവസരങ്ങളിലും ആർത്തുവിളിച്ച് കലഹിക്കുകയും, അനുചിതമായി പെരുമാറുകയും ചെയ്യുന്ന രക്ഷിതാക്കൾ മൂലം ശബ്ദത്തെ നിയതമായി സ്വീകരിച്ചുകൊണ്ട് അവയെ പ്രവർത്തനയോഗ്യമായ ഓർമകളാക്കി (working memory) മാറ്റുന്നതിനും മറ്റുമുള്ള കഴിവുകൾ കുട്ടികളിൽ ദുർബലപ്പെടുന്ന സാഹചര്യങ്ങളും കുറവല്ല.

രക്ഷിതാക്കൾ തമ്മിലുണ്ടാകുന്ന നിരന്തര കലഹങ്ങൾ നിമിത്തം കുഞ്ഞുങ്ങളുടെ മസ്തിഷ്കത്തിലെ സെറിബെല്ലം ഉൾപ്പെടെ ചെറുതായി പോയേക്കാം എന്നാണ് പല പഠനങ്ങളും സാക്ഷ്യപ്പെടുത്തുന്നത്. ശരീര ചലനത്തെ മാത്രമല്ല സാങ്കേതികമികവ് ആവശ്യമായ വൈദഗ്ധ്യങ്ങൾ നേടിയെടുക്കുന്നതിനും, ക്രിയ പദങ്ങളെ (verbal expressions) നിർദ്ധരിച്ചു കൊണ്ട് ഭാഷാവൈദഗദ്ധ്യം ആർജ്ജിക്കുന്നതിനെയും വരെ നിയന്ത്രിക്കുന്നതിൽ സെറിബെല്ലത്തിനുള്ള പങ്ക് ഇതിനകം തെളിയിക്കപ്പെട്ടിട്ടുണ്ട്. അതുകൊണ്ടു തന്നെ ദമ്പതികൾക്കിടയിൽ വല്ല പ്രശ്നങ്ങളും ഉയർന്നുവരികയാണെങ്കിൽ അത്തരം തർക്കങ്ങൾ പരിഹരിക്കുന്നതിനായി ശ്രമിക്കുന്ന സന്ദർഭങ്ങളിൽ കുഞ്ഞുങ്ങളുടെ അസാന്നിധ്യം ഉറപ്പാക്കേണ്ടതുണ്ട്.

കുട്ടികളുടെ ശാരീരികവും മാനസികവുമായ ആരോഗ്യത്തെ നിലനിർത്തുന്നതിൽ നിർണ്ണായകമായി തീർന്നേക്കാവുന്ന ചില ജനിതക

ഘടകങ്ങളുടെ പ്രവർത്തനങ്ങളെ നിർവീര്യമാക്കുന്നതിന് കുടുംബ ത്തിലുണ്ടാകുന്ന കലഹങ്ങളും അക്രമാസക്തമായ ഇടപെടലുകളും കാരണമായേക്കാം. ശൈശവത്തിലും, കുട്ടികാലത്തും ഉണ്ടാവുന്ന അമിതമായ മാനസിക സംഘർഷങ്ങൾ നിമിത്തം യുവത്വത്തിലേ ക്ക് കടക്കുമ്പോഴും മസ്തിഷ്കത്തിനകത്തെ സംഘർഷ ലഘൂകരണ വ്യവസ്ഥ അത്യുത്തേജിതമായി തുടരുന്ന സാഹചര്യങ്ങളും അപൂർ വമല്ല. അത്തരം വ്യക്തികളുടെ സ്വകാര്യ ജീവിതത്തിലും സാമൂഹ്യ ജീവിതത്തിലും ഒട്ടനവധി ദുഃഖകരമായ പരിമിതികൾ ഉണ്ടാവുന്ന സാഹചര്യങ്ങളും അനവധിയാണ്.

നേരത്തെ സൂചിപ്പിച്ച പ്രകാരം മറ്റുള്ളവരിൽ നിന്നും ഒഴിഞ്ഞു മാറി ജീവിക്കാൻ (avoidant behaviour) താൽപ്പര്യമുള്ളവരാവട്ടെ നോവലുകളിലും, കഥകളിലും മറ്റും കാണുന്ന തരത്തിലുള്ള പ്രേമം അയഥാർത്ഥമാണെന്നും, അതൊന്നും ശാശ്വതമല്ലെന്നും ഉറച്ച് വിശ്വസിക്കാനിടയുണ്ട്. എന്നാൽ ഉത്കണ്ഠക്കും, ചഞ്ചലമായ മാന സികാവസ്ഥക്കും വിധേയരാകുന്നവരും പ്രണയത്തെയും അനുബന്ധ മാനസികാവസ്ഥകളെയും കാര്യമായി എടുക്കാറില്ല. ഇത്തരക്കാർ ഒരു വേള ആരെയെങ്കിലും സ്നേഹിക്കാൻ ഇട വന്നാൽ സ്നേഹിക്കുന്ന വരുടെ മുകളിൽ അത്യധികമായ ഉടമസ്ഥതാബോധം പ്രകടിപ്പിക്കു ന്നതും സാധാരണമാണ്. എല്ലാ തരത്തിലുമുള്ള കടുത്ത ബന്ധങ്ങളും പരാജയത്തിൽ കലാശിക്കുകയേ ഉള്ളൂ എന്ന ഉറച്ച വിശ്വാസമാണ് ആർക്കും പിടി കൊടുക്കാതെ ഒഴിഞ്ഞുമാറി നടക്കുന്നവരെ നയിക്കു ന്നത്. നിർവ്വികാരവും, ഉദാസീനവുമായ സമീപനങ്ങൾ സൂക്ഷിക്കുന്ന പലരുടെയും അമ്മമാർ അവരുടെ കുട്ടികളുടെ കാര്യത്തിൽ പോലും ഒഴിഞ്ഞുമാറി ഇടപെടുന്നവരാണെന്നാണ് ഗവേഷണങ്ങളിൽ തെളി ഞ്ഞിട്ടുള്ളത്.

പുതിയ കുടുംബങ്ങൾ നേരിടുന്ന പ്രതിസന്ധികൾ ഏറെയും ഉണ്ടാ യിട്ടുള്ളത് വ്യക്തികൾ പരസ്പരം ബന്ധപ്പെടുന്ന രീതികളിൽ വന്നിട്ടുള്ള വൻതോതിലുള്ള മാറ്റങ്ങളുടെ തുടർച്ചയായാണ്. പഴയ കാലങ്ങളിൽ ചെറിയ ഗ്രൂപ്പുകൾക്കിടക്കുള്ള സുസ്ഥിരബന്ധങ്ങൾക്കായിരുന്നു മുൻ തൂക്കം ലഭിച്ചിരുന്നത്. അത്തരം ഗ്രൂപ്പുകളിൽ വ്യക്തിയുടെ സ്വകാര്യത എന്നത് തീർത്തും അന്യമായിരുന്നു എന്ന് വേണം കരുതാൻ. വ്യക്തി യുടെ പരമാധികാരം എന്നത് ഇന്ന് എല്ലായിടങ്ങളിലും പ്രസക്തമായി മാറിയിട്ടുണ്ട്. രാഷ്ട്രീയാർത്ഥത്തിൽ ഇത് ഉപാധികളോടെ മാത്രമേ നിലനിൽക്കുന്നുള്ളൂ എന്നതൊഴിച്ചാൽ വ്യക്തിജീവിതത്തിന്റെ ഒട്ടു മിക്ക മേഖലകളിലും ഇതിന് അതീവ പ്രാധാന്യം കൈവന്നിട്ടുണ്ട്.

ജീവിതപങ്കാളികളെ കണ്ടെത്താനും, സുഹൃത്തുക്കളെ ഉണ്ടാക്കുന്നതിനും എന്തിനേറെ നമ്മുടെ ശരീര സൗന്ദര്യത്തെ വരെ സ്വകാര്യമായി വിപണനം ചെയ്തുകൊണ്ട് സ്വന്തം ആനന്ദത്തിന്റെ സാദ്ധ്യതകൾ വർദ്ധിപ്പിക്കുന്നതിനുമുള്ള അവസരങ്ങളും ഇന്ന് ലഭ്യമാണ്. ഏതു രാജ്യത്തുള്ള വ്യക്തിയുമായും ഇങ്ങനെയുള്ള ബന്ധങ്ങളൊക്കെ ഉണ്ടാക്കിയെടുക്കാൻ കഴിയും. എങ്കിലും, നമ്മുടെ ആസന്നപരിസരത്തുള്ള സമൂഹവുമായുള്ള ബന്ധങ്ങൾ മറ്റെല്ലാ ബന്ധങ്ങൾക്കും മൂലതത്വമായി തുടരുക തന്നെ ചെയ്യും. ഫേസ്ബുക് കൂട്ടായ്മകളും വാട്സ്ആപ് ഗ്രൂപ്പുകളുമെല്ലാം പ്രവർത്തിക്കുന്നത് സാമൂഹ്യബന്ധത്തിന്റെ പുത്തൻ മാതൃകകൾ എന്ന രീതിയിലാണ്. മുൻകാലങ്ങളിൽ സ്വാഭാവികമായി നടന്നിരുന്ന വ്യക്തിബന്ധങ്ങൾ ഇന്ന് നിർബന്ധിത സഹചര്യങ്ങളിൽ മാത്രം നടക്കേണ്ടുന്നവയായി മാറിയിട്ടുണ്ട്. ഓരോരോ സന്ദർഭത്തിലും സ്വാഭാവികമായി ഉണ്ടായി വരുന്ന പരസ്പര ഐക്യത്തെ മുൻനിർത്തിയുള്ള ബന്ധങ്ങളെക്കുറിച്ച് ഗൗരവമായി അന്വേഷിച്ച ആദ്യത്തെ സാമൂഹ്യ ശാസ്ത്രജ്ഞനാണ് എമിലി ദുർകെയിം (Emile Durkheim) വ്യക്തിയുടെ സ്വയം നിർണയാവകാശത്തെ തള്ളിക്കളയാതെ തന്നെ വ്യക്തിയുടെ താൽപ്പര്യങ്ങളെ സമൂഹത്തിന്റെ പൊതുതാൽപ്പര്യങ്ങളുമായി കൂട്ടിയിണക്കുന്നതിനു യോജിച്ച തരത്തിലാണ് അദ്ദേഹത്തിന്റെ നിരീക്ഷണങ്ങൾ അവതരിപ്പിക്കപ്പെട്ടത്. കൂടുതൽ മെച്ചപ്പെട്ടതും മുതലാളിത്ത രീതിയിലുള്ളതുമായ ജനാധിപത്യ സംവിധാനത്തെ ഉയർത്തിപ്പിടിച്ച കൊണ്ടാണ് അദ്ദേഹത്തിന്റെ വ്യക്തി സങ്കൽപം മുന്നോട്ട വെക്കപ്പെട്ടത്.

നിത്യജീവിതത്തിൽ സ്വാഭാവികമായി ഉണ്ടാവേണ്ടുന്ന നേർക്കുനേർ ഉള്ള മനുഷ്യബന്ധങ്ങൾ ദുർബലപ്പെടുന്നതിന്റെ സാഹചര്യങ്ങൾ നാൾക്കുനാൾ കൂടി വരുന്നതായാണ് കാണുന്നത്. മുഖത്തോടു മുഖം കാണാതെയുള്ള ബന്ധത്തിൽ അഭിരമിക്കുന്നതിനാണ് ഒട്ടുമിക്ക വ്യക്തികളും താൽപര്യപ്പെടുന്നത്. സാങ്കേതികവിദ്യകൾ കൊണ്ട് പരിഹരിക്കാവുന്നത്ര ലളിതമായ മാനസിക പ്രകൃതമല്ല മനുഷ്യവംശത്തിന് ലഭിച്ചിട്ടുള്ളത് എന്ന യാഥാർഥ്യം നമ്മളിൽ ഏറെപ്പേരും അറിഞ്ഞോ അറിയാതെയോ വിസ്മരിക്കാറുണ്ട്. ഓരോരോ ജീവിത സന്ദർഭത്തിനും യോജിച്ച രീതിയിലുള്ള വൈകാരിക ബന്ധങ്ങൾക്ക് പകരം നിൽക്കാൻ ഒരു സാങ്കേതിക വിദ്യക്കും കഴിയില്ല എന്ന യാഥാർഥ്യം നാം ഉൾക്കൊള്ളേണ്ടതുണ്ട്.

www.ingramcontent.com/pod-product-compliance
Lightning Source LLC
LaVergne TN
LVHW101422051026
849519LV00005BC/1854
* 9 7 8 9 3 5 5 1 7 4 1 9 2 *